લેખક : **કાન્તિ પટેલ**

મુખ્ય વિક્રેતા :

ગુજરાત પુસ્તકાલય સહાયક સહકારી મંડળ લિ.

૧૧, ઈલોરા કોમર્શિયલ સેન્ટર, પહેલો માળ, સલાપસ રોડ, રિલીફ સિનેમા પાછળ,
અમદાવાદ-૩૮૦૦૦૧. ફોન : (૦૭૯) ૨૫ ૫૦ ૬૯ ૭૩

સંસ્થા વસાહત **દાંડિયા બજાર** **રાવપુરા, વડોદરા** ફોન : (૦૨૬૫) ૨૪ ૨૨ ૯૧૬	**૧, સરદાર શોપિંગ સેન્ટર** **રાજમહેલ રોડ** **મહેસાણા** ફોન : (૦૨૭૬૨) ૨૫ ૨૪ ૨૬

ભાગ રે ટેન્શન ભાગ

© કાન્તિ પટેલ

આવૃત્તિ : પ્રથમ (જૂન-૨૦૧૬)

પ્રત : ૫૦૦૦

કિંમત : ₹ ૨૦૦=૦૦

ISBN : 978-81-926797-9-2

પ્રકાશક :

ઋષિ પ્રકાશન

કાન્તિલાલ અમથારામ પટેલ

ઈ/૭, અનિલ ફ્લેટ્સ, ડફનાળા રોડ, શાહીબાગ, **અમદાવાદ**-૩૮૦૦૦૪.

ફોન : (૦૭૯) ૨૨ ૮૬ ૬૪ ૯૪, મોબાઈલ : **૯૮ ૭૯ ૭૫ ૭૬ ૭૫**

e-mail : rushiprakashan@yahoo.com

ટાઈપસેટિંગ અને મુદ્રક : **કેવલ ઓફસેટ**

એફ-૧૧, રવિ એસ્ટેટ, દૂધેશ્વર, અમદાવાદ-૩૮૦૦૦૪.

"સપ્રેમ અર્પણ"

જેમણે આખી જિંદગી સંઘર્ષમાં વિતાવી અને અમને "ટેન્શન" સામે લડતાં અને "કપરાકાળ"માં જીવતાં શીખવ્યું તેવાં મારાં પરમ આદરણીય માતા-પિતાનાં ચરણોમાં સપ્રેમ અર્પણ.

- કાન્તિ પટેલ

કાન્તિ પટેલનાં પુસ્તકો

(૧) સફળ જિંદગી જીવવાની જડીબુટ્ટી	₹ ૨૦૦
(૨) રીત મારી, જીત તમારી	₹ ૧૫૦
(૩) નારી તું નારાયણી (હિન્દીમાં ઉપલબ્ધ)	₹ ૨૦
(૪) ભાગ રે ટેન્શન ભાગ	₹ ૨૦૦

ઉપરોક્ત પુસ્તકોનું પ્રાપ્તિસ્થાન

ઋષિ પ્રકાશન

કાન્તિલાલ અમથારામ પટેલ

ઈ/૭, અનિલ ફ્લેટ્સ, ડફનાળા રોડ,

શાહીબાગ, અમદાવાદ-૩૮૦૦૦૪.

ફોન : (૦૭૯) ૨૨ ૮૬ ૬૪ ૯૪, મોબાઈલ : **૯૮ ૭૯ ૭૫ ૭૬ ૭૫**

e-mail : rushiprakashan@yahoo.com

ભૂમિકા

મારા આ પુસ્તક **"ભાગ રે ટેન્શન ભાગ"**નું મુખ્ય હાર્દ છે: માનવી ભૂતકાળમાં ક્યારેય આટલો **"માનસિક તણાવ"**માં ઘેરાયો નહોતો તેટલો અત્યારે વર્તમાનમાં ચારેય દિશાએથી અશાંતિમાં ઘેરાઈ ગયો છે, પરંતુ હવે તેનો ઉપાય શું?

"પદ, પ્રતિષ્ઠા, પ્રસિદ્ધિ અને પૈસા" પાછળની આંધળી દોટથી તો રઘવાયા લોકો માનસિક તણાવમાં ધકેલાઈ રહ્યા છે.

બાળકોને ભણવાનું ટેન્શન, યુવકો અને યુવતીઓને ભવિષ્યનું ટેન્શન, સ્ત્રીઓને પરિવારનું ટેન્શન, વેપારી-ધંધાર્થી, વ્યવસાયી અને નોકરિયાતોને કમાણી કરવાનું ટેન્શન, વૃદ્ધોને ઘડપણનું ટેન્શન તેમજ તમામ સંસારી-સંન્યાસીઓ, પોતાના પ્રશ્નો અને સમસ્યાઓમાં ગૂંથાયેલા અને ગૂંચવાયેલા છે.

વાસ્તવિકતા તો એ છે કે માનવીએ પોતે જ માનસિક તણાવની જાળ બિછાવી છે અને તે પોતે જ તેમાં ફસાઈ ગયો છે. તેથી હવે તે "માનસિક તણાવ"માંથી બહાર નીકળવા ઊંડા પાણીમાં ડૂબતા માણસની જેમ "જે કંઈ મળે તેને મજબૂત તરાપો સમજી" તેના સહારે બચવા માટે તરફડિયાં મારી રહ્યો છે.

આ પુસ્તક લખતાં પહેલાં મેં કેટલાયે એવા લોકો સાથે મુલાકાત કરી વાર્તાલાપ કર્યો છે કે, જીવનનાં વિવિધ ક્ષેત્રોના લોકો તેમના જીવનમાં બનેલ દુ:ખદ ઘટનાઓ કે માનસિક તણાવમાંથી કઈ રીતે હેમખેમ બહાર આવ્યા.

અમેરિકા જેવા અતિસમૃદ્ધ અને અનેક ક્ષેત્રોમાં સફળ થયેલા દેશના ૪૦ ટકાથી પણ વધુ લોકો તો ઊંઘની ગોળીઓ ખાઈને "ઉછીની ઊંઘથી ઊંઘે છે." આ લોકો ધીમે-ધીમે માનસિક અને મનોદૈહિક રોગો તરફ ધકેલાઈ રહ્યા છે એટલે જ આ પુસ્તકના માધ્યમથી હું આપ સૌને ચેતવવા માગું છું કે "સમૃદ્ધિ અને સફળતા"માં સમજણનો સાથ લેવામાં આવશે તો જ તમે માનસિક તણાવને તમારા જીવન પ્રત્યેથી દૂર રાખી શકશો. સમજણ સિવાયની સમૃદ્ધિ, સફળતા, સગવડો અને કાલ્પનિક સુખ પાછળની આંધળી દોટ તમને માનસિક રોગી બનાવી દેશે.

૪

મારા આ પુસ્તકમાં વર્ણવેલી મુલાકાતો, પ્રસંગો, દૃષ્ટાંતો અને ઘટનાઓ શક્ય છે ત્યાં સુધી વાસ્તવિકતા ઉપર જ આધારિત છે, પરંતુ અમુક સંજોગોને લક્ષમાં લઈ જે તે વ્યક્તિ તથા તે ઘટનાનું વૃત્તાંત મેં બીજા સ્વરૂપે રજૂ કર્યું છે, જેથી કોઈની પણ લાગણી દુભાય નહીં.

આ સંસારમાં ટેન્શન કોને નથી? માત્ર પાગલને, ગેંડા જેવી ચામડીવાળા ખોટા અને જૂઠા લોકોને તથા સમજદાર જ્ઞાનીને.

સાચા અને સજ્જન, અતિલાગણીશીલ અને અતિભલા માણસોને તો દુષ્ટોએ ઊભા કરેલા ટેન્શનમાંથી બહાર નીકળવાનો કોઈ ઉપાય જ નહીં જડે તેવી ચારે બાજુથી વિકરાળ પરિસ્થિતિ આકાર લઈ રહી છે.

"અકસ્માત, આપઘાત, એટેક, કેન્સર અને ટેન્શન"- આ સદીમાં માનવજાતનાં દુશ્મનો છે જ પરંતુ સૌથી વધારે ખતરનાક દુશ્મન તો "ખરાબ વિચારો અને દુષ્ટ ભાવના" જ છે.

ખોટા અને ખરાબ વિચારવાયુથી ઘેરાયેલા અને નકારાત્મક કલ્પનાઓ કરનારા લોકો ધીમે-ધીમે નિરાશાવાદી બની ડિપ્રેશનનો ભોગ બને છે. ડિપ્રેશન એક માનસિક ધીમું ઝેર છે, જે માનવીને કાં તો મનોદૈહિક રોગી બનાવી પાગલ બનાવી દે છે અથવા તો આપઘાત કરાવે છે.

તમારા અંતઃકરણમાં ભગવાન બેસાડો એટલે ભય ભાગી જશે, ભય ભાગશે તેની સાથે જ ટેન્શન પણ ભાગી જશે અને હૈયામાં હાશ થશે.

મારા આ પુસ્તકમાં વર્ણવેલી મુલાકાતો, દૃષ્ટાંતો, પ્રસંગો, ઘટનાઓ અને શબ્દોને જડતાથી પકડ્યા સિવાય તેમાં રહેલા સાત્ત્વિક અને હકારાત્મક ભાવને પકડશો તો તમારો માનસિક તણાવ જરૂર દૂર થશે અને મારો આ નમ્ર પ્રયાસ અને પ્રાર્થના સાર્થક થશે.

પરમ કૃપાળુ પરમેશ્વર મારાં પુસ્તકોના વાચકોનું અને સમગ્ર માનવજાતનું કલ્યાણ કરે તેવી અંતઃકરણની પ્રાર્થના.

તા. ૧-૬-૨૦૧૬, બુધવાર

જેની શરૂઆત સારી અને સાચી દિશા તરફની હોય તેનું પરિણામ પણ સારું આવે જ, પરંતુ જેની શરૂઆત જ ખરાબ અને ખોટી દિશા તરફની હોય તેનું પરિણામ ક્યારેય સારું આવે ખરું?

આ પુસ્તક તમે વાંચવાની શરૂઆત કરો તે પહેલાં હું તમને એક બાબતની ખાસ સ્પષ્ટતા કરવા માગું છું કે આ દુનિયાનાં તમામ સુખ, સમૃદ્ધિ, સાધનો અને સગવડો પણ તમને શાંતિ નહીં આપી શકે, માત્ર તમારા અંતઃકરણમાં ધરબાયેલી ભાવનાઓ, દિમાગમાં ચગડોળની જેમ ચક્રાવા લેતા વિચારો, તમારા જીવનમાં ઓતપ્રોત થયેલો તમારો સ્વભાવ, દરેક પ્રવૃત્તિમાં સંતાયેલી તમારી વૃત્તિ, જગતને સમજવામાં અને મૂલવવામાં ગરકાવ થયેલી તમારી મનોવૃત્તિ, તમે માની લીધેલી માન્યતાઓનું વળગણ, આ સંસાર અને સૃષ્ટિ પ્રત્યેનો તમારો દૃષ્ટિકોણ અને તમે જાતે રચેલી કલ્પનાઓમાં રંગાયેલી તમારી જીવનશૈલીમાં જ તમારા હૈયાની હાશ કે હૈયાવરાળ છુપાયેલી છે.

આ સંસારનાં તમામ સુખ માત્ર ધનમાં જ સમાયેલાં હોત તો ધનવાનો ક્યારેય મૃત્યુ ના પામત, પરંતુ ધનથી આયુષ્ય ખરીદી લેત. અરે! ડૉક્ટરો, વૈદ્યો અને હકીમો પણ ક્યારેય મૃત્યુ ના પામત અને અન્ય લોકોને મરવા પણ ના દેત એટલે હે સંસારીઓ, **આટલી બાબત તમારા હૈયામાં લખી રાખજો કે કર્મ, કાળ, કુદરત, પ્રકૃતિ અને નિયતિના પંજામાંથી કોઈ છટકી શક્યું નથી.** તમારા જીવનમાં બનેલી ઘટનાઓને તમે કયા અને કેવા દૃષ્ટિકોણથી મૂલવો છો તે સમજ ઉપર જ તમારા જીવનની શાંતિનો આધાર છે.

ભારતના એક વખતના સૌથી વધુ ધનવાન **શ્રી ધીરુભાઈ અંબાણીએ તેમની એક મુલાકાતમાં એક માર્મિક ટકોર કરી હતી કે, "હું આખા ભારતનો સૌથી વધુ ધનવાન છું તે વાત સાચી, પરંતુ તેનો અર્થ એવો નથી થતો કે હું ભારતનો સૌથી વધુ સુખી છું."** આટલી નાની બાબતમાં છુપાયેલું રહસ્ય તમને સમજાયું? ધનથી દુનિયાનાં તમામ ઉત્તમ સાધનો-સગવડો અને સત્તા તમે ખરીદી

શકશો, પરંતુ હૈયાની હાશ તો "સંતોષ ભંડાર" અને "સમજણના ખજાના"માં જ છુપાયેલી છે.

આ સંસારમાં માનવી એકલો ક્યારેય રહી શકતો નથી. વ્યક્તિ એકલો-અટૂલો રહેવા છતાં પણ તે માનવજાતથી જોડાયેલો જ છે. **માનવી જ માનવી માટે "વિશ્વાસુ અને વિશ્વાસઘાતી છે", "સહાયક પણ છે અને સંહારક" પણ છે.** માત્ર સવાલ છે, માનવીના અંતઃકરણને પારખીને તેની સાથે ક્યારે અને કેવો સંબંધ બાંધવો તે.

> **ગરીબના સત્યની જાણે કોઈ કિંમત નથી, સત્ય પણ ગરીબીનો સાથ છોડી જ્યાં સમર્થ અસત્યની સત્તા, સમૃદ્ધિ, આધિપત્ય અને કુટિલ સ્વાર્થ હોય ત્યાં જ તેમની આરતી ઉતારે છે.**

(૧)   ગાઢ નિદ્રા કેમ નથી આવતી? : વાંચો

એક શહેરના વિશાળ ઓડિટોરીયમમાં હું પ્રવચન આપી રહ્યો હતો ત્યારે એક શ્રોતાએ મને પૂછ્યું, **"લેખક મહાશય, રાત્રે મને ગાઢ નિદ્રા આવતી નથી અને આખી રાત આમથી તેમ પડખાં જ ફેરવ્યા કરું છું, તેનું કારણ શું?"**

મેં તેને હસતાં-હસતાં કહ્યું, "અરે ભાઈ, તમને ગાઢ નિદ્રા નથી આવતી તેનું સાચું અને સચોટ કારણ તો તમે જાતે જ શોધી શકો, હું કે બીજા કોઈ નહીં. આમ છતાં **આ સંસારમાં ગાઢ નિદ્રા નહીં આવવાનાં આટલાં કારણો છે.** (૧) મહત્ત્વનું જે કાર્ય ઉકેલવાનું હતું તે નથી ઉકેલાયું એટલે, (૨) જે કાર્ય ક્યારેય કરવાલાયક નહોતું તે કાર્ય કર્યું છે, (૩) અસહ્ય ગંભીર બીમારી અને (૪) નકારાત્મક કલ્પનાઓના પરિણામમાં દેખાતો ભય. હવે તમે સ્વયં શોધી કાઢો કે આ કારણોમાંથી કયા કારણમાં તમે સપડાયા છો.

આટલું યાદ રાખજો : સમસ્યાનું સાચું કારણ તમે શોધી શકશો તો જ તમે સાચો ઉપાય મેળવી શકશો.

હવે સાંભળો, જે મહત્ત્વનું કાર્ય તમે ઉકેલવા સંનિષ્ઠ પ્રયત્નો કર્યા હતા, તે સમસ્યા ના ઉકલે તો તમારું વધુમાં વધુ કેટલું અહિત

થઇ શકે તેનો વિચાર કર્યો છે ? તમે માત્ર તમારી બુદ્ધિ, ધન અને પ્રયત્નો ઉપર જ ભરોસો મૂક્યો હતો, ક્યારેય તમારા ઈષ્ટદેવ એવા પરમ કૃપાળુ પરમાત્મા ઉપર શ્રદ્ધા રાખીને અને સમર્પણભાવથી શરણાગતિ સ્વીકારી છે? **આટલું યાદ રાખજો : ભલે તમે તમારા પ્રયત્નોથી થાકી જાઓ પણ ક્યારેય હાર કબૂલ ના કરતા.** દુન્યવી સંબંધોથી ભલે તમે વિશ્વાસ ગુમાવી દો, અરે! ભલે તમને તમારી જાત પરથી વિશ્વાસ ઊઠી જાય પરંતુ તમે પરમાત્મા પ્રત્યેની શ્રદ્ધા ક્યારેય ગુમાવતા નહીં. પરમાત્મા પ્રત્યેની શ્રદ્ધા ગુમાવવી એટલે આપઘાત કરવા બરાબર છે. **તમે જો પરમાત્મા પ્રત્યેની શ્રદ્ધા ગુમાવશો તો દુનિયાની કોઈ શક્તિ તમને બચાવી શકશે નહીં ઊલટાનું તમને વધારે હેરાન-પરેશાન કરશે.** પરમાત્મામાંથી શ્રદ્ધા અને પોતાનામાંથી આત્મબળ ગુમાવનાર આ સંસારની "ગંભીર સમસ્યા"માંથી બહાર નીકળી મહાપુરુષ થયો હોય અથવા તેમના જીવનનું મહત્ત્વનું કાર્ય ઉકેલી શક્યો હોય તેવું એકાદ દૃષ્ટાંત તો બતાવો?

હવે સાંભળો, જે કાર્ય ક્યારેય કરવાલાયક નહોતું તે કાર્ય તમારાથી થઇ ગયું છે તો તેમાંથી બહાર નીકળવા તમે કરેલા માનસિક, આર્થિક અને સામાજિક પ્રયત્નોનું પરિણામ નહિવત્ આવે ત્યારે તમારે તટસ્થભાવે તે સમસ્યાનો નિષ્કર્ષ કાઢવો કે, આ સમસ્યા કે તમે કરેલું કૃત્ય કેટલી હદે તમને નુકસાન કરી શકે છે ? **એક બાબત ખાસ યાદ રાખવા જેવી છે કે આપણે જેટલું વધુમાં વધુ ખરાબ પરિણામ વિચારેલું હોય છે તેટલું ખરાબ પરિણામ ક્યારેય આવતું નથી.**

બધી જ દિશા તરફના સાચા અને સચોટ પ્રયત્નો કર્યા પછી બધું ઈશ્વર ઉપર છોડી દો. "Prepare for the best and ready for the worst". કલ્પનાઓનાં નકારાત્મક દૃશ્યો જોઇ આ ટૂંકા જીવનને દુ:ખી કરવું નહીં અને જે થઇ જ ગયું છે તેનો શોક જ્ઞાની અને સમજદાર લોકો કરતા નથી. **જે ઘટના બનવાની હતી તે બની જ ગઇ છે તો તે ઘટનાને વારંવાર યાદ કરવાથી તમે ધારેલું સારું પરિણામ તો નહીં મેળવી શકો, પરંતુ તમારા દુ:ખમાં વધારો થશે.**

અરે! આ દુઃખદ ઘટનામાંથી બહાર નીકળી શકાય તેમ હોય તો તેવા હિતેચ્છુ અને અતિવિશ્વાસુ એવા સમર્થ અને સમજદાર સજ્જન આગળ આપણું હૈયું ઠાલવવું, પરંતુ કોઈ જ ઉપાય દેખાતો ના હોય તો તે કાર્ય સંપૂર્ણ સમર્પણભાવથી પરમાત્માને સોંપીને હળવા થઈ જવું.

હવે થોડું વધારે સાંભળો. અસહ્ય ગંભીર બીમારીમાં નિષ્ણાત અને હિતેચ્છુ ડૉક્ટરની સલાહ-સારવાર લીધા પછી પણ ગંભીર બીમારીનું સારું પરિણામ ના આવતું હોય તો અંતઃકરણને આધ્યાત્મિક ભાવથી રંગી દેવું. **"આ સંસારમાં કોઈ પણ દેહધારી-જીવ બે વખત મૃત્યુ પામતો નથી. અરે! મહાપુરુષો અને અવતારી પુરુષો પણ મૃત્યુના કાળના પંજાથી બચી શક્યા નથી.** આ સંસારમાં જેનો જન્મ થયો છે તેનું મૃત્યુ નક્કી જ છે. કોઈ વહેલા કે મોડા, કોઈ કાળે કે અકાળે, કોઈ કમોતે કે કોઈ કુદરતી મોતે મરવાના જ છે. આ સંસાર સાથેનો ઋણાનુ બંધ પૂરો થતાં સૌ-સૌના રસ્તે સિધાવે જ છે." આવો આધ્યાત્મિક ભાવ આપણી અસહ્ય ગંભીર બીમારીમાં જરૂર રાહત આપશે. **આટલું તમારા હૈયામાં કંડારી રાખજો. આ સંસારમાં દરેક સમસ્યા અને દરેક રોગની દવા છે જ, પરંતુ આખરી ઔષધ તરીકે પરમાત્મા પોતે છે.**

આ દુનિયામાં કોઈ પણ કંપનીએ માત્ર ચાવી વિનાનું એકલું તાળું બનાવ્યું છે ? **તાળું હોય એટલે તેની સાથે ચાવી બનાવી જ હોય.** માત્ર કયા તાળાની કઈ ચાવી છે તેટલું જ વિવેકબુદ્ધિથી શોધવાનો પ્રયત્ન કરવાનો છે.

આપણા જીવનમાં ઉદ્ભવેલી સમસ્યાનું સાચું તથ્ય માત્ર આપણું અંતઃકરણ જ જાણતું હોય છે એટલે તેનું તટસ્થભાવે નિરીક્ષણ કર્યા પછી જ તેનો ઉપાય શોધવો. આ સંસારમાં તમારી સમસ્યાનો ઉકેલ તમારે પોતાએ જ લાવવાનો છે. કારણ, **તમારું અને તમારા પરિવારનું હિત ઈચ્છનાર તમારાથી વિશેષ આ દુનિયામાં કોઈ નથી.**

તમારા જીવનમાં ઉદ્ભવેલી સમસ્યાને ઉકેલવાની હિંમત અને બુદ્ધિ તમારામાં ના હોય તો ઘરના ખૂણે બેસી રડી લો અને તમારા

હૈયામાં હિંમત અને દિમાગમાં બુદ્ધિ ધરબાયેલી હોય તો જગતના લોકોની સાથે લડી લો. કહી દો જગતના લોકોને કે હું એકલો નથી, તમારી સામે લડવા માટે સૃષ્ટિનો સર્જનહાર પરમ કૃપાળુ પરમેશ્વર હંમેશાં મારી સાથે છે.

હવે શ્રોતાઓ આખરી વાત સાંભળો. હું પોતે છેલ્લાં ત્રીસ વર્ષથી રોજ રાત્રે સૂતાં પહેલાં મારા પરમ વંદનીય ગુરુદેવ શ્રી રામકૃષ્ણ પરમહંસ (સ્વામી વિવેકાનંદના વંદનીય ગુરુ)ના શ્રદ્ધાપૂર્વક દર્શન કરી તેમની સમક્ષ એક જ વાક્ય બોલું છું: "હે પ્રભુ, અમે સૂઈ જઈએ છીએ અને તમે જાગતા રહેજો." બસ, આજ નિત્ય ક્રમે મને નવજીવન બક્ષ્યું છે. ક્યારેય મારી ઊંઘ બગડી નથી તેમજ ગાઢ નિદ્રા આવે છે. હું તેમના ખોળામાં નાનું બાળક બની સૂઈ રહ્યો હોય અને તેઓ મારા નાજુક શરીર અને માથા ઉપર તેમનો પ્રેમાળ હાથ ફેરવતા હોય તેવું દૃશ્ય જોતો હોઉં તેમ મારી તમામ આધિ, વ્યાધિ અને ઉપાધિ તેમને સોંપીને સૂઈ જાઉં છું. મારાં પૌત્ર-પૌત્રી પણ દેશ-વિદેશમાં આ નિત્ય ક્રમ હજુ પણ જાળવીને તેમનું જીવન ઉજ્જવળ બનાવી રહ્યાં છે.

આપ સૌને મારી અંતઃકરણપૂર્વક વિનંતી કે, રાત્રે તમારા શયનખંડમાં ઊંઘવા જતાં પહેલાં તમારા ઈષ્ટદેવનાં દર્શન કરી, તેમનું શ્રદ્ધાપૂર્વક સ્મરણ કરતાં-કરતાં તમારી ઉપાધિઓનો હવાલો પ્રભુને સોંપીને ઊંઘી જશો તો તમને ખરાબ અને નકારાત્મક સ્વપ્ન પણ નહીં આવે અને તમારી સવારનો સૂર્યોદય તમને સોનેરી કિરણોથી જગાડશે.

(વિસામો)

તમારી મર્યાદા બહારનું કુદરત વિરોધી કૃત્ય માત્ર તમારી ઊંઘ જ નહીં બગાડે, પરંતુ તમારી જિંદગી પણ બગાડી નાખશે.

કોઈ પણ વ્યક્તિની વાત, વિચાર કે કાર્યને નકારાત્મક વલણથી ખરાબ અને ખોટું દર્શાવવામાં આપણે આપણી માનસિક શક્તિ, સમય અને સમૃદ્ધિ વેડફી નાખીએ છીએ તેટલી જ માનસિક શક્તિ, સમય અને સમૃદ્ધિને આપણા સારા કાર્યને સારું અને સાચું દર્શાવવામાં હકારાત્મક પ્રવૃત્તિ કરીશું તો મુખ્ય બે ફાયદા થશે. એક

તો તમે કોઈનું પણ ખરાબ ઈચ્છતા નથી એટલે તમારા કોઈ દુશ્મનો ઊભા નહીં થાય અને બીજું તમે સફળ થશો જ અને તે પણ ઈજ્જત સાથે અને ટેન્શન વિના. કારણ, **સદ્કાર્યો કરનારાઓની સાથે પ્રભુ હંમેશાં હોય છે જ.**

ચિંતા સૌથી ખતરનાક વાઈરસ છે, તે જે વ્યક્તિના શરીરમાં ઘૂસે છે તેને જીવતાં જ નરકની પીડાનાં દુઃખ ઊભાં થાય છે. તેની ચુંગાલમાંથી છૂટવામાં જ સુખ અને શાંતિ છે.

ચિંતા એકવીસમી સદી અને આધુનિક યુગનો માત્ર રોગ જ નથી, પરંતુ અનેક રોગોની માતા છે. ચિંતા થવાનાં માત્ર બે જ કારણ છે. (૧) સાચી દિશાના બધા જ પ્રયત્નો કરવા છતાં આપણું ઈચ્છેલું-ધારેલું પરિણામ ના આવે, પરંતુ વિપરીત આવે ત્યારે અને (૨) કર્મની અતિગહન ગતિથી, ત્રાટકેલા કાળના ચક્રવ્યૂહથી અને કુદરતના કહેરથી.

આ સંસારમાં માનવીના જીવનમાં આવેલી સમસ્યાનો ઉકેલ-ઉપાય નહીં કરનારા અને માત્ર ચિંતા જ કર્યા કરવાવાળા બહુ દુઃખી હોય છે અને દુઃખી રહેવાના.

(૨) ભય હોય ત્યાં અનિદ્રા હોય : વાંચો

ભારતના રાષ્ટ્રપિતા મહાત્મા ગાંધી દરરોજ સાંજે પથારીમાં સૂઈ રહેતાની સાથે જ નસકોરાં બોલતાં હોય તેમ ગાઢ નિદ્રામાં ગરકાવ થઈ જતા. એક દિવસ પંડિત જવાહરલાલ નહેરુએ મહાત્મા ગાંધીની પરીક્ષા કરવાનું વિચાર્યું એટલે તેમણે ગાંધીજીને કહ્યું, "બાપુ હું દશ જ મિનિટમાં બાથરૂમમાં સ્નાન કરીને આવું છું." ગાંધીજી બોલ્યા, "કશો વાંધો નહીં, હું ત્યાં સુધીમાં થોડીક ઊંઘ લઈ લઉં." નહેરુએ વિચાર્યું, "આવું કઈ રીતે શક્ય બને? દશ જ મિનિટમાં કઈ રીતે ઊંઘ પાકી જાય?" આવું વિચારીને તેઓ બાથરૂમમાં ગયા અને થોડીક મિનિટો પછી તેમણે બાથરૂમની બારીમાંથી ડોકિયું કરીને જોયું તો તેઓ આશ્ચર્યચકિત થઈ ગયા. મહાત્મા ગાંધી નસકોરાં બોલાવતાં-બોલાવતાં ઘસઘસાટ સૂઈ ગયા હતા. નાહીને બહાર આવ્યા એટલામાં તો ગાંધી

બાપુ ઊંઘમાંથી જાગીને બોલ્યા, "હવે બરાબર ઊંઘ પાકી ગઈ છે." નહેરુએ ગાંધી બાપુને તરત જ પૂછ્યું, "બાપુ, હું બાથરૂમમાં ગયો એટલામાં તો તમારાં નસકોરાં બોલવા લાગ્યાં અને હું બાથરૂમમાંથી સ્નાન કરીને બહાર આવતાં માંડ દશ મિનિટ થઈ હશે તેટલા સમયમાં તમારી ઊંઘ કઈ રીતે પાકી જાય ? **બાપુ જ્યાં તમે આપણા દેશની સમસ્યાઓ માથે લઈને ઘૂમો છો તેવા સંજોગોમાં તમને ગાઢ નિદ્રા આવે જ કઈ રીતે ?"** મહાત્મા ગાંધી એક સંતને શોભે તેવા વાત્સલ્યભાવથી નહેરુની પીઠ ઉપર હાથ ફેરવતાં મંદ સ્વરે બોલ્યા, "જો નહેરુ, હું તો રહ્યો સત્યનો ઉપાસક, મારા જીવનમાં કથની અને કરણી એક જ છે, હું જેવો છું તેવો જ દેખાવાનો પ્રયત્નો કરું છું. મારું સમગ્ર જીવન ઈશ્વરને સોંપી દીધા પછી હું તમામ ઉપાધિઓ મારી પાસે રાખું તેવો મૂર્ખ વાણિયો નથી. મેં તો ઉપાધિઓ પણ તેમને સોંપી દીધી છે. મારી પાસે રાખ્યાં છે માત્ર - સત્ય અને અહિંસા. સાંભળ, જ્યાં સત્ય હોય ત્યાં જીત હોય અને જીત હોય ત્યાં શાંતિ હોય જ. તેથી જ્યાં શાંતિ હોય ત્યાં ગાઢ નિદ્રા કેમ ના હોય ?" પંડિત નહેરુ ગાઢ નિદ્રાનું રહસ્ય મહાત્મા ગાંધી પાસેથી એક ચિત્તે સાંભળી લીધું.

આ સંસારમાં માનવી અંતઃકરણમાં જેવો છુપાયેલો છે તેનાથી જુદો જ બહાર દેખાવાનો પ્રયત્ન કરે છે, તેથી ત્યાંથી જ તેના જીવનમાં અશાંતિનો દોર શરૂ થઈ જાય છે.

ગાઢ નિદ્રા અને પ્રભુની શરણાગતિને સીધો સંબંધ છે. જે માનવીના જીવનમાં પ્રભુ પ્રત્યે અતૂટ શ્રદ્ધા નથી હોતી તેના જીવનમાં વણનોતરી ઉપાધિઓ આવે છે અને ત્યાં જ ઠરીઠામ થઈ જાય છે. જ્યાં ઉપાધિઓએ ઠરીઠામ થઈને અડિંગો જમાવ્યો હોય ત્યાં શાંતિ તો હોય જ ક્યાંથી? અને જ્યાં શાંતિ ના હોય ત્યાં અશાંતિ અને અનિદ્રા સિવાય બીજું હોય પણ શું?

હવે તમે સાંભળો, માનવી નકારાત્મક બાબતો અને તેના જીવનમાં આવેલા દુઃખના દિવસો ભૂલી શકતો નથી, તેને વારંવાર યાદ કરીને દુઃખી થાય છે. તેને એ ખ્યાલ નથી કે આ સુખના

દિવસોમાં ભૂતકાળની દુઃખદ ઘટનાઓને યાદ કરીને પણ સુખમાં પણ તે દુઃખ જોઈ રહ્યો છે. તમે એટલું ખાસ યાદ રાખજો, **જે માનવી સુખમાં પણ દુઃખનાં રોદણાં રોતો હોય તેવી નકારાત્મક વિચારસરણી ધરાવતી વ્યક્તિનો પડછાયો પણ લેતા નહીં.** સંગ તેવો રંગ. તેના જેવા જ વિચારો તમારા જીવનમાં અગમ્ય રીતે દાખલ થઈ જશે, પરંતુ **દુઃખદ ઘટનાઓમાં પણ જે માનવી સુખ અને શાંતિ શોધતો હોય તેવી વ્યક્તિ સાથે ગાઢ સંબંધ રાખજો** તો દુઃખ આવતું અટકી જશે અને આવેલા દુઃખમાંથી પણ તમે જલદી બહાર આવી જશો.

દુઃખમાંથી બહાર નીકળવાનો ટૂંકો રસ્તો આ રહ્યો. સાચી દિશાની સાચી સમજવાળા હિતેચ્છુ સજ્જન આગળ એકાંતમાં આપણું હૈયું ઠાલવવું. આપણી સમસ્યાને ચૌટાની ચોપાટ બનાવવી નહીં, પરંતુ આપણું હિત સધાય તેવી રીતે આપણો અહમ ઓગાળી નાખવો, તેમાં ગમે તેવા કઠણ મગ પણ ગરમ પાણીમાં ઢીલા થઈ જશે.

આ સંસારમાં માનવીના જીવનમાં આવેલી તમામ આફતો, દુઃખ, આધિ, વ્યાધિ અને ઉપાધિમાંથી બહાર નીકળવાનું કોઈ મજબૂત હથિયાર હોય તો તે છે હિંમત. દુનિયાના તમામ ઈતિહાસ, શાસ્ત્રો અને મહાપુરુષોનાં જીવનચરિત્રો તપાસશો તો તમને જાણીને નવાઈ લાગશે કે તે તમામ મહાપુરુષો કે વિજેતા યોદ્ધાના હૈયામાં ભારોભાર હિંમત ભરેલી હતી. આ દુનિયામાં એક પણ એવું દૃષ્ટાંત નથી કે હિંમત વિનાની કોઈ પણ વ્યક્તિ તેના જીવનમાં કોઈ મહત્ત્વનું કાર્ય કરી શકી હોય? **હિંમત હોય ત્યાં ભય દાખલ જ ના થઈ શકે.**

તમે એટલું યાદ રાખજો, આ પૃથ્વી પર તમે જીવિત છો ત્યાં સુધી સમસ્યાઓ તમારો પીછો છોડવાની નથી. અરે! મહાન અવતારી પુરુષોનું જીવન પણ તેમના જીવનના અંત સુધી સમસ્યાઓથી ઘેરાયેલું હતું, પરંતુ ફરક એટલો જ હતો કે હિંમતરૂપી હથિયારથી તેઓ સમસ્યાઓ ઉપર સવારી કરતા હતા. સમસ્યાઓને તેમના ઉપર ક્યારેય સવાર થવા દીધી નથી. **જે વ્યક્તિ તેના જીવનમાં હિંમત હારી જાય છે અને સમસ્યાઓ જીતી જાય છે, તે વ્યક્તિના જીવનમાં**

ડોકિયું કરજો. તેમનું જીવન ઉપાધિઓથી ભરેલા નરક સિવાય કાંઈ નહીં હોય.

મહારાણા પ્રતાપનું જીવન તો જુઓ. મહાન સામ્રાજ્ય છોડી પરિવાર સાથે ગાઢ જંગલમાં પાંદડાં ખાઈને દિવસો વિતાવનાર આ મહાન યોદ્ધા બધું હારી ચૂક્યો હતો. રાજ-પાટ, સુખ-સાહ્યબી અને લશ્કર, પરંતુ તેમણે જાળવી રાખી હતી હૈયામાં અખૂટ હિંમત.

માનવીના જીવનમાં દશા કરે તે તો દુશ્મન પણ ના કરે. દશા તો દશે દિશામાંથી દુશ્મનો પેદા કરે. આવી જ મહાદશા મહારાણા પ્રતાપના જીવનમાં બની હતી. જંગલી ઝાડ-પાનમાંથી પોતાનાં બાળકો માટે બનાવેલ રોટલાઓને પણ જંગલી બિલાડાંઓ ખાઈ ગયાં. આમ છતાં પણ આ મહારાજાને મેવાડને ફરીથી જીતીને પોતાનું કરવામાં કેટલી ઉપાધિઓનો સામનો કરવો પડ્યો હશે? પરંતુ તેમના હૈયામાં અકબંધ રહેલી હિંમતે વફાદાર ઘોડો ચેતક શોધી કાઢ્યો. મહાન દાનવીર ભામાશા સામેથી તેમને શોધતો આવ્યો. આ બધો પ્રતાપ હિંમતનો છે.

જે વ્યક્તિ સમજાવટ, દબાણ, લાલચ અને શરમથી વશ ના થાય તેને મનાવવી અઘરી છે. આવા લોકો સાથે તો તેમના થઈને જ રહેવામાં આપણું હિત સમાયેલું છે.

(3) ઈશ્વર જ તારણહાર : વાંચો

જીવનમાં જેના કારણે ચિંતા થાય છે તે સમસ્યાના મૂળ સુધી પહોંચી હિંમત અને બુદ્ધિથી તેનો ઉકેલ તથા ઉપાય શોધનારા જ તે સમસ્યામાંથી સફળતાપૂર્વક બહાર નીકળી રાજી થવાના. માનવીના દેહમાં જ્યાં સુધી જીવ છે ત્યાં સુધી તેમના જીવનમાં સુખદ-દુઃખદ ઘટનાઓ બનવાની જ. આપણા જીવનમાં જે કાંઈ સુખદ કે દુઃખદ ઘટનાઓ બની છે તેને આપણું મન અને બુદ્ધિ કેવી રીતે સ્વીકારે છે તેમજ આપણા હૈયામાં ધરબાયેલી હિંમત તેનો કેવી રીતે સામનો કરે છે તેના ઉપર જ આપણા જીવનની શાંતિ નિર્ભર છે.

કચ્છમાં આવેલા મહાભૂકંપ વખતે એક વડીલ સિવાય તેમના

આખો પરિવાર મૃત્યુ પામ્યો હતો, જેમાં તે વડીલનાં પત્ની, બે દીકરા, બંને પત્નીઓ, બંને દીકરાઓનાં કુલ ચાર બાળકો તથા આ વડીલ બે મહિના પછી નિવૃત્ત થવાના હતા. તેથી કચ્છ અને નારાયણ સરોવર જોવા માટે બોલાવેલી તેમની પરિણીત દીકરીઓ, તેમના પતિ અને તેમનાં બધાં બાળકો આ કુદરતી હોનારતમાં મૃત્યુ પામ્યાં હતાં. પરિવારના વડીલની દીકરીની ભાણીને દાંતનો દુખાવો ઉપડતાં તેના નાના સવારે ડૉક્ટરને ત્યાં લઇ ગયા હતા. બીજાં બધાં ઘરે હતાં, આ બંને જ બચી ગયાં. બાકીનો આખો પરિવાર મકાનના કાટમાળમાં દટાઈને મૃત્યુ પામ્યો.

આ વૃદ્ધ વડીલને જ્યારે હિતેચ્છુઓ સહાય અને સાંત્વના આપવા આવતાં ત્યારે આશ્વાસન આપનારને શાંત ચિત્તે એક જ પ્રત્યુત્તર આપતા, “જેવી ઈશ્વરની મરજી.” આ...હા...હા... ઈશ્વર ઉપર કેટલો બધો ભરોસો! **આ સંસારમાં ચિંતાને દૂર કરવા માટેની “આધ્યાત્મિક સમજ”થી વિશેષ તાકાત કોઈનામાં નથી** અને હવે જુઓ, આક્રંદ કરતાં અને રુદન કરતાં સગાં-વહાલાં જ્યારે આ નાની ભાણીને પૂછતાં, “બેટા, તારાં પપ્પા-મમ્મી, મામા-મામી, માસી-માસા અને તેમનાં બધાં જ બાળકો કુદરતના કાળનો કોળિયો થઈ ગયાં, બેટા, હવે તારું આ સંસારમાં કોણ રહ્યું ? અરેરે, પ્રભુએ આવું કેમ કર્યું?” ત્યારે આ નાની ભાણીએ તેના નાનાના ખોળામાં બેઠાં બેઠાં વિદ્વાનોને પણ શરમાવે તેવો જવાબ આપ્યો, “હજુ મારા એકલા નાના તો જીવે છે ને, તે મને સાચવશે.” હદ તો ત્યારે થઈ ગઈ કે એક રડતાં બહેને આ નાની ભાણીને પોતાના ખોળામાં બેસાડી હૈયાફાટ રુદન કરતાં કહ્યું, “બેટા, આ તારા નાના પણ આ ભૂકંપમાં કાળનો કોળિયો થઈ ગયા હોત તો આ સંસારમાં તારું કોણ હોત?” નાની ભાણી રડી રહી હતી. ડૂસકાં ભરતાં-ભરતાં તેની કાલી ભાષામાં બોલી, “હમણાં તો મારા નાનાએ કહ્યું ને કે “જેવી ઈશ્વરની મરજી.” કેવી ઊંડી સમજ! જે દુ:ખદ ઘટનાનો કોઈ ઉપાય જ તમારી પાસે નથી તેમજ **કર્મ, કાળ અને કુદરતના કહેરથી તમે જ્યારે ઘેરાઈ જાઓ ત્યારે તેમાં તમે**

વધારે દુઃખદ અને નકારાત્મક કલ્પનાઓ કરીને શું કરવા વધારે દુઃખી થાઓ છો? જે ઘટના બની જ નથી તેના વિશે નકારાત્મક વિચારો અને કલ્પનાઓ કરી દુઃખી થવાથી શું ચિંતા દૂર થઈ જશે? અરે! નાહકના તમે વધુ ને વધુ દુઃખી થશો. **દુઃખદ ઘટના કરતાં તો માનવીને તે અંગેનો કાલ્પનિક ભય જ વધુ દુઃખ આપે છે અને તે જ માનવીને વધુ ને વધુ ચિંતા ઉપજાવીને ટેન્શનમાં ઘેરાયેલો રાખે છે.**

અણહકનું પડાવવા જેની બુદ્ધિ આગળ દોડ્યા કરે છે તેમણે તો ખાસ યાદ રાખવાનું, ટેન્શનનો વરઘોડો વાજતે-ગાજતે તેમની પાછળ-પાછળ આવી રહ્યો છે.

(૪) છેવટે સ્વાર્થ જ સર્વસ્વ : વાંચો

હવે જુઓ, આ જ મહાભૂકંપમાં એક પોલિયોગ્રસ્ત અને લકવાગ્રસ્ત નાનો દીકરો ભૂકંપ વખતે ઘરમાંથી બહાર નીકળી શક્યો નહીં અને તેનાં યુવાન મા-બાપ તેને પડતો મૂકી પોતાનો જીવ બચાવવા ઘરની બહાર દોડી ગયાં. જે થવાનું હતું તે થઈને જ રહ્યું. અપંગ દીકરો ધરાશાયી થયેલા મકાનના કાટમાળમાં દટાઈને મૃત્યુ પામ્યો. તેનાં યુવાન મા-બાપ તેમના અપંગ દીકરાનું મૃત્યુ થઈ જતાં તેના મૃતદેહને જોઈ અફાટ રુદન કરવા લાગ્યાં અને ભગવાનને ગાળો ભાંડવા માંડ્યાં કે "અમારા એકના એક દીકરાને તારા ધામમાં કેમ તેડાવી લીધો ? તેના બદલે પ્રભુ તું અમને કેમ ના લઈ ગયો?" જે મા-બાપ અપંગ દીકરાને બચાવવા ક્ષણભર ના રોકાયાં પછી પ્રભુને ગાળો દેવાથી કે પસ્તાવો કરવાથી શું લાભ? અરે! તેમણે આ દુઃખદ ઘટનાની બીજી બાજુ કેમ ના વિચારી કે તેમનો અપંગ દીકરો બચી ગયો હોત અને તેનાં યુવાન મા-બાપ દટાઈ ગયાં હોત તો આ અપંગ દીકરાની શી હાલત થાત! અરે! તેમને અપંગ દીકરાને બચાવવો જ હતો તો તે દીકરાને ભગવાન ભરોસે છોડી પોતાનો જીવ બચાવવા ભાગ્યા કેમ? આ યુવાન દંપતી કરતાં તો પેલા સજ્જનની ભાણીની સમજ કેટલી બધી ઊંચી, "જેવી ઈશ્વરની મરજી."

જેમાંથી સ્વાર્થ પૂરો ના થાય તેમાંથી જ ચિંતા ઉપજે છે.

જે ઘટના સમય અને કુદરત પર આધારિત છે તેની ચિંતા કરવાથી શો લાભ ? સ્ત્રીને ગર્ભ રહ્યા પછી બીજા જ મહિને સુંદર સંતાન પ્રાપ્ત કરી અપાવનાર કોઈ સંત, યોગી, સંન્યાસી કે જાદુગર હોય તો બતાવો! તમારે કુદરતના સિદ્ધાંત પ્રમાણે સ્વસ્થ બાળકના જન્મ માટે નવ માસ સુધી રાહ જોવી જ પડે. નવ માસ સુધી નાહકની નકારાત્મક ઘટનાઓની કલ્પના કરી દુઃખી થવાનો શો અર્થ? **તમે આટલું યાદ રાખજો : જે સમસ્યાનો ઉકેલ કુદરતી ક્રમ પ્રમાણે અને સમય આધારિત છે તેની ચિંતા કરીને જીવને દુઃખ દેવું નહીં** અને આમ છતાં તમે કાલ્પનિક ચિંતાઓ કર્યા જ કરશો અને જે ઘટના હજુ બની જ નથી અને તે વિશે સતત નકારાત્મક વિચારો કર્યા જ કરશો તો તમારા હૈયામાં લખી રાખજો, તમે જેવું વિચારો છો અને જેવી ભાવનાથી તમારું જીવન ભરી દેશો તો તેવી જ નકારાત્મક ઘટનાઓ તમારા જીવનમાં બનવાની જ. **આ મનોવૈજ્ઞાનિક સંપૂર્ણ સત્ય છે.** જો કલ્પનાઓ જ કરવી હોય તો હકારાત્મક જ કરો, વિચારો જ કરવા હોય તો હકારાત્મક જ વિચારો અને અંતઃકરણમાં ભાવનાઓને ધરબી રાખવી હોય તો ભલી ભાવનાઓમાં જ રંગાઈ જાઓ. અંતઃકરણની શુદ્ધ અને સાત્ત્વિક ભાવના તેમજ હકારાત્મક વિચારોમાં તો મહાઆફતને મહોત્સવમાં પલટાવી નાખવાની ગજબની અને ચમત્કારિક શક્તિ છે.

અતિમહત્ત્વાકાંક્ષી હંમેશાં ઈર્ષાળુ અને સ્પર્ધક હોય જ.

---

(૫)   શ્રદ્ધા વાંઝણી નથી હોતી : વાંચો

હવે સાંભળો, આ મહાભૂકંપનો ત્રીજો બનાવ : કચ્છના અંતરિયાળ પ્રદેશમાં રોડ બનાવવા માટે ખોદકામ માટે કેટલાક આદિવાસી પરિવાર કામચલાઉ છાપરાં બનાવીને રહેતા હતા.

આ મહાભૂકંપના દિવસે એક ગરીબ આદિવાસીનો નાનો બહેરો-મૂંગો છોકરો ઘરે બાજરીના લોટના રોટલા બનાવવા માટે દળણું

દળાવવા માટે બાજુના ગામમાં ગયો હતો, તે જ વખતે આ મહાભૂકંપ થયો, ઘણી રડારોળ થઈ, ઘણી જ તપાસ કરાવી અને કરી, પરંતુ તે છોકરાનો પત્તો લાગ્યો નહીં. છેવટે આ ગરીબ પરિવારનાં અન્ય સગાં-સંબંધીઓ તેના આ બહેરા-મૂંગા દીકરાને ભૂલી જવા બહુ સમજાવતાં, પરંતુ તેનાં મા-બાપ તો એક જ વાતનું રટણ કરતાં, "આ તો દેવનો દીધેલ છે. એક દિવસ તો તે ઘરે સાજો-તાજો પાછો આવશે જ." તેમનાં અન્ય સગાં-સંબંધી તેમને બાધા-માનતા રાખવા દબાણ કરતાં અને સમજાવતાં તો આ આદિવાસી દંપતી એક જ બાબતનું રટણ કરતું, "માનતા રાખ્યા પછી જ દેવે અમને દીધો છે એટલે એ જ્યાં હોય ત્યાં તેને સાચવવાની જવાબદારી પણ દેવની છે. અમે તો ચિંતા કરતાં જ નથી અને અમે તો રોજ તેના ભાગનું રાંધીએ જ છીએ અને તેના ભાગનું ભોજન દેવને ધરાવીએ છીએ. આ ભોજન લઈ જઈને દેવ મારા મેઘલાને ખવડાવે છે."

આમ ને આમ ઘણા દિવસો પસાર થતા રહ્યા. એક દિવસ તેમની બિરાદરીના આગેવાનો અને સગાં-સંબંધીઓએ એકઠા થઈ આ પરિવાર ઉપર દબાણ કર્યું, "હવે બહુ થઈ ગયું, જો તમારો દેવનો દીધેલો મેઘલો જીવતો હોત તો ક્યારનોય પાછો આવી ગયો હોત, હવે તેને ભૂલી જાઓ અને તેની ભાવનાત્મક અંતિમક્રિયા કરી શોક મૂકી દો." આવાં કહેણ સાંભળી આ ગરીબ આસ્થાળુ પરિવાર તાડૂક્યો, "હાય... હાય દેવના દીધેલા મારા મેઘલાની અંતિમવિધીનાં કહેણ કહેતાં તમારી જીભ કપાઈ ના ગઈ? તમે બધા આકરી બાધા રાખવાનું કહો છો ને તો લો આ બાધા, અત્યારથી જ અમે બંને અન્નજળનો ત્યાગ કરીએ છીએ અને દેવનો દીધેલો મેઘલો મારો સાજો-તાજો ઘરે આવી અને તેના હાથે અમને ચમચીથી જળ પિવડાવશે અને દેવને ધરાવેલા અન્નનો કોળિયો તેના હાથે અમને ખવડાવશે નહિ ત્યાં સુધી અમે અન્નજળનો ત્યાગ કરીએ છીએ, નહીંતર અમે જીવતેજીવ અમારું શરીર છોડી દઈશું, જાઓ તમે બધાં...આ અમારી માનતા છે."

સમય કોઈની રાહ પણ જોતો નથી અને શરમ પણ રાખતો

નથી. આ ગરીબ આદિવાસી દંપતીનું શરીર દિવસે-દિવસે ખોખલું અને તેજ હીન થઈ રહ્યું છે. અતિશય ભૂખ અને તીવ્ર તરસના કારણે તેમને હવે ભાન પણ રહેતું નથી. માત્ર તે બંનેના હોઠ જ ધીમા સ્વરે ફફડ્યા કરે છે, "દેવનો દીધેલો મેઘલો મારો, આયો બેટા". આ દંપતીનું શરીર અતિખખડી જતાં તે વધુ જીવે તેમ પણ નહોતું લાગતું.

એક દિવસ પરોઢિયાના ગાઢ અંધકારમાં આ મૂંગા યુવાન મેઘલાને લઈને પોલીસે ઘણી રઝળપાટ પછી તેનાં મા-બાપને શોધી કાઢ્યાં. મેઘલો મૂંગો હતો, પરંતુ તેનાં મા-બાપ તો મૂંગાં નહોતાં. મેઘલાનાં મા-બાપ તો એક જ વાતનું સતત રટણ કરતાં હતાં, "દેવનો દીધેલો મેઘલો મારો". **મા-બાપના વાત્સલ્ય સામે આખી દુનિયાની હીરા-માણેકની આખે-આખી ખાણોની પણ કંઈ કિંમત નથી.**

મેઘલો બોલી શકતો નહોતો પણ રડી તો શકતો હતો. મૂંગા મેઘલાએ તેની મા મોંઘીના કપાળે બચી કરી અને મરવા પડેલી માના હાથને તેના હાથમાં લેતાં જ જાણે વીજળીના ઝબકારે તેની મરણ-પથારીએ પડેલી મા મોંઘીના ગળામાંથી બ્રહ્માંડને પણ ડોલાવી દે તેવી રાડ પડી ગઈ, "દેવનો દીધેલો મેઘલો મારો, બેટા મેઘલા, દેવને ધરાવેલું જળ મને ચમચીથી પીવડાવ. બેટા, તારા હાથે જ અમને અનાજનો કોળિયો ખવડાવ, પછી જ અમે માનતા-બાધા છોડીશું," દીકરો મેઘલો અને માતા મોંઘીના વાત્સલ્યથી પોલીસ અને સગાં-સંબંધીઓની આંખોમાં ઝળઝળિયાં આવી ગયાં.

આવા પ્રસંગોને ચમત્કાર સાથે નહીં જોડતાં તેમાં રહેલી અતૂટ શ્રદ્ધા અને હકારાત્મક ભાવ સાથે જોડવા.

ઘાયલ થયેલો, બીમાર થયેલો, ઘરડો થયેલો કે ઢોંગ કરીને માયાવી ઉપવાસનું વ્રત રાખી એક જ જગ્યાએ વાઘ બેસી રહે ત્યારે સમજી લેજો કે તે કોઈ ભલા પ્રાણીનો શિકાર કરવાની શોધમાં છે.

(૬) સર્જનહારને જ બધું સમર્પણ : વાંચો

સ્વામી વિવેકાનંદના ગુરુ રામકૃષ્ણ પરમહંસની ગળાની બીમારી

અસાધ્ય અવસ્થામાં હતી અને તેમનાથી ખવાતું પણ નહોતું ત્યારે વિવેકાનંદે રામકૃષ્ણ પરમહંસને આજીજી કરી કે, "હે ગુરુ, તમારાથી ખવાતું પણ નથી અને તમને અસહ્ય પીડા થાય છે તો જે જગતની જનની મા કાલી સાથે તમે સ્વયં વાત કરો છો તો તેમને કહો તો ખરા કે તમારા ગળાની બીમારી દૂર કરી દે." તે વખતે રામકૃષ્ણ પરમહંસ અમી ભરેલી આંખોથી વિવેકાનંદ સામું જોઈ પીડા હોવા છતાં મંદ હાસ્ય સાથે બોલ્યા, "નરેન્દ્ર, તેં મને હજુ સુધી ના ઓળખ્યો, આ મારું આખું શરીર અને મન મેં મારી માનાં ચરણોમાં ધરી દીધું છે, તે માને ખબર નહીં હોય કે મારા દીકરાથી ખવાતું નથી, હું માને ફરિયાદ કરું તો મા-દીકરાનો સંબંધ ક્યાં રહ્યો? માને મારી બધી જ ખબર છે. કારણ કે હું તેનો દીકરો છું. હે **નરેન્દ્ર, સાંભળ. "મારી પોતાની કોઈ સ્વતંત્ર ઈચ્છા છે જ નહીં, મારી તમામ ઈચ્છા માની ઈચ્છામાં ભળી ગઈ છે, હવે જે કાંઈ બચ્યું છે તે માત્ર મારી માની ઈચ્છા જ બચી છે, તેની ઈચ્છા હશે તેમ જ બધું થઈ રહ્યું છે અને તેમ જ થશે."** આટલું બોલતાં જ રામકૃષ્ણ પરમહંસને સમાધિ લાગી ગઈ અને માને યાદ કરતાં જ તેમની આંખોમાંથી ચોધાર આંસુ વહેવા લાગ્યાં. દુનિયાના આધ્યાત્મિક જગતને ધ્રુજાવી દેનાર મહાપુરુષ સ્વામી વિવેકાનંદ તેમના ગુરુના ઉચ્ચ આધ્યાત્મિક અને શરણાગત ભાવને એકી નજરે નિહાળીને ધન્યતા અનુભવી રહ્યા હતા.

માનવી કુદરતને પણ પોતાના વશમાં કરવા પ્રયત્ન કરે છે ત્યારે કુદરત માનવીને તેની તાકાત બતાવી ચિંતા ના ઉપજાવે તો બીજું કરે પણ શું?

આ મહાકળિયુગમાં માનવીને ચિંતા થવાનું બીજું પણ એક કારણ છે, **"માનવીના દિમાગમાં કંઈ જુદું છે, હોઠ ઉપર કંઈક બીજું છે, દિલમાં કંઈક ત્રીજું છે અને વર્તનમાં કંઈક ચોથું છે. આવું ભેદવાળું જીવન ચિંતાઓથી ઘેરાયેલું ના હોય તો જ નવાઈ!"**

જુદાં-જુદાં ક્ષેત્રોના સજ્જનોનો વિશ્વાસ આપણા પ્રત્યે ઘટતો જાય અને અવિશ્વાસ વધતો જાય ત્યારે સમજી લેજો કે લપાતું-છુપાતું મહાટેન્શન બિલ્લી પગે આપણા જીવનમાં આવી રહ્યું છે.

(૭) ઈશ્વર જ ચિંતા હટાવે : વાંચો

મારે યુ.કે.ના પાંચ વર્ષના ફેમિલી વિઝા લેવાના હતા, તે દરમ્યાન મારા ભાગીદારી ધંધાના ગુજરાતી દસ્તાવેજનું અંગ્રેજી ભાષાંતર કરાવવા માટે હું એક કંપનીમાં જઈ રહ્યો હતો ત્યારે મારા મનમાં થોડીક ચિંતા થવા લાગી કે મેં બધી જ દિશાના સાચા પ્રયત્નો કર્યા છે, પરંતુ કદાચ વિઝા ના મળે તો સવા લાખ રૂપિયાનો ખર્ચ માથે પડે અને ફરીથી બીજા સવા લાખ રૂપિયા ખર્ચવાની તૈયારી રાખવી પડે, અને તેમાં પણ જો વિઝા ના મળે તો? આ કાલ્પનિક નકારાત્મક વિચારોમાં હું સાતમા માળે જવા લિફ્ટમાં દાખલ થયો. ચાલુ લિફ્ટમાં મારી નજર લિફ્ટની સામેની દિશામાં લખેલા એક સુવાક્ય ઉપર પડી, **"ચિત્ત તું શીદને ચિંતા કરે છે ? પ્રભુને કરવું હોય તેમ કરે"** અને આ એક જ સુવાક્યે મારાં અંતઃચક્ષુ ખોલી નાખ્યાં અને જ્યારે જ્યારે મારા માનસપટ ઉપર ચિંતા અને કાલ્પનિક તથા નકારાત્મક વિચારો હાવી થવા જાય છે ત્યારે હું ગાયત્રી મહામંત્રનું શ્રદ્ધાપૂર્વક સ્મરણ કરું છું, જેનાં મને ચમત્કારિક અને અસરકારક પરિણામ મળ્યાં છે.

લાલચ અને લાચારી બંને ભયાનક છે, પરંતુ લાચારી તો સૌથી વધુ ખતરનાક છે. લાલચુ ધુતારાઓનો શિકાર બને છે જ્યારે લાચારી સામ્યર્થવાન શોષકનો શિકાર બને છે. કમજોરી અને કાયરતા હોય ત્યાં લાચારી હોય જ અને જ્યાં મફતનું શોધવાની મનોવૃત્તિ હોય ત્યાં લાલચ હાજર હોય જ.

(૮) આત્મબળ એ જ હથિયાર : વાંચો

મહાત્મા ગાંધીએ તેમની અડધી જિંદગી જેલમાં જ ગુજારી છે. તેમની પાસે સાધનો નહીં, નહીં સમૃદ્ધિ, નહીં સેના કે નહીં સરકારનો

સહકાર. આમ છતાં આ મહાપુરુષે આખા બ્રિટિશ સામ્રાજ્યને મૂળમાંથી ઉખાડીને ફેંકી દીધું, તેનું કારણ શું ? આ સત્યના ઉપાસકના હૈયામાં હિમાલય જેટલું આત્મબળ ઠાંસી-ઠાંસીને ભરેલું હતું. **આઝાદી મળ્યા પછી એક અંગ્રેજ પત્રકારે તેમને પૂછ્યું, "બાપુ, તમારી પાસે કશુંય હથિયાર નહોતું છતાં તમે અમને હરાવ્યા અને હાંકી કાઢ્યા, કયું તત્ત્વ કામ કરી ગયું?"** મહાત્મા તેમની લાક્ષણિક શૈલીમાં હસીને હળવેથી બોલ્યા, "ભાઈ, હું તો સત્યનો ઉપાસક છું અને સત્યને મારા હૈયામાં રહેલા માંહ્યલા (આત્મબળ)નો ભરપૂર સાથ મળ્યો છે અને તેમાં પણ મારા દેશની પ્રજાના મારામાં રહેલા આત્મબળને સાથ મળ્યો એટલે તમે ના...ઠા." ગાંધીજી અને પત્રકાર બંને હસી પડ્યા.

સજ્જન અને સમૃદ્ધ માણસો સાથે જાળવી રાખેલા મજબૂત અને સારા સંબંધો તો સમસ્યાઓના સમયમાં આફતને અવસરમાં પલટવાનું અમોઘ હથિયાર છે.

આ સંસારમાં કુદરતી આવેલાં દુઃખન કારણે આપણે દુઃખી થઈએ તે તો જાણે કુદરતો ન્યાય સમજવો, પરંતુ બીજાનું સુખ જોઈને આપણે આખી જિંદગી દુઃખી થવું અને તેને કુદરતી ન્યાય સાથે સરખાવવું તે તો માત્ર મૂર્ખતા જ છે.

માનવીના જીવનમાં આવેલ દુઃખદ ઘટનાઓ અને ચિંતાઓ મોટા ભાગે નકારાત્મક કપોળ કલ્પિત કલ્પનાઓ, ખોટા વિચારો અને બીજાઓનું સુખ સહન ના થતું હોય તેવી મનોવૃત્તિમાંથી ઉદ્ભવે છે.

નદીનું પાણી વહી ગયા પછી જ નદી પાર કરવાની મનોવૃત્તિવાળા તો જ્યાં ઊભા હશે ત્યાં જ ઊભા રહેવાના, પરંતુ વિફરેલી નદીમાં પણ હિંમતથી કૂદી પડનારા સાહસિકો જ સામે કાંઠે સફળતાપૂર્વક પહોંચવાના.

(૯)   ઈર્ષા અને અદેખાઈ ઝેર : વાંચો

ઘણા સમય પહેલાં એક **"મહિલા કલ્યાણ મંડળ"**ના ઉપક્રમે યોજાયેલ સંમેલનમાં મારી હાજરીમાં એક બહેને બળાપો કાઢ્યો,

"ભાઈ, મારે માત્ર બે દીકરીઓ જ છે અને એકેય દીકરો નથી, પરંતુ મારી જેઠાણીને માત્ર બે દીકરાઓ જ છે. મારી જેઠાણીના બે સુંદર દીકરાઓને જોઈ-જોઈને મારું શરીર અડધું થઈ ગયું છે, **હું મારા નસીબને ભાંડુ છું કે માત્ર મારું જ ભાગ્ય કેમ ફૂટેલું છે? મારી જેઠાણીને માત્ર બે જ દીકરા અને મારે એકેય દીકરો કેમ નઈ ?"** હવે તમે વાંચકો વિચારો કે આ બાબતનો શું ઉકેલ હોઈ શકે? આ બહેનને દુનિયામાં જન્મેલા લાખો લોકોના દીકરાઓને જોઈને ચિંતા કે ઈર્ષા થતી નથી, પરંતુ તેની જેઠાણીના જ બે દીકરાઓને જોઈને તેનો જીવ બળ્યા કરે છે.

આ પ્રસંગની બીજી બાજુ જુઓ. આ બહેનને બે દીકરીઓ છે તેનો તેમને વાંધો નથી, પરંતુ તેમની જેઠાણીને પણ બે દીકરાઓની જગ્યાએ બે દીકરીઓ જન્મી હોત તો તેમનું દુઃખ સરભર થઈ જાત અથવા તેમને બે દીકરીઓના બદલે બે દીકરા જન્મ્યા હોત તો તેમને કોઈ પ્રશ્ન નહોતો. દેરાણીને બે દીકરીઓ છે અને એકેય દીકરો નથી તેમાં જેઠાણીનો શું વાંક? આ સવાલ નફા-નુકસાનનો નથી કે સરભર કરી શકાય. આ સમસ્યા ઈર્ષા-અદેખાઈ અને દૃષ્ટિભેદમાંથી જન્મી છે. આવી સમસ્યાઓનો ઉકેલ વસ્તુની પ્રાપ્તિ કે અપ્રાપ્તિમાંથી નથી ઉકેલાતો, પરંતુ સમજણભર્યા માનસિક સમાધાનમાંથી ઊકલે છે.

આ બહેનને ઘણું સમજાવ્યાં, પરંતુ તે સમજવા તૈયાર જ નહીં. છેવટે અમે એક કીમિયો કહ્યો. બહેન માની લો કે તમારી જેઠાણીના બંને દીકરા મોટા થઈ ગુંડા થઈ જતાં તમારી જેઠાણીને વૃદ્ધાશ્રમમાં રહેવા જવું પડે ને! બહેન, તમે તો તમારી બંને દીકરીઓને ત્યાં જઈને પણ રહો, તમારી જેઠાણી ક્યાં જાય? અરે બહેન! બધી વાત જવા દો, તમારી જેઠાણીના બે દીકરાઓને તમારા પોતાના દીકરા સમજી તમે ક્યારેય તમારા ખોળામાં બેસાડી વહાલ કર્યું છે? બહેન, હજુ તો તે નાના છે. **તમે તેમને પોતાના વહાલા દીકરા સમજી પુષ્કળ વહાલ કરી જુઓ. તમને બે દીકરા પ્રાપ્ત થયા જેટલી હૈયામાં હાશ થશે અને તમારી બે દીકરીઓને ભાઈ મળશે** અને વધારામાં તમારા જેઠ-જેઠાણી તમારા ઉપર ઓળઘોળ થઈ જશે તે તો વધારાનું. અરે બહેન, આ બંને

દીકરા તમારા ગાલે "આન્ટી" કહીને બકી કરતા હોય અને તમારી બંને દીકરીઓને "દી...દી" કહીને ગળે લગાડતા હોય, અરે! આ બંને ભાઈઓને તમારી બંને દીકરીઓ રક્ષાબંધનના દિવસે હાથે રાખડી બાંધતી હોય અને આ બંને ભાઈઓ તેમની વહાલસોયી બે બહેનોને નાનકડી ભેટ આપતા હોય તેવું દૃશ્ય તમે આજ રાત્રે સૂતી વખતે વારંવાર જોયા કરજો. આ શુભ દૃશ્ય એક દિવસ હકીકતમાં પરિણમશે જ તેનો અમને પૂરેપૂરો વિશ્વાસ છે. પછી જો...જો તમારી ચિંતા અને ટેન્શનથી અડધું થઈ ગયેલું શરીર ફરીથી ચેતનવંતુ થશે અને તમારું જીવન ટેન્શનમુક્ત થઈ હળવુંફૂલ થઈ જશે. બહેનની આંખોમાંથી દળ-દળ આંસુ વહેવા માંડ્યાં. તેમની મુખમુદ્રા ઉપરથી તો સ્પષ્ટ દેખાતું હતું કે તેમને સંતોષ થાય તેવો ઉકેલ મળી ગયો છે.

આ સમસ્યા સર્વવ્યાપી છે. માણસને પોતાની કમજોરી, કાયરતા અને કુબુદ્ધિ દેખાતી નથી, પરંતુ બીજાઓનાં સુખ, સમૃદ્ધિ અને સત્તા જોઈને દુઃખી થનારાઓનો આ સંસારમાં તોટો નથી. માનવી પોતાની નિષ્ફળતાને ઢાંકવા માટે બીજાને નિમિત્ત બનાવવા તેની ક્ષમતાનો વ્યય કરે છે તેટલી જ શક્તિ અને ક્ષમતા નિષ્ફળતામાંથી બહાર નીકળવા પ્રયત્ન અને પ્રાર્થનાનો સહારો લે તો તે જલદીથી ટેન્શનમુક્ત બની સફળ થઈ શકે છે.

આ દુનિયામાં બઢતીનો પ્રશ્ન હોય કે ગાડી-બંગલાનો પ્રશ્ન હોય કે સત્તાની સાઠમારીનો પ્રશ્ન હોય તે તમામ લોકોમાં હંમેશાં પોતાનાથી નીચા જ રહે તેવી દાનત હોય છે. હંમેશાં કમજોર, કાયર અને અસમર્થ લોકો જ તેમનાથી ચઢિયાતા લોકોની ઈર્ષા અને ટીકા કરીને દુઃખી થાય છે. **સમર્થ અને સજ્જનો ક્યારેય કોઈની ઈર્ષા કરીને દુઃખી થતા નથી.**

ઈર્ષા, સ્પર્ધા અને ટીકા કરનારા અસમર્થ જ હોય છે. ઈર્ષાળુઓ હંમેશાં તેમની નજીકના લોકો સાથે ઈર્ષા કરે છે, સમકક્ષ સાથે જ સ્પર્ધા થાય છે અને ટીકા તો પોતાનાથી ચઢિયાતા લોકોની જ કરે છે.

ખુમારી, ખંત, ખ્વાહિશ અને ખાનદાની આ ચાર હોય ત્યાંથી ટેન્શનને ભાગવું પડે.

(૧૦) ટીકા નિષ્ફળ લોકોનું હથિયાર : વાંચો

એક સભામાં એક વિદ્વાન જેવા દેખાતા ભાઈ તેમના પ્રવચનમાં અમેરિકા, યુરોપ અને જાપાનની નિંદા અને ટીકા કરીને ખુશ થતા હતા અને શ્રોતાગણ પાસે જોરશોરથી તાળીઓ પડાવતા હતા. "અરે, આ ચોરોએ તો આખી દુનિયાને લૂંટી લીધી છે અને હજુ પણ લૂંટે જ જાય છે, આખી દુનિયાને અંદરોઅંદર ઝઘડાવે છે, આપણા દેશની ખાના-ખરાબી માટે પણ આ બદમાશો જ જવાબદાર છે. આપણી સંસ્કૃતિ તો મહાન છે. આપણે તો અહિંસા અને સત્યના પૂજારી છીએ. તેમના તમામ દેશની દોલત ગિરવે મૂકે તો પણ આપણાં સત્ય અને અહિંસા તથા સંસ્કૃતિને ક્યારેય ખરીદી નહીં શકે." તેમનું પ્રવચન ચાલુ હતું ત્યાં જ એક વિદ્રોહી ભાઈ ઊભો થઈને બરાડ્યો, "ભાઈસાહેબ, મને એટલું સમજાવો કે તે લોકો આપણી ટીકા, નિંદા, ઈર્ષા કે સ્પર્ધા ક્યારેય કરે છે?" વિદ્વાન ભાઈ બોલ્યા, "આપણી પાસે ઈર્ષા કે અદેખાઈ થાય તેવું છે જ શું? આપણને મૂર્ખ બનાવીને આ લોકો બધું ઓહિયા કરી ગયા છે, બધું જ તેમની પાસે છે." પેલા વિદ્રોહી તાડૂક્યા, "જેમની પાસે નથી સમૃદ્ધિ, સામ્થર્ય કે શૂરવીરતા તેવા લોકો જ સમર્થની ઈર્ષા અને અદેખાઈ કરે છે. બધી પંચાયત છોડી, સમૃદ્ધ અને શૂરવીર બનવાના ઉપાય તો બતાવો. ખોખલી અહિંસા અને લૂખા સત્યથી સુખી, સમૃદ્ધ અને શૂરવીર ના થવાય, માંહ્યલો અંતરાત્મા મજબૂત જોઈએ." પેલા વિદ્વાન દેખાતા ભાઈ અપમાનિત થઈ નીચે બેસી ગયા.

આ સંસારનું સનાતન સત્ય છે કે ઈર્ષાખોર અને ટીકાખોરની પ્રગતિ ક્યારેય થતી નથી. તેના હૈયામાં ક્યારેય ટાઢક વળતી નથી. તેમની તમામ શક્તિ બીજાઓના દોષ, ખામીઓ અને દુર્બળતાઓ શોધવામાં જ પૂરી થઈ જાય છે.

ખુશામત કરનાર હંમેશાં બીજાઓની રહેમદયા ઉપર જ જીવે છે અને નભે છે.

(૧૧) મર્યાદા તૂટે એટલે બધું તૂટે : વાંચો

માનવી જ્યારે તેની મર્યાદા છોડે છે ત્યારથી જ તેના જીવનમાં દુઃખની શરૂઆત થાય છે.

મર્યાદા બહારનું દેવું કરવું, મર્યાદા બહારના સંબંધો બાંધવા, મર્યાદા બહારનો વાણીવિલાસ કરવો. માનવીના જીવનમાં કુદરતે એક પ્રકારની મર્યાદા બાંધી જ છે. દરેક વ્યક્તિએ તેના પોતાનો સ્વભાવ, માનસિક તાકાત, શારીરિક અવસ્થા અને તેના પોતાના સંબંધોની મર્યાદાને લક્ષમાં લઈને જ તેના જીવનના પ્રશ્નો ઉકેલવા.

આખા સંસારનાં ઈતિહાસ અને શાસ્ત્રો તપાસતાં અને ચકાસતાં આપ સૌને જાણવા મળે છે કે મહાનમાં મહાન મહાનુભાવનું પણ જ્યારે પતન થયું છે ત્યારે તેઓએ માનવી તરીકેની મર્યાદા બહાર પગ મૂક્યો હોય છે જ. સીતામાતાએ મર્યાદા ઓળંગી તો શું પરિણામ આવ્યું? દ્રૌપદીએ વાણીની મર્યાદા તોડી તો શું પરિણામ આવ્યું? આપણા દેશ ઉપર આક્રમણ કરનાર કોઈ આક્રમણખોરનો પરિવાર શાંતિથી ક્યાંય જીવે છે? તેમનો ક્યાંય પત્તો નથી.

મર્યાદા બહારનું દેવું તમારા પરિવારને પાયમાલ કરી નાખશે, મર્યાદા બહારના વિજાતીય સંબંધો તમારો ખાતમો બોલાવી દેશે, મર્યાદા બહારનો વાણીવિલાસ મિત્રોને પણ દુશ્મન બનાવશે, મર્યાદા બહારની ખાણી-પીણી તમારું આરોગ્ય બગાડશે. તમારા સ્વભાવથી વિરુદ્ધ જઈને વર્તશો તો અપમાનિત થશો. કુદરતી સિદ્ધાંતોની મર્યાદા વિરુદ્ધની જીવનશૈલી તમારો ભોગ લેશે.

એક શિક્ષકે લલચાઈને શેરબજારમાં તેજીના સમયમાં મર્યાદા બહારનું રોકાણ કર્યું. રોજ ભાવ વધતા જાય અને પોતે પણ ખુશ થતા જાય. પરિવાર પણ આનંદમાં મહાલવા લાગ્યો. આ ભાઈસાહેબે પત્નીના પિયરમાંથી આવેલાં ઘરેણાં અને પોતાની ગુપ્ત બચત, પ્રોવિડન્ડ ફંડ

વગેરેમાંથી પણ નાણાં ઉપાડીને શેરબજારમાં રોક્યાં, પરંતુ હદ તો ત્યારે થઈ ગઈ કે તેઓ પરસેવાનાં નાણાં અને લોન લઈને બનાવેલ ફ્લેટ પણ શરાફ પાસે ઊંચા વ્યાજે નાણાં લઈ ગીરોખત લખી આપીને ભાડે રહેવા ગયા. **ઊંચા વ્યાજ જેવું ધીમું પણ ખતરનાક ઝેર આ સંસારમાં બીજું કોઈ નથી.** જે થવાનું હતું તે એક દિવસ થઈને જ રહ્યું. આખા પરિવારને લઈને એક ઊંડી કેનાલમાં જઈને પડ્યા. મર્યાદા બહારનો લોભ આખા પરિવારને સ્વાહા કરી ગયો. ઘરડાં મા-બાપ આજે ગામડે નિ:સહાય અને નિરાધાર હાલતમાં આંસુ સારે છે, તેમનો પડછાયો પણ તેમને સાથ નથી આપતો તેટલી તેમની વેદના છે.

વ્યક્તિને ઓળખવાની રીતો : (૧) તેના મિત્રો અને દુશ્મનો કોણ-કોણ અને કેવા લોકો છે? (૨) તેને કઈ બાબતોમાં સૌથી વધારે રુચિ છે અને કઈ બાબતમાં વધારે નફરત છે. (૩) ભૂતકાળમાં અને અત્યાર સુધી તેણે શું-શું કર્યું અને તેનું પરિણામ શું આવ્યું? (૪) તેનો સ્વભાવ અને પ્રકૃતિ કેવાં છે.

---

(૧૨) વિજાતીય સંબંધો પતનનો માર્ગ : વાંચો

મર્યાદા બહારના વિજાતીય સંબંધો બાંધતાં પહેલાં સ્ત્રી-પુરુષે તેનાં ઘાતક પરિણામનો એકસો વખત વિચાર કરવો.

એક પરિણીત બહેન એક સરકારી ઉચ્ચ હોદ્દા ઉપર નોકરી કરતાં હતાં. સ્વભાવથી લાગણીશીલ, શરીરસૌષ્ઠવથી દેખાવડાં, પરંતુ તેમની શૈક્ષણિક લાયકાત અને અનુભવની મર્યાદા કરતાં વધારે મહત્ત્વાકાંક્ષી હતાં. **મહત્ત્વાકાંક્ષી હંમેશાં સફળ થવા માટે ટૂંકા, જોખમી અને લાલચું રસ્તા શોધે છે.** આથી જ મહત્ત્વાકાંક્ષી હંમેશાં ધુતારાની જાળમાં ઝડપથી ફસાય છે. લોભ-લાલચ જ બધી પાયમાલીનું મૂળ હોય છે. પ્રમોશન મેળવવાની લાયમાં તેમના ઉપરી અધિકારીની શિકારી ચાલમાં ધીમે-ધીમે ફસાતાં ગયાં. એક દિવસ ચાલુ નોકરીએ આ બહેન તેમના બોસ સાથે જે હોટલ તરફ જઈ રહ્યાં હતાં તે રોડ ઉપર જ તેમનો પતિ જમીનના કામકાજ માટે સરકારી ઑફિસમાં જવા માટે સામે આવી

રહ્યો હતો, તેની નજર તેની પત્ની અને તેના બોસ ઉપર પડી. તે બંને વાર્તાલાપમાં ગરકાવ હતાં. **બસ, શંકાને સૂર્યોદય હોય છે પણ સૂર્યાસ્ત ક્યારેય નથી હોતો.** તે બંનેનો આ ભાઈએ પીછો કર્યો. મોબાઈલ ફોનથી તેમનો વીડિયો પણ ઉતાર્યો. હોટલના રૂમમાં જતાં-આવતાંના ફોટા પણ ઠાવકાઈથી પાડી દીધા, ઉદ્વેગ અવસ્થામાં પતિ ઘરે આવી ગયો.

આ સાચું દૃશ્ય જોઈ તેનાં દિલ-દિમાગ માનતાં નહોતાં. સાંજ પડી પત્નીએ પતિને પૂછ્યું: "આજે કેમ ઉદાસ છો?" શંકાશીલ પતિ તાડૂક્યો, "બસ, તારા પાપના કારણે જ". ક્રોધિત પતિએ બધું જ ઓકી નાખ્યું, પત્ની અવાચક થઈ ગઈ. તેણે એક ત્રણ વર્ષના બાળકને અનાથ અને નિરાધાર મૂકી આપઘાત કરી મોતને વહાલું કરી લીધું. જે થવાનું હતું તે થઈને જ રહ્યું. ફળ-ફૂલથી ફાલેલો એક નાનો સુંદર બગીચો વેરાન થઈ ગયો. મર્યાદા બહારની મહત્ત્વાકાંક્ષાએ આખા પરિવારનો ભોગ લીધો. **મહત્ત્વાકાંક્ષી હંમેશાં ટૂંકા રસ્તા જ પસંદ કરે છે, જેના પ્રત્યેક પગલામાં પતન છુપાયેલું હોય છે.**

મર્યાદા બહારનો વાણીવિલાસ માનવીને ગમે ત્યારે વિના કારણે અને વિના અપરાધે પણ મહાઆફતમાં ઉતારી દે છે. દ્રૌપદીએ "આંધળાના બધા આંધળા" આવો કર્કશ વાણીવિલાસ કરીને મહાભારત સર્જવાની શી જરૂર હતી? "તમારી મારા માટે દાનત બગડી છે" તેવો બિનપાયાદાર આક્ષેપ અને આરોપ નિષ્કલંક અને વફાદાર લઘુબંધુ લક્ષ્મણ ઉપર મૂકી સીતાજીએ લક્ષ્મણરેખા ઓળંગીને શું મેળવ્યું? રામાયણનું ખૂંખાર યુદ્ધ જ ને.

આ સંસારમાં જૂઠા અને ખોટા માણસો પણ મીઠી અને લલચામણી વાણીથી લોકોને વધુ ને વધુ ફસાવીને તેમના કીમિયામાં સફળ થયા છે, જ્યારે સત્યવક્તા પણ આખા બોલા તથા કટુ વાણી બોલનારા તેમના જીવનમાં ઘણાં ક્ષેત્રોમાં નિષ્ફળ જાય છે.

પ્રારબ્ધ જો કરેલાં કર્મોનું જ ફળ છે તો બસ, આપણી પાસે માત્ર એક જ ઉપાય છે કે સાચી દિશાનાં કર્મ કરવાની શરૂઆત કરી દો.

(૧૩) કલુષિત વાણી : ઝઘડાનું મૂળ : વાંચો

મારા મિત્રના દૂરના સગામાં દીકરીનાં લગ્નના થોડા દિવસ પહેલાં જ ભાવિ જમાઈ રિસાઈને બેઠો. ઘણો સમજાવ્યો પણ સમજે નહીં. સગપણ થયાના થોડા દિવસમાં આ ભાવિ જમાઈ સાસરીમાં આવતો-જતો. બધાં ખુશ-ખુશાલ હતાં. એક દિવસ રાજકીય પક્ષો અને રાજકારણની હળવા મિજાજમાં બધાં ચર્ચા કરતાં હતાં તેવામાં કોઈ ખાસ મુદ્દા બાબતે ભાવિ સસરા ભાવિ જમાઈ સાથે હસી-મજાકમાં બોલ્યા, **"જમાઈરાજ, આવી તળિયા વિનાની વાત કરશો નહીં."** તે વખતે તો જમાઈ ખામોશ રહ્યો પણ લગ્નના દિવસો જેમ જેમ નજીક આવતા ગયા તેમ તેમ, તળિયા વિનાની વાતની આગ તેના અંત:કરણમાં પ્રજ્વલિત થવા લાગી. લગ્નના આગલા દિવસે ભાવિ જમાઈએ તેના ભાવિ સસરાને ફોન કરી ભડાકો કરી દીધો, "મારે તો તળિયું નથી ને, પણ તળિયાવાળા જમાઈ સાથે તમારી દીકરીને પરણાવી દેજો." બસ, આટલું બરાડીને ફોન કટ કરી દીધો. બંને પરિવારમાં હલચલ મચી ગઈ. ભાવિ ભાર્યાએ ભાવિ ભરથાર સાથે ફોન કરીને ઘણી આજીજી કરી પણ બસ, ભાવિ પતિ એક જ વાજું વગાડતો હતો, **"મારે તો તળિયું નથી ને પણ તારા બાપને કહેજે કે કોઈ મજબૂત તળિયાવાળા સાથે તને પરણાવી દે**, હું તો રહ્યો તળિયા વિનાનો, તને જીવનના મધદરિયે ડુબાડવા માગતો નથી." વાત વધી પડી. ભાવિ સસરા પણ જિદ્દી સ્વભાવના હતા પણ સાવ સાચા હતા, તે પણ એક જ બાબતનું રટણ કરતા હતા, "તમારે તળિયું જ નથી તેવું મેં જમાઈને ક્યારેય કહ્યું જ નથી, મેં તો તેમને એટલું જ કહ્યાનું યાદ છે કે આવી તળિયા વિનાની વાત કરવી યોગ્ય નથી, પછી તો તેમણે જેવું અર્થઘટન કરવું હોય તેમ કરે, હું તો સાચો જ છું."

ઘણી વખત સમય-સંજોગો અને પાત્રને સમજ્યા સિવાયનો

વાણીવિલાસ કેવો મોંઘો પડે છે તે તો જુઓ. સસરાજીએ ભાવિ જમાઈની બિનશરતી માફી માગવી પડી. ભાવિ ભાર્યાએ તેના ભાવિ પતિની રીતસર કાકલૂદી કરી ત્યારે વડીલોની સમજાવટથી મામલો શાંત પડ્યો. **"તળિયું જ નથી કે તળિયા વિનાની વાત કરવી નહીં."** આટલી નાની બાબતની મોટી ગેરસમજે બંને પરિવારોની ઊંઘ ઉડાડી દીધી. આ સંસારમાં સંયમી અને સત્ય વાણી તો આકરું તપ છે તેમ છતાં વાણીવિલાસથી ગામનો ઝઘડો ઘરે લાવનારા તો મહામૂર્ખ છે. વાણીની મર્યાદામાં રહેનારાઓના જીવનમાં વાણીવિલાસના કારણે ઊભા થતા ઝઘડા ભાગ્યે જ જોવા અને જાણવા મળે છે.

આ સંસારમાં માનવી એકબીજાનાં સ્વભાવ અને પ્રકૃતિ જાણીને સંબંધો બાંધે તો ઘણા પ્રશ્નોને મૂળ સ્થાને જ અટકાવી શકાય છે.

ભગવાન શ્રીરામે ગુસ્સો પ્રેરે તેવી સ્થિતિમાં પણ ક્યારેય કટુવાણી ઉચ્ચારી નથી અને દુર્યોધન શાંત અને આનંદની અવસ્થામાં પણ ક્યારેય મીઠી વાણી બોલ્યો નથી. વાઘ-સિંહ નવરાત્રિના નવ દિવસ ભલે અહિંસાના ઉપવાસ કરવાની માનતા રાખે, પરંતુ દશેરાના દિવસે પારણાં તો પશુની હિંસા કરીને પૂર્ણ કરે. કુદરતે બક્ષેલી મર્યાદાથી માનવ કે પશુ, વિરોધી વર્તન કરે તો તેમનું જીવન જોખમાય અને તેમનો નાશ થાય જ.

જે વ્યક્તિ કોઈ પણ કર્મ કરતાં પહેલાં તેના પરિણામનો વિચાર કરે છે તે ક્યારેય દુઃખી થતી નથી અને જે વ્યક્તિ કર્મ કર્યા પછી જ તેના પરિણામનો વિચાર કરે છે તે ક્યારેય સુખી થતી નથી.

---

(૧૪) ઘડપણ સમજી જવાની મોસમ : વાંચો

એક વૃદ્ધાશ્રમની મુલાકાત વખતે એક વિકૃત સ્વભાવવાળા વૃદ્ધ દાદા અમારી મુલાકાતી મંડળી ઉપર શાબ્દિક પ્રહાર કરવા લાગ્યા, "તમે બધાં પહેલાં એ ચોખવટથી જવાબ આપો કે દીકરાની વહુને આપણે લાવ્યા છીએ કે તેને આપણા ઉપર ઘોડેસવારી કરવા લાવ્યા છીએ?" આ દાદા એટલા બધા આક્રોશમાં હતા કે તેમણે શું

૩૦

કહેવું છે તે પોતે જ સમજી શકતા નહોતા, એટલા બધા ગુસ્સામાં હતા. તેમનો પુત્રવધૂ પ્રત્યેનો આક્રોશ સ્પષ્ટ જણાઈ આવતો હતો. અમારી મુલાકાતી ટીમના એક વરિષ્ઠ દાદાના કહેવાનો મર્મ સમજી ગયા એટલે તેઓ દાદાને શાંત પાડતાં બોલ્યા, "દાદા, કોઈ કોઈને લાવતું નથી, નસીબ અને ઋણાનુબંધ સંબંધથી જ આપણે એક-બીજાને મળી આવીએ છીએ." આ વડીલ તેમની વાત પૂરી કરે તે પહેલાં આ દાદા ફરીથી બરાડ્યા, "ભાઈ, તમારી ફિલોસોફી સાંભળવી નથી, માત્ર સ્પષ્ટ જવાબ આપો કે આપણે વહુને લાવ્યા છીએ કે વહુ આપણને લાવી છે? બધી પંચાયત છોડી આનો સ્પષ્ટ જવાબ આપો કે વહુના પિયરિયાંએ આપણા દીકરાને ખરીદ્યો છે? આપણે બધા વહુના પિયરિયાંના ગુલામ છીએ?" અમારી સાથેના એક સમજદાર કાકાને ખબર પડી ગઈ કે આ દાદાને તેમના દીકરાની વહુ પ્રત્યે સખત નફરત છે અને તે વાતની ખરાઈ કરવા માગે છે. અમારી સાથેના વડીલ કાકા બોલ્યા, "બીજી વાત જવા દો દાદા, તમારા દીકરાની વહુ તો સમજદાર છે ને...!" આ સાંભળી દાદા તાડૂક્યા, "શું ભૂત, તેના કરતાં તો ડાકણ સારી, મેં તો વહુના બાપને મોઢા ઉપર પરખાવી દીધું હતું કે **હું તો તમારી દીકરીને ગરીબ ગાય જેવી સમજીને વહુ તરીકે લઈ ગયો હતો, પરંતુ સમય જતાં તમારી દીકરીનું અસલ સ્વરૂપ દેખાયું કે હું તો ગરીબ ગાય લેવા ગયો હતો અને મારકણો આખલો લઈને આવ્યો.** બસ, આજની ઘડી અને કાલનો દહાડો, વહુ પિયર ભાગી ગઈ, તેની લાયમાં મારાં ઘરવાળાં ડોસી હૈયાકૂટ કરતાં મરી ગયાં. છોકરો ઘર છોડીને બીજી કોઈને લઈ જુદો રહે છે અને હું વૃદ્ધાશ્રમમાં અહીં પડ્યો-પડ્યો સડું છું, આ બધું વહુના પાપે થયું. અહીં મારી ખબર-અંતર પૂછવા કોઈ આવતું નથી." અમારી મંડળી દાદાની હૈયાવરાળને સાંભળી ત્યાંથી ચાલાકીપૂર્વક આગળ ચાલી. જ્યારે આ દાદાને ખબર પડી કે તેમની હૈયાવરાળને સાંભળવા કે સમજવામાં કોઈને રસ નથી એટલે દૂરથી અમને ઊંચા અવાજે સંભળાવતા હતા, "**મારા કર્મે તો ડાકણ લખાઈ છે પણ તમારા ગળામાં તે ઝેરીલી નાગણ ભરડો લેશે ત્યારે તમને**

ખબર પડશે કે નાગણનો ડંખ અને ભરડો કેવો હોય છે.” અમારામાંથી એક ટીખળી સ્વભાવના વડીલ આગળ ચાલતાં-ચાલતાં હળવેથી બોલ્યા, “નાગણ તો ડંખ દેશે ત્યારે દેશે પણ અત્યારે તો આ કોબ્રા નાગનો ઝેરીલો ડંખ વધારે સહન કર્યા વિના ચાલો હવે આગળ, આ તો બલા છે, આવાને તો વૃદ્ધાશ્રમમાં પણ ના રખાય.” હવે આપ સૌ વિચારો, પરિવારમાં વડીલનો ખતરનાક સ્વભાવ કેવું ખતરનાક પરિણામ લાવે છે.

ખરાબ સ્વભાવવાળી વ્યક્તિની વાણી કર્કશ હોય જ, ખરાબ સ્વભાવવાળી વ્યક્તિ હંમેશાં જિદ્દી હોય જ, આવી વ્યક્તિ સામાજિક કે પારિવારિક સંબંધોથી જેના માથે પડી હોય તે ભલી વ્યક્તિનું જીવતર ધૂળ-ધાણી કરી નાખે છે. આવી ખરાબ અને જિદ્દી સ્વભાવવાળી વ્યક્તિ તેના જીવનની પાછલી અવસ્થામાં ખૂબ જ દુઃખી થઈને મરે છે, પરંતુ ત્યાં સુધીમાં તો ઘણું મોડું થઈ ગયું હોય છે. **ખરાબ સ્વભાવ અને જિદ્દી વ્યક્તિ સાથે વિવેકબુદ્ધિપૂર્વક અંતર રાખી તમને જીવતાં આવડશે તો તમારા જીવનમાં પ્રશ્નો અને સમસ્યાઓ ઓછી ઉદ્‌ભવશે.** આવી વ્યક્તિ ગાઢ સંબંધોથી જોડાઈ હોય તો તેનાથી જલદીથી છુટકારો મેળવીને અથવા અલગ રહીને જીવવામાં જ શાંતિ છે.

પુરુષોના વૃદ્ધાશ્રમમાં અમારી મંડળી આગળ વધી મહિલાઓના વૃદ્ધાશ્રમમાં આવી. વૃદ્ધાશ્રમની પહેલી ઓરડીમાં જ એક દાદી અમને જોઈને રડવા લાગ્યાં અને સ્વયં પસ્તાવો કરતાં હોય તેમ બોલવા માંડ્યાં, “આવી શું ખબર કે મારી આવી ભૂંડી દશા થશે? ભૈલા, મારી એક જ ભૂલ કે મારા આઘાપાછી કરવાવાળા સ્વભાવના કારણે હું મારા પરિવાર અને સગાંવહાલાંમાં બધેય વધારાની પડી છું. બર્યું હું શું કરું, મારો સ્વભાવ જ આઘાપાછીવાળો છે. મને કોઈ પણ સહેજ ખાનગી વાત કરે તો હું તે વાતમાં મરચું-મીઠું ભભરાવીને બે-ચારને સામે પગલે જઈને ના કહું ત્યાં સુધી મને હાશ થતી નથી. આવા મારા સ્વભાવના કારણે બધાં મારાથી દૂર ભાગવા માંડ્યાં. અત્યારે મારો કોઈ છાંયડો પણ લેતું નથી. આ દોજખ કરતાં તો ઉપરવાળો મને તેના ધામમાં બોલાવી દે તો હું આ નરકમાંથી છૂટું, આનાથી બીજું રૂડું શું ભૈલા?”

માજી પસ્તાવાનાં આંસુ સારતાં હતાં. "ભઈલા, એક વખત મારા પરિવારના એક સભ્ય અને એક સગાં-વહાલાંના ચારિત્ર્ય વિશે મેં ગપગોળો રગડાવ્યો. તે ગપગોળો મારા માટે તો તોપનો ગોળો સાબિત થયો. બધાંએ ભેગાં થઈ મને મારા ઘરના આંગણામાં જ રગદોળી નાખી. મારા માથાના વાળ ખેંચી નાખ્યા. મને પગની લાતો મારી અને ટીંગા-ટોળી કરી અહીં નાખી આવ્યા. મારો સ્વભાવ જ આવો છે પણ હું શું કરું ? તમે બધા મારા ઘરે જઈને તેમને શિખામણ આપો કે ગમે તેમ પણ હું તેમની મા છું, તેમનાથી આવું વર્તન ના કરાય, મા-બાપ તો દેવતુલ્ય છે, ભાઈઓ તમે બધા મને મારા ઘરે મૂકવા આવો ને, હવે હું સુધરી જઈશ, મારો સ્વભાવ બદલી નાખીશ, ભગવાન તમારું ભલું કરશે."

વૃદ્ધાશ્રમની મુલાકાત લઈ બહાર આવેલા વડીલોનો એક જ સૂર હતો કે, "**જે લોકો સમયને ઓળખતા નથી, જે લોકો સમયની સાથે તાલમેલ રાખતા નથી અને પરિવાર, સમાજ અને સંસારના વહેતા પ્રવાહની સામે પડે છે તેમના તો બહુ બૂરા હાલ થવાના.**" અમારી સાથેના એક વૃદ્ધ વડીલ ગાડીમાં બેસતાં-બેસતાં બબડતા હતા, "વૃદ્ધાશ્રમમાં સુખેથી શાંતિથી જીવવા માટે યુવાનાવસ્થામાં જ બધી તૈયારીઓ કરવી પડે છે. જે વૃદ્ધોની પાસે, નામે અને કબજા-ભોગવટાનું કાંઈ જ નથી, તેમને તો વૃદ્ધાશ્રમો પણ નહીં સંઘરે, વૃદ્ધાશ્રમમાં પણ જેવા પૈસા આપો તેવી સગવડો મળે છે, જેમની પાસે બેઠી આવક નથી તેવા વૃદ્ધોની તો બૂરી દશા થવાની."

આશાથી પણ વધારે અસરકારક ઔષધિ આ સંસારમાં કોઈ જ નથી અને નિરાશાથી ખતરનાક બીજું કોઈ ઝેર નથી.

(૧૫) આશા એ જ ઔષધિ : વાંચો

તમારા જીવનમાં ઝેરીલા ડંખ સહન કરવાની તૈયારી હોય તો જ બીજાના અંગત જીવનમાં ચાંચ મારવાની ટેવવાળાઓએ તો એક દિવસ કોબ્રા નાગના જેવો ઝેરીલો ડંખ સહન કરવાની તૈયારી રાખવી.

દુનિયાના તમામ ધર્મ અને તમામ ઈતિહાસનાં પાનાં ફેરવી જોજો... **માનવીને આજમાં વિશ્વાસ છે તેના કરતાં આવતી કાલમાં ભરોસો વિશેષ છે, એટલે તો સૌ જીવે જાય છે. આ સંસાર તો દુઃખનો દરિયો છે. તેમાં મીઠા પાણીનું એક ટીપું શોધવું કઠિન છે,** આમ છતાં ખારા પાણીમાં ડૂબકી મારતા માનવીને પૂછશો તો કહેશે, "હું તો ગંગાજળ શોધું છું." સમજદાર માનવી કહે છે કે તેની શોધ સાચી છે, પરંતુ જગ્યા ખોટી છે, પરંતુ ગંગાજળ શોધવાના અવિરત પ્રયત્નોમાં જ "આશા" છુપાયેલી છે.

આખા સંસારમાં આશા વિનાનો એક પણ માનવી શોધ્યો નહીં જડે અને આશા હંમેશાં આવતી કાલ સાથે જોડાયેલી છે. આ સંસારમાં આશાવાદી તો તે જ થઈ શકે, જેને પોતાના આત્મબળ અને પ્રયત્નોમાં વિશ્વાસ હોય, પોતાનાં માની લીધેલાં ઉપર ભરોસો હોય અને પ્રભુમાં અપાર શ્રદ્ધા હોય. જે માનવીના હૃદયમાં એકીસાથે ત્રણેય બાબતો ના હોય તે ક્યારેય આશાવાદી થઈ શકે જ નહીં.

ગમતું મેળવવા બધી જ દિશાના સાચા, સારા, સંનિષ્ઠ અને સંપૂર્ણ પ્રયત્નો કર્યા પછી કુદરત જે પરિણામ આપે તેને જ ગમતું કરવું અને સ્વીકારી લેવું અને તેને જ કુદરતનો આખરી ન્યાય સમજવો.

(૧૬) હૈયામાં હિંમત, એ જ હથિયાર : વાંચો

અમેરિકા વિયેતનામ ઉપર બોમ્બમારો કરવાની તૈયારી કરી રહ્યું હતું તે જ સમયે વિયેતનામના પ્રમુખ જમવા બેઠા હતા. તેમના રહસ્યમંત્રી વારંવાર કહેવા આવતા કે, "અમેરિકા આપણા દેશ ઉપર સખત બોમ્બમારો કરવાની તૈયારી કરી રહ્યું છે." આમ છતાં પ્રમુખ તો શાંતિથી જમતા હતા. વિયેતનામ ઉપર બોમ્બ ધડાકા અને હવાઈ હુમલા થાય તે પહેલાં જ વિયેતનામની સેનાએ અમેરિકાના હવાઈદળના ભુક્કા બોલાવી દીધા. જમી રહ્યા પછી વિયેતનામના પ્રમુખ હસતાં-હસતાં બોલ્યા, "મને પાકી આશા હતી કે મારું ધાર્યું પરિણામ આવશે જ, કારણ મારામાં મને પૂરો વિશ્વાસ હતો, પરમાત્મામાં મને

અપાર શ્રદ્ધા હતી અને મારા સૈન્યમાં મને પૂરો ભરોસો હતો, આ ત્રિપુટીએ જ અમેરિકાને ઊભી પૂંછડીએ ભગાડ્યું."

ભવિષ્યની અને વર્તમાનની આફતને અવસરમાં આશાવાદી પલટી શકે છે. આખા સંસારમાં એક પણ એવું દૃષ્ટાંત નથી કે સેનાપતિ આશા અને હિંમત વિના કોઈ યુદ્ધ જીત્યો હોય કે કોઈ વૈજ્ઞાનિકે મહાન શોધ કરી હોય કે કોઈએ વિશ્વને પ્રેરણા મળે તેવી રિદ્ધિ-સિદ્ધિ પ્રાપ્ત કરી હોય ?

હારેલા-થાકેલા અને દુઃખી માણસ પાસે ભવિષ્યને ઉજ્જવળ બનાવવા માટે માત્ર બે જ છેલ્લાં હથિયાર બચ્યાં હોય છે. એક છે પરમાત્મામાં શ્રદ્ધા અને આવતી કાલની આશા. કાયર અને કમજોર આશાવાદી ના હોય. નિરાશાવાદીઓના સુંવાળાપથ ઉપર ગુલાબનાં ફૂલ બિછાવ્યાં હશે તો પણ તેને પગમાં ભોંકાયેલા કાંટા જ દેખાશે, તેને પગે સારવારનો પાટો જ દેખાશે, તેને માત્ર અમંગળ ઘટનાઓ જ દેખાશે, **જ્યારે આશાવાદીના પથ ઉપર કાંટા પાથર્યા હશે તો પણ તેમાં તેને ગુલાબની કળીઓ જ દેખાવાની, પગમાં પહેરેલા સુંદર બૂટ-મોજાં તેનું રક્ષણ કરતાં દેખાશે. તેને ચારેય દિશામાં શુભ ઘટનાઓ જ દેખાવાની. નિરાશાની પળોમાં જે આશાને અકબંધ રાખે છે તેની જ છેવટે જીત થાય છે**.

હું અત્યારે આ પુસ્તકનું આ પ્રકરણ લખી રહ્યો છું તેવા સમયે પણ મારાં પત્ની અંડાશયના કેન્સરના ગંભીર રોગની સારવાર લઈ રહ્યાં છે, મારા પૌત્ર પ્રેયાન્શના ઘોડિયાની દોરી મારા ડાબા હાથમાં રાખી અને જમણા હાથથી પકડેલી પેનથી આ પુસ્તક લખવાનું ચાલું છે. મારું પ્રથમ પુસ્તક "સફળ જિંદગી જીવવાની જડીબુટ્ટી" પણ મારા મોટા પૌત્ર ઋષિનું ઘોડિયું હીંચોળતાં-હીંચોળતાં જ લખ્યું હતું. મેં તમામ અગવડો, અપ્રતિકૂળતાઓ અને ખરાબ સંજોગોને ક્યારેય મારા ઉપર હાવી થવા દીધાં નથી.

તમે સૌ યાદ રાખજો, આધિ, વ્યાધિ અને ઉપાધિઓ ઓછી થવાની નથી જ, દેશ-કાળ અને પરિસ્થિતિ જોતાં તો એવું લાગે છે કે

વધતી જ જશે આ ત્રિવેણી તાપથી તમે ભાગી પણ નહીં શકો અને ભાગીને જશો પણ ક્યાં ? મંદિર, મસ્જિદ, ચર્ચ, ગુરુદ્વારા કે દેરાસરમાં પણ શાંતિ નથી. શાંતિ તમારા હૈયામાં હશે તો જ બહાર આવશે. આફતોથી ભાગશો નહીં અને સારા સમયની રાહ જોઈ પ્રારબ્ધવાદી અને પલાયનવાદી બનીને બેસી રહેશો નહીં.

નદીનું પાણી વહી ગયા પછી નદી પાર કરવાનું વિચારીને કિનારે બેસી રહેલા લોકોને દશ વર્ષ પછી પણ તમે જોશો તો તેઓ ત્યાં જ બેસી રહ્યા હશે. નદીનું પાણી ખાલી થશે નહીં અને તેઓ નદી ક્યારેય ઓળંગી શકશે નહીં.

નદીના પ્રવાહમાં કૂદી પડી હાથ-પગનાં હેલેસાં બનાવી સામા પ્રવાહમાં તરનારાઓનો જ ઈતિહાસ લખાય, નદીકિનારે રહી બેસી તમાશો જોનારાઓ જ્યાં છે અને જેમ છે તેમ જ રહેવાના.

ભગવદ્‌ગીતાજીનો એક વાક્યમાં સારાંશ: હે સંસારીઓ, મેદાન છોડીને ભાગો નહીં અને બીજાઓને ભગાડો નહીં, પરંતુ સ્વયં જાગો અને બીજાઓને જગાડો.

નમ્ર સ્વભાવ, મીઠી વાણી અને સજ્જનો સાથેના સારા સંબંધો તો ખરાબ અને ખતરનાક સંજોગોમાંથી બહાર નીકળવા માટેના સૌથી શ્રેષ્ઠ તરાપા છે.

(૧૭) હિંમતહારી તો બધું હાર્યા : વાંચો

ભારતનાં ભૂતપૂર્વ વડાં પ્રધાન શ્રીમતી ઈન્દિરા ગાંધી ૧૯૭૭-૭૮માં લોકસભાની ચૂંટણી હારી ગયાં ત્યારે તેમના નાના દીકરા સંજયે તેમનાં માતુશ્રીને નિરાશ વદને કહ્યું, “મમ્મી, આ બધું શું થઈ ગયું? હવે આપણું શું થશે?” ઈન્દિરા ગાંધીએ હિંમતથી જવાબ આપ્યો, “જો બેટા, હિંમત હરાય નહીં, જે થવાનું હતું તે થઈ ગયું, જે થવાનું છે તે તો આપણા હાથમાં છે ને! આપણે ફરીથી સત્તા પ્રાપ્ત કરીશું જ.” સંજય ગાંધીના હોઠો ઉપરથી ફરીથી નિરાશા ટપકવા માંડી, “મમ્મી, જે થઈ ગયું તે પણ આપણા હાથમાં જ હતું ને! ફરીથી આવી આપણી

દશા નહીં થાય તેની શી ખાતરી?" ઈન્દિરા ગાંધીએ તેમની ઉપર નિરાશા અને હતાશાને હાવી થવા દીધા વિના થોડાંક ગુસ્સે થઈ બોલ્યાં, "બેટા, તું આવું જ વિચારતો રહીશ તો તેવું જ થશે. તું અત્યારે હકારાત્મક અને સકારાત્મક વિચારો કરતો-કરતો અબ ઘડી સૂઈ જા, સવારે મને મળજે, સવારનો સૂર્ય સોનેરી કિરણો સાથે આપણા માટે સારા સમાચાર લઈને ઊગશે." આવી અખૂટ આશા અને પ્રચંડ હિંમતવાળી વ્યક્તિ નિષ્ફળતામાંથી બહાર જ ન આવી હોય તેવું એક દૃષ્ટાંત તો બતાવો.

આશાવાદી અને હિંમતવાળી વ્યક્તિના જીવનમાં પછડાટ અને થાકવાના દિવસો ભલે આવે પણ હારવાના દિવસો ક્યારેય નહીં આવે. આવી જોશીલી વ્યક્તિઓના જીવનમાં તો હારવા કરતાં હરાવવાના, પછડાટ ખાવા કરતાં તો પછાડવાના અને દુઃખના પ્રસંગો કરતાં તો સુખના અવસરો વધુ આવે છે.

આશા, શ્રદ્ધા, પ્રયત્ન, પ્રાર્થના, પરાક્રમ અને હિંમત આટલાંની સેના જ્યારે આફત ઉપર ત્રાટકે છે ત્યારે આફતના ચૂરે-ચૂરા કરીને ત્યાં અવસરની ઊજવણી થાય છે.

આ સંસારમાં આશા જ અમર છે અને જ્યારે આશા જ પૂરેપૂરી મરી જશે તે પહેલાં તો આખી માનવજાત ખુંવાર થઈ જશે.

વિસામો

જીતેલી બાજીને પણ હરાવવાની કોઈનામાં તાકાત હોય તો માત્ર નકારાત્મક નિરાશામાં છે, પરંતુ **હારેલી બાજીને જીતમાં પલટાવવાની અગાધ શક્તિ આ સંસારમાં જો કોઈનામાં હોય તો તે એક માત્ર હકારાત્મક આશામાં જ છે.**

આ સંસારમાં હિંમત વિનાના માનવીની કોડીની પણ કિંમત નથી, જ્યાં હિંમત ના હોય ત્યાં ભય હોય જ અને ભય હોય ત્યાં શાંતિ અને સલામતી તો હોય જ ક્યાંથી? જ્યાં શાંતિ અને સલામતી ના હોય ત્યાં ટેન્શન તો સદાયે હાજર જ હોય.

તમે કોઈ પણ વ્યક્તિના સ્વમાન ઉપર ઘા કરીને તેના દિલ અને દિમાગને ક્યારેય જીતી શકશો નહીં, પરંતુ તમારા જીવનમાં તમે એક દુશ્મનનો સુષુપ્ત વધારો કરી રહ્યા છો, જે એક ચિનગારીનો તણખો દાવાનળ બનીને ગમે ત્યારે અને ગમે ત્યાં તમને સખત દઝાડશે જ.

(૧૮) મોટો રખેવાળ પરમેશ્વર : વાંચો

એક વખત મહાત્મા ગાંધીને કહેવામાં આવ્યું, "બાપુ, તમારે સલામતીની ખાસ જરૂર છે." ગાંધીજીએ તેમની હળવી માર્મિક શૈલીમાં કહ્યું, "ભાઈ, મેં તો મારી રખેવાળીનું કામ ભગવાન રામને સોંપ્યું છે, ભગવાન રામથી મોટો કોઈ રક્ષક હોય તો બતાવો, મારી રક્ષા કરવાનું કામ તેને સોંપું. **ભાઈ સત્ય જ મારું કવચ છે અને મારી હિંમત જ (આત્મબળ) મારું હથિયાર છે** અને તમારા બધાંનો પ્રેમ તો સૌથી મોટો સલામતી રક્ષક છે, શું કહો છો ભાઈ?" પેલા ભાઈ કાંઈ પણ આગળ બોલ્યા નહીં અને મહાત્મા ગાંધીની તેજસ્વી અને નિર્ભય આંખો સામું જોઈ રહ્યા.

છાવરણીનાં પીછાં એકબીજા સાથે જોડાયેલાં હોય ત્યારે તે કચરો સાફ કરે છે પરંતુ છૂટાં પડે છે ત્યારે ખુદ કચરો બની જાય છે.

(૧૯) નિરાશા હટાવો સુખેથી જીવો : વાંચો

ભારતના પ્રથમ પંક્તિના ઉદ્યોગપતિ શ્રી ધીરુભાઈ અંબાણી રિલાયન્સ ઈન્ડ.નું શિલારોપણ કરવા જવાની તૈયારી કરી રહ્યા હતા, ત્યારે તેમના એક દૂરના સંબંધીએ કહ્યું, "ધીરુભાઈ આ બધું અવળું પડે તો આપણા સમગ્ર પરિવારની શી દશા થાય? પાયમાલી જ થઈ જાય ને! જે કાંઈ કરો તે બધું વિચારીને જ કરજો." **ધીરુભાઈ અંબાણી નકારાત્મક વિચારસરણીવાળા વ્યક્તિ નહોતા, સકારાત્મક અને હકારાત્મક વિચારસરણીથી રંગાયેલા સાહસવીર હતા.** તેમણે બિરબલની જેમ ટકોરાબંધ જવાબ આપ્યો, "ભાઈ, સૌ પ્રથમ વાત તો એ કે તમે શિલારોપણ સમારોહમાં આવતા જ નહીં, મારે

નિરાશાવાદીઓની હાજરીમાં વિશાળ ઔદ્યોગિક સામ્રાજ્યનો પાયો નથી નાખવાનો. તમે બધા સાંભળો, તમે એક બાજુ વિચારી પણ બીજી બાબત તો ના વિચારી, જે બાજુ હું, પૂરો પરિવાર, તમામ શેરહોલ્ડરો અને સૌથી આગળ આપણા સરસેનાપતિ શ્રીનાથજી હોય ત્યારે તેમની સેનાની પાયમાલી કે પ્રગતિ થાય જ કેવી રીતે? ચાલો, સૌ ઊભા થાઓ, ચર્ચા-વિચારણા કરવાની હતી તેટલી કરી લીધી અને હવે જે વિચારી જ લીધું છે તેનો અમલ કરવા માટે પાયાની ઈંટ મૂકવા જઈએ." આવા વિચારો અને ભાવનાવાળી વ્યક્તિ જ સાહસવીર અને ભડવીર થઈ શકે. **નકારાત્મક વિચારસરણીવાળી તથા નિરાશાવાદી લોકો ક્યારેય સફળતા, શાંતિ, સલામતી અને સમૃદ્ધિ પ્રાપ્ત કરી શકે નહીં ઊલટાનું હંમેશાં ટેન્શનથી ઘેરાયેલા જ રહે.**

નકારાત્મક વિચારસરણી અને નિરાશાવાદી લોકો તો આખી જિંદગી ચિંતાગ્રસ્ત, ટેન્શનમય અને દુઃખી રહેવાના, પરંતુ આવી વ્યક્તિના પડછાયામાં પગ મૂકનારાઓનું તો ચારેય દિશાઓથી ધનોત-પનોત નીકળી જવાનું. આ સંસારમાં જેની પાસે જે હોય તે જ આપે, **તમારી પસંદગી શું છે અને તમારે શું ગ્રહણ કરવું છે, તે જ તમારું જીવન છે.**

આટલું યાદ રાખજો : જે લોકો એમ કહે છે કે અમારે કોની સાથે જવાનું છે તેઓ ઘેટું બનવાના, પરંતુ જે લોકો એમ પૂછે છે કે મારી સાથે કોણ-કોણ આવશે તેમ કહેનારા જ લીડર બનવાના.

માત્ર સાચી દિશાના જ પ્રયત્નો તમારી દશા બદલી નહીં શકે, સાચો સમય, સાચું સાધન, સાચું સ્થળ અને સાચા ધ્યેયનો ચતુષ્કોણ જ તમારી દિશા અને દશા બદલી શકશે.

(૨૦) હિંમતથી ભરેલું હૈયું, સફળતાનો ખજાનો : વાંચો

દુનિયાના ધનવાનોની યાદીમાં જેમનું નામ પ્રથમ પંક્તિમાં છે તેવા બિલ ગેટ્સે એક વખત તેમના શેરહોલ્ડરોની સભામાં પ્રેરણાદાયી હકીકત કહી હતી. "અમે કુલ બાર ખાસ મિત્રો કૉલેજમાં સાથે ભણતા હતા, તેમાં હું ભણવામાં બહુ હોશિયાર નહીં. મારા અગિયાર મિત્રો

ભણી-ગણીને ઊંચા પગારવાળી નોકરીમાં એન્જિનિયર તરીકે જોડાયા, અને મેં તો અધવચ્ચેથી જ ભણવાનું છોડી દીધું. મારી પાસે શિક્ષણ ઓછું હતું, પરંતુ હિંમત અને આશા અકબંધ જાળવી રાખ્યાં હતાં. આજે હું માઈક્રોસોફ્ટનો સી.ઈ.ઓ. છું અને મારા અગિયાર મિત્રો મારી જ કંપનીમાં નોકરી કરે છે." આનું નામ જ હિંમત અને સંકલ્પબળ.

આ સંસારમાં નથી જેમની પાસે હિંમત કે નથી હોશિયારી, નથી બુદ્ધિ કે નથી બળ, નથી સમજણ કે નથી સારો સ્વભાવ, નથી શૂરવીરતા કે નથી સમૃદ્ધિ, નથી શિક્ષણમાં કે શસ્ત્ર-શાસ્ત્રમાં પારંગત, આવા લોકો તો કાબેલ અને કીમિયા બુદ્ધિવાળા લોકોનો શિકાર થતા આવ્યા છે અને શિકાર થતા રહેવાના.

વિવેક વિનાનો આત્મસંતોષ તમને "ભિખારી" બનાવશે અને પદ, પ્રતિષ્ઠા, પ્રસિદ્ધિ અને પૈસા માટેની આંધળી દોટ તમને "પાગલ" બનાવશે. આ બંને વચ્ચેની વિવેકબુદ્ધિવાળી સમજણ જ તમને સાચા માનવી બનાવે છે.

(૨૧) હિંમતે મર્દા તો મદદે ખુદા : વાંચો

અમદાવાદ શહેરની એક કેમિકલ ફેક્ટરીમાં બ્લાસ્ટ થતાં આખી ફેક્ટરી બળીને ખાખ થઈ ગઈ, પોતાનું મકાન બેંકમાં ગીરો મૂકી અને લોન લઈને તથા સગાં-સંબંધીઓ પાસેથી વ્યાજવાં નાણાં લઈને ભાડાની જગ્યામાં ઉત્સાહી યુવાને ફેક્ટરી જમાવી હતી. સદ્‌નસીબે કોઈ જાનહાનિ નહોતી થઈ, પરંતુ કાચો-પાકો માલ, મશીનરી અને અન્ય તમામ સાધન-સામગ્રી બળીને ખાખ થઈ ગઈ હતી. દીવાલો ધરાશાયી થઈ ગઈ હતી. સગાં-સંબંધીઓ તેમને આશ્વાસન આપવા આવતાં અને દયા કરતાં હોય તેમ બોલવા લાગ્યાં, "ભાઈ, આ શું થઈ ગયું? તારી માયા અને મૂડી બધું તબાહ થઈ ગયું, હવે તારું શું થશે? ચિંતા કરીશ નહીં. ભાઈ, સૌનો ભગવાન છે." પરંતુ કોઈએ એમ ના કહ્યું કે, "અમે તારી સાથે છીએ, અમારાં નાણાં વહેલાં-મોડાં આપજે, ચિંતા કરીશ નહીં." સૌ સગાં-સંબંધી તેમનાં નાણાં કઢાવવાની ચિંતામાં હતા. **આ**

જોશીલો યુવાન દરેકને એક જ જવાબ આપતો, "ભલે બધું નાશ પામી ગયું, પરંતુ પરમેશ્વરની દયાથી હું તો તમારી સામે જીવતો-જાગતો ઊભો છું ને! કાલે ફરીથી નવી દુનિયા વસાવીશ." ખરેખર, આ બરબાદ થઈ ગયેલો યુવાન હિંમત હાર્યા વિના એક ધનવાન વ્યક્તિને ભાગીદાર બનાવી ફરીથી સમૃદ્ધ બની ગયો. તેના ઉપર દયા ખાનારા, આશ્વાસન આપનારા અને જેમણે આ યુવાનને વ્યાજે નાણાં આપ્યાં હતાં તે બધાંને શેર-હોલ્ડર બનાવી ન્યાલ કરી દીધાં.

આ સંસારમાં હિંમતથી મોટું અને તાકાતવાળું બીજું કોઈ હથિયાર નથી, આશાથી મોટું કોઈ ઔષધ નથી અને પરમેશ્વરમાં શ્રદ્ધાથી મોટી કોઈ સંજીવની નથી. હિંમત ક્યારેય એકલી હોતી નથી તેની ખાસ સહેલીઓ આશા, વીરતા અને ઈચ્છા સાથે હોય જ.

આ સંસારમાં વિપત્તિમાં જ્યારથી તમે હિંમત હારશો ત્યારથી તમારી મહાદશા બેસવાની અને **જ્યારથી તમે હિંમતનો હથિયાર તરીકે અને હૈયાનો શસ્ત્રભંડાર તરીકે ઉપયોગ કરશો ત્યારથી જ તમારી દશા અને દિશા બદલાઈ જશે.** તમારે ચિંતા કરવાના, હારવાના અને રડવાના દિવસો નહીં આવે.

કોઈ મહાકવિએ સાચે જ કહ્યું છે કે, **"વિપત પડે ના વલખીએ, વલખે વિપત ના જાય, વિપત્તે ઉદ્યમ કીજિયે, ઉદ્યમ વિપત્તને ખાય."**

આખા સંસારમાં મનની નબળાઈ અને હૃદયની દુર્બળતા ધારણ કરનાર કોઈ પણ માનવી સફળ, શૂરવીર, સમૃદ્ધ, સંતોષી અને શૂરવીર થયો હોય તો બતાવો !

આખા વિશ્વમાં મનની અમીરી અને હૃદયની મજબૂતીવાળા ભડવીરોએ જ શૂન્યમાંથી સર્જન કરીને સફળતા, સમૃદ્ધિ અને સુખ-શાંતિ પ્રાપ્ત કર્યાં છે.

મનની નબળાઈવાળા કાયર અને હૃદયની દુર્બળતાવાળા કમજોર અને ગભરું લોકો પાસે અઢળક સમૃદ્ધિ હશે તો પણ તેનો તે સદુપયોગ નહીં કરી શકે. અરે, આવા લોકો તેને ભોગવી પણ નહીં શકે અને તેનું રક્ષણ પણ નહીં કરી શકે, પરંતુ તેમની સમૃદ્ધિ તેમનો

જ ભોગ લેશે. કાયર અને કમજોર લોકો ઉપર કાતિલ અને શૂરવીરો સદીઓથી શિકાર કરતા આવ્યા છે. **આ સંસારમાં તમારી નમ્રતાને નબળાઈ સમજી તમારી નમ્રતાનો દુરુપયોગ થાય તેવા "ગોકળિયા ગાંડા" તો ક્યારેય બનવું નહીં.** તમારી નબળાઈ એ તમારી નમ્રતા નથી પણ તમારી કમજોરી છે.

સમય જ બળવાન છે, તમારો સમય તમારી વિરૂધ્ધમાં હશે ત્યારે, સજ્જનો અને તમે જેમને તમે તમારા માની લીધા હશે તે પણ તમારા દુશ્મન થઈ જશે.

(૨૨) અતિશય ભોળપણ એ જ મૂર્ખતા : વાંચો

મારા મિત્રના દૂરના સગા એવા અતિભલા-ભોળા કે ક્યારેય કોઈને પણ કોઈ પણ બાબતમાં ના કહે જ નહીં, કોઈને પણ બેંકમાંથી લોન લેવાની હોય તો વિના વિચાર્યે જામીન થઈ જાય, કોરા કાગળ ઉપર પણ સહી કરી આપે, લખાણ વાંચ્યા સિવાય પણ હોંશથી સહીઓ કરી દે. લખાણ લેવા આવનાર વ્યક્તિનું ચારિત્ર્ય જોયા વિના ભલામણ કરી દે, વિવિધ પ્રકારની પોતે બાંયધરીઓ આપે. પોતે બહુ સમૃદ્ધ નહોતા તેમ બહુ સમજદાર પણ નહોતા, અતિભલા હતા. વર્તમાન સમય અને માનવીના અંતઃકરણને ઓળખવાની તેમનામાં કોઈ જાતની આવડત નહોતી.

તેમના ભોળપણનો લોકોએ ભરપૂર લાભ ઉઠાવ્યો અને એક દિવસ જે થવાનું હતું તે થઈને જ રહ્યું. બેંકની નોટિસો ઘરે આવવા લાગી. આથી બ્લડપ્રેશર અને ડાયાબિટીસનો ખતરનાક રોગ તેમનામાં ઘૂસી ગયો, માનસિક તણાવ વધતો ગયો. લોકોના કારણે તેમની સંપત્તિની હરાજી થવા લાગી. મતલબી લોકોના દગાથી તેઓ હતપ્રભ થઈ ગયા, આંખોમાં આંસુ સમાતાં નહોતાં, બધું હરાજીમાં વેચાઈ ગયું, અધૂરામાં પૂરું પરિણીત દીકરી પણ છૂટાછેડા લઈને પિયરમાં આવી મા-બાપના માથે પડી. એકનો એક દીકરો પણ બાપનું દેવું ભરવું પડશે અને દેવાળિયાને કોઈ દીકરીને નહીં પરણાવે તેવી બીકે તે પણ થોડાં

ઘણાં નાણાં એકઠાં કરી કોઈની છોકરીને લઈને ભાગી ગયો. ટેન્શનમાં ને ટેન્શનમાં આ વડીલ ગુજરી ગયા. ઘરમાં માત્ર વિધવા વૃદ્ધા અને છૂટાછેડા લીધેલી દીકરી બચ્ચાં હતાં. તેઓ એક ભાડાના મકાનમાં રહેવા ગયાં, પરંતુ ઘરનું ભાડું ચૂકવવાનાં પણ નાણાં નહોતાં. **અતિનમ્રતા અને મનની નબળાઈએ બધું તબાહ કરી દીધું.**

એક દિવસ વહેલી સવારે એક મોટરગાડી આ વૃદ્ધાના મકાન આગળ આવીને ઊભી રહી, તેમાંથી સૂટ-બૂટ પહેરેલો યુવાન બહાર આવી વૃદ્ધ દાદા-દાદીને શોધવા લાગ્યો. છેવટે ખબર પડી કે તેઓ બાજુના મકાનમાં ભાડે રહેવા ગયાં છે. વૃદ્ધ દાદી ઉપર આ યુવાનની નજર પડતાં તે એકદમ આ દાદી તરફ દોડી અને પગે પડી નમ્ર ભાવે બોલ્યો, “બા હું રેવો..., ના ઓળખ્યો! મારી બાનું તો મારા જન્મ વખતે જ મૃત્યુ થયું હતું. તમે જ મને ધવરાવી-ખવરાવી, નવરાવીને મોટો કર્યો હતો અને બાકી રહેતું હતું તો તગે તમારાં ઘર અગે જમીન ગીરવે મૂકીને મને અમેરિકા મોકલ્યો હતો. તમારા આશીર્વાદથી હું અમેરિકામાં બહુ જ મોટો ધનવાન થઈ ગયો છું, બા, બા...પુ ક્યાં ગયા?” વૃદ્ધ દાદી મૃત દાદાના ફોટા ઉપર ચઢાવેલ હાર સામું જોઈ ધ્રુસકે-ધ્રુસકે રડી પડ્યાં. રેવો પણ ખૂબ જ રડ્યો. દાદાના ફોટાને વારંવાર નમસ્કાર કરી ડૂસકાં ભરતાં બોલ્યો, “બા, અમેરિકામાં મારા જેટલા સ્ટોર્સ છે તે બધા તમારા અને બાપુના નામથી પ્રસિદ્ધ છે. બા, હવે તો તમને અને મારી બહેનને અમેરિકા લઈ જવા માટે વિમાનમાં પહેલાં બેસાડીશ અને પછી જ હું બેસીશ.” રડતાં-રડતાં રેવો બાના પગમાં બેસી ગયો અને પસ્તાવો કરતો હોય તેમ બોલ્યો, “બા, તમારું જેટલું લૂંટાઈ ગયું છે તેનાથી અનેકઘણું આ રેવો કમાયો છે, તે બધુંય તમારું છે. બા, હજુ મારી નસોમાં મારી માતાનું લોહી નહીં પણ તમારા સ્તનનું દૂધ...” રેવો ધ્રુસકે-ધ્રુસકે રડી પડ્યો. વૃદ્ધ દાદીએ રેવાને વાત્સલ્ય ભાવથી છાતીએ લગાવ્યો અને જૂની માટલીમાંથી ઠંડું પાણી પીવડાવી શાંત કર્યો.

મૃત દાદા ધનના ગરીબ હતા, પરંતુ મનના અમીર હતા.

મનની અમીરી ક્યારેય હારતી નથી. **દિલદાર દિલ અને મનની અમીરી સામે ધનની અમીરી તો માયકાંગલી છે... માયકાંગલી.**

મનની નબળાઈ અને હૃદયની દુર્બળતા તો આકાશમાંથી પણ આફતોને તમારી જિંદગીમાં આમંત્રણ આપશે જ્યારે મનની મજબૂતાઈ અને હૈયાની હિંમત તો હિમાલય જેવડી આફતના પણ ચૂરેચૂરા કરી નાખશે. આ સંસારમાં બધું ગુમાવજો, પરંતુ મનની અમીરી, દિલદાર દિલની વિશાળતા, હૈયાની હિંમત અને પ્રભુ પ્રત્યેની અડગ શ્રદ્ધા ક્યારેય ગુમાવતા નહીં, નહીંતર તમને સંસારમાં કોઈ બચાવી શકશે નહીં. કારણ, તમને જે બચાવનારાં છે તે મજબૂત હથિયાર તો તમે ગુમાવી દીધાં છે.

કોઈ મહાકવિએ સાચે જ કહ્યું છે કે,

"વીર થજો, શૂરવીર થજો, થજો સમૃદ્ધ અને સંત,
ક્યારેય ના થતા ભાઈઓ તમે, કાયર કે કાતિલનો વંશ."

આખો સંસાર સાચા અને વાસ્તવિક દુ:ખ કરતાં કાલ્પનિક દુ:ખોથી બહુ જ પીડાય છે.

જે દુ:ખનું વર્તમાનમાં કોઈ અસ્તિત્વ જ નથી અને તે માત્ર કલ્પનાઓમાં જ છે, તેમાં નકારાત્મક રંગો પૂરી તે કાલ્પનિક રંગોળીને જોઈને દુ:ખી થનારાઓનો આ સંસારમાં તોટો નથી. મનોવિજ્ઞાનનો નિયમ છે કે આપણે કલ્પનામાં, વિચારોમાં કે ભાવનાથી જેવું ચિંતન-મનન કરીએ છીએ તેવી જ ઘટનાઓ આપણા જીવનમાં બનવાની. **આપણા અંતઃકરણમાં જેવો ભાવ પડ્યો હશે તેવી ઘટનાઓ નિમિત્ત બની આપણા જીવનમાં આવશે.** નકારાત્મક ઘટનાઓનું સતત ચિંતન-મનન કરનાઓના જીવનમાં દુ:ખદ ઘટનાઓ બનવાની જ અને ઋણાનુબંધથી જે લોકો આવા લોકો સાથે જોડાયેલા હશે તેમને પણ દુ:ખી કરવાના.

આકાશના તારા ગણવા નીકળેલા અને આખા દરિયાના પાણીને ગળ્યું કરવા નીકળેલા "તઘલગી"થી દૂર જ રહેવું. અશક્યની પાછળ સમય, શક્તિ અને સમૃદ્ધિ વેડફી નાખનારાના જીવનમાં માત્ર ટેન્શન સિવાય કાંઈ હોતું જ નથી.

(૨૩) બધાં દુઃખનું મૂળ, ખોટી કલ્પનાઓ : વાંચો

મારા એક મિત્રના દીકરાને એક બેબી હતી અને તેની પત્ની ફરીથી જ્યારે સગર્ભા થઈ ત્યારથી જ મારા મિત્ર નકારાત્મક કલ્પના અને **ખોટા-ખરાબ વિચારો કરવા લાગ્યા કે, "બીજી પણ દીકરી આવશે તો મારા પરિવારની શી વલે થશે? મારા પરિવારમાં વારસદાર તરીકેનું ઘબાયનામું થઈ જશે,** મારો દીકરો બે દીકરીઓનો ભાર કઈ રીતે ઉપાડી શકશે! અમે દાદા-દાદી આ સંસારમાં ના હોઈએ ત્યારે મારા દીકરા એકલાનું શું ગજું? મારી પૌત્રીઓને ખરાબ સગું મળશે તો શું થશે? અમે દાદા-દાદી તો ત્યારે નહીં હોઈએ પણ અમારો દીકરો આ બધી આફતોને કઈ રીતે પહોંચી વળશે?" આવા નકારાત્મક વિચારે ભાવિમાં જન્મનાર બાળકના અવતરણ સુધી ચિંતા કરીને લોહી બાળવાની શી જરૂર હતી? નવ માસ સુધી ચિંતા કરવામાં તો બ્લડ-પ્રેશર વધી જતાં દાદાને લકવો થઈ ગયો અને દાદી તો આ દુઃખ જોઈને પરમધામ પહોંચી ગયાં. તેમના મૃત્યુ પછી તેમનાં પુત્રવધૂના ખોળે એક નહીં, પરંતુ બે જોડિયા પૌત્રોનો જન્મ થયો, કોણ પૌત્રોને રમાડશે?

આ પરિવારની સામે જ એક દાદા-દાદી રહેતાં હતાં. તેમને પણ એક દીકરો હતો. લગ્ન કર્યે ઘણો સમય વીતી ગયો હોવા છતાં તેમના ઘરે પારણું બંધાયું નહોતું ત્યારે પરિવારનાં દાદા-દાદી એક જ વાતનું રટણ કરતાં, "આ તો બધી ઈશ્વરની માયા છે ભાઈ, પ્રભુ અમારા દીકરાને સંતાન આપશે તો માવજત કરીને ઉછેરીશું અને નહીં આપે તો જશોદામાતાની જેમ કોઈ અનાથ બાળકને દત્તક લઈને પાળી-પોષીને મોટું કરીશું, આ કામ પણ ઈશ્વરને રાજી રાખવાનું જ છે ને! પ્રભુ રાખશે તેમ રહીશું અને પ્રભુનું સ્મરણ કરતાં-કરતાં જીવતર પૂરું કરીશું. **જે**

સ્થિતિ અને સંજોગો અમારા હાથમાં ના હોય તેની ચિંતા અમે ક્યારેય કરતાં નથી, તેની ચિંતા અમે ઉપરવાળાને સોંપી દીધી છે." આવા અંતર્મુખી માનવીના પડછાયામાં પણ દુઃખ દાખલ થઈ શકે ખરું? અને દાખલ થયું હોય તો ટકી શકે ખરું?

દુઃખ પણ તેને સાનુકૂળ સંજોગો હોય ત્યાં જ અડિંગો જમાવે છે, પરંતુ દુઃખની પાછળ પડનાર ભડવીર હોય તો દુઃખ ઊભી પૂંછડિયે ભાગે છે. તમે કલ્પેલી સુખ-દુઃખની ઘટનાઓ તમારા મનની સ્થિતિ ઉપર જ નભે છે. જો તમારું મન મજબૂત હશે તો તમે દુઃખદ ઘટનાઓ સામે લડી શકશો, પરંતુ જો તમારું મન નબળું અને ગભરું હશે તો આકાશમાંથી પણ આફતોને આમંત્રણ આપશે અને તમારા જીવનને ચારેય દિશાએથી જકડી લેશે તમારા જીવનના સુખના દિવસોના પણ ભૂક્કા બોલાવી દેશે.

લાચારી અને શોષણ ક્યારેય ટેન્શન વિનાનાં ના હોય.

(૨૪) હિંમત હાર્યા તો જિંદગી હાર્યા : વાંચો

મારા મિત્રના સંબંધીના બાપુજીને ગળામાં સહેજ દુખતું હતું તેવામાં કલ્પનાશીલ અને નબળા મનના તેમના મિત્ર તેમના ખબર-અંતર પૂછવા આવ્યા, બેસતાંની સાથે જ નિરાશાથી બોલ્યા, "સેંધા બહુ મોડું કરવાની જરૂર નથી, આજકાલ પુરુષોને ગળાનાં અને પ્રોસ્ટેટનાં જીવલેણ કેન્સર બહુ થાય છે અને બૈરાંને સ્તન અને ગર્ભાશયનાં કેન્સરે તો ડાટ વાળી દીધો છે. ઝટપટ બધા રિપોર્ટ કઢાવી, ઓપરેશન કરાવી જલદીથી આ કાળમુખા રોગનો પાર મેલ." ઊંડા શ્વાસ લઈ હળવેથી ફરીથી બોલ્યા, "આ કાળમુખાથી કોણ બચી શક્યું છે? તને આવો જીવલેણ રોગ ક્યાંથી થયો, આના પંજામાંથી આજદિન સુધી કોણ બચી શક્યું છે તે વળી, મારો ભાઈબંધ સેંધો બચશે?" આટલું બોલતાંની સાથે તે રડવા લાગ્યા, પરંતુ સેંધાકાકા હિંમતવાળા હતા. તેથી હિંમતભર્યા અવાજે બોલ્યા સેંધાકાકા બોલ્યા, "સાંકા, મને **કેન્સર નથી થયું. કેન્સર થયું હોય તો પણ હું તો સિંહની**

છાતીવાળો છું, મને તો સ્વરપેટી ઉપર મસો થયો છે એટલે જ બોલવામાં અવાજ ફાટી જાય છે, ઓપરેશન કરાવી લઈશ એટલે સારું થઈ જશે. કલ્પનાઓ કરીને તું દુ:ખી થઈશ નહીં અને મારા પરિવારના સભ્યોને ગભરાવીશ નહીં. સાંભળ, આપણે બે માસ પછી અમરનાથની યાત્રાએ જવાનું છે, હું પણ મારી તૈયારીઓ કરી રહ્યો છું અને તું પણ તારી તૈયારીઓ કરવાની શરૂઆત કરી દે જે. લે... તું આવ્યો છે તો આપણા ટ્રાવેલ્સવાળાને એડ્વાન્સ બુકિંગના મારા ભાગનાં નાણાં આપી દેજે." સમયનું ચક્ર તો જુઓ, સેંધાકાકા એકલા જ અમરનાથની યાત્રાએ ગયા. સાંકાકાકા તો વિચારવાયુથી પાગલ થઈ ગયા હતા.

સેંધાકાકા અમરનાથની યાત્રા પૂરી કરી પરત આવ્યા પછી તેમના મિત્ર સાંકાને પ્રસાદ આપવા ગયા ત્યારે જ તેમને દુ:ખદ સમાચાર મળ્યા કે, "તમારા ભાઈબંધ, સાંકાને પાગલખાનામાં દાખલ કર્યા હતા, ત્યાં જ તેમનું મૃત્યુ થઈ ગયું હતું, પરલોકમાં પહોંચી ગયે દશેક દિવસ થયા." આ સમાચાર સાંભળી સેંધાકાકાની આંખો ભરાઈ આવી અને અંતઃકરણ રડી ઊઠ્યું, "મારો સાંકો આ સેંધાને એકલો મૂકી ધામમાં કેમ જતો રહ્યો, જેવો હતો તેવો પણ મારો હિતેચ્છુ જિગરી ભાઈબંધ હતો, જેવી ઈશ્વરની મરજી." આંખો લૂંછતાં સેંધાકાકા તેમના ઘર તરફ પાછા વળ્યા.

> **"બેં...બેં"ના અવાજથી ભલે તમને ખબર પડે કે આ બકરીનો અવાજ છે, "ત્રાડ" ઉપરથી ભલે તમને ખબર પડે કે આ સિંહનો અવાજ છે, પરંતુ ચાલ - અવાજ કે વર્તન સિવાય પણ જ્યારે તમે તેના અંતઃકરણને પારખીને નક્કી કરો કે આ તો અજગર છે ત્યારે જ તમે તમારા જીવનમાં આફતોને આવતી રોકી શકશો.**

(૨૫) ખોટી સ્પર્ધા પતનનું કારણ : વાંચો

આ સંસારમાં, સમાજમાં, જ્ઞાતિ-જાતિ, વેપાર કે સત્તાની સ્પર્ધામાં માનવી તેના હરીફને જ લક્ષમાં રાખીને જીવન ગુજારે છે અને ત્યારથી પ્રગતિની ગાડી અવળા પાટા ઉપર દોડે છે. **સાત્ત્વિક સ્પર્ધા**

માનવીને ઉન્નતિના શિખરે લઈ જાય છે અને ખોટી સ્પર્ધા ઊંડી ખાઈમાં નાખે છે.

આખી દુનિયા શું કરે છે, તેનાથી આપણે શું મતલબ? આપણે જેની સાથે સ્પર્ધા કરીએ છીએ તે પણ કોની સાથે સ્પર્ધા કરે છે તે બાબતમાં આપણા મગજને વલોવવાની શી જરૂર? **આખા સંસારમાં જેને જે કરવું હોય તે કરે, માત્ર આપણું હિત શામાં છે તેનું જ ચિંતન કરવું અને આપણું અંતઃકરણ કહે તે જ પ્રવૃત્તિ કરવી. અંતરાત્માના અવાજ વિરુદ્ધ વર્તન કરનાર ક્યારેય સુખી, સમૃદ્ધ અને સફળ થયો હોય તેવી એક વ્યક્તિ તો બતાવો!**

ખોટી સ્પર્ધા કરવાથી બીજાનું સુખ આપણા માટે ઈર્ષા બની જાય છે, ઈર્ષા ક્યારેય વેર વિનાની ના હોય, આથી ભગવાને આપેલું સુખ પણ આપણે ભોગવી શકતા નથી. તેનું સુખ જોઈને આપણે દુઃખી થઈએ છીએ અને આપણને વર્તમાનમાં મળેલા સુખને પણ દાવાનળ લગાડીએ છીએ.

સ્વામી વિવેકાનંદે સાચે જ કહ્યું છે કે, "પ્રગતિ કરવા ઊંચે જોવું, સંતોષ મેળવવા નીચે જોવું, અનુભવ મેળવવા આજુબાજુ જોવું, પરંતુ શાંતિ મેળવવા તો વર્તમાનમાં જ જીવવું."

ઈર્ષામાંથી જન્મેલી સ્પર્ધામાંથી તો અસંતોષ અને અશાંતિ જન્મે છે. અસંતોષ હોય ત્યાં અશાંતિ હોય જ. આપણા પ્રવર્તમાન સંજોગો પ્રમાણે જ આપણા જીવનની બાજુનાં પત્તાં ગોઠવવાં. દુનિયાના કાજી અને મુખીયા થઈને ફરનારા તો ક્યાંય ખોવાઈ જવાના. તમે માત્ર તમારું સંભાળો તો પણ ઘણું છે. **લોકોની માયાજાળમાં બહુ પડશો નહીં અને તમારા અંગત જીવનમાં કોઈને પણ ડોકિયું અને દખલગીરી કરવાં દેશો નહીં.**

વિવેક વિનાની સ્પર્ધા તમને રખડતા બાવા બનાવી દેશે અને તમારા પરિવારને પણ "બાવાઓની જમાત" બનાવી દેશે, તમે અને તમારો પરિવાર એકેય દિશાનાં નહીં રહો.

અમદાવાદ શહેરમાં એક અતિમહત્ત્વાકાંક્ષી અને હંમેશાં સ્પર્ધા

કરવાની મનોવૃત્તિવાળા એક બેંક મેનેજરનું જીવન તો રાબેતા મુજબનું સારું હતું, પરંતુ તેમના હાથ નીચેના કર્મચારી એક બિલ્ડિંગ કન્સ્ટ્રક્શન કંપનીના માલિકનો જમાઈ હતો. તે હંમેશાં મોટી-મોટી બડાશવાળી હવાઈ વાતો કરતો, મોટી મોટરકાર પણ બેંકમાં લઈને આવતો, તેની વાતો સાંભળી અને વર્તન જોઈ મેનેજર મનોમન ઈર્ષા કરવા લાગ્યા, "એક ક્લાર્ક કક્ષાની વ્યક્તિ મારાથી આગળ નીકળી જાય તે મારાથી સહન જ કેમ થાય, હું પણ કાંઈ કમ નથી, તેનો બોસ છું, હું પણ તેનાથી આગળ નીકળી જઈશ." તેમના અંતઃકરણમાં ઈર્ષાનો દાવાનળ પ્રગટ્યો. આ કર્મચારીની બિલ્ડિંગ કન્સ્ટ્રક્શનની સ્કીમ જ્યાં આકાર લઈ રહી હતી તેની સામે જ આ મેનેજર સાહેબે ફ્લેટો બનાવવાની સ્કીમની તાત્કાલિક શરૂઆત કરી.

ધંધાનો કોઈ અનુભવ નહીં, મનમાં માત્ર પોતાના કર્મચારીથી આગળ નીકળી જવાની સ્પર્ધા. એન્જિનિયરો અને બિનઅનુભવી સલાહકારોએ જેમ સલાહ આપી તેમ બધું કર્યું. ધંધામાં તેજી હતી. સ્કીમ ફટાફટ ભરાઈ ગઈ. બાંધકામ આગળ વધવા માંડ્યું. મહાભૂકંપે ગુજરાતને તબાહ કરી નાખ્યું, તેમાં આ મેનેજરસાહેબ પણ તબાહ થઈ ગયા. આખી સ્કીમ ઢસડી પડી, બસ ત્યાર પછી પાયમાલી ને પાયમાલી જ. મેનેજરસાહેબને જેલમાં જવું પડ્યું અને નોકરી પણ ગઈ.

સત્તામાં હતા અને સમૃદ્ધ હતા ત્યારે સૌ તેમને "સાહેબજી" કહીને બોલાવતા. અત્યારે સૌ મોં ફેરવીને ચાલે છે, એટલે કોઈ વિદ્વાને સાચે જ કહ્યું છે કે,

"કરતા હોય તે કીજિયે, ના કીજિયે નવતર,
નહીંતર શીશ જાય શેવાળમાં ને પગ તળે પાણીમાં."

પોતાની મર્યાદા છોડી તાકાત બહારની સ્પર્ધા કરનાર માણસોની તબાહીથી ભરેલ ઈતિહાસ અને શાસ્ત્રો આપણને એક જ સંદેશ આપે છે કે, "દુનિયાના લોકોને જે કરવું હોય તે કરે, આપણું હિત સધાય તે કામ પહેલું કરો અને આપણે આપણી મર્યાદા છોડીને કોઈની સાથે ક્યારેય તાકાત બહારની ખોટી તથા કારણ વિનાની

હરીફાઈ કરશું નહીં, તો વણ જોઈતું ટેન્શન આપણા જીવનમાં નહીં ઉદ્ભવે."

આ દુનિયામાં તમે જીવતા છો ત્યાં સુધી જ બધું દુઃખ-સુખ છે, આંખ મીંચાઈ ગયા પછી અને છેલ્લો શ્વાસ બંધ થઈ ગયો એટલે આખી દુનિયા સાથેનો ખેલ ખતમ.

(૨૬) ઓકાત વિનાનું સાહસ એ જ પાયમાલી : વાંચો

૨૦૧૫ની સાલમાં અમદાવાદ શહેર મહાનગરપાલિકાની ચૂંટણી યોજાઈ ગઈ. એક પક્ષના ચૂંટણી કાર્યાલયમાં મારા એક ઓળખીતા મહાશયની અચાનક મુલાકાત થઈ ગઈ. આ ભાઈ મને અચાનક જોઈ દોડતા આવ્યા અને બે હાથ જોડી ઢાપલા થઈને આશીર્વાદ માગતા હોય તેમ નરમાશથી બોલ્યા, "સાહેબ, તમારી જેમ મને પણ રાજકારણમાં રસ નથી અને આ બલા મારો વિષય નથી, પરંતુ મારા સમર્થકો અને હિતેચ્છુઓએ મને વિનંતી કરી એટલે મેં અપક્ષ ઝંપલાવ્યું છે."

હું વચ્ચે બોલ્યો, "પરંતુ કોઈ સધ્ધર અને રાષ્ટ્રીય પક્ષમાં ઊભા રહેવું હતું ને, આમ અપક્ષ ઊભા રહેવાથી તો..." તે વચ્ચે જ બોલ્યા, "સાહેબ, તમારું કહેવાનું હું સમજી ગયો, પરંતુ મારા હિતેચ્છુઓ અને મારા ચુસ્ત સમર્થકોનો હું કઈ રીતે વિરોધ કરી શકું? બધાંએ કહ્યું છે, નાણાંની વ્યવસ્થા થઈને રહેશે, હું શું કરું સાહેબ, મારો જ મિત્ર મને હડસેલીને રાષ્ટ્રીય પક્ષમાંથી ટિકિટ લઈ આવ્યો, પછી મારે અપક્ષ ઊભા રહ્યા સિવાય કોઈ છૂટકો જ નહોતો, મારા મિત્રવર્તુળે તેને પાઠ ભણાવવા મને સહકાર આપ્યો છે અને હું ઊભો રહ્યો છું, પડશે તેવા દેવાશે. બસ, તમે મને આશીર્વાદ આપો." મેં મારા હૈયામાં દબાવી રાખેલી નિરાશા વ્યક્ત થવા દીધા સિવાય કહ્યું, "હાલમાં તમારી સાથે વીંટળાયેલા છે તેમને તમારા માની લીધેલા સમજી બહુ ભરોસો રાખતા નહીં અને પાઘડીનું ભાન રાખી ચૂંટણી લડજો... ઈશ્વર તમારી સાથે છે." જાણે તે ભાઈ જીતી ગયા હોય તેવા આનંદ સાથે ત્યાંથી ઢોલ-ત્રાંસા વગાડતાં-વગાડતાં ચૂંટણી પ્રચાર કરવા રવાના થઈ ગયા.

ચૂંટણીના પરિણામ પછી ખબર પડી કે આ ઉમેદવાર તો ચૂંટણી

તો હારી ગયા છે, પરંતુ તેમની ડિપોઝિટ પણ જપ્ત થઈ ગઈ છે. ચૂંટણીના જોશમાં અને વેગમાં આ ભાઈને ગજા બહારનું દેવું થઈ જતાં તેમને ટેન્શન થઈ ગયું. ટેન્શન થતાં બ્લડપ્રેશર ઘણું વધી જતાં તેમને હોસ્પિટલમાં ઘનિષ્ઠ સારવાર હેઠળ દાખલ કરાયા. હોસ્પિટલવાળાઓએ કહ્યું, તેમની સારવારનું પૂરેપૂરું બિલ ચૂકવાયા પછી જ તેમને હોસ્પિટલમાંથી બહાર જવા દઈશું. ચૂંટણીમાં કરેલા ઉડાઉ ખર્ચના કારણે લેણદારો હોસ્પિટલની હેરાફેરી કરવા લાગ્યા. ચૂંટણીમાં હૈશો-હૈશો કરનારા અને અમે અડધી રાત્રે પણ તમારા માટે જાગતા રહીશું કહેનારા સવારે એકેય જણ દેખાયા નહીં.

આવી વણજોઈતી ઉપાધિઓ ઊભી કરવાની આ ભાઈને સહેજ પણ જરૂર હતી ખરી? પછી પ્રારબ્ધ અને પરમાત્માને દોષ દેવાની શી જરૂર? જે બાબતમાં આપણને રસ નથી, જે આપણો વિષય નથી, જેમાં આપણી ચાંચ ડૂબતી નથી તેમાં માત્ર સ્પર્ધા, ઈર્ષા અને અહમ ભાવમાં આવીને પોતે બરબાદ થઈને પોતાના પરિવારને પણ બરબાદ કરવાની જરૂર ખરી? **આખા સંસારમાં કુદરતે મોકલેલાં નહીં પણ માનવીએ જાતે ઊભાં કરેલાં ટેન્શનો માનવીને જ ખોતરી ખાય છે.**

કુદરતે આપેલા દુઃખમાંથી તો તમે બહાર નીકળી શકશો પણ માનવીએ પોતે જ ઊભાં કરેલાં ટેન્શન અને દુઃખમાંથી તો ખુદ પરમેશ્વર પણ તમને બચાવી શકશે નહીં.

મંદીમાં માણસનું "મોરલ" ઓછું થાય છે, તેજીમાં સદાબહાર ખીલે છે, પરંતુ નુકસાનમાં તેની અસલ "દાનત" બહાર આવે છે.

(૨૭) વેરની સામે વેર એટલે બધું ઝેર : વાંચો

આ સંસારમાં માફી કે ક્ષમા માગવી સહેલી છે પણ માફી માગનારને માફ કરવો કે ક્ષમા આપવી અતિકઠીન છે. સમર્થ ક્ષમાવાન જ ક્ષમા આપી શકે. વર્તન અને વાણીથી જાહેરમાં આપણું અપમાન કરનારને અંતઃકરણથી ક્ષમા આપવી અઘરું છે. વાણી, વર્તન અને ધનનું નુકસાન કરનારને તો માત્ર સંતહૃદય જ માફ કરી શકે, પરંતુ

સ્વજનને આ સંસારમાંથી હત્યા કરીને ઝૂંટવી લેનારા હત્યારાને ક્ષમા આપવી તે તો દુર્લભ માનવીનું કામ છે.

કોલકાતા જેવા મહાનગરના શેરબજારમાં ગજા બહારનો ધંધો કરનાર એક શેરદલાલ નાણાં ચૂકવવામાં નિષ્ફળ જતાં લેણદારોએ તેના માસૂમ દીકરાનું અપહરણ કરી તેની હત્યા કરી નાખતાં આખા વિસ્તારમાં અરેરાટી વ્યાપી ગઈ. મુખ્ય લેણદાર હત્યારો જેલમાં ગયો. મૃતક બાળકનાં મા-બાપ અને સગા-વહાલાંના હૃદયમાં વેરની આગ પ્રજ્વલિત થઈ. એક દિવસ બાળકની હત્યા કરનાર હત્યારાનો માસૂમ દીકરો નિશાળે ગયો હતો ત્યાંથી જ મૃતક બાળકનાં સગાંઓ અપહરણ કરી દૂર હુગલી નદીના કિનારે લઈ ગયાં અને કરપીણ હત્યા કરવાની તૈયારી કરવા લાગ્યાં. નાનું બાળક તેનાં પપ્પા-મમ્મીને યાદ કરીને કલ્પાંત કરતું હતું, "મારે પપ્પા પાસે જવું છે, મારે મારી મમ્મી પાસે જવું છે." રાત અંધકારમય બની રહી હતી. ચારેય બાજુ નીરવ શાંતિ હતી. માત્ર હુગલી (ગંગા) નદી અને તેના કિનારે ઊગેલાં વૃક્ષો આ કરુણ દૃશ્ય જોઈ રહ્યાં હતાં.

અંધારામાં દૂર ઝબૂકતી લાઈટોના ઝાંખા અજવાળામાં આવી રહેલા બે માનવ પડછાયામાં એક સ્ત્રી અને બીજો પુરુષનો પડછાયો દેખાતો હતો. તેમને પોતાનાં પપ્પા-મમ્મી સમજી આ નિઃસહાય બાળક હત્યા કરવા માટે આવેલા જાલીમોની ચુંગાલમાંથી છટકીને દોટ મૂકી તેમના પગમાં પડી આક્રંદ કરવા લાગ્યો. મૃતક બાળકનાં મા-બાપ પણ આ બાળકની હત્યા કરીને વેરની વસૂલાત કરવા માગતાં હતાં. કુદરતની અગમ્ય શક્તિએ કરવટ બદલી. તેમણે બાળકને તેડી લીધું. તેડી લીધેલું રડતું બાળક મૃત બાળકના પિતા સામે જોઈ જોરશોરથી કલ્પાંત કરવા લાગ્યું, "મારે મારાં મમ્મી-પપ્પા પાસે જવું છે." તેડી લીધેલા અને કલ્પાંત કરતા બાળકના કપાળમાં ચાંલ્લો કરેલો જોઈ મૃતક બાળકના પપ્પા બોલ્યા, "અલ્યા, આ ચાંલ્લો તારા કપાળમાં શા માટે કર્યો છે? કોણે આ ચાંલ્લો કર્યો છે?" **વહેતી ગંગા પણ સ્થિર થઈ જઈ આ નિર્દોષ બાળકનો જવાબ સાંભળી રહી હતી.** "આજે મારો

બર્થડે છે, પપ્પા તો નહોતા પણ મમ્મી મને કપાળે ચાંલ્લો કરી, ગાલે બકીઓ કરી'તી." હૃદયદ્રાવક વાતાવરણને પણ વધારે કરુણ બનાવતા આ બાળકે તેના ખિસ્સામાંથી બે ચોકલેટ કાઢી બતાવી, "આ બે ચોકલેટ પણ મારી મમ્મીએ મને આપી'તી, મારા ભાગની ચોકલેટ પણ મેં ખાધી નથી અને આ ચોકલેટો તો હું નહીં ખાઉં, મારા ફ્રેન્ડ રાજન માટે મેં રાખી મૂકી'તી પણ કોઈકે તેને મારી નાખ્યો છે એટલે તેના ભાગની અને મારી ચોકલેટ પણ મેં ખાધી નથી, લો આ બંને ચોકલેટ ગંગામૈયામાં પધરાવી દો... મારાં મમ્મી-પપ્પા પાસે મને લઈ જાઓ." બાળક ડૂસકાં ભરતા બોલ્યો, "રાત્રે સૂતાં વખતે મમ્મી મને કહેતી'તી, તકલીફ આવે ત્યારે હનુમાનદાદાને યાદ કરજે, હનુમાનદાદા બધી જ સહાય કરશે." બાળક ધ્રુસકે-ધ્રુસકે રડવા લાગ્યું, "મારે દાદા પણ નથી અને પપ્પા પણ નથી, હનુમાનદાદા તમે તો બચાવો." બ્રહ્માંડ ડોલી ઊઠે એવા આ નિર્દોષ માસૂમના કલ્પાંતે તો ખળખળ વહેતી ગંગામૈયાને પણ હચમચાવી દીધી.

નિષ્ઠુર, પથ્થર દિલનાં અને દીકરાના વેરની વસૂલાતમાં ગરકાવ થયેલા આ દંપતીના અંતઃકરણમાં ઉલ્કાપાત મચી ગયો. "બેટા" કહી તેને તેડી લીધો. તેને શાંત કરી, તેનાં આંસુ લૂછી દ્રવી ઊઠેલું દંપતી બોલ્યું, "બેટા, તું આજથી અમારો દીકરો. ચાલ, તને તારા ઘરે મૂકી આવીએ છીએ. રડીશ નહીં, ભૂખ્યો થયો હોઈશ, આ બંને ચોકલેટ ખાઈ જા બેટા." બાળક એકનું બે ના થયું અને હૈયાફાટ રુદન કરતું બોલ્યું, "મારા ભાઈબંધ રાજનને કોઈએ મારી નાખ્યો છે, હું એક પણ ચોકલેટ નહીં ખાઉં ને નહીં ખાઉં."

ધરતી ફાટી જાય તેવા પ્રચંડ અવાજે આ મૃતક બાળકનાં મમ્મી-પપ્પાના હૈયા અને હોઠમાંથી દિશાઓ ચીરવા માંડી, "બેટા, રાજન મારો જ દીકરો હતો. બેટા, આજથી અમે તારાં મમ્મી અને પપ્પા. જીવીશું ત્યાં સુધી તને પાળી-પોષી મોટો કરીશું. અમારી પાસે જે કાંઈ પણ મિલકત બચી છે તેનો વારસદાર પણ બેટા તું, એકસાથે બે પરિવારનું નિકંદન કાઢવા માટેનું પાપ અમારે નથી કરવું. ચાલ, બેટા તારા ઘરે."

આ સંસારમાં પરમેશ્વરે ભૂલી જવાનો અને માફ કરવાનો ગુણ માનવીમાં મૂક્યો છે એટલે જ આ સંસાર ચાલે છે. માનવીના હૃદયમાં ક્ષમા આપવાના અને માફ કરી દેવાનો અમૂલ્ય ગુણ મૂક્યો છે એટલે જ ખોટા, ખરાબ, જૂઠા અને અપરાધીને સુધરવાની તક મળી છે.

તમે તમારા મગજ અને મનને કચરાપેટી બનાવશો નહીં, તેમાંથી બદબૂ સિવાય કાંઈ નહીં નીકળે. સારા-શુભ વિચારો તેમાં ભરશો તો તેમાંથી આહ્‌લાદક સુગંધ આવશે. **વેરનો બદલો વેર નથી પણ ઝેર છે**. તે ચોતરફ ફેલાતું જશે. સક્ષમે આપેલી ક્ષમા તો અપરાધીઓને નવજીવન બક્ષતી સંજીવની છે. **તમારે જો સાચી શાંતિ મેળવવી હોય અને ટેન્શનને કાયમ માટે તિલાંજલી આપવી હોય તો અપરાધીને શક્ય હોય તેટલો માફ કરી દેજો, તેને સુધરવાની અને સાચું સમજવાની તક આપજો.** ભૂતકાળના વેરભાવને ભૂલી જશો તો તમારા જીવનમાં શાંતિની સુવાસ ફેલાશે અને એક દુશ્મન ઓછો થશે. બગડેલાને સુધરવાની તક આપવાથી તેનું પણ પુણ્ય તમને મળશે અને ટેન્શન ઘટતાં તમારું જીવન શાંતિમય બની જશે.

દારૂ, દેવું, દર્દ અને દુશ્મની હોય ત્યાં દુઃખ હાજર જ હોય અને જ્યાં દુઃખ હોય ત્યાં ટેન્શન ના હોય તેવું બને ખરું?

(૨૮) ચિંતાનું ચિંતન એ જ મહારોગ : વાંચો

મારી સાથે મારા એક મિત્ર પણ બેંકમાં નોકરી કરતા હતા. સ્વભાવે કંજૂસ ખરા પણ કાતિલ નહીં. તેઓ તેમના ઘરે એક ગુજરાતી સમાચારપત્ર દરરોજ મંગાવતા. એક દિવસ છાપાવાળો છાપાનું બિલ લેવા આવ્યો અને કગરવા લાગ્યો, “સાહેબ, મારા બાબાને સ્કૂલમાં ફી ભરવાની છે એટલે ચાલુ માસના પચાસ રૂપિયા, પૂરા થયેલા માસના પચાસ રૂપિયા અને આવતા મહિનાના પણ પચાસ રૂપિયા, કુલ દોઢસો રૂપિયા આપો તો મારું મહત્ત્વનું કામ થઈ જાય. આવતા મહિને હું ગમે તેમ કરીને વળાવી દઈશ.” મારા મિત્ર આમ તો છેતરાય તેવા નહોતા, તેમણે વિચારેલું કે “આમ તો નાણાંનું બહુ જોખમ નથી, દરરોજ તે છાપું

નાખે જ છે ને." આમ છતાં તેના છોકરાની શૈક્ષણિક ફી ભરવાની લાગણીમાં આવી તેઓ રૂ. ૧૫૦ આપી બોલ્યા, "છાપું સૌ પહેલાં મારા ત્યાં નાખજે, પછી જ બીજે નાખજે." છાપાવાળો ખિસ્સામાં દોઢસો રૂપિયા ગોઠવી ઝડપથી સીડીનાં પગથિયાં ઝડપથી નીચે ઊતરતાં ઠાવકાઈથી બોલ્યો, "એ...સા...રું."

બીજા દિવસથી તેણે છાપું નાખવાનું બંધ કરી દીધું. મારા મિત્રને અહેસાસ થયો કે છાપાવાળો તેમની સાથે બનાવટ કરી ગયો છે, પરંતુ જ્યારે તેમને ખબર પડી કે છાપાવાળાએ તેના બધા જ ગ્રાહકો સાથે એક જ પદ્ધતિથી બનાવટ કરી છે ત્યારે તે મનોમન બહુ દુઃખી થતાં મારી આગળ પણ બળાપો કાઢતાં કહે, "સાલો, મારી સાથે પણ બનાવટ કરી ગયો, હાથમાં આવે તેટલી જ વાર છે, તેનો ધોયલો કાઢી નાખીશ." હું તેમને ઘણી વખત સમજાવતો પણ તે તો એક જ વાતનું રટણ કરતા, "વડીલ, રૂ. દોઢસોનો સવાલ નથી પણ મારી સાથે બનાવટ કરી ગયો તેની સામે વાંધો છે અને તે પણ મારી સાથે." મેં તેમને બહુ સમજાવેલા કે રૂ. ૫૦નો તે કાયદેસર હકદાર હતો જ, બાકી રૂ. ૧૦૦નો જ સવાલ છે ને!" પરંતુ તેમના માનસપટ ઉપર તો "બનાવટ"નું ભૂત સવાર થયું હતું. તેઓ આજદિન સુધી તે ઘટના ભૂલ્યા નથી.

દુઃખદાયક બનેલી ઘટનાઓનું સતત ચિંતન અને મનન માનવીના માનસપટ ઉપર નકારાત્મક ઊર્જા પેદા કરે છે અને તેમાંથી જ ટેન્શન ઉદ્ભવે છે, જે આખા જીવનને અશાંતિમય બનાવી દે છે.

આવી નાની-નાની ઘટનાઓનું સતત સ્મરણ કરતાં તેમના શરીરમાં ડાયાબિટીસનો રોગ દાખલ થઈ ગયો. આટલા વર્ષો પછી પણ તેઓ પેલા છાપાવાળાને યાદ કર્યે જ રાખે છે, "સાલો, મારી સાથે પણ બનાવટ કરી ગયો, તેણે મને સીધું અને સાચું જ કહ્યું હોત તો હું તેના દીકરાની બધી ફી ભરી દેત." મેં તેમને આધ્યાત્મિકભાવથી સમજાવવા પ્રયત્ન કર્યો, "અરે, યાર આ બધું ભૂલી જાવ, એમ સમજી લો ને કે તે ગયા જનમમાં તમારી પાસે માગતો હશે એટલે હિસાબ પૂરો થઈ

ગયો." તેમણે મને આક્રમક વાણીમાં સંભળાવી દીધું, "તમે મને જીવનની કોઈ ફિલોસોફી સમજાવશો નહીં, જેમના લમણે આવી ઉપાધિ આવી નથી હોતી તે લોકો જ આવા ઉપદેશ આપે છે, તેના પૈસા મારા ત્યાં જમા મૂકીને કેમ ના ગયો ? આવતા જનમમાં હું તેનો હિસાબ સરભર કરી દેત, નીચના પેટનો સાલો."

હવે તમે સૌ વાચકો વિચારો, **જે વ્યક્તિ રૂ. સો જેટલી રકમ પણ માફ કરવા તૈયાર નથી, તેવા લોકો તો મોટો આર્થિક ફટકો કે લાગણીના સેતુથી જોડાયેલો આઘાત કઈ રીતે સહન કરી શકે ?**

વિસામો

"માફ કરી દો અને માંડી વાળો, ભૂલી જાઓ અને આગળ વધો"ના તત્ત્વજ્ઞાનને સમજનારા જ સુખી રહેવાના અને અતિલાગણીશીલ, નકારાત્મક અને દુ:ખદ ઘટનાઓને વારંવાર યાદ કરીને વેરની વસુલાત કરનારાઓની જિંદગીમાં તો શાંતિનો પડછાયો પણ ક્યાંથી દેખાય ? **જેના જીવનમાં જતું કરવાની ભાવના, ભૂલી જવાની સમજ, માફ કરી દેવાની દષ્ટિ અને માંડવાળ કરવાની હિંમત ના હોય તેમને તો નહીં ગમતા મહેમાન "ટેન્શન"નું સ્વાગત કરવાની તૈયારી રાખવી જ પડે છે.**

ખુમારી હોય ત્યાં જ સ્વમાન હોય અને જ્યાં સ્વમાન અને ખુમારી હોય ત્યાં જ પરાક્રમ હોય. પરાક્રમ હોય ત્યાંથી ટેન્શન ભાગે.

(૨૯) વિજયનો પાયો ખુમારી : વાંચો

જે વ્યક્તિના જીવનમાં ખુમારી ના હોય તે વ્યક્તિ તો જીવતું જાગતું હળતું-ફળતું મડદું છે. જે વ્યક્તિની આંખોમાં અમી, દિલમાં દયા, હૈયામાં ખુમારી, મધુર વાણીથી શોભતી જીભ અને દાનથી શોભતા હાથ હોય, તેમનું તો ખુદ ઈશ્વર રક્ષણ કરે છે.

આખા સંસારમાં ફરી વળો. ખુમારી વિનાનો માણસ અતિવિકટ સંજોગોમાંથી સફળતાપૂર્વક વિજયી થઈ તેના ધ્યેયને પ્રાપ્ત કર્યું હોય, તેવા એકાદ મહાપુરુષનું નામ તો બતાવો...!

હારની બાજુને જીતમાં પલટનાર કોઈ તત્ત્વ હોય, બધું ખેદાન-મેદાન થઈ ગયા પછી પણ સફળતાના શિખર પ્રાપ્ત કર્યા હોય તો તે છે માત્ર "ખુમારી ને ખુમારી." ખુમારી હોય ત્યાં હતાશા, નિરાશા અને કાયરતા હોય જ નહીં. ખુમારી તો આ બધાંની દુશ્મન છે. ખુમારી જ્યાં હાજર હોય ત્યાં, ખંત અને ખ્વાહીશ હોય જ અને આ બંને જ્યાં હોય ત્યાં ક્યારેય નિષ્ફળતા હોય જ નહીં. ખુમારી હોય ત્યાં હતાશા, નિરાશા અને નિષ્ફળતાની ખુવારી થાય જ. **જીવનમાં ઘણું બધું બરબાદ થઈ ગયા પછી પણ અંતઃકરણના એક ખૂણામાં ખુમારી અકબંધ જાળવી રાખજો**. માત્ર તમારી પાસે ખુમારી જ બ્રહ્માસ્ત્ર તરીકે હશે તો તમે પરત મેળવી શકશો અને તમારામાં ખુમારી નહીં હોય તો તમારી પાસે ગમે તેટલી સમૃદ્ધિ અને સત્તા હશે તો પણ તમારો તમામ ક્ષેત્રમાં કારમો પરાજય થવાનો. અરે, તે જ સમૃદ્ધિ અને સત્તા તમારો ભોગ લેશે.

એક વખત ક્ષત્રિય તેજથી શોભતું મુખારવિંદ અને ખુમારી ભરેલી આંખોવાળા વૃદ્ધ રાજપૂત મહાશય લંડન જતી વખતે વિમાનમાં મારી આગળની સીટમાં બેઠા હતા. તેમની પાઘડી અને મૂછો ઉપરથી લાગતું હતું કે આ દાદા ગુજરાતી રાજપૂત લાગે છે. પ્રારંભિક વાતચીત અને ઓળખાણ થયા પછી તેમણે મને ધડાક દઈને કહ્યું, **"લંડનના હિથ્રો એરપોર્ટ ઉપર મને બૂટની પોલિશ કરતો ધોળિયો શોધી આપજો,** મારે તે ધોળિયા મોચી પાસે બૂટની પોલિશ કરાવવી છે, હું તો લંડન પહેલી વખત જાઉં છું અને મને અંગ્રેજી પણ બોલતાં આવડતું નથી." હું વચ્ચે બોલ્યો, "બાપુ, લંડનમાં આવી બૂટ-પોલિશ ના કરાવાય, બહુ મોંઘું પડે. બાપુ, તમને ખબર છે કે આ અંગ્રેજ લોકોનો એક પાઉન્ડ એટલે આપણા સો રૂપિયા થાય." બાપુ લાલ આંખો કરી મૂછ ઉપર હાથ ફેરવતાં તાડૂક્યા, "લેખક મહાશય, ગણિતનાં ઊંઠાં મને ના ભણાવો, મોંઘા-સોંઘાની વાત મને ના સમજાવો. બસ, મારા બૂટની પોલિશ આ અંગ્રેજ ધોળિયા પાસે જ કરાવવી છે." આ રાજપૂત બાપુનો મિજાજ જોઈ મને થયું કે હું આમને કયા ઉપાયથી સમજાવું.

આથી મેં તેમના અંતઃકરણમાં ઊતરવા પ્રયત્ન કર્યો, "બાપુ, આ તમારા બૂટની પોલિશ અમદાવાદ જ કરાવી લીધી હોત તો, ઉતાવળમાં ભૂલી ગયા કે શું ? અહીંયાં તો બહુ મોંઘું પડશે." તેઓ એકદમ જોશીલી વાણીમાં બોલ્યા, "મને વાણિયો ના બનાવશો પટેલ, મને અસલ ક્ષત્રિય રહેવા દો, મારે અહીં જ ધોળિયા અંગ્રેજ પાસે મારા બૂટની પોલિશ કરાવવી છે, પૈસા વધારે થશે તેની કથા ગાશો નહીં. બસ, મને માત્ર અંગ્રેજ બૂટ-પોલિશવાળો શોધી આપો. હું અમદાવાદમાં બૂટ-પોલિશ કરાવવાનું ભૂલી નથી ગયો. મારે જાણી જોઈને આ અંગ્રેજ પાસે મારા બૂટની પોલિશ કરાવવી છે." તેમની ખુમારીથી ભરેલી વાણી હું એક તરફી સાંભળતો હતો, છતાં મારાથી બોલાઈ ગયું, "બાપુ તો પછી આમ કરવાનું કારણ શું ?" તરત જ તેઓ તાડૂક્યા, "આ અંગ્રેજો આપણી પાસે બસો વર્ષ સુધી તેમની હજામત કરાવી ગયા છે. આપણને ચારેય બાજુથી લૂંટી લીધા. આપણને અંદરોઅંદર લડાવી બરબાદ કરી નાખ્યા. આજે એક અંગ્રેજને મારા બૂટની પોલિશ કરતાં જોઈ, મારું સ્વમાન, મારી ખુમારી અને મોડે-મોડે પણ કંઈક હિસાબ સરભર કરવાનો આનંદ થશે." બાપુને સમજાવવાની મારી તમામ તરકીબો નિષ્ફળ જઈ રહી હતી એટલે મેં તેમને સમજાવવાનું ટાળ્યું અને લંડન આવે ત્યાં સુધી શાંત રહેવાનું મુનાસિબ માન્યું.

લંડન આવતાં વિમાનમાંથી નીચે ઊતરી હિથ્રો એરપોર્ટ જોઈને તેઓ આભા થઈ ગયા. આમતેમ નજર નાખતાં બોલ્યા, "અહીં સાલો બૂટ-પોલિશવાળો તો ક્યાંથી મળશે. આ દેશનો જલસો તો જુઓ, હશે ત્યારે જય માતાજી." કહી પગ પછાડતા તેમના દીકરાની સાથે મોટરકારમાં બેસી ગયા, ત્યાં સુધી તો હિથ્રો એરપોર્ટનો જલવો તેમના મુખારવિંદ ઉપર છવાઈને જાણે બોલી રહ્યો હતો, "સાલા, આ લોકો તો આપણાથી સો વર્ષ આગળ છે. આપણે તેમની સામે ના પડાય પણ તેમના જેવા તો થવાય ને...!"

આખા સંસારમાં મડદાને પણ જીવતું કરે તેવું કોઈ તત્ત્વ હોય તો તે છે ખુમારી. ખુમારી હોય ત્યાં ખુવારી આવે જ ક્યાંથી? અને

જ્યાં ખુવારી હોય ત્યાં જ ટેન્શન હોય.

(વિસામો)

ખુમારી : સ્વાભિમાન, સ્વાધીનતા અને સ્વાવલંબન આપે છે, પરંતુ ખુમારી વિનાનો માનવી, રાજ્ય કે રાષ્ટ્ર, જ્ઞાતિ કે જાતિ હોય, તેઓ હંમેશાં પરાધીન, પરાજય અને પતન પામે છે.

> પ્રસન્નતા દુનિયાની સૌથી સસ્તી અને સૌથી મોંઘી ચીજ છે, જે ભાગ્યશાળી માટે સસ્તી છે, પરંતુ અભાગિયા માટે મોંઘી છે.

(૩૦) દિલદાર દિલ તો ખજાનો : વાંચો

આપણાં જ સગાં-સંબંધી, મિત્રવર્ગ અને આસપાસના વર્તુળના લોકોમાં બારીકાઈથી નજર નાખશો તો તમને સમજાશે કે તે લોકોમાં અહમના કારણે જ ઝઘડા થતા હોય છે કે **તે લોકો પોતે કાંઈ નથી તેને જોરશોરથી બતાવવા પ્રયત્ન કરે છે અને પોતે સાચા અર્થમાં જે કાંઈ છે તેને સંતાડવા પ્રયત્નો કરે છે.** બીજાઓ ઉપર છવાઈ જવાની લાલસા ગણો કે તેમની ઘેલછા ગણો, પરંતુ આ મહારોગ માનવજાતની ઉત્પત્તિ જેટલો જૂનો છે, પરંતુ તે રોગ દિન-પ્રતિદિન વિકરાળ સ્વરૂપ ધારણ કરી રહ્યો છે. પોતે જેવા નથી તેને બનાવટી સુંદર ઓપ આપવાથી કદાચ તેમને હંગામી થોડોક લાભ થતો હશે, પરંતુ આ બનાવટી ઓપ પૂરો થતાં જ તેમનું અસલી સ્વરૂપ બહાર આવે છે, જે તેમને અનેકગણું નુકસાન કરે છે.

માનવીએ બનાવટથી રચેલી માયાજાળને સાચવવા તેને અવનવા કીમિયા રચવા પડે છે અને તેમાં તે ધીમે-ધીમે ઊંડો ઊતરતો જાય છે, તેમાંથી પણ બહાર નીકળવા તે ચિત્ર-વિચિત્ર કીમિયા અપનાવતો જાય છે, જેના કારણે તેમના જીવનમાં સુષુપ્ત ટેન્શન જન્મે છે અને આ ટેન્શન જેમ-જેમ મોટું થતું જાય છે તેમ-તેમ માનવી પોતે ઊંડી ખાઈમાં ઊતરતો જાય છે. જેથી તેના શરીરમાં અવનવા રોગો અડિંગો જમાવતાં તેનું જીવન ધૂળ-ધાણી થઈ જાય છે.

પાખંડ અને આડંબર જ માનવીને સફળતાના શિખરેથી દુ:ખની

ખીણમાં ફેંકી દે છે. **તમે હૈયાની હાશ ઈચ્છતા હો તો તમે જેવા છો તેવું જ વર્તન કરો અને તમે તમારા માટે સામેની વ્યક્તિ પાસે જેવા વર્તનની અપેક્ષા રાખો છો તેવા વર્તનની સૌપ્રથમ શરૂઆત તમે કરો.**

એક વખત મહાત્મા ગાંધીએ જાહેરમાં કહ્યું હતું કે, "ભાઈ હું તો સાફ-સાફ બોલનારો છું. મારા હૈયામાં છે તેવું જ મારા હોઠો ઉપર છે અને જેવું હોઠો ઉપર છે તેવું જ મારા વર્તનમાં છે." **માનવીના જીવન-અંતરંગમાં રાખેલા ભેદ જ માનવીને નીચો પાડે છે.**

એક વખત માનવ-કલ્યાણ અર્થે આશ્રમની સ્થાપના કરવા માટે અમે એક દાદા પાસે દાન લેવા ગયા. વાત એવી હતી કે દાદાનો દીકરો અમેરિકામાં ઘણાં વર્ષથી સ્થાયી થયો હોવાથી ઘણો જ ધનવાન બન્યો હતો.

દાદા દિલાવર અને દાનવીર હતા તેવી વાત અમે સાંભળી હતી. અમે જ્યારે શહેરમાંથી ગામડામાં દાન લેવા દાદાના ઘરે પહોંચ્યા ત્યારે દાદા તેમના પૌત્રને રમાડતા હતા અને તેના ફાટી ગયેલા પતંગને ગુંદરપટ્ટીથી સાંધતા હતા. આ દૃશ્ય જોઈ અમને સૌને આશ્ચર્ય થયું કે આ ભૂખડી બારસ શું દાન આપશે! આપણે ખોટી જગ્યાએ આવી ગયા છીએ, છતાં હવે આવ્યા જ છીએ તો વાત તો મૂકીએ. દાદાએ અમારા માટે ગામડાના રીતરિવાજ પ્રમાણે ચા-પાણીથી સ્વાગત કર્યું, પછી શાંત સ્વરે ધીરેથી બોલ્યા, "આટલા બધા મોટા માણસો મારા આંગણે પધાર્યા છો, તે મારું અહોભાગ્ય છે. હું તમારી શી સેવા કરી શકું?" અમે બધા એકબીજા સામું જોવા લાગ્યા, પરંતુ અમારા બધાંની નજર તો દાદાના હાથમાંના ફાટેલા પતંગ ઉપરથી દૂર જતી નહોતી. આમ છતાં અમે હિંમત રાખીને અમારી પારાયણ-કથા ગાઈ સંભળાવી. તે પ્રભાવિત થયા અને બોખા મોંથી હસીને બોલ્યા, **"મંદિરોમાં પથ્થરોનાં પૂતળાં ઊભાં કર્યા સિવાય તમે જીવતા માનવી માટે આવું કામ કરો છો, તે જાણી મને ઘણો જ આનંદ થયો, તમારે જે રકમ લખવી હોય તે લખો."** દાદા તો બોલીને શાંત થઈ ગયા, પરંતુ અમે ઉઘરાણાંવાળા એકબીજા સામું જોઈને ખાનગી સંકેતો કરવા લાગ્યા, પરંતુ અમારા ચહેરા ચાડી ખાતા હતા કે આ ડોસાને દાન માટે કેટલી રકમ કહેવી? **જે દાદા**

તેમના પૌત્રને પાંચ રૂપિયાનો નવો પતંગ નથી લઈ આપતા તે આપણને પાંચ હજાર રૂપિયા આપશે? અમારી મૌનની વેદના અનુભવી દાનવીર દાદા સમજી ગયા હોય તેમ પતંગને ગુંદરપટ્ટી લગાવી પૌત્રના હાથમાં પધરાવી દઈ બોલ્યા, "જા... હવે બહાર આંગણામાં જઈ પતંગ ઉડાડ, આ મહેમાનો સાથે થોડા હખદખની વાત કરવા દે." પૌત્રને ફોસલાવી રવાના કરી દાદા ફરીથી બોલ્યા, "તમે આ માનવતાનો ઉપાડો તો બહુ મોટો ઉપાડ્યો છે પણ તમારી ભાવના બહુ ભલી છે એટલે એક-એક કાંકરે આખી દિવાલ બંધાઈ જશે, મારા પાંચ આંકડા લખો." અમે વધારે ભણેલા આ દાદાનું હૃદય ના સમજી શક્યા. દાદા ફરીથી અમારા બધાંનો મનોભાવ સમજી ગયા એટલે તેમણે ચોખવટથી અમારો ભાર ઓછો કર્યો, "ભઈલા, પાંચ આંકડા એટલે પાંચ લાખ રૂપિયા. અત્યારે જ તમે લેતા જાઓ." અમારા સૌના અચરજ સાથે દાદા ઘરમાં જઈ જલદીથી પરત આવી અમારી આગળ પાંચ લાખનો દલ્લો મૂકી બોલ્યા, "આમ તો તમે બધા ભલા માણસો તો છો, પરંતુ એટલું કહું છું કે **આ ધનનો વહીવટ ભગવાનને માથે રાખીને કરજો, મારે પહોંચ પણ નથી જોઈતી કે તકતી ઉપર નામ પણ નથી જોઈતું, આ કલિયુગ છે એટલે કહું છું કે ભગવાન માથે રાખીને બધો વહીવટ કરજો,** પછી તો તમે જાણો અને ઉપરવાળો જાણે, મારા જેણકુરા (પૌત્ર) પાસે જઉં ક્યાંક પતંગ ઉડાડવાની લાયમાં ક્યાંક પડી જશે... હરિઓમ." કહી દાદા ઊભા થઈ તેમના પૌત્ર પાસે જતા હતા, પરંતુ મારે તેમનો ઈન્ટરવ્યૂ લેવો હતો. તેમણે ઈન્ટરવ્યૂ આપવાની ના પાડી અને એટલું બોલ્યા, "આપણે બધાંએ ઘણી વાતો કરી તેમાં મારો ઈન્ટરવ્યૂ આવી ગયો." છતાં મારું મન માન્યું નહીં એટલે મેં ઊભાં-ઊભાં જ દાદાને સહજ ભાવથી પૂછ્યું, "દાદા, તમારામાં સહજતા, સજ્જનતા, સમજણ, સદાચાર, સાદગી અને સમૃદ્ધિનો સમન્વય કઈ રીતે થયો ?" દાંત વિનાના મોંને કુદરતી હાસ્યથી ભરી દેતાં દાદા બોલ્યા, "મને ભારેખમ શબ્દોમાં કાંઈ ખબર ના પડે, હું તો રહ્યો ગામડિયો. ભઈલા, **એટલું જરૂર કહું છું કે તમે જેવા છો તેવા જ વર્તન**

અને વાણીમાં દેખાજો, સાદગીથી જીવન જીવજો, લોકોની નિંદા અને વણજોઈતી ટીકા કરવાથી દૂર રહેજો, માત્ર તમે તમારું જ સંભાળજો, ઈશ્વરથી ડરજો, દુઃખીયારાના દુઃખમાં સહાયરૂપ થજો અને પ્રભુનું ભજન સાચા હૃદયથી કરજો... જય શ્રીકૃષ્ણ... આવજો... બધા." દાદા ઉતાવળા પગે તેમના જેણકુરા પાસે જતા રહ્યા. અમને બધાંને થયું કે આ કલિયુગમાં મહાન સંત, સેવક, સજ્જન અને સમૃદ્ધિ એકસાથે જેની પાસે છે તેવા ઋષિનાં દર્શન થયાં.

દિલ અને દિમાગનો અતિભાર જ એક નાની ચિનગારી બનીને શરીરમાં રોગનો દાવાનળ બનીને બહાર આવે છે.

(૩૧) કાતિલ દિમાગ એટલે શેતાનનું ઘર : વાંચો

આ ઘટનાથી તદ્દન વિરુદ્ધ પ્રકારનો અનુભવ અમને થયો. આ આશ્રમ માટે જ અમારે દાન એકઠું કરવાનું હતું. વાત એવી બની કે એક ધનવાને તેમના દીકરાના લગ્ન અને સત્કાર સમારંભમાં લાખો રૂપિયાનો ખર્ચ કર્યો હતો, તે હતા તો ધનવાન પણ દિલદાર નહોતા. **ધનવાન દિલદાર હોય તો જ દાનવીર થઈ શકે**. આ ભાઈશ્રી ધનવાન હતા તેનાથી પણ વિશેષ તો તે પાખંડી, આડંબરી અને અહમી હતા. અમે બધા તેમના બંગલે પહોંચ્યા પછી ઢાપલા અને ગરજવાન થઈને નરમાશથી કહ્યું, "શેઠ, લગ્નનો થાક ઊતરતાં તો વખત લાગશે, પરંતુ તમે એકલા બધે પહોંચી વળો તેમ છો એટલે વાંધો ના આવે, નહિતર લગ્નનું આવડું મોટું આયોજન અને જંગી ખર્ચ કરવાનું ગજું બીજાનું નહીં હોં." અમારી ચાપલૂસી ઉપર ગર્વ લેતાં હસ્યા અને દંભી વાણીમાં બોલ્યા, "ભાઈઓ, આવડું મોટું આયોજન અને જંગી ખર્ચ કરવાનું બીજા કોઈનું કામ પણ નહીં, બીજો હોય તો થાકી જાય થાકી... મેં એકલાએ એકલા હાથે આ પ્રસંગ કર્યો છે." ઔપચારિક વાતો પત્યા પછી અમે ઠાવકાઈથી કહ્યું, "મહાશય, આપશ્રી સાથે લગ્ન પહેલાં જે બાબત માટે દાનની વાત થઈ હતી તે આશ્રમની માનવ-કલ્યાણની પ્રવૃત્તિઓ માટે દાન લેવા આવ્યા છીએ." તે તો હડકાયા

કૂતરાની જેમ અમારી ઉપર ઘૂરકિયાં કરવા લાગ્યા, "સવાર-સવારમાં શું ટપકી પડ્યા છો, તમારે થોડો તો ખ્યાલ રાખવો જોઈએ કે હમણાં જ લગ્નમાં આટલો બધો ખર્ચ કર્યો છે ને, તમારે મારી પાસે દાન માગવા આવતાં પહેલાં શરમાવવું જોઈએ પછી કોઈક વખત આવજો, જોઈશું પછીથી, લો ઊભા થાઓ, આવજો હાં કે, **મારે ઘણાં કામ છે. હું કાંઈ નવરી બારશ નથી કે આ... ટપકી પડ્યા.**" અમારી મંડળી અપમાનિત થઈ તેમના બંગલાની બહાર આવ્યા તો ત્યાં તો, ઢોલીવાળો, ફૂલવાળો, રસોઈયો, મૂવીવાળો અને ડેકોરેશનવાળા તેમના બંગલાના આંગણામાં અડિંગો જમાવીને બેઠા હતા. ઘણા જૂઠા વાયદા કર્યા પછી પણ આ પાખંડી અને અહમી ધનવાન તેમના હકનાં નાણાં ચૂકવતો નહોતો. તે પોતે સાચા અર્થમાં ધનવાન નહોતા પરંતુ લોકો ઉપર છવાઈ જવા માટે પોતાની ઓકાત બહારનો ઠઠારો કરતા હતા. ધીમે-ધીમે તે દેવાના ડુંગર નીચે કચડાતા ગયા. **દેવાદાર માણસનો સ્વભાવ હંમેશાં ચીડિયો થઈ જાય**. આ માયાવી ધનવાનનો ફુગ્ગો ફૂટી ગયો. લેણદારોનો હલ્લાબોલ થયો. દિલદાર દાનવીર અને ધનવાન ક્યારેય પાખંડી અને અહમી ના હોય, **પાખંડી અને આડંબરી હંમેશાં ખોટો અને જૂઠો જ હોય**.

અમારા આશ્રમની માનવ-પ્રવૃત્તિઓ માટે દાન તો ના મળ્યું પણ અતિશય માનસિક તણાવના કારણે તેમનું બ્લડપ્રેશર વધી જતાં બ્રેઈન હેમરેજ થઈ ગયું. કોમામાં સરી પડ્યા. કોમામાં સરી પડેલી વ્યક્તિ ભલે તંદ્રા અવસ્થામાં લાંબુ જીવે તો પણ તે પરિવાર માટે લાંબા ગાળે બોજારૂપ બની જતો હોય છે. છેવટે તેઓ ગુજરી ગયા તે પછી તેમનો પરિવાર આર્થિક, સામાજિક અને માનસિક રીતે સંપૂર્ણ પાયમાલ થઈ ગયો.

હું તો દરેકને બે હાથ જોડી વારંવાર કહું છું, દાન પછી કરજો પણ તમારી પાસે જે માગતો હોય તેને પહેલાં નાણાં ચૂકવી દેજો. તમારા પરિવાર માટે આર્થિક દીવાલનો પાયો મજબૂત કર્યા પછી જ દાન કરજો, તમારી હાજરીથી જો કોઈનો જીવ બચી જતો હોય તો ત્યાં તમે વહેલા પહોંચી જજો અને તમારી હાજરીથી કોઈનો જીવ જોખમમાં

મુકાય તેમ હોય તો ત્યાંથી સૌપ્રથમ રવાના થઈ જજો.

આ સંસારમાં અજ્ઞાનતા, અભાવ, અતૃપ્તિ, અપ્રાપ્તિ, કમજોરી, કાયરતા અને ઓછી સમજણ જ બધા ટેન્શનનું કારણ છે.

તમારી પાસે હોય તે ભલે બધું જતું રહે તો પણ તમે "સમજણ, હિંમત, આશા અને અધ્યાત્મ" તો અકબંધ જાળવી રાખશો તો તમે જે ગુમાવ્યું હશે તેનાથી અનેકગણું પરત મેળવી શકશો. આમ છતાં **તમારે શાંતિથી જીવવું હોય તો મૃદુ સ્વભાવ અને હસતો ચહેરો રાખજો તો દુશ્મન પણ તમારો દોસ્ત બની જશે અને તમારી વાણી, વર્તન અને પ્રકૃતિ દુર્યોધન, રાવણ અને કંસ જેવી રાખશો તો ખાસ મિત્રો પણ તમારા દુશ્મન બની જશે**. માનવીનો સ્વભાવ જ તેની અપેક્ષાઓને પ્રસ્તુત કરે છે. **આટલું યાદ રાખજો :** માનવીની પ્રગતિ અને પતનના મુખ્ય કારણમાં તેનો સ્વભાવ જ હોય છે.

આ સંસારમાં તમારે ટેન્શન ફ્રી, ચિંતામુક્ત અને શાંતિથી જીવવું હોય તો કોઈને પણ દગો દેવાથી કે વિશ્વાસઘાત કરવાથી દૂર રહેજો અને તમને પણ કોઈ દગો કે વિશ્વાસઘાત કરી ના જાય તેના માટે ચતુર અને ચાલાક બનજો. **કીમિયાગર, પ્રપંચી અને મહત્ત્વાકાંક્ષી તથા લાલચુ હંમેશાં ટૂંકા રસ્તેથી જ તેમની મંજિલ સુધી પહોંચવા પ્રયત્ન કરે છે**. સજ્જનોનો ખાતમો બોલાવીને જ આવા નીચ અને નાલાયકો તેમની મંજિલ સુધી પહોંચવાનું ધ્યેય નક્કી કરે છે. ટૂંકા અને ખોટા રસ્તેથી મંજિલ સુધી પહોંચવાની તેમની લાલસા જ તેમનો ભોગ લે છે, પરંતુ ત્યાં સુધીમાં તો આવા દુષ્ટ લોકો કેટલાય સજ્જનોનો ખાતમો બોલાવી ચૂક્યા હોય છે.

અતિભલા, અતિભાવુક અને અતિવિશ્વાસુનો કાતિલો સદીઓથી ભોગ લેતા આવ્યા છે. આ કળિયુગમાં માનવીના અંતઃકરણમાં રહેલો "માંહ્યલો" વિકૃત થઈ રહ્યો છે, આવી વિકૃતિ અને પ્રકૃતિ ભલા અને સજ્જનોને ગળી ના જાય તે માટે અતિ સાવધાન, ચાલાક, ચબરાક અને ચતુર બનવાની જરૂર છે.

માનવી સહજતા, સજ્જનતા, સમજણ અને કુદરતથી જેટલો દૂર

તો જાય છે તેટલો જ તે પતન તરફ વધુ ને વધુ ધકેલાતો જાય છે.

સહજતા, સાદગી, સમજણ અને વર્તમાન સાથે તાલમેલ નહીં સાધનારા તથા કુદરતના આધિપત્યને નહીં સ્વીકારનારના જીવનમાં ચિંતા, ટેન્શન અને ઝઘડા અડિંગા જમાવે છે.

તમે જેવા છો તેવા જ દેખાવા પ્રયત્ન કરજો ભાઈ, તો તમારા જીવનમાં દુઃખ ઓછું આવશે અને ભગવાન તમારી સાથે રહેશે એટલે ટેન્શનનો જરૂર કોઈ ઉપાય પરમેશ્વર શોધી લાવશે જ.

આટલું યાદ રાખજો : માનવીનાં સ્વભાવ અને પ્રકૃતિ જ તેના જીવનની પ્રગતિ અને પતનનું કારણ બને છે. પ્રેમાળ અને મૃદુ સ્વભાવ દુશ્મનને પણ મિત્ર બનાવી શકે છે અને જિદ્દી, તામસી અને કપટી સ્વભાવ તો સારા અને સાચા મિત્રો તથા સગાં-સંબંધીઓને પણ દુશ્મન બનાવે છે.

(૩૨) કાન-ભંભેરણી એટલે કાતિલ ઝેર : વાંચો

આ સંસારમાં ઘણા લોકો એવા છે કે બીજાઓની અંગત જિંદગીમાં વણજોઈતો ચંચૂપાત કરવાથી અપમાન, ચિંતા, ટેન્શન અને ઝઘડાનો ભોગ બને છે. લોકોના અંગત જીવનમાં ચંચૂપાત કરવાથી ગામનો ઝઘડો આપણા ઘરમાં આવે છે, જેના કારણે આપણા પારિવારિક, સામાજિક અને મિત્રતાના સંબંધોમાં કડવાહટ પેદા થાય છે.

કોઈના પણ કજિયા-ટંટામાં આપણને સામેથી વિનંતીપૂર્વક સમાધાન માટે બોલાવવામાં ન આવે ત્યાં સુધી પોતે મોટા-ભાઈ થવા સામેથી જવું નહીં. જે બાબતમાં આપણે ક્યારેય અને ક્યાંય લાગુ પડતું ના હોય તેવા ડખામાં ઉતાવળે કૂદી પડીને આપણે અશાંતિનો ભોગ બનીને મહામૂર્ખ પુરવાર થઈશું. કોઈ પણ વ્યક્તિની અશાંતિ કે દુઃખને દૂર કરવા જતાં આપણા જીવનની શાંતિનો ભોગ લેવાય અને આપણા ટેન્શનમાં વધારો થાય તેવા ગોકળિયા ગાંડા તો ક્યારેય બનવું નહીં.

ઘણા લોકોને એવી આદત હોય છે કે કોઈની પણ સાથે કાંઈ પણ લેવા-દેવા ના હોય તેવા લોકો વિશે પણ ચિત્ર-વિચિત્ર વાતો વહેતી

કરી તેમાંથી ઊભા થતા વિવાદ વંટોળમાંથી મનોરંજન મેળવતા હો છે. એક ગામમાં ભણેલા-ગણેલા છોકરાનું લગ્ન થતું નહોતું. ઘણ છોકરી પક્ષવાળા આવતા, પરંતુ ગામના ગોંદરેથી જ પરત વિદાય થ જતા. છોકરાવાળા સતત ગિન્નાયેલા રહેતા કે આપણા છોકરામાં કો ખામી નથી, છતાં ગામના ગોંદરેથી જ છોકરીવાળા કેમ પરત જતા ર છે! છેવટે છોકરાવાળાઓએ શોધી કાઢ્યું કે ગામના ગોંદરે વડલાન નીચે ઓટલા ઉપર આખો દિવસ અડિંગો જમાવીને ગામ-ગપાટાં મારીન બેસી રહેતા નવરા વૃદ્ધોમાં લાભુકાકા નામનો ડોસો જ આપણ દીકરાની પાછળ પડ્યો છે અને **આપણા ઘરે આવતા મહેમાનોન ગામના ગોંદરે જ રોકી તેમના કાન ભંભેરે છે કે છોકરાને તો વાઈનુ દર્દ છે** અને છોકરો નપુંસક છે એટલે આવા તો કેટલાયે છોકરીવાળ ગામના ગોંદરેથી પાછા વળી જતા. બસ, વાત વણસવા માટે આટલે મસાલો પૂરતો હતો. આખા ગામમાં તે છોકરાનું ઉપનામ બીજ યુવાનોએ **"મધર ઈન્ડિયા"** પાડ્યું હતું. આખા ગામમાં બસ ચોરે-ચૌટે એક જ વાત વહેતી થઈ હતી કે છોકરો તો મધર ઈન્ડિયા છે. મધર ઈન્ડિયાનો માર્મિક અર્થ ગામના લોકો નપુંસક કરતા.

એક દિવસ આ ગપગોળાનો ભાંડો ફૂટ્યો. આ મધર ઈન્ડિય છોકરો તેની ઈન્ડિયન આર્મી લઈને વાતનું વતેસર કરવા પેલ લાભુકાકા ઉપર તૂટી પડ્યો. લાભુકાકા તો લોહીલુહાણ થયા, પરંતુ મધર ઈન્ડિયા અને તેની ઈન્ડિયન આર્મી જેલમાં ગઈ. આ ઘાયલ લાભુકાકાએ તેમના પોલીસ નિવેદનમાં એવું લખાવ્યું કે મારી યુવાન દીકરી બધી જ રીતે સારી હતી, પરંતુ તેનું સગપણ સારી જગ્યાએ ન થાય તે હેતુથી આ મધર ઈન્ડિયાના બાપે એવી હવા આખા સમાજમાં ફેલાવી હતી કે મારી દીકરી તો આંખે "માલી" છે, આવું કરવા પાછળ તેનો મેલો આશય તે હતો કે મારી દીકરીને તેના કોઈ સગાના દીકરા સાથે વેવિશાળ કરાવવા માગતો હતો, વાસ્તવમાં તો તે છોકરો જ મધર ઈન્ડિયા હતો.

આખા ગામમાં ચોરે-ચૌટે સૌના મોઢે એક જ વાત ચર્ચાતી હતી

કે બિચારી છોકરી તો કાચની પૂતળી જેવી છે, પરંતુ એક આંખે "માલી" છે. છોકરાવાળા જ્યારે લાભુકાકાની છોકરીને જોવા આવતા ત્યારે તેની આંખો સામે જ જોઈ રહેતા તેથી તે છોકરી ચિડાઈ જતી અને જોરશોરથી બૂમબરાડા પાડતી, "હું માલી નથી, જેમને મને માલી તરીકે વગોવી છે તેમનું નખ્ખોદ જશે." **નાસીપાસ અને નિષ્ફળ ગયેલી વ્યક્તિ હંમેશાં જલદીથી ઉશ્કેરાઈ જાય છે.**

આ છોકરી આખો દિવસ અરીસામાં કેટલીયે વાર તેની આંખો જોયા કરતી અને મનોમન બોલતી, "આમ તો મારી એકેય આંખ માલી તો નથી પણ ડાબી આંખ સહેજ એવી લાગે છે ખરી." આમ તે તેની ડાબી આંખ એક બાજુ સ્થિર રાખીને અરીસામાં વારંવાર જોયા કરતી, તેના કારણે તેની ડાબી આંખે સહેજ સોજો આવતો અને આંખ લાલ રહેતી. તેના કારણે તેને એક માલા છોકરા સાથે અનિચ્છાએ પરણવું પડ્યું. આ વણનોતરી ઉપાધિમાં માલી અને મધર ઈન્ડિયાનો પરિવાર પાયમાલ થઈ ગયા.

તમે આટલું જરૂર યાદ રાખજો : માનવી બધું ભૂલી જશે, ઘણું બધું માફ કરી દેશે, પરંતુ તેના ચારિત્ર્ય અને ઈજ્જત ઉપર ડાઘ લગાડનારને જીવનપર્યંત માફ નથી કરતો. બીજાઓના જીવનમાં વણજોઈતો ચંચૂપાત આપણા જીવનમાં ઉપાધિઓનું વાવાઝોડું લાવે છે. બીજાઓના જીવનમાં વણજોઈતો ચંચૂપાત આપણા જીવનમાં ચિંતા, ટેન્શન અને અશાંતિનું વાવેતર કરે છે, તે વાવેતરની ઊપજ કેવી હોય?

વ્યસન, વ્યભિચાર, વિકૃતિ અને વાસના સગાં ભાઈ-બહેન છે, જ્યાં એક હોય ત્યાં બધાં જ હોય અને આ બધાં હોય ત્યાં ટેન્શન હોય જ.

(૩૩) વિશ્વાસ એ જ મૂડી : વાંચો

આ સંસારમાં વિશ્વાસુ અને વિશ્વાસપાત્ર બનવું અઘરું છે. તમે કોઈનો વિશ્વાસ ના કરો તેમાં તમને માનસિક ભય જ હોય છે. તમારા ઉપર મૂકેલા વિશ્વાસનો વિશ્વાસઘાત ક્યારેય કરતા નહીં.

વિશ્વાસઘાતનું પરિણામ પણ ખતરનાક અને વિશ્વાસઘાતથી જ થાય છે. જે માનવી ઉપર બીજા લોકો સમૂહમાં વિશ્વાસ રાખે છે ત્યારે તે વ્યક્તિ આદરણીય અને વિશ્વાસપાત્ર બને છે અને ત્યારે જ તેની સજ્જનતા દીપી ઉઠે છે.

વિશ્વાસપાત્ર વ્યક્તિના જીવનમાં ચિંતા, ઉદ્વેગ અને ટેન્શન પ્રવેશી શકતાં નથી, પરંતુ તે હકીકત તેટલી જ સાચી છે કે તમે બીજાઓના અંતઃકરણને ચકાસ્યા સિવાય વિશ્વાસ મૂકો છો ત્યારે તમને ભરપાઈ ના થઈ શકે તેટલું નુકસાન થાય છે.

અજાણ્યા માણસ, એકદમ સસ્તો માલ આપવા આવેલો કીમિયાગર અને સરકારી અધિકારી ઉપર એકદમ આંધળો વિશ્વાસ મૂકી દેનાર બુદ્ધુના જીવનમાં વણનોતરી ઉપાધિઓનો ઢગલો થાય છે, જે તેમની આખી જિંદગી બરબાદ કરી નાખે છે.

અતિશય ભોળપણ અને અતિનમ્રતા સજ્જન માટે નબળાઈ પુરવાર થાય છે અને આવા અતિભલા લોકો જ કીમિયાગર અને કાતિલ બુદ્ધિવાળાઓનો જલદીથી ભોગ બને છે.

સંપ વધારો, સંબંધ સુધારો, સમજણ અપનાવો, સમય વધાવો, મન મજબૂત બનાવો, ટેન્શન ભગાડો.

(૩૪) ભડવીરતા જ આપત્તિનો દુશ્મન : વાંચો

આવા જ ભોળપણ, અતિનમ્રતા અને અતિવિશ્વાસનો ભોગ મારું જ પરિવાર ૧૯૬૪ની ૨૪ માર્ચને મંગળવારના રોજ બપોરે બાર વાગ્યે બન્યું. હકીકત એવી હતી કે અમારા "રામપુરા" ગામના પાદરે અમારા જ ખેતરમાં અમારા પરિવારે ઘણું જ સાહસ કરીને પાવરલુમ્સની એક નાની ફેક્ટરીની સ્થાપના કરી હતી. તે વખતે મારી ઉંમર લગભગ બાર વર્ષની હતી અને હું ધોરણ પાંચમામાં ભણતો હતો. આ જ દિવસે એક્સાઈઝ ઈન્સ્પેક્ટરે રેડ પાડીને કહ્યું કે તમારી ફેક્ટરી એક્સાઈઝ ભરવાને પાત્ર થાય છે છતાં તમે એક્સાઈઝ ભરતા કેમ નથી? તેમણે એક પછી એક ચોપડા મંગાવીને ખેતરમાં લીંબડી નીચે જ બેસીને જોવા માંડ્યા.

મારા બાપુજી હિંમતવાળા અને દૂરંદેશી હતા. તેમણે એક્સાઈઝ ઈન્સ્પેક્ટરને સમજાવવા પ્રયત્ન કરેલો, "કોઈ પણ જાતની ચોરી કરવાનું અમારા લોહીમાં નથી. અમે કોઈ સરકારી કરની ચોરી કરી જ નથી પરંતુ ચોપડા અને હિસાબો લખવામાં સરકારી ધારાધોરણ પ્રમાણે નહીં લખાયા હોય તેમ બન્યું હશે, કદાચ બધા હિસાબો ભેગા લખાયા હોય તેવું બને." હું પણ તે જગ્યાએ હાજર હતો. **મારી બાળકબુદ્ધિથી આ સરકારી અધિકારીની ભેદ-ભરમવાળી રીતરસમો જોઈ રહ્યો હતો,** કાંઈ પણ વધારે સાંભળવા કે સમજવા તૈયાર નહોતો. એક પછી એક ચોપડા મંગાવીને ઊંડાણથી જોવા લાગ્યો અને જેમ તેને જરૂર જણાય તેમ બીજા ચોપડા મંગાવતો. અમારા પરિવારના એક વડીલને એમ થયું કે, "એક-એક ચોપડા સાહેબને આપવાના બદલે સાહેબને આખો ચોપડા ભરેલો પતરાનો ટંક તેમની આગળ મૂકી દઉં તો તેમને તેમાંથી જે ચોપડો જોવો-તપાસવો હોય તે લઈ લેશે." તેમ સમજી-વિચારીને આખો ચોપડા ભરેલો ટંક (પતરાની મોટી પેટી) તેમણે ઈન્સ્પેક્ટરની આગળ લાવીને મૂકી દીધો અને કહ્યું, "લો સાહેબ, જે ચોપડો જોવો-તપાસવો હોય તે તમારી જાતે જ કાઢી લો." અમારા વડીલના અંતઃકરણનો એવો ભાવ હતો કે અમે ખોટા છીએ જ નહીં પછી અમારે એકેય ચોપડો સંતાડવાની જરૂર શી?

આ સરકારી અધિકારી ઉપર અમે સંપૂર્ણ વિશ્વાસ મૂકી દીધો એટલે તેના હૃદયમાં પડેલી ખારી અને ખરાબ દાનત તેની મીઠી અને લપસણી વાણીમાં બહાર આવી, "કોઈ પણ જાતની ચિંતા કરશો નહીં, અત્યારે હું આ બધા ચોપડા વાંચવા અને ફેંદવા ક્યાં બેસું! એમ કરો ને આવતી કાલે તમે મારી ઓફિસે આવીને આ બધા ચોપડા પરત લઈ જજો. અત્યારે આ ટંકમાં છે તે બધા ચોપડાઓનું પોટલું હું મારી સાથે લઈ જાઉં છું." બસ, આ ઘડી જ અમારા સમગ્ર પરિવાર માટે કાળની ઝાપટ બની ગઈ.

બીજા દિવસે તે સરકારી અધિકારીએ તેની ઓફિસમાં ખૂંધું હસી વિશ્વાસઘાતી વાણીમાં કહ્યું, "તમને દુનિયાની કોઈ તાકાત બચાવી

શકશે નહીં અને તમારે એક લાખ રૂપિયાથી પણ વધારે એક્સાઈઝ અને દંડ ભરવો પડશે." તે વખતે અમારા વિસ્તારમાં માત્ર એક હજાર રૂપિયામાં જ એક વીઘો જમીન મળતી હતી.

કોર્ટ-કચેરીના ધરમ-ધક્કા અને વકીલોનાં ઘર ભરવામાં અમારો પરિવાર આર્થિક રીતે લગભગ પાયમાલ થઈ ગયો. તે વખતે અમારા પરિવારમાં મારાં બા-બાપુજી, દાદી, દશ ભાઈ-બહેન અને મારા બાપુજીના "હનુમાન" તરીકે વફાદારીપૂર્વક આખી જિંદગી મારા ઘરે જ પૂરી કરનાર નામે હરજીકાકા, આ બધાંની ગામડાના અમારા નાના ઘરના એક જ ચૂલા ઉપર રસોઈ થતી. તે વખત મારા બાપુજી ગામના મુખી હતા એટલે ગામના લોકોનો તથા વિશાળ સગા-વહાલાંના અડિંગા તો ખરા જ. આ બધાંનું ભરણપોષણ કઈ રીતે કરવું? માત્ર ખેતીની જ આવકમાંથી અમારા વિશાળ પરિવારનું ભરણપોષણ કરવાનું અને કોર્ટ-કચેરીના ધરમ-ધક્કા તો વધારાના.

શાસ્ત્રકારોએ સાચે જ કહ્યું છે કે હિંમતે મર્દા તો મદદે ખુદા. મહારાણા પ્રતાપ જેવી હિંમત મારા બાપુજીના હૈયામાં ધરબાયેલી હતી. એકતા, સંપ અને હિંમત જ આફતને અવસરમાં પલટી શકે છે. ઘણા જ પ્રયત્નો, પરેશાની તથા પાયમાલી પછી છેક દિલ્હી સુધી કેસ લડી અમે સરકાર સામે અમારો કેસ ૧૯૭૫માં જીત્યા. ત્યાં સુધીમાં તો મારા બાપુજી વૃદ્ધાવસ્થામાં પ્રવેશી ચૂક્યા હતા. અમારા સૌથી મોટાભાઈ શ્રી કાલિદાસભાઈની યુવાની કોર્ટ-કચેરીના ચક્કરમાં જ પીસાઈને રફેદફે થઈ ગઈ હતી અને બાળપણમાં ભણવાના અને મોજ-મજા કરવાના દિવસોમાં મારાથી મોટાભાઈશ્રી બળદેવભાઈએ તેમનો વિદ્યા-અભ્યાસ અધૂરો મૂકી ખેતીકામમાં જોડાઈ જઈને પરિવારને આર્થિક રીતે વધુ બરબાદ થતાં બચાવી લીધો હતો.

આજે અમારો પરિવાર ચારેય દિશાએથી સુખી અને સમૃદ્ધ છે. સરકારી અધિકારી ઉપર મૂકેલો આંધળો વિશ્વાસ જ અમારા પરિવારની પાયમાલીનું નિમિત્ત બન્યો. જે પરિવારમાં સંપ, સમજણ, વફાદારી અને હિંમત, આ ચારેય પાયા મજબૂત હોય તે પરિવારની

ગતિ થાય જ. મારાં માતુશ્રી જ્યારે ૯૭ વર્ષની પાકટ વયે ગુજરી ગયાં ત્યારે તેમની સમીપે અમે છ સગા ભાઈ અને અમારા દરેકના બે-બે દીકરા, કુલ્લ અઢાર દીકરા તેમની મૃત્યુશૈયા પાસે ઊભા હતા. મારા બાપુજીની પોલાદી હિંમતે અને મારાં માતુશ્રીની ગજબની સમજણ અને સહનશક્તિએ "ટેન્શન ઉપર વિજય મેળવી" અમારા પરિવારને ફરીથી ફળ-ફૂલથી મહેકતો સરિતા-ઉદ્યાન બનાવી દીધો.

વિસામો

આખો સંસાર વિશ્વાસ ઉપર જ નભે છે, પરંતુ વિશ્વાસઘાતમાંથી જ આખી દુનિયામાં ખૂન-ખરાબા અને લોહિયાળ યુદ્ધો થયા છે. **વિશ્વાસઘાત કરનારનું પતન પણ વિશ્વાસઘાતથી જ થાય છે. આ સંસારમાં વિશ્વાસઘાતથી મોટું કોઈ પાપ નથી.** વિશ્વાસઘાતીના જીવન ઉપર નજર નાખી જોજો, શરૂઆતનાં વર્ષોમાં તો તે સુખી દેખાશે, પરંતુ તેની પાછલી જિંદગીમાં તો તેને રીબાઈ-રીબાઈને મરવું પડે છે ત્યારે તેનો પડછાયો પણ તેને સાથ આપતો નથી.

આખો સંસાર કુદરતની અગમ્ય ગતિથી ચાલે છે, જેનું સમાધાન મન-બુદ્ધિના તર્કથી ક્યારેય થઈ શકતું નથી. આખી જિંદગી સારાં કર્મો કરનારને પણ દુઃખી થઈને મરતાં આપણે સૌએ જોયા છે અને આખી જિંદગી ખરાબ અને ખોટાં કર્મ કરનારા તંદુરસ્ત જીવન જીવીને સુખ-સમૃદ્ધિ અને શાંતિ સાથે પાકટ ઉંમરે બધાં સુખ ભોગવીને મરે છે. **સારાં કર્મોનું પરિણામ ખરાબ આવે અને ખરાબ અને ખોટાં કર્મોનું પરિણામ સારું આવે તેને કુદરતની અગમ્ય લીલા કહો કે કર્મની અતિગહન ગતિ કહો કે સમય-સંજોગ કહો, કે તે ગતિને જે શબ્દોથી વર્ણવી હોય તેમ વર્ણવો,** પરંતુ આવું આ સંસારમાં બને છે ખરું. આપણાં શાસ્ત્રોનો પણ આ જ એક સારાંશ છે કે જ્યારે કોઈ આધ્યાત્મિક પ્રશ્નનો ઉકેલ જ્ઞાન, ભક્તિ, તત્ત્વજ્ઞાન, અનુભવ, તર્ક કે વિતર્કથી પણ સંતોષકારક મળતો ના હોય ત્યારે, **"પ્રભુ તારી ગતિ આખરે તમે જ જાણો."** આટલું વિચારીને અને સ્વીકારીને પ્રશ્નનું પૂર્ણવિરામ ત્યાં જ મૂકી દેવું.

જેનું જીવન ઉજ્જવળ કરવા તમે લોહી-પાણી એક કર્યાં હોર તે જ વ્યક્તિ તમારું ઋણ અદા કરવાના બદલે તમને રફે-દફે કરં નાખે અને જે વ્યક્તિ માટે તમે કશુંય ના કર્યું હોય તે વ્યક્તિ તમાર માટે ભામાશા અને પોલાદી દીવાલ બનીને ઊભી રહે તે કઈ ગતિ?

અનિર્ણાયક મનોદશા જ માનવીને હરાવે છે અને કમોતે મારે છે.

(૩૫) માનવી જ માનવીનો સહારો : વાંચો

આપણે કર્મની ગતિમાં માનીએ કે ના માનીએ, ઋણાનુબંધ સંબંધમાં માનીએ કે ન માનીએ, પરંતુ આપણે આટલું તો જરૂર સ્વીકારવું પડશે કે એક વ્યક્તિ આપણી જિંદગીમાં પ્રવેશવાથી આપણા હૈયામાં હાશ થાય તેટલી ખુશી થાય છે અને બીજી વ્યક્તિનો પ્રવેશ આપણી જિંદગીને નરકમય બનાવી દે છે.

આટલું યાદ રાખજો : સંસારી કે સંન્યાસી માનવી ક્યારેય એકલો અને અટૂલો રહી શકતો નથી, તેને પ્રત્યક્ષ કે અપ્રત્યક્ષ બીજા માણસની જરૂર પડે જ છે.

એક દિવસ મહાત્મા ગાંધીએ જાહેરમાં કબૂલ્યું હતું કે, "મારા જીવનમાં કસ્તૂરબા પ્રવેશ્યાં ના હોત તો હું મોહનદાસ જ રહેત, કસ્તૂરબા તો મારાં પ્રેરણામૂર્તિ હતાં." વિશ્વના મહાન તત્ત્વજ્ઞાની સોક્રેટિસની પત્ની ઝેન્થપી અતિશય કર્કશ સ્વભાવની અને ઝઘડાખોર હતી. તે માત્ર સોક્રેટિસ સાથે જ ઝઘડા કરતી, બીજાઓ સાથે નહીં. સોક્રેટિસે એક વખત તેમના જીવનની અંતિમ પળોમાં કહ્યું હતું, "મારા જીવનમાં ઝેન્થપી ના આવી હોત તો કર્કશ વાતાવરણમાં શાંત રહેવાનો પાઠ શીખવા હું ક્યાં જાત!" **તમારા જીવનમાં આવેલી આફતને તમે કયા દૃષ્ટિકોણથી જુઓ છો તેમાં જ અડધી સફળતા-નિષ્ફળતા કે સુખ-દુઃખ સમાયેલાં છે**. જીવનમાં બનતી તમામ ઘટનાઓ કંઈક નવું જ લઈને આવે છે. તમારા જીવનમાં આવેલી આફતો વખતે દિલ અને દિમાગને શાંત રાખનાર તો અડધી જીત ત્યાં જ જીતી જાય છે. **જ્યારે સંજોગો તમારા દિલ-દિમાગને અશાંત કરી મૂકે તેવા હોય ત્યારે પણ**

શાંત રહેનાર વ્યક્તિના જીવનમાં ટેન્શન કેવી રીતે દાખલ થાય?

સોક્રેટિસ તેમના ઉપદેશમાં હંમેશાં કહેતા, "જીવનમાં સુખ-દુઃખની ઘટનાઓ લાગણીઓ સાથે જોડાયેલી હોય છે અને લાગણીઓ મનના પ્રભાવ નીચે કામ કરે છે. તેથી તમે મનની અને લાગણીઓની સત્તાની ઉપરવટ જઈને જોશો તો સુખ-દુઃખના તમામ પ્રસંગો માત્ર ઘટનાઓ જ છે. ઘટનામાં જ્યારે લાગણી ઉમેરાય છે ત્યારે જ તે સુખ-દુઃખનો પ્રસંગ બને છે."

જેમ નદીનું વહેવું, દરિયાનાં મોજાંનું હિલોળા લેવું, પર્વતનું ફાટવું, વાદળાંનું વરસવું અને સૂર્યનું તપવું, તેવી જ રીતે માનવીનું જન્મવું અને મૃત્યુ થવું, તે પણ એકમાત્ર ઘટના જ છે. સંસારી માટે તત્ત્વજ્ઞાની થવું અઘરું છે, આથી તેમના જીવનમાં બનતી ઘટનાઓ સાક્ષીભાવે જોવાથી, ઋણાનુબંધ સંબંધને સમજવાથી અને કુદરતના પ્રભાવ નીચે જીવનમાં શાંતિ જ છે.

જો તમે તમારા ધ્યેય કે સમસ્યા ઉપર બધી જ દિશાએથી એક ચિત્તે સ્થિર થઈ સખત પ્રયત્ન કરશો તો કોઈ કાર્ય અઘરું નથી.

(૩૬) કર્મ, કુદરત અને કાળને સ્વીકારી લો : વાંચો

નિયતિએ ઘડેલા તેના ચક્રવ્યૂહને સમજવો અતિઅઘરો છે. સૌરાષ્ટ્રના દૂરના એક ગામમાં ત્રણ ભાઈઓનો પરિવાર સુખેથી રહેતો હતો. એક દિવસ ત્રણ ભાઈઓનો પરિવાર, જેમાં ત્રણ ભાઈઓ, તેમની ત્રણેય પત્નીઓ અને દરેક ભાઈનાં બે-બે બાળકો સહિત આખો પરિવાર ખેતીકામ માટે ખેતરમાં ગયો.

ત્રણ ભાઈઓ અને તેમની ત્રણેય પત્નીઓ ખેતરમાં કામ કરતાં હતાં અને બધાં બાળકો ખેતરમાં અનાજ સંઘરવા માટે બનાવેલી ઓરડીમાં રમતાં હતાં. લક્ષ્મી નામની મોટી દીકરીને સંતાકૂકડી રમવાનો વિચાર આવ્યો અને તેનાં પાંચેય નાનાં-મોટાં ભાઈ-બહેનને અનાજ ભરવાના મોટા કોઠારમાં ઉતાર્યાં અને પોતે પણ કૂદીને સંતાકૂકડી રમવા અંદર પડી, ખુલ્લું રહેતું કોઠારનું ઢોંકણું તરત જ

ધડાકાભેર નીચે પડતા કોઠાળ બંધ થઈ ગયો. ઢાંકણાનો નકૂચો કોઠારના નકૂચામાં ભરાઈ ગયો. બંધ કોઠાળમાં બધાં બાળકોએ ચીસાચીસ કરી મૂકી પણ ઢાંકણું ના ખૂલ્યું. ત્રણેય દંપતી વાડીએથી પરત આવતાં તેમનાં બાળકોની શોધખોળ આદરી, છેવટે કોઠારમાં કંઈક ઉં...ઉં... અવાજ આવતો જણાયો. કોઠાર ખોલીને જોયું તો બધાં જ બાળકો ગભરાઈને તથા પ્રાણવાયુના અભાવના કારણે મૃત્યુ પામ્યાં હતાં. મોટી દીકરી લક્ષ્મીમાં સહેજ જીવ હતો, તે થોડુંક-થોડુંક બોલતી હતી. તેના કહેવાથી બધી વિગત જાણી. છેવટે લક્ષ્મી પણ મરી ગઈ. બધાં બાળકો એટલી હદે ગભરાયેલાં અને રડેલાં કે બચવા માટે તેઓએ એકબીજાના શરીર ઉપર નખ અને દાંતથી પ્રહાર કર્યા હતા, એકબીજાના માથાના વાળ પણ ખેંચી નાખ્યા હતા.

ત્રણેય ભાઈઓના પરિવારનું સામૂહિક અકાળે નિકંદન નીકળી ગયું. સગાં-સંબંધીઓ અને આખું ગામ હીબકાં લેતું હતું ત્યારે ઉચ્ચ આધ્યાત્મિકતા પ્રાપ્ત કરી હોય તેવા જવાબ આ ત્રણેય દંપતી આપતાં, **"બસ ભાઈ, ઋણાનુબંધ પૂરો થઈ ગયો. અમારે અમારાં બાળકોની જેટલી જરૂર હતી તેનાથી પણ વધારે જરૂરિયાત આ સંસારના ખૂણે રહેતાં કોઈ મા-બાપને વધારે હશે એટલે જ ઉપરવાળાએ અમારાં બાળકોને તેના ધામમાં પાછા બોલાવી દીધાં હશે, આ સંસારમાં બધું આપણું ધાર્યું ક્યાં થાય છે? પ્રભુએ જ અમને બાળકો આપ્યાં હતાં અને તેમણે જ તેમના ધામમાં પરત બોલાવી દીધાં, હવે શોક કરવાથી શું વળે? પ્રભુની તેવી મરજી હશે."**

જીવનમાં થોથાં વાંચી પંડિતાઈના બોલ બોલવા તે તો સહેલું છે, પરંતુ કાળની ઝાપટથી મનોબળ હલબલી જાય તેવી પરિસ્થિતિમાં તો સાચો આધ્યાત્મિક જ ટકી શકે. સાચો આધ્યાત્મિક જ ટેન્શનમાં ટકી શકે, જીવી શકે અને શાંતિ પ્રાપ્ત કરી શકે.

> **જે લોકો સ્વપ્ન જોવાની હિંમત કરે છે તેમને જીતવા માટે આખું વિશ્વ છે. જગતને તમે તમારી મુઠ્ઠીમાં લઈ શકો છો.**

(૩૭) સમજી લો, બન્યું તે જ ન્યાય : વાંચો

અમારા એક સંબંધી પ્રોલીસખાતામાં ઉચ્ચ હોદ્દા ઉપર હતા. તેમને દીકરીઓ જ હતી અને દીકરો નહોતો એટલે અનાથ આશ્રમમાંથી એક અનાથ બાળક લાવી તેને ઉછેરીને મોટો કરતા હતા. નિવૃત્ત થવાના છેલ્લા દિવસોમાં તેમણે વિચાર્યું, "સોમનાથ જઈ મહાદેવનાં દર્શન કરી લઉં અને મારા દીકરાને પણ મહાદેવના આશીર્વાદ પ્રાપ્ત કરાવી લઉં." સરકારી જીપમાં બેસી દીકરા સાથે આનંદ-વિનોદ કરતા સોમનાથ મહાદેવ જઈ પ્રભુ શિવની આરાધના કરી પરત ફરી રહ્યા હતા ત્યારે એસ.ટી. બસનો પાછળનો ભાગ સહેજ જીપ સાથે અથડાયો. જીપને કે એસ.ટી.ને વધારે કાંઈ નુકસાન થયું નહોતું, પરંતુ દત્તક લીધેલા આ બાળકના માથામાં સહેજ ઈજા થઈ હતી. સારવાર દરમ્યાન આ બાળકના માથામાં કોઈ ગંભીર ઈજા જણાતી નહોતી. **કર્મ, કાળ અને કુદરતનાં ગૂઢ રહસ્યને સંપૂર્ણપણે કોઈ સમજી શક્યું છે!** દત્તક લીધેલો દીકરો ગુજરી ગયો. આખા પરિવારમાં અને સગાં-સંબંધીઓમાં વજ્રઘાત થઈ ગયો. ડૉક્ટર સાથે પરણાવેલી તેમની યુવાન દીકરીનો પતિ પણ અકસ્માતમાં મૃત્યુ પામ્યો હતો. તેના આઘાતમાંથી તો પરિવાર માંડ બહાર આવ્યો હતો, તેમણે મને રૂબરૂ મુલાકાતમાં કહ્યું, "કાન્તિલાલ શોક કરવાથી શું વળે? જે થવાનું છે તે થઈને જ રહે છે, આ તો પંખીડાંનો મેળો છે, દરેકે એક દિવસ તો આગળ-પાછળ જવાનું જ છે ને! ઋણાનુબંધથી સૌ ભેગાં થયાં હતાં અને ઋણાનુબંધ પૂરો થતાં સૌ-સૌના રસ્તે પડી જઈશું. મારા દીકરાને મહાદેવે જ આપ્યો હતો અને મહાદેવે જ તેને લઈ લીધો, જેવી મહાદેવની મરજી." આ કોઈ આધ્યાત્મિક સંતની વાણી નહોતી, પરંતુ ભલ-ભલા અપરાધીઓને વશ કરનાર અને જીવનના ઘણા ચઢાવ-ઉતારમાંથી પસાર થયેલા પોલીસ વિભાગમાં ઉચ્ચ હોદ્દા ઉપર રહેલા અધિકારી શ્રી જેઠાલાલની હતી. અત્યારે તેઓ નિવૃત્તિમાં પ્રવૃત્તિ ચાલુ રાખવા ગાયત્રી પરિવારમાં જોડાઈ યુવાનોને પણ શરમાવે તેવા ઉત્સાહથી માનવતાનાં કાર્યોમાં વ્યસ્ત રહે છે.

આ સૃષ્ટિ માનવીના વિચારો, ભાવનાઓ અને તર્ક-વિતર્કથી નથી ચાલતી. આપણા જીવનમાં બનતી સુખ-દુઃખની ઘટનાઓને કુદરતના ક્રમ સાથે સરખાવી પ્રભુના પ્રભાવ અને પ્રતાપને સમજવાથી જ સાચી શાંતિ પ્રાપ્ત થાય છે.

આખા સંસારમાં એક પણ માનવી એવો નથી કે તેના જીવનની તમામ ઈચ્છાઓ તેની ધારણા મુજબ સંપૂર્ણ પૂરી થઈ હોય. સુખદ ઘટનાઓ તો પળવારમાં પસાર થઈ જાય છે પણ દુઃખદ ઘટનાઓ તો માનવીના હૃદયમાં પડેલ ઊંડા ઘાની જેમ સતત ડંખ્યા કરે છે.

જ્યાં સુધી માનવી છે ત્યાં સુધી લાગણી રહેવાની. લાગણી અને દયા વિનાનો માનવી તો જીવતો-જાગતો રાક્ષસ છે. જ્યાં લાગણીનો સેતુ બંધાયેલો છે ત્યાં સુખ-દુઃખ રહેવાનાં જ, પરંતુ સુખ-દુઃખની લાગણીઓ ઉપર અધ્યાત્મનું વર્ચસ્વ હોય ત્યાં સુધી જ માનવી શાંતિથી જીવી શકે છે, સુખને પચાવી શકે છે અને દુઃખને જીરવી શકે છે.

દુનિયા આપણને છોડી શકે, તરછોડી શકે, પરંતુ સ્વીકારે, આવકારે અને આપણું રક્ષણ કરે તેનું નામ જ ઘર, પરંતુ પથ્થર, લાકડું, ઈંટ અને સિમેન્ટ કોંક્રીટનું મિશ્રણ એટલે ઘર નહીં, પરંતુ જ્યાં પ્રેમ, લાગણી અને હૈયાની હાશ થાય તે જ ઘર કહેવાય.

(૩૮) લાગણી હોય ત્યાં જ આંસુ હોય : વાંચો

સ્વામી વિવેકાનંદ જ્યારે અમેરિકામાં હતા ત્યારે તેમની પર કોલકાતાથી એક પત્ર આવ્યો, તેમાં તેમના એક સહયોગી અને સહાધ્યાયી સંન્યાસીના નિધનના સમાચાર હતા. સ્વામીજી થોડા શાંત રહ્યા પણ પછી **તેમની આંખોમાં ઝળઝળિયાં આવેલાં જોઈ એક અમેરિકને તેમને પૂછ્યું, "સ્વામીજી તમે તો સંત છે, તમારી આંખોમાં વળી આંસુ કેવાં!** તમારો એક સંન્યાસી સહયોગી મૃત્યુ પામ્યો તેમાં તમે આટલા-બધા વિહ્વળ કેમ થઈ ગયા?" ક્ષણની પણ રાહ જોયા વિના સ્વામીજીએ અમેરિકન જિજ્ઞાસુને રોકડું પરખાવ્યું, "તમને સૌપ્રથમ એટલો તો ખ્યાલ હોવો જ જોઈએ કે આપણે સૌ પહેલાં તો

મનુષ્ય છીએ, પછી જ બીજું બધું, પછી જ સંસારી અને સંન્યાસી. સંસારીઓના હૃદયમાં લાગણીઓનો ભંડાર હોય છે અને અમે સંન્યાસીઓના હૃદયમાં પથ્થરોની શિલા નથી હોતી. **જે માનવીના હૃદયમાં લાગણી અને દયા નથી હોતી તે તો કસાઈ છે કસાઈ.** લાગણી છે ત્યાં જ માનવતાનો સંબંધ છે અને જ્યાં લાગણી નથી હોતી ત્યાં તો તમારા જેવા કાળમીંઢ પથ્થરનો ઢગલો હોય છે, સમજ્યા." આવી તેજાબી વાણી સાંભળી જિજ્ઞાસુ અમેરિકન તો દંગ અને સ્તબ્ધ થઈ ગયો.

બીજાનાં દુઃખ જોઈ જે વ્યક્તિની આંખમાં ઝળઝળિયાં આવે ત્યારે સમજી લેવું કે તે વ્યક્તિ લાગણીશીલ છે અને બીજાના દુઃખ જોઈ જે વ્યક્તિના હોઠ ઉપર હાસ્ય આવે ત્યારે સમજી લેવું તે વ્યક્તિ કઠોર છે.

(વિસામો)

જીવનમાં આવેલ સુખ કે દુઃખને સાક્ષીભાવે જ જોવું, સહન કરવું ભોગવવું અને અનુભવવું. સુખ કે દુઃખ કોઈને નિમિત્ત બનાવીને જ આપણા જીવનમાં આવે છે. ઋણાનુબંધ સંબંધ પૂરો થતાં સૌ-સૌના રસ્તે પડી જાય છે. જીવનમાં આવેલ દુઃખનાં કારણ અને નિમિત્તને શોધવાના બદલે તેમાંથી બહાર નીકળવા સમર્થ હિતેચ્છુ અને પ્રભુના નામ-સ્મરણનો જ આશરો લેવો, આ સિવાય બીજો કોઈ સરળ ઉપાય નથી.

> આખા સંસારમાં માનવીને સૌથી વધારે મોટા જેટલા ભય છે તેમાં મૃત્યુનો, ધનનાશનો અને ઈજ્જતનાશનો ભય સૌથી મોટા છે. માનવીને જેમ પ્રતિષ્ઠા વધારે તેમ ઈજ્જતનાશનો ભય પણ વધારે, જેને પ્રતિષ્ઠા જેવું કાંઈ નથી તેને ઈજ્જતનાશ જેવું કાંઈ નથી. કોઈની પણ સાચી પ્રતિષ્ઠાના રક્ષક બનવું પણ ક્યારેય તેને બટ્ટો લગાડનાર ભક્ષક તો ક્યારેય બનવું નહીં.

(૩૯) અપમાન એટલે કારમો ઘા : વાંચો

કોઈ પણ સ્વમાની, સમર્થ અને સજ્જન તેનું માન-અપમાન કે તેનો બહિષ્કાર ક્યારેય સાંખી લેશે નહીં, તેને માફ પણ નહીં કરે,

પરંતુ તેના ચારિત્ર્ય ઉપર બટ્ટો લગાડનારને તો તે ક્યારેય ભૂલતો તો નથી, પરંતુ તે વળતો ઘા કરીને હિસાબ સરભર કરી નાંખે છે.

નાના માણસે મોટા માણસની ઈજ્જત ઉપર લગાવેલ આરોપ તો તેનો ગમે ત્યારે અને ગમે ત્યાં ખાતમો બોલાવી દે છે.

ઘણા હલકા માણસોને બીજા માટે હલકી કક્ષાની ઉપજાવી કાઢેલી વાતો ફેલાવીને પોતાને મોટો દેખાડવાની આદત પડી ગઈ હોય છે, જેના કારણે જ્યારે તે ખતરનાક માણસની ચુંગાલમાં ફસાઈ જાય છે ત્યારે તો તેને મધ્યાહ્‌ને તારા દેખાતા થઈ જાય છે. **બીજાઓના જીવનમાં વણજોઈતો ચંચૂપાત કરીને તેની ઈજ્જત ઉપર બટ્ટો લગાડનાર જ એક દિવસ તેના જીવનનું અસ્તિત્વ ગુમાવી દે છે.** કોઈના જીવનમાં વણજોઈતો ચંચૂપાત કરનાર કે કોઈની ઈજ્જત લેવાની આદતવાળાનો અંત કરુણ જ હોય છે. આપણા જીવનને ખુલ્લા દર્પણ જેવું રાખવું અને તેમાં જ આપણી ઈજ્જત સુરક્ષિત છે. કાવાદાવા, ઈર્ષા, ટીકા, નિંદા અને ખણખોદ તથા આઘાપાછી કરનારના જીવનમાં ચિંતા, ટેન્શન અને ઉપાધિઓ સિવાય બીજું હોય પણ શું !

કોઈ પણ મહત્ત્વની સમર્થ વ્યક્તિની ઈજ્જતનું જ્યાં ધોવાણ થતું હોય તેવી જગ્યાએ ના તો શ્રોતા થવું, ના તો સાક્ષી થવું કે ના તો તેવી બાબતમાં પ્રેરક કે ભાગીદાર બનવું.

> **મગજને ક્યારેય કચરાપેટી ના થવા દેતા, તેને તો ફૂલદાની બનાવજો, કચરાપેટી તમારા જીવનમાં ગંદકીના ઢગ ખડકી દેશે, જ્યારે ફૂલદાની તો આનંદ અને ઉત્સાહ ભરી દેશે.**

(૪૦) સમર્થની દુશ્મની એટલે દુઃસાહસ : વાંચો

એક મોટી કંપનીમાં તે કંપનીના ચેરમેનને તેમની સેક્રેટરી સાથે લફરું થયું છે તેવી હવા નોકરી કરતી સેક્રેટરીને એકતરફી પ્રેમ કરતા તેના સાથી કર્મચારીએ ફેલાવી. કંપની બહુ જ મોટી હતી. સંચાલક મંડળમાં ઘમસાણ મચી ગયું. ચેરમેન એક જ બાબતનું રટણ કરતા, "હું નિર્દોષ છું એટલે આ છોકરીની બરતરફી કે બદલી કરવામાં તો

આડકતરી રીતે મારા ઉપર લાગેલા આક્ષેપને સીધું જ સમર્થન મળશે." સંચાલકમંડળને એવું લાગ્યા કરતું કે દાળમાં કંઈક કાળું છે એટલે જ ચેરમેન તેમની સેક્રેટરીનો બચાવ કરે છે.

વાત વણસી. સ્ત્રી હંમેશાં લાગણીશીલ હોય છે, તેણે ઝેર પી આપઘાત કરી લીધો. તેને લખેલી સ્યૂસાઈડ નોટમાં માત્ર તેના સાથી કર્મચારીનો ઉલ્લેખ કર્યો હતો. ચેરમેનશ્રી તો મારા પિતા સમાન છે, તેમણે ક્યારેય કંપનીના કામ સિવાય મારી સાથે ફાલતુ વાત કરી નથી, તેઓ તદ્દન નિર્દોષ છે. મારા મૃત્યુ પછી મારાં વૃદ્ધ મા-બાપનું હવે કોણ ધ્યાન રાખશે? મારી બાજુની જ કેબિનમાં બેસતો પેલો વામણ, ગઠિયો અને લુચ્ચો આસિ.મેનેજરને તો જેટલી વધારે સજા થાય તેમ કરજો, ફરીથી આવી કોઈની જિંદગી ના બગાડે, મારી પ્રિય સખીઓને મારી છેલ્લી યાદ.

કોઈની ઈજ્જત લેવાનું પરિણામ શું આવે! તુલસીદાસે રામાયણમાં સ્પષ્ટ લખ્યું છે કે, "સમરથ કો નહીં દોષ, ગોસાંઈ સમરથ કો નહીં દોષ." કોઈ મહાકવિએ સાચે જ કહ્યું છે કે,

"ન્યાય-નીતિ સૌ ગરીબની, મોટાને સૌ માફ,
વાઘે માર્યું માનવી, તેમાં શો ઈન્સાફ."

કર્મચારી જેલમાં ગયો, લાગણીશીલ છોકરીએ મોત વહાલું કરી દીધું અને તેનો પરિવાર રખડી પડ્યો. કંપનીનું કામકાજ રાબેતા મુજબ થઈ ગયું.

સજ્જન હોય કે દુર્જન હોય, સંસારી હોય કે સંન્યાસી હોય, સત્તાધારી હોય કે સમૃદ્ધ હોય, તેઓ તેમની ઈજ્જતના ભોગે ક્યારેય સમાધાન કરતા નથી.

ભાવુક થઈને કે સાચા અને સારા દેખાવા કોઈ પણ સમર્થની ઈજ્જતનું ધોવાણ આપણા મુખે તો ક્યારેય કરવું નહીં અને તેવી ચર્ચામાં ભાગ પણ લેવો ઈચ્છનીય નથી.

વણમાગી સલાહ આપી સારા, સજ્જન અને સાચા દેખાવાની ટેવવાળાઓનો આ સંસારમાં તોટો નથી. જે બાબત આપણને લાગતી-વળગતી ના હોય તેવી અઘટિત બાબતમાં પણ મૌન રહેવામાં કે દૂરથી

માત્ર દ્રષ્ટા થવામાં જ આપણું હિત સમાયેલું છે.

જે લોકો પરિણામલક્ષી પરિશ્રમમાં વ્યસ્ત છે તે લોકો સારા કે જે લોકો કાંઈ જ કરતા નથી અને માત્ર ટીકા જ કરે છે તે સારા?

(૪૧) વણમાગી સલાહ એક મૂર્ખામી : વાંચો

ઉત્તર ગુજરાતના એક ગામમાં વિદ્યાર્થીઓ માટે હાઈસ્કૂલની સગવડ નહોતી, તેથી ગામનાં કેટલાંક વિદ્યાર્થી-વિદ્યાર્થિનીઓ અને એક શિક્ષક બાજુમાં આવેલા મોટા ગામમાં બસમાં અવર-જવર કરતા. એક દિવસ આ ભલા અને ભોળા શિક્ષકને એમ થયું કે તેમની સાથે અવર-જવર કરતી એક વિદ્યાર્થિની બીજા વિદ્યાર્થીઓ સાથે વધારે પડતી છૂટછાટ લઈને હસી-મજાક કરે છે તો તે બાબતે તે છોકરીના મા-બાપનું ધ્યાન દોરવું. **આવા શુભ આશય સાથે પેલા શિક્ષકે વિદ્યાર્થિનીના ઘરે જઈ તેનાં મા-બાપને ઘરના ખૂણે બેસાડી બધી વાત કરી.** છોકરીનાં મા-બાપે તો શિક્ષકનો આભાર માન્યો. સાંજે જ્યારે બધો પરિવાર એકઠો થયો ત્યારે દીકરીનાં મા-બાપે તેમની દીકરી અને દીકરાઓની હાજરીમાં શિક્ષકે કહેલી વાત કહી. દીકરીએ ધ્રુસકે-ધ્રુસકે રડવાનું ત્રાગું કર્યું અને પોતે નિર્દોષ હોવાનું રટણ કરતી રહી.

છોકરીના ભાઈઓને લાગ્યું કે માસ્તરજી ઉપજાવેલી બાબતોના આધારે અમારી બહેનની ઈજ્જતની વગોવણી કરે છે. તેઓ એકદમ આવેશમાં આવી ગયા. બીજા દિવસે બાજુના મોટા ગામમાંથી વિદ્યાર્થીઓને લઈ બસ પરત આવી તેમાંથી વિદ્યાર્થીઓ, વિદ્યાર્થિનીઓ, શિક્ષક અને અન્ય પેસેન્જર બસમાંથી નીચે ઊતર્યા, ત્યાં જ સંતાઈને ઊભેલા પેલી છોકરીના ભાઈઓ માસ્તરજી ઉપર તૂટી પડ્યા. ગડદા-પાટુંનો અસહ્ય માર માર્યો. માસ્તરજીની બંને કિડનીઓ કામ કરતી બંધ થઈ ગઈ. માસ્તરજી લેવા-દેવા વિના કમોતે મરી ગયા અને મારનારા જેલમાં ગયા.

જીવનમાં કોઈના પણ ભલા માટે સલાહ આપવા જવામાં કે સહાય કરવા જવામાં તેની સાથેના સંબંધો અને ચારેય દિશાની

પરિસ્થિતિનો ખ્યાલ રાખીને જ આગળ વધવામાં શાણપણ અને ડહાપણ છે.

અતિલાગણીશીલ અને ભાવુક થઈ બીજાઓની બાબતમાં કૂદી પડનારા કાં તો અપમાનિત થયા છે કાં તો ઈજ્જતહીન થયા છે.

(વિસામો)

બીજાની ઈજ્જત, આપણી ઈજ્જત અને સ્વમાનના ભોગે ક્યારેય સાચવવા નહીં. સમર્થની ઈજ્જત સાથે રમત નહીં રમવામાં અને આપણી ઈજ્જત અકબંધ રહે તેવી પ્રવૃત્તિ કરવામાં જ સજ્જનની સજ્જનતાનો સાચો માપદંડ છે.

જો તમે ધનવાન હોવ તો ધનનું નુકસાન સહન કરીને પણ તમારી ઈજ્જતને દાગ લાગવા ના દેતાં પરંતુ જો તમે ખાખી-બંગાળી હો તો ધન સાચવી રાખવામાં અને ઈજ્જત જતી હોય તો જવા દેવામાં જ તમારા પરિવારનું ભલું છે. **ધન અને ઈજ્જત બંનેનો નાશ થાય તેવી મૂર્ખતા તો ક્યારેય ના કરતા,** નહિતર તમારો પડછાયો પણ તમારાથી દૂર ભાગી જશે. જેની પાસે ધન પણ નથી અને ઈજ્જત પણ નથી તેમને માટે તો સૂર્યોદય અને સૂર્યાસ્ત બંને સરખા છે.

વિના કારણે આપણી ઈજ્જતનાં ધજિયાં ઉડાવનારને તો ક્યારેય માફ કરવો નહીં અને ક્ષમા પણ આપવી નહીં. આપણી નમ્રતા આપણો જ ભોગ લે તેવી કમજોરી અને કાયરતાથી તો દૂર રહેવું.

આખા સંસારમાં તમને જોવા અને જાણવા મળશે કે સજ્જનો જેટલી બાબતોમાં ફસાઈને બરબાદ થયા છે તેમાં મુખ્યત્વે, "આંધળો વિશ્વાસ, ખોટી ઉતાવળ અને જે તે બાબતની સ્પષ્ટતા કર્યા વિના કરેલા વહેવાર કે વેપાર કારણભૂત છે. લખાણ કર્યા વિના મૌખિક સ્પષ્ટતા કે લખાણ કર્યા વિનાનો વહેવાર જ તેમના જીવનમાં ટેન્શન ઘુસાડે છે."

---

૪૨) સ્પષ્ટતા એ જ સજ્જનનું હથિયાર : વાંચો

મારી નાની પુસ્તિકા "નારી તું નારાયણી"નો હિંદી ભાષામાં અનુવાદ કરવા માટે મારા હિતેચ્છુ અને પરમ મિત્ર ડૉ. અશોક વર્મા

૮૧

કે જેઓએ તેમની નાની ઉંમરમાં હિંદી ભાષામાં પીએચડી કર્યું છે. મ તેમને મારી પુસ્તિકાનો હિંદી ભાષામાં અનુવાદ કરવાનું કામ સોપત પહેલાં હસીને સ્પષ્ટતા કરતાં કહ્યું, "ડૉ. અશોકભાઈ, તમે સ્પષ્ટ કહે કે આ પુસ્તિકાનો અનુવાદ કરવાનું તમે શું લેશો?" તેમના સ્વભાવ મુજબ તેઓ થોડા શાંત રહ્યા પછી મલકાઈને બોલ્યા, "પહેલાં અનુવા તો થઈ જવા દો, પછીથી હિસાબ કરીશું." પ્રત્યુત્તરરૂપે મેં હળવાશથ કહ્યું, "આપણા સંબંધોમાં ઓટ આવે તેવું ના થાય તે માટે આપણે બં રાજી થઈએ તેવો ઉકેલ લાવવાનો છે." તેઓ ફરીથી હસ્યા અને માર્મિક વાણીમાં બોલ્યા, "ઉકેલ તો આવેલો જ છે અને તે પણ એકતરફી લેખક મહાશય તમારું કાંઈ નહીં ચાલે. તમે સાંભળો, તમારે માર ઓફિસે આવતા રહેવાનું, મારી ચા-કોફી મફતમાં પીવાનાં અ અનુવાદિત પુસ્તિકાના અનુવાદનો એક પણ રૂપિયા હું લેવાનો નથી આ મારો ફેંસલો ભારતની સુપ્રીમ કોર્ટ પણ બદલી નહીં શકે. અ સંસારમાં લાગણી અને અંતઃકરણના શુદ્ધભાવની કોઈ જગ્યાએ કિંમત થતી હોય તો બતાવો!"

તેમની લાગણીએ મને ગદ્‌ગદિત કરી દીધો. હું મફતનું ક્યારેય અને ક્યાંય પણ કશું લેતો નથી પણ કોઈ પણ સ્વરૂપે ઋણ ચૂકવી હિસાબ તો ચૂકવી શકું ને! **અને મારા અંતરાત્માનો અવાજ મારા હોઠ ઉપર આવી ગયો,** "ડૉ. અશોકભાઈ, મારી અનુવાદિત પુસ્તિકામ અનુવાદક તરીકે તમારું નામ લખીશ તથા તમારી જ અનુવાદિત કરેલ પુસ્તિકાની ૧૦૦ નકલો તમને ભેટ આપીશ, તેનો એક પણ રૂપિયો હુ નહીં લઉં, આ તો સંયુક્ત મહાસભાનો આખરી ફેંસલો છે, જે દુનિયાની કોઈ પણ કોર્ટમાં પડકારી શકાશે નહીં." આટલું કહી હુ તેમની ઓફિસનો દાદરો ઊતરી રહ્યો હતો ત્યારે તેમની આંખોમ "લાગણી, મિત્રતા અને સ્પષ્ટતા"નાં ઝળઝળિયાં જોઈ રહ્યો હતો.

પરિવારમાં, મિત્રોમાં, વેપાર અને વ્યવહારમાં શક્ય હોય તેટલી સ્પષ્ટતા કરવામાં આવે તો જીવનમાં ઊભી થતી સમસ્યાઓ ઘટાડી શકાય છે, નિવારી શકાય છે અને આવી પડેલી સમસ્યામાંથી

જલદીથી બહાર આવી શકાય છે. **સ્પષ્ટતા કર્યા વિનાના કરેલા વ્યવહારોમાં તો સજ્જનોની બરબાદી અને દુષ્ટોની આબાદી છુપાયેલી છે.**

મૌખિક વાણીથી સ્પષ્ટતા, લખાણમાં સ્પષ્ટતા અને સજ્જનો તથા સાચા અને સમર્થ સાક્ષીઓની હાજરીમાં થયેલી સ્પષ્ટતાથી સજ્જન સંસારીઓના જીવનમાં સમસ્યા ઓછી ઉદ્‌ભવે છે. જે લોકો કોઈ પણ પ્રકારની સ્પષ્ટતા નથી કરતા તેમના જીવનમાં સમસ્યાઓ તેમને ઘેરી વળે છે. **હંમેશાં સમસ્યાઓમાંથી જ ટેન્શન જન્મે છે,** જે સજ્જન માનવીના જીવતરને બદતર કરી નાખે છે.

વિસામો

જીવનમાં ક્યાં અને ક્યારે મૌન રહેવું, ક્યારે અને ક્યાં તથા કોની હાજરીમાં સ્પષ્ટતા કરવી તથા ચોખવટથી બોલવું તથા કયા પ્રકારનું લખાણ લખાવી લેવું અને કેવા પ્રકારનું લખાણ લખી આપવું, તથા કઈ બાબતોને મૌખિક વાતચીતથી જ પતાવવી આ બધી બાબતોમાં જે-તે પ્રસંગને અનુરૂપ **"વિવેકબુદ્ધિ"થી જ નિર્ણય લેવાથી ટેન્શનને દૂર ભગાડી શકાય છે.**

સજ્જનોની એક ખાસ ખાસિયત હોય છે કે તેઓ જેવા ભલા હોય છે તેવી દૃષ્ટિથી જ જગતને જુએ છે, પરંતુ છેવટે તેમના જીવનમાં દગાથી ભરેલા પ્રસંગો સિવાય કાંઈ હોતું નથી. સજ્જનો જ તેમના જીવનમાં મહત્ત્વનાં કાર્ય જેટલી સમજદારી અને સ્પષ્ટતાથી કરશે તેટલી સમસ્યાઓ તેમના જીવનમાં ઓછી ઉદ્‌ભવશે, કારણ **દરેક બાબતમાં ચોખવટ વિનાની સજ્જનની ખુવારી અને દુર્જનની આબાદી અને તાકાત બંને છુપાયેલાં હોય છે.** દુર્જનોને તો નથી ઈજ્જત-આબરૂની બીક કે નથી સારા સંબંધોની ચિંતા, ચિંતા હોય છે માત્ર તેમના સ્વાર્થની જ. સજ્જનોની અતિસજ્જનતા, અતિભલાઈ, અતિઆંધળો વિશ્વાસ, કાયરતા અને કમજોરીમાં જ દુર્જનોની પ્રગતિ છુપાયેલી હોય છે.

મહારથીઓ સંકલ્પબળ અને ખુમારીથી જ જીતે છે, પરંતુ કાયરો તો સંકલ્પબળ અને ખુમારી વિના હારે છે.

(૪૩) વિશ્વાસઘાત સૌથી મોટું પાપ : વાંચો

અમેરિકામાં ગેરકાયદે રહેતો ગુજરાતી યુવાન પોલીસના હાથે પકડાઈ જતાં તેને ભારત પાછો ધકેલી દીધો. અમેરિકાનાં સુંદર સ્વપ્ન જોઈ પરદેશ ગયેલા આ યુવાને જતાં પહેલાં તેની તમામ મિલકતનો વહીવટ કરવા તેના મોટાભાઈને પાવર ઑફ એટર્ની કરી આપેલો. પરદેશ જઈ ધનવાન થવાના આંધળા મોહમાં તેણે પાવર ઑફ એટર્નીમાં શું-શું લખ્યું છે તે વાંચવાની અને સમજવાની બિલકુલ તસ્દી લીધી નહોતી. રામાયણમાં સંત તુલસીદાસે સ્પષ્ટ લખ્યું છે કે, "વિનાશ કાળે વિપરીત બુદ્ધિ" અમેરિકાથી ઘણાં નાણાં કમાઈને વતનમાં મોકલતો અને પોતાના નામે મિલકત લેવાનું પણ કહેતો.

અમેરિકામાં ગરેકાયદે વસવાટ કરતા આ ભાઈ પોલીસના હાથે પકડાઈ ગયા અને તેમને વતનમાં પાછા ધકેલી દીધા, ત્યાં સુધીમાં તો આ મોટાભાઈએ પાવર ઑફ એટર્નીના આધારે તમામ મિલકત હડપ કરી લીધી હતી. મોટાભાઈની દુર્જનતાએ હદ તો ત્યારે વટાવી કે અમેરિકાથી નાનાભાઈએ મોકલાવેલ પરસેવાનાં નાણાંનો માત્ર મોટાભાઈએ વહીવટ કરવાનો હતો, પરંતુ તેણે મોકલાવેલ નાણાંમાંથી મોટાભાઈએ અને તેની પત્નીએ પોતાના નામે મિલકત ખરીદી લીધી હતી.

નાનાભાઈએ મજબૂરીથી પરત આવવું પડ્યું હોઈ, તેની મિલકતનો ભાગ અને અમેરિકાથી મોકલાવેલ નાણાંનો હિસાબ માગ્યો ત્યારે તેને ખબર પડી કે તેના પોતાના નામે તો ઉપર આકાશ અને નીચે ધરતી સિવાય કાંઈ નથી. તેને ખૂબ જ લાગી આવ્યું, પોતાના સગાભાઈના વિશ્વાસઘાતથી તે ખૂબ જ દુઃખી થયો અને સ્યુસાઈડ નોટ લખી પંખે લટકી ઘરમાં જ મોતને વહાલું કરી દીધું. સ્યુસાઈડ નોંધમાં માત્ર આટલું લખ્યું હતું, "આ બધું તને આપ્યું, ભોગવજે તું એકલો, હું તો એકલો મરું છું પણ તમે તો યાદ રાખજો, તમારે તો આખા પરિવાર સહિત ઊંડી ખાઈમાં પડીને મરવાના દિવસો આવશે... મેં તો છાશમાં પાણી રેડીને સૂકી બ્રેડ સાથે જેવું-તેવું ખાઈને અમેરિકામાં કાળી મજૂરી કરી છે, લોકો તો પગમાં ચંપલ પહેરીને ચાલે,

પણ ચંપલ ઘસાઈ ના જાય એટલે હું હાથમાં ચંપલ પકડીને અમેરિકાની સડકો ઉપર ઉઘાડા પગે ફર્યો છું, મેં અમેરિકામાં બહુ કાળી મજૂરી કરી છે: યાદ રાખજો મોટાભાઈ, ઉપરવાળાના દરબારમાં દેર નથી, અંધેર નથી અને ભેળસેળ પણ નથી... માત્ર દિવસો ગણજો... તમારે પરિવાર સહિત મરવાના દિવસો આવશે, કોઈ ભોગવવાવાળું નહીં હોય, તમને મારા ગજબના નિસાસા લાગશે, આપણાં મા-બાપ જીવતાં હોત તો મારી આવી બૂરી દશા ના થાત. મિલકત વિનાનાને, મને કોણ પરણાવે? હવે મારે આવી જિંદગી જીવવાનો શો અર્થ? આપણી લાડલી એકની એક બહેન બહુ દુ:ખી છે, તારામાંથી તું તેને કાંઈ ના આપે તો કાંઈ નહીં પણ મારા ભાગની મિલકતમાંથી દુ:ખીયારી બહેનને કંઈ આપીશ તો મારી સદ્‌ગતિ થશે. મેં સાંભળ્યું છે કે મોટા દેખાવા તેં મંદિર-મહાદેવમાં બહુ પૈસા લખાવીને તારા નામની તક્તીઓ લગાડી છે પણ યાદ રાખજે, તું તો નરકમાં જઈશ નરકમાં. હવે હું આપણાં બા-બાપુજી પાસે જાઉં છું, ભોગવજે તું એકલો. લિ. મા-બાપ વિનાનો પુત્ર, દુ:ખીયારી બહેનના ભાઈ અને કસાઈ જેવા ભાઈના હાથે હલાલ થયેલું એક નિર્દોષ લવારું."

મહાન વૈજ્ઞાનિક ન્યૂટને શોધેલો વૈજ્ઞાનિક સિદ્ધાંત છે કે, "આઘાત અને પ્રત્યાઘાત હંમેશાં સરખા અને સામ-સામેની દિશામાં હોય છે." કુદરતનો ન્યાય પણ આવો જ હોય છે, પરંતુ તેનું રહસ્ય કુદરત તેની માયામાં ગુપ્ત રાખે છે, જે ક્યારે અને કેવા સ્વરૂપે તેની માયામાં સામે આવીને ઊભું રહે છે તે પરમેશ્વર સિવાય કોઈ જ જાણતું નથી.

વિશ્વાસઘાતીની પાછલી જિંદગી ઉપર નજર નાખશો તો ખ્યાલ આવશે કે કુદરત જેવી કંઈક તાકાત અસ્તિત્વ ધરાવે છે ખરી.

સુખી અને સફળ થવાનો સૌથી ટૂંકો ઉપાય : સ્વસ્થ રહો, પ્રસન્ન રહો, મસ્ત રહો, કામમાં વ્યસ્ત રહો અને વણજોઈતી પંચાતથી દૂર રહો.

(૪૪) આપઘાતનું પ્રથમ પગથિયું, હતાશા : વાંચો

ઉત્સાહ વિનાનો માનવી તો હરતું-ફરતું-જીવતું-જાગતું મડદું છે. આવી વ્યક્તિના પડછાયામાં આપણો પગ પડે તો તેના જેવા વિચારોથી

રંગાઈ જઈએ. જે વ્યક્તિના જીવનમાં ઉત્સાહ ના હોય તે તો હંમેશાં ઉપાધિઓથી જ ઘેરાયેલો રહેવાનો. નકારાત્મક, ખોટા અને ખરાબ વિચારોનું આક્રમણ તે વ્યક્તિના જીવનની દરેક ઘટનાઓમાં છવાઈ જાય છે, તેનું દુઃખદ જીવન નકારાત્મક ઘટનાઓનો અડિંગો બની જાય છે. આવી સ્થિતિને આવા લોકો કર્મ દ્વારા અને કુદરત દ્વારા મોકલેલ ભેટ સમજીને હાથ-પગ જોડીને બેસી રહે છે.

સકારાત્મક અને હકારાત્મક જીવનશૈલીથી જીવતી વ્યક્તિ હંમેશાં ઉત્સાહી હોય જ, ઉત્સાહ અને આનંદના માધ્યમથી તે આફતોને પણ અવસરમાં પલટી શકે છે. **આપણા ઋષિ-મુનિઓએ સાચે જ કહ્યું છે કે તમારી બધી જ માલ-મિલકત ભલે લૂંટાઈ જાય, પરંતુ "ઉત્સાહ"ને અકબંધ રાખજો, "હૉશ-જોશને" બુલંદ રાખજો.**

ઉત્સાહમાંથી જ ઊર્જા પેદા થાય છે અને તે હકારાત્મક ઊર્જા માનવીના જીવનમાં પ્રગતિકારક ઘટનાઓ જન્માવે છે, જેના કારણે માનવી તણાવમુક્ત થઈ હૈયામાં હાશનો આનંદ અનુભવે છે.

મારી બેંકના એક સજ્જન ગ્રાહક સ્વભાવથી અતિભલા હતા પરંતુ તેમના જીવનમાં બનેલી પારિવારિક એકાદ દુઃખદ ઘટનાએ તેમને આખા જગત ઉપર નફરત કરતા કરી દીધા. તેમના અંતઃકરણમાં એક જ ઘંટારવ થયા કરતો, "આખું જગત બેઈમાન અને સ્વાર્થી છે, સૌ મતલબનાં સગાં છે, આ દુનિયામાં એક ડગલું મૂકી શકીએ તેટલી પણ સાત્ત્વિકતા ક્યાંય બચી નથી, તમે જો જો... એક દિવસ દરિયો ગાંડો થઈ આખી ધરતીને ગળી જશે, મહાભૂકંપ થવાની તૈયારીમાં છે, કોઈ નહીં બચે, આ દુનિયામાં જેટલાં અણુ-શસ્ત્રો બન્યાં છે તે બધાં હવે જલદી ફૂટવાનાં જ છે, જ્યાં જોશો ત્યાં લાશોના ઢગલા જ ઢગલા હશે" વગેરે. તેઓ નકારાત્મક બાબતોના પ્રસંગો વિશે મારી સમક્ષ વારંવાર હૈયું ઠાલવતા. મેં તેમને એક દિવસ સમજાવ્યું, "પ્રભુ, તમે એકલા અહીં બાંકડા ઉપર બેસી રહો છો તેના કરતાં તો સામે બધા વૃદ્ધ સજ્જન વડીલો સાથે ભેગા બેસતા હોય તો કેવું સારું, તમારી માનસિક બેટરી ઘણી ચાર્જ થશે." તેઓ નિરાશાવાદી સૂરથી બોલ્યા,

કાન્તિલાલ, ક્યાંય કોઈ એકાદ પણ સજ્જન આ સંસારમાં કોઈ જગ્યાએ બચ્યો હોય તો બતાવો ? કોઈ ખૂણો કે ક્યાંય બેસવાલાયક માંકડો હોય તો બતાવો ને! તમે જતા હો ત્યાં જાઓ, મગજનું દહીં કર્યા સિવાય જ્યાં જાઓ ત્યાં બધે કાગડા કાળા જ છે."

આ વ્યક્તિ ડિપ્રેશનના છેલ્લા તબક્કામાંથી પસાર થઈ રહી હતી. તેમની આંખો અને તેમના શરીરના હાવભાવ જોઈ એવું લાગતું હતું કે ઉપરવાળો તેમને તેમની પ્રબળ ઈચ્છા પ્રમાણે જલદીથી તેના ધામમાં બોલાવી દેશે. આ વ્યક્તિ એક દિવસ જરૂર આપઘાત કરશે અને થયું પણ તેવું જ. **ડિપ્રેશનમાં ઘેરાયેલી વ્યક્તિ હંમેશાં એકાંત અને એકલવાયું જીવન વધારે પસંદ કરે છે, તેનો સ્વભાવ ચીડિયો થઈ જાય છે અને તેને કોઈનું બોલેલું સહેજ પણ ગમતું નથી, તે માત્ર તેની નકારાત્મક મસ્તીમાં જીવે છે**. એક દિવસ કોઈનો પણ સહારો લીધા વિના અતિશય ટેન્શનમાં ટ્રાફિકથી ધમધમતા રોડને ઓળંગવા જતાં અજાણ્યા વાહને તેમને અડફેટે લીધા, ઘવાયા, ઘણો સમય બીમાર અને કોમામાં રહ્યા. છેવટે પરિવાર પાસે ઘણી સેવા કરાવ્યા પછી જ ઉપરવાળાના દરબારમાં ગયા, ત્યાં સુધીમાં તો તેમણે તેમના બે દીકરાઓના શરીરમાં પણ ડાયાબિટીસ ઘુસાડી દીધો હતો.

વિસામો

જીવનમાં જ્યારે પરિસ્થિતિ નિરાશાજનક હોય ત્યારે ઉત્સાહી, વિનોદી અને રમૂજીવૃત્તિવાળા, આધ્યાત્મિક રંગે રંગાયેલા તથા હકારાત્મક વિચારસરણી ધરાવતા હિતેચ્છુઓ સાથે શક્ય હોય તેટલો ઘરોબો વધારે રાખવો. **નિરાશાજનક, નકામી અને નકારાત્મક ઘટનાઓ ના તો સાંભળવી, ના તો બોલવી કે ના તો જોવી, પરંતુ ઉત્સાહપ્રેરક ઘટનાઓમાં જ દિલ અને દિમાગને વ્યસ્ત રાખવું.** જગતના કાજી થઈને આખા ગામની ચિંતા માથે લઈને ફરવી નહીં પરંતુ પોતાની ખુશી અને મસ્તીમાં જ ખુશ રહેવું.

બીજી વ્યક્તિમાં આપણે એટલા માટે રસ લઈએ છીએ કે તે આપણામાં રસ લે.

(૪૫) પ્રેમ એ જ અમૃતનું સરોવર : વાંચો

થોડાક સમય પહેલાં ગામડામાં રહેતો મારાં પુસ્તકોનો વાચક મને ફોન કરીને મળવા માગતો હતો. મેં તેને મળવા પાછળનું કારણ પૂછ્યું તો તેણે કહ્યું, “તેની ગર્લફ્રેન્ડને તેનો પરિવાર બીજી જગ્યાએ તેની જ જ્ઞાતિમાં પરણાવી દેવા માગતો હતો. અમે બંને અલગ જ્ઞાતિનાં હતાં, પરંતુ એકબીજાને ગાઢ પ્રેમ કરતાં હતાં.” તેની ગર્લફ્રેન્ડ ઉપર સતત ચોકી પહેરો હતો, તેથી તે યુવક તેને મળી શકતો નહોતો. તેથી તેની પ્રેમિકા ભગ્ન હૃદયે એકલી-એકલી વિરહનાં આંસુ સારતી.

આ બાજુ આ યુવક તેના પ્રિય પાર્શ્વગાયક મુકેશનાં દર્દીલાં ગીતો એકાંતમાં વારંવાર સાંભળી ભગ્ન હૃદયનો, ઉત્સાહ વિનાનો અને નકારાત્મક કાલ્પનિક ઘટનાઓ જોવાની અને વિચારવાની વૃત્તિવાળો થઈ ગયો હતો. તેની પ્રેયસીના લગ્નનો દિવસ જેમ-જેમ નજીક આવતો જતો તેમ-તેમ તે વધુ ને વધુ નિરાશાવાદી થતો ગયો. છેવટે તે કેનાલમાં પડી આપઘાત કરવાનો વિચાર કરવા લાગેલો. મને જ્યારે તે રૂબરૂ મળ્યો ત્યારે તેણે એક જ બાબત પકડી રાખી હતી, “હું મારા જીવતાં તેને બીજા સાથે પરણીને જતી જોઈ શકીશ નહીં, હું તેના વિના નહીં જીવી શકું, છેવટે તો હું કમોતને વહાલું કરીશ પણ પ્રેમથી સીંચીને ઉછેરેલું અને સાચવેલું મારું આ ફૂલ બીજો કોઈ...” આટલું બોલતાની સાથે ધ્રુસકે-ધ્રુસકે રડવા લાગ્યો અને પ્રેમનાં ડૂસકાં ભરતાં જોઈ મને લાગ્યું કે આ યુવક તો પ્રેમમાં ગળાડૂબ છે. પ્રેમનાં રંગીન સ્વપ્નાંએ અને કાલ્પનિક ભયે તેને બહાવળો બનાવી દીધો છે.

મેં તેને અનેક દૃષ્ટાંતોથી સમજાવ્યો, પરંતુ કોઈ રીતે તે સમજવા તૈયાર થયો નહીં. છેવટે તેણે મારી આગળ એક સૂચન કર્યું, “લેખકસાહેબ, તમારાથી શક્ય હોય તો મને મારી પ્રેયસી સાથે છેલ્લી એક મુલાકાત કરાવી આપો, ભગવાન તમારું ભલું કરશે, તમારાથી

આ પણ શક્ય ના હોય તો તેના લગ્નના દિવસે તે શણગાર સજીને લગ્નમંડપમાં બેઠી હોય તે દૃશ્ય એક વખત જોવા લઈ જાઓ, હું વેશ-પલટો કરીને તમારી સાથે આવીશ, તેને હું છેલ્લી વખત મન ભરીને જોઈ લઉં અને મારું હૃદય ઠાલવીને રડી લઉં, બસ, તમે આટલું મારું કામ કરો, જો તમે સાચા લેખક હો તો મારી આટલી પ્રાર્થના સાંભળો." તે ધ્રુસકે-ધ્રુસકે રડવા લાગ્યો અને બે હાથ જોડી આક્રંદ કરવા લાગ્યો, "સાહેબ, તેના ઘરેથી તેને વિદાય આપતા હોય ત્યારે મને ત્યાં ના લઈ જતા... તેના વિદાયનાં આંસુ મારાથી જોયાં નહીં જાય, મેં તેની આંખોમાં ક્યારેય આંસુ આવવા દીધાં નથી, તેની ખુશીને હું મારી ખુશી જ સમજ્યો છું. સાહેબ, મારું હૃદય ત્યાં બંધ પડી જશે, જેનો હાથ હંમેશાં મારા હાથમાં લપેટાયેલો રહેતો તે હાથને હું બીજાના હાથમાં..." આ યુવક ખૂબ રડ્યો, મારી આંખોમાં પણ ઝળઝળિયાં આવી ગયાં. તે તેના ખિસ્સામાંથી કંઈક કાઢતો દેખાયો, "જુઓ સાહેબ, આ મંગલસૂત્ર, મારી બચત અને મારી વહાલી વસ્તુઓ વેચીને તેના માટે બનાવડાવ્યું છે, હવે હું કોને પહેરાવીશ?" મંગલસૂત્રના ચંદા પાછળ તેણે એક લીટીમાં લખેલું લખાણનું સ્ટિકર લગાવેલું હતું. "માત્ર મારી જ બકુલી."

આ અવસ્થામાં આ અજાણ્યા યુવકને સમજાવવો એ મારા માટે અશક્ય હતું, પરંતુ મારા વાચકનો હું દ્રોહ પણ કઈ રીતે કરી શકું? મેં તેને આશ્વાસનના ચક્રવ્યૂહમાં નાખી બે દિવસ પછી આવવા કહ્યું, "ત્યાં સુધીમાં હું કોઈક સારો ઉપાય વિચારી રાખું." **મેં તેની આસ્થા વધારતાં બે બોલ કહ્યા, "જો દીકરા, ચિંતા કરતો નહીં, પ્રભુ કંઈક સારો ઉપાય બતાવશે, તેમનામાં શ્રદ્ધા રાખજે."** મારા શબ્દો તેના હૈયામાં ઊતરી ગયા. તેના મલકાતા હોઠ ઉપરનું હાસ્ય જોઈ મારું ટેન્શન ઓછું થયું કે કમસે કમ બે દિવસ સુધી તો આપઘાત નહીં કરે ને... ! હસતાં-હસતાં તે બોલતો જતો હતો, "મારાં માતાજીની બાધા તો હજુ સુધી નથી ફળી, પરંતુ સાહેબ તમારા ભગવાન મારા અને મારી બકુલી માટે કંઈક કરે તો સારું...!"

બે દિવસ પછી તે યુવકનો ફોન આવ્યો, "તેની પ્રેયસીનાં લગ્ન જે યુવક સાથે ગોઠવાયાં હતાં તે યુવક બીજી કોઈ યુવતીને લઈને ભાગી ગયો, તેની પ્રેમિકાનાં મા-બાપનું કહેવું છે કે હવે તો જોવરાયેલા મુર્હૂતમાં જ અમારાં લગ્ન કરાવવાં, સૌ રાજી થઈ ગયાં છે."

જ્યારે માનવીના હૃદયમાં પ્રબળ લાગણીઓનું ઘોડાપૂર આવ્યું હોય, તેનું અંતઃકરણ એક જ ધ્યેય-પ્રાપ્તિની પાછળ પડી ગયું હોય, તેનું તન અને મન, વૃત્તિ અને પ્રવૃત્તિ - આ બધાં એક જ સ્થિતિમાં ગરકાવ થઈ ગયા હોય ત્યારે આવી વ્યક્તિના અંતઃકરણમાં ઊતરીને જ તેનું સમાધાન કે ઉકેલ લાવી શકાય. **મોહાંધ થયેલી વ્યક્તિ અને લાગણીઓના પ્રબળ આવેગમાં આવેલી વ્યક્તિ તેનું ધાર્યું કામ કરવા ગમે તે હદે જઈ શકે છે.**

આવી વ્યક્તિના જીવનમાં આશા અને ઉત્સાહની ઊર્જાની વિશેષ જરૂર હોય છે. **જ્યારે માનવીના જીવનમાંથી ઉત્સાહ અને આશા ઓસરતાં જાય ત્યારે તેના જીવનમાં ધગશ અને જોમ ઘટતાં જ જાય**. માનવીના દિલ અને દિમાગમાંથી આશાનો દીપ જેમ-જેમ બુઝાતો જાય છે તેમ-તેમ નિરાશાનું અંધારું તેને ઘેરતું જાય છે. નિરાશ અને નાસીપાસ થયેલી વ્યક્તિના જીવનમાં માત્ર આશા અને ઉત્સાહ પ્રગટાવવાનું નાનું કાર્ય તેનું આખું જીવન બદલી નાખે છે.

ઉત્સાહ, આશા અને શ્રદ્ધાની ત્રિપુટી આ સંસારના ત્રિવેણી તાપ આધિ, વ્યાધિ અને ઉપાધિને ઉખાડીને ફેંકી દે છે, આ ત્રિપુટી હાજર હોય ત્યાં ટેન્શન પ્રવેશે જ કઈ રીતે?

(૪૬) પાપનું શ્રેષ્ઠ મારણ, પસ્તાવો : વાંચો

ગુજરાતના મહાન કવિ કલાપીએ સાચે જ લખ્યું છે કે, "હા, પસ્તાવો વિપુલ ઝરણું સ્વર્ગથી ઊતર્યું છે, પાપી તેમાં ડૂબકી દઈને પુણ્યશાળી બને છે."

માનવીના જીવનમાં નહીં કરવાલાયક કૃત્ય સંજોગોના ઘેરાવાના કારણે થઈ જાય છે, જેનો સાક્ષી માત્ર તેનો અંતરાત્મા જ હોય

છે, આવા કરેલા કાર્યનું સુષુપ્ત દુઃખ અને પસ્તાવો તેને ચેન પડવા દેતાં નથી. તે પ્રસંગ કે ઘટનાને જ્યારે-જ્યારે યાદ કરે છે ત્યારે-ત્યારે તેનું હૈયું ભરાઈ જાય છે અને એક પ્રકારનો અપરાધી ભાવ તેને ચેનથી સૂવા દેતો નથી.

લાગણીશીલ સજ્જને કરેલાં ખોટાં કે ખરાબ કાર્યનો ડંખ તેમના હૈયાને હચમચાવી નાખે છે.

આવા કૃત્યનો આપણા અંતરાત્મા સાથે એકરાર કરવામાં, જો કોઈ વ્યક્તિની લાગણી, ભાવના કે તેના દિલને દુભવ્યું હોય તો તેની ક્ષમા માગવામાં, શક્ય હોય તો તેટલું નુકસાન ભરપાઈ કરવામાં અને આપણા હાથે જે કૃત્ય થયું હોય તેવું બીજા લોકો ના કરે તેના માટે પ્રચાર-પ્રસાર કરવામાં જ સાચો પસ્તાવો છુપાયેલો છે. **માનવીના અંતઃકરણમાં ધરબાયેલો સુષુપ્ત અપરાધભાવ લાંબા ગાળે તેના જીવનમાં ટેન્શન પેદા કરે છે.**

સાચો પસ્તાવો તો તે છે કે તે વ્યક્તિના જીવનમાં ફરીથી આવું દુષ્કૃત્ય બનતું નથી. સાચો પસ્તાવો માનવીના હૃદયને હળવું કરે છે. સાચું પ્રાયશ્ચિત્ત તો તે છે કે જેને જે રીતે નુકસાન પહોંચાડ્યું હતું તેને તેનું અંતઃકરણ રાજી થાય તે રીતે વધુમાં વધુ લાભ કરી આપવો.

જે વ્યક્તિ પોતે સાચું સમજતો હોવા છતાં ખરાબ અને ખોટાં કર્મ કર્યે જ રાખે છે અને પસ્તાવો કરતો જ નથી તેને કળિયુગનો જીવતો-જાગતો રાક્ષસ સમજવો.

જીવનમાં કરેલા દુષ્કૃત્યનું પ્રાયશ્ચિત્ત કરવાથી સજ્જનના હૈયામાં હાશ થાય છે અને ફરીથી આવું કૃત્ય નહીં કરવાનો સંકલ્પ કરે છે.

આ સંસારમાં કર્મની ગતિ, કાળના ચક્રની તાકાત, કુદરતની કરવત અને નિયતિના ભેદભરમથી ડરનારા જ સાચો પસ્તાવો અને પ્રાયશ્ચિત્ત કરે છે. કાતિલ, કૃપણ અને કસાઈ જેવાં હૃદય ધરાવનારા ક્યારેય પસ્તાવો કે પ્રાયશ્ચિત્ત કરતા નથી.

જીવનમાં અમુક પ્રસંગો એવા બન્યા હોય છે કે પસ્તાવો કે પ્રાયશ્ચિત્ત કરવાથી જે કૃત્ય બની ગયું છે તેમાં કોઈ જ ફરક પડતો

નથી, છતાં માત્ર આટલું જ સાચું નથી. આ દુનિયામાં તાળાં બનાવનારી કંપનીઓએ માત્ર એકલાં તાળાં જ નથી બનાવ્યાં. તેને ખોલવા અને બંધ કરવાની ચાવીઓ પણ તેની સાથે જ બનાવી છે. માનવીના હૃદયમાંથી જ ઉદ્‌ભવેલો સાચો ઉકેલ કોઈ પણ પ્રકારે શોધી જ કાઢે છે. ભલે, મૂળ સ્થિતિમાં જે બની ગયું છે તેમાં ફેરફાર ના થઈ શકે તેમ હોય, પરંતુ બીજા અનેક ઉપાયોથી તેનું સમાધાન શક્ય છે.

ભારતના ભાગલા વખતે હિંદુ-મુસ્લિમોમાં ખૂનામરકી થઈ હતી. એક યુવાન હાથમાં છરા સાથે ગાંધીબાપુ પાસે આવ્યો અને પસ્તાવાનાં આંસુ સારતો બોલ્યો, "બાપુ, આ છરાએ કેટલાંય બાળકોની કતલ કરી નાખી છે, હવે મને બહુ જ પસ્તાવો થાય છે, આ પાપમાંથી મને મુક્તિ અપાવો." મહાત્મા ગાંધી શાંત રહી બોલ્યા, "જે મુસ્લિમનો આખો પરિવાર આ કત્લેઆમમાં મૃત્યુ પામ્યો હોય અને તેમાં માત્ર અનાથ બાળક જ બચ્યું હોય તો તે અનાથ બાળકને દત્તક લઈ, તેનું ભરણપોષણ કરી રક્ષણ કર, તારાથી આટલું પણ ના થઈ શકે તેમ હોય તો તું મારી નજર સામેથી ખસી જા." ગાંધીબાપુએ તે માણસ સામે નજર પણ મિલાવી નહોતી, તેટલું દુઃખ તે વ્યક્તિના દુષ્કૃત્યથી થયું હતું.

આ જ હતો સાચો જવાબ અને આ જ હતો સાચો ઉકેલ. જે કર્મ તમારાથી થઈ જ ગયું છે અને તેમાંથી પાછું વળવાનો કોઈ ઉપાય બચ્યો જ ના હોય ત્યારે માનવતા અને જીવદયાના કોઈ પણ કાર્યમાં પ્રાયશ્ચિત્ત અને હૈયાની હાશ છુપાયેલી હોય છે.

તમારી પાસે કેટલાં સુખ-સગવડ અને સમૃદ્ધિ છે તેટલું પૂરતું નથી, પરંતુ તેમાંથી તમને કેટલો આનંદ અને શાંતિ મળી શકે છે તે જ મહત્ત્વનું છે.

(૪૭) શોષણખોર એ જ શેતાન : વાંચો

એક કાતિલ વ્યાજખોરના અમાનવીય ત્રાસથી કંટાળીને એક આખા પરિવારે ઝેર ખાઈને આપઘાત કર્યો, પરંતુ તેમાં એક પાંચ વર્ષની નાની દીકરી અને તેનાં દાદી બચી ગયાં હતાં. રહેવાનું ઘર પણ આ

વ્યાજખોરે લખાવી અને પડાવી લીધું હતું. ઘર ખાલી કરવાના દિવસે જ આખા પરિવારે આપઘાત કર્યો. તે દિવસોમાં અમદાવાદ શહેરમાં મોરારિબાપુની રામકથા ચાલતી હતી. આ વ્યાજખોર પોલીસની બીક અને મૃતક પરિવારના વળતા હુમલાના ભયથી ભાગીને એક ગંદી ચાલીમાં જઈને સંતાઈ ગયો હતો. દિવસે મોરારિબાપુની રામકથા સાંભળતો અને રાત્રે ચાલીની છૂપી જગ્યાએ સંતાઈ રહી મૃતક પરિવારનાં સગાં-સંબંધીઓની હિલચાલ ઉપર તેના સાગરીતો મારફ્ત નજર રાખતો.

મોરારિબાપુની રામકથામાં આવતાં હૃદયદ્રાવક દૃષ્ટાંતોએ આ વ્યાજખોરનું હૈયું હચમચાવી દીધું. મોરારિબાપુની હૃદયદ્રાવક એક જ લીટીએ આ વ્યાજખોરનું જીવન પલટી નાખ્યું, **"કોઈનું પણ નિકંદન કાઢતાં પહેલાં આપણી જાતને તેની જગ્યાએ મૂકીને પછી જ તેનું નિકંદન કાઢવાનો વિચાર કરવો."**

સાચા સંતના સત્સંગની તાકાતમાં તો હજારો પર્વતોને ડોલાવી દેવાની શક્તિથી પણ વધારે તાકાત હોય છે. તે રાત્રે વ્યાજખોર ખૂબ જ રડ્યો. તેના માનસપટ ઉપર તેને એક જ દૃશ્ય દેખાતું હતું, "મારા પરિવારની પણ આવી દશા થઈ હોત તો... મારી એકલી લાડકી દીકરીનું શું થાત ?" તેને પણ પાંચ વર્ષની એક જ દીકરી હતી.

સૂર્યોદય થતાં તે સીધો જ મૃતક પરિવારના ઘરે પહોંચી ગયો. સગાં-સંબંધીઓ મૃતક પરિવારના ઘરે જ ભેગાં થઈ સવાર-સાંજ રામધૂન અને ભજન કરતાં. મૃતક પરિવારમાં બચી ગયેલી બાળકી તેનાં વૃદ્ધ દાદીના ખોળામાં બેસીને ધ્રુસકે-ધ્રુસકે રડતી હતી, "મારે મમ્મી-પપ્પા પાસે જવું છે, ભઈલુંને તો કોઈ લઈ આવો, મારે તેને રમાડવો છે." તેના મૃતક પરિવારના સમૂહ ફોટા સામું જોઈ આક્રંદ કરતી, **પથ્થરને પણ ભગવાને આંખો આપી હોત તો તેમને પણ ખબર પડી હોત કે દુઃખનાં આંસુ કોને કહેવાય!** પથ્થરની આંખોમાંથી પણ વેદના અને વ્યથાનાં આંસુ વહેતાં હોત.

બચી ગયેલી આ બાળકી પેલા વ્યાજખોરને ઓળખતી હતી

એટલે તેની સામું, તેના નાના અને નાજુક હાથ લાંબા કરીને આક્રોશભર્યો આક્રંદ કરવા લાગી, "તમે...જતા...રહો...તમે જતા રહો." આ વ્યાજખોર જ્યારે આ પરિવારના ઘરે પઠાણી ઉઘરાણી કરવા આવતો ત્યારથી તેનો સ્વભાવ અને તેના બૂમબરાડા તેના માનસપટ ઉપર છવાઈ ગયા હતા.

આ વ્યાજખોર ઊભા-ઊભા જ બે હાથ જોડી કરગરવા લાગ્યો, "તમે બધા મને માફ કરો, આજથી આ વૃદ્ધ વિધવા દાદી એ જ મારાં બા અને આ નાની દીકરી એ મારી જ દીકરી. આજે જ હું એક લાખ રૂપિયા વીસ વર્ષ માટે બેંકમાં દીકરીના નામે થાપણ તરીકે મૂકું છું. જ્યારે તે પુખ્તવયની થશે ત્યારે તેના લગ્ન માટે બધી રકમ માત્ર તેને જ મળશે. દાદી અને તેમની આ પૌત્રીના કાયમી ભરણપોષણ માટે હું અત્યારે જ બે લાખ રૂપિયા આપું છું, તમારાં સગાં-સંબંધીઓની બનાવેલી કમિટી જ તેનો વહીવટ કરશે, મેં લખાવી લીધેલું આ મકાન હું આપ સૌની સાક્ષીએ પરત આપું છું, અત્યારથી જ હું હાથમાં જળ લઈ પ્રતિજ્ઞા કરું છું કે આવા જાડા વ્યાજનો ધંધો ક્યારેય નહીં કરું, અને આવા જાડા વ્યાજના ચક્રમાં ફસાયેલા મજબૂર લોકોને હું વ્યાજખોરોની ચુંગાલમાંથી બચાવીશ, જીવીશ ત્યાં સુધી મારા બોલેલા વચનનું પાલન કરીશ, મારા મર્યા પછી તો હું કાંઈ કહેતો નથી."

પસ્તાવાનાં અને પ્રાયશ્ચિતની વેદનાનાં આંસુએ આ વ્યાજખોરનું હૃદય પવિત્ર કરી દીધું, તે વધારે કાંઈ પણ બોલ્યા સિવાય, "આ નાણાં ગણી લેજો, ન જાણે પરમેશ્વર મને ક્યારે અને ક્યાં-કેવી સજા કરશે? વ્યાજ અને મૂડી હું આ પરિવાર પાસેથી ચૂસી ગયો છું, તેનાથી પણ વધારે હું આ દાદી અને પૌત્રીને આપીને જાઉં છું... જય રામજી કી." આ કાતિલ વ્યાજખોર આંસુ સારતો-સારતો ત્યાંથી ઝડપથી બહાર નીકળી ગયો.

વિસામો

જે વ્યક્તિની વૃત્તિ, મનોવૃત્તિ, પ્રવૃત્તિ અને પ્રકૃતિથી નિર્દોષનો ભોગ લઈ કે તેનું અહિત કરી માત્ર પોતાનું જ હિત ઈચ્છનારના

જીવનમાં ચિંતા, ટેન્શન અને ઉપાધિઓનો વરઘોડો તો અડધી રાતે તેના ઘરનું સરનામું શોધીને આવવાનો જ અને કોઈનું પણ ખરાબ અને ખોટું નહી ઈચ્છનાર તેવી બાબતોમાં સાથ-સહકાર નહીં આપનારના જીવનમાંથી ટેન્શન, ચિંતા અને ઉપાધિઓ દૂર ભાગવાની, પરંતુ કાતિલોની ચુંગાલમાંથી નિર્દોષોને છોડાવનાર તથા દુઃખીઓનાં દુઃખ દૂર કરનાર માનવતાવાદી સેવકોના જીવનમાંથી ટેન્શનનો પડછાયો પણ દૂર ભાગશે, કારણ ખુદ પરમેશ્વર તેમનું રક્ષણ કરે છે.

જે વ્યક્તિ સ્વભાવથી જ ક્યારેય કશું જતું કરવા તૈયાર ના હોય અને જે વ્યક્તિ પોતાની જાત માટે પણ કાંઈ ખર્ચ કરતી નથી તેની પાસે છેવટે કાંઈ બચતું નથી.

(૪૮) કજીયાનું મૂળ : આવેશ અને અહમ : વાંચો

આવેશ, અહમ, અજ્ઞાનતા અને ઉતાવળ માનવીનું ગમે ત્યારે ગમે ત્યાં અકાળે પતન કરે છે. ઘણા કિસ્સાઓમાં વ્યક્તિ ભલે સારો અને સાચો હોય, પરંતુ અતિઆવેશ અને મૂર્ખામીભરી ઉતાવળ તેને મહાચુંગાલમાં ફસાવી દે છે. ધીરજવાન અને ધૈર્યશીલ વ્યક્તિ જ ઘણા સમય પછી પણ તે જ ટેન્શનમાંથી મુક્ત થઈ સફળ અને સુખી બને છે.

પોતાની લાગણીઓ ઉપર કાબૂ નહીં રાખી શકનાર વ્યક્તિઓ અથવા પોતાના મતને યેનકેન પ્રકારથી બીજાઓના ગળે ઉતારવામાં નિષ્ફળ જનાર વ્યક્તિઓ જલદીથી આવેશમાં આવી જતા હોય છે. દુનિયાના દેશોના ઈતિહાસના મહત્ત્વના પ્રસંગો તપાસતાં જાણવા મળે છે કે દુનિયામાં જેટલી ખાના-ખરાબી થઈ છે તે બધી જ આવેશ અને અનિયંત્રિત લાગણીઓમાંથી ઉદ્ભવેલી ઉતાવળના કારણે થઈ છે.

થોડા સમય પહેલાં અમદાવાદ શહેરના જાણીતા વિસ્તારમાં બે વાહનો વચ્ચે અકસ્માત થતાં રહી ગયેલો, પરંતુ તેના આરોપ-પ્રતિઆરોપના કારણે બહુ જ મોટી મારામારી થઈ ગઈ. બંને મોટરકાર અથડાઈ તો નહોતી, પરંતુ સામાવાળાની ભૂલના કારણે મારે મારી ગાડીને બ્રેક મારવી પડી તો બીજો સામાવાળો બૂમો પાડતો હતો કે તમે

તમારી મોટરકારનું સાઈડ સિગ્નલ પણ બતાવ્યું નહોતું અને તમે એકદમ વળાંક લેતાં અકસ્માત થતાં રહી ગયો. બંને મોટરચાલકો ધનવાન પરિવારના હોય તેમ જણાતું હતું, પરંતુ સંસ્કારી અને સમજદાર લાગતા નહોતા. બંને પક્ષે યુવાનો જ હતા. વાત મારામારી સુધી પહોંચી. બંનેએ તેમના મળતિયા અને સાગરીતોને બોલાવી દીધા. બંને પક્ષે રીતસર છૂટા હાથની મારામારી અને ધોકાબાજી પણ થઈ. બંને પક્ષે ઘણા ઘવાયા. પોલીસ ફરિયાદ થઈ. આવેશમાં આવીને મિત્રોની મદદે આવેલા બે-ચાર ગરીબ સાગરીતો પણ નાહકના કૂટાઈ ગયા. સમાધાન થયું નહીં. **બંને પક્ષો રાજી હોય તો જ સમાધાન થાય**. બંને પક્ષે કેટલાંયને જેલ થઈ અને અત્યારે જેલમાં પડ્યા-પડ્યા સડ્યા કરે છે, કોઈ તેમનાં ખબરઅંતર પૂછવા પણ આવતું નથી. મોટર-વાહનો અથડાવાની બીકથી જેટલું નુકસાન નહોતું થયું તેનાથી પણ વધારે નુકસાન અકસ્માતના ભયમાંથી પ્રજ્વલિત થયેલા આવેશે કર્યું. **જલદી અને વારંવાર આવેશમાં આવી જનાર ક્યારેય સમજદાર, વિવેકશીલ અને ઠંડા દિમાગવાળા ના હોય**. સ્ત્રી હંમેશાં લાગણીશીલ વધારે હોય એટલે જ તેઓ સૌથી વધારે આપઘાત કરે છે જ્યારે પુરુષો બુદ્ધિપ્રધાન વધારે હોય છે, પરંતુ તેમાં આવેશ ઉમેરાય છે ત્યારે આવા લોકો ઝઘડા અને મારા-મારી વધારે કરતા હોય છે.

લાગણીઓ, આવેશ અને અહમ ઉપર વિવેકબુદ્ધિનું નિયંત્રણ રાખનારા સજ્જનોને પસ્તાવાના દિવસો આવતા નથી.

જલદી આવેશમાં આવી જનાર વ્યક્તિ ક્રોધી પણ જલદી થઈ જાય. આવી વ્યક્તિ નિર્ણય ઝડપી અને ઉતાવળથી લે છે, જે છેવટે તેમના હિતની વિરુદ્ધમાં જ જાય છે. અતિલાગણીશીલ વ્યક્તિઓ તેમના જીવનમાં ટેન્શનને સામેથી આમંત્રણ આપે છે. વિવેકબુદ્ધિ અને સમજણ વિનાની લાગણીઓ માનવીનો અકાળે અંત લાવે છે.

જ્યાં સુધી દેખાય છે ત્યાં સુધી તો જાઓ, ત્યાં પહોંચશો એટલે તમને આગળનો રસ્તો જરૂર દેખાશે.

(૪૯) કલેશનું ઘર, ઓછી સહનશક્તિ : વાંચો

અમદાવાદ શહેરની બાજુના એક નાના શહેરમાં એક અનોખો બનાવ બન્યો. **જે પરિવારમાં સમજણ ઓછી હોય ત્યાં સહનશક્તિ પણ ઓછી હોવાની જ અને જે પરિવારમાં સમજણ અને સહનશક્તિ ઓછાં હોય ત્યાં ઘરકંકાસ વધુ હોય જ અને જે પરિવારમાં ઘર કંકાસે અડિંગો જમાવ્યો હોય તે પરિવારમાં અકાળે અકલ્પિત આધિ, વ્યાધિ અને ઉપાધિઓ આવે જ.**

જે પરિવારમાં વડીલની સમજ અને સહનશક્તિ ઓછી હોય તે પરિવારનો ધ્વંસ થતાં કોઈ બચાવી શકે નહીં અને જે પરિવારમાં વડીલોની સમજ, ડહાપણ અને શાણપણ વિશેષ હોય તેવા પરિવારમાં પ્રશ્નોનો વ્યવહારું ઉકેલ સત્વરે આવે છે. જે વડીલમાં પરિવારમાં આવતા ભયને પારખવાની અગમ દૃષ્ટિ અને બુદ્ધિ હોય તે પરિવારમાં ઉદ્‌ભવતી સમસ્યાઓને મૂળમાંથી જ રોકી શકાય છે.

આમ તો આ પરિવાર સુખેથી રહેતો હતો. પરિવારમાં દાદા-દાદી, દીકરો અને તેની પત્ની તથા તેમનાં બે નાનાં સંતાનો સાથે નાના સ્વતંત્ર ડુપ્લેક્ષમાં શાંતિથી રહેતાં હતાં.

દાદાને માત્ર ટીવીમાં સમાચાર જોવા-જાણવાની ટેવ અને દીકરાની વહુ દરરોજ રાત્રે ભોજન અને રસોડાનું કામકાજ પતાવી ટીવીમાં આવતી પારિવારિક સિરિયલો જોવાની બંધાણી હતી.

દાદા ટીવીમાં દેશ-દુનિયાના મહત્ત્વના સમાચારો જોઈ રહ્યા હતા ત્યારે જ પુત્રવધૂએ તેના નાના દીકરાને ઉદ્દેશીને દાદાને સંભળાવતી હોય તેમ બોલી, “જા...લ્યા...દાદાને કહે કે હવે તો ટીવીમાંથી મોંઢું બહાર કાઢો, અમે પણ માનવી છીએ, ઢોર નથી. આખો દિવસ ઘરનો ઢસરડો કૂટીએ છીએ અને સાંજે એક સારી સિરિયલ પણ જોવા મળતી નથી, નોકર પણ અઠવાડિયામાં એક રજા માગે છે, જા... દાદાને કહે કે સમાચાર તો આખો દિવસ આવે છે, હવે તો મારી મમ્મીને સિરિયલ જોવા દો.” આ આખી કથા દાદા સાંભળી રહ્યા હતા. તેમનો પૌત્ર તેમને કહેવા આવે ત્યાં સુધીમાં તો દાદા તાડૂક્યા, “**બાપના ઘરે તો આખો**

દિવસ ટીવી સામું બેસી રહેતાં'તાં, બાપના ઘરે તો બે ટંક પૂરતું ખાવાનું પણ નહોતું, ક્યારનાં ટીવીવાળાં થઈ ગયાં... બાપના ઘરેથી આગવું ટીવી લઈને આવીએ ને... આ તો મારા દીકરાએ તેની કમાણીમાંથી વસાવ્યું છે, તારા બાપના પૈસે નથી વસાવ્યું, આવું રોજડું મારા ઘરમાં ક્યાંથી ઘૂસી ગયું." બસ, એક જ ચિનગારીએ ભડકો કર્યો. વહુની અતિશય લાગણી ઘવાઈ અને ઉપરના માળે સીડી ચઢતાં-ચઢતાં બોલી, "આ બધું આપ્યું તમને ભોગવજો તમે એકલા, આ રોજડું તો હવે આ ચાલ્યું પણ તમને હવે વાઘણ ભટકાશે ત્યારે આ રોજડાને યાદ કરીને માથાં પછાડજો." તેણે મકાનના ઉપરના માળે જઈ તેનાં બે બાળકો અને પોતાના શરીર ઉપર કેરોસીન છાંટી આગ ચાંપી દીધી. થોડીક દર્દીલી ચિચિયારીઓ પછી આખો પરિવાર કલુષિત વાણી, ઓછી સમજણ અને ક્રોધના ત્રિવેણી દાવાનળમાં બળીને રાખ થઈ ગયો.

આ 'ઘટનાથી તમે શું સમજ્યા, પરિવારના વડીલની અસંયમી વાણી, દીકરાની વહુ એટલે કે પુત્રવધૂની ઓછી સહનશક્તિ અને સસરા અને દીકરાની વહુ - આ બંનેની ઓછી સમજણે આખા પરિવારને તબાહ કરી નાખ્યો.

જે પરિવારમાં ઓછી સમજણ, નામશેષ સહનશક્તિ, પરસ્પર પ્રેમભાવ વિનાનો સંપ અને વધારે પડતું સ્વચ્છંદીપણું જે પરિવારમાં હોય ત્યાં ટેન્શન હોય જ અને ટેન્શન ક્યારેય એકલું આવતું નથી, પરંતુ તેના પરિવારના સભ્યો આધિ, વ્યાધિ અને ઉપાધિનો વરઘોડો વાજતે-ગાજતે લઈને આવે છે.

ઝઘડા કે વિવાદના કોઈ પણ સ્થાને બે પક્ષમાંથી ગમે તે એક પક્ષ શાંત રહે તો ઝઘડા-વિવાદને ટાળી શકાય છે, ઉકેલી શકાય છે અને તેનું સમાધાન કરાવી શકાય છે, પરંતુ જિદ્દી, ક્રોધી, કાચા-કાનના, જડ અને વહેમી હોય તે લોકો તો જેમના માથે પડ્યા હોય તેમને તો દુઃખી કરે છે અને બીજાને પણ દુઃખી કરે છે.

સ્વમાનના ભોગે સ્વર્ગનાં સાતેય સુખ મળતાં હોય તો પણ તેને જતાં કરજો, કારણ કે સ્વમાન જશે એટલે સુખ પણ તેની સાથે જતાં રહેશે, તમારી પાસે બચશે માત્ર લાચારી.

(૫૦) જીવનનો સફાયો, ખરાબ દાનત : વાંચો

એક રહેણાક સોસાયટીમાં ગંદા પાણીની ગટર સાફ કરાવેલી. તેનાં નાણાં ગટર સાફ કરવાવાળાને આપવા માટે બે પરિવાર વચ્ચે ઝઘડો થયો. એક ભાઈ ગુસ્સાવાળા હતા અને બીજા ભાઈ ઠંડા દિમાગના હતા. ગુસ્સાવાળા ભાઈ ખોટા હતા, તેઓ જોર-શોરથી બૂમબરાડા પાડી પેલા ભાઈ પાસે અણહક્નાં નાણાં ખોટી રીતે ઓકાવવા માગતા હતા. ઠંડા દિમાગવાળા ભાઈએ કહ્યું, "ભાઈ, મારી ગટરની લાઈન જ આખી અલગ જાય છે, જે કાંઈ પ્રોબ્લેમ છે તે માત્ર તમારી જ ગટર લાઈનમાં છે." આ ભાઈ બહુ જ શાંતિથી તેમની વાત સમજાવી રહ્યા હતા ત્યાં પેલા ગરમ દિમાગવાળા ભાઈ આક્રમક થઈ બેફામ ગાળો ભાંડવા માંડ્યા. પેલા ભાઈને મારવા માટે આમથી તેમ હથિયાર શોધવા દોડવા લાગ્યા. ઠંડા દિમાગવાળા ભાઈ તો શાંતિથી ઊભા હતા. સોસાયટીના અન્ય રહીશોએ ગુસ્સાવાળા ભાઈને પકડી રાખ્યા, છતાં જાણે આખા વિદ્યુતબોર્ડનો પ્રવાહ તેમના મગજમાં પ્રસરી ગયો હોય તેમ તેમની આંખો લાલ થઈ ગઈ હતી અને એક જ બાબતના બૂમબરાડાથી આકાશ ગજવતા હતા, "તું તો શું તારો બાપ પણ તારા ભાગના પૈસા આપશે, નહીં આપે તો તારી પાસેથી વસૂલ કરવા હજુ તો મારા બાવડામાં જોર અકબંધ છે, તારા ભાગના તું રૂ. બસોનું તું મને દાન નથી કરતો. બોલ, હાલ પૈસા આપે છે કે નહીં." આંખો લાલ-પીળી થઈ ગઈ, તેમનું આખું શરીર ક્રોધથી ધ્રૂજવા લાગ્યું, ધીમે-ધીમે તેઓ તેમના શરીર ઉપરથી કાબૂ ગુમાવતા ગયા. તેમનું બ્લડ-પ્રેશર અતિશય વધી ગયું, ત્યાંથી જ તેમને ખાનગી હોસ્પિટલમાં લઈ ગયા. ડૉક્ટરે તમામ પરીક્ષણો અને રિપોર્ટ કઢાવ્યા, તેમાં તારણ આવ્યું કે હાઈબ્લડ-પ્રેશરના કારણે તેમના મગજની મુખ્ય ધોરી નસ તૂટી ગઈ

છે, બ્લડ-ક્લોટ તેમાં ફસાઈ ગયો છે, તેના ઓપરેશનનો કોઈ અવકાશ નથી. લકવો થઈ ગયો અને ગરમ મગજવાળા ભાઈ ઠંડા થઈ કોમામાં સરી પડ્યા.

શાંત દિમાગવાળા ભાઈએ ગટર સાફ કરનારને બંનેના ભાગના રૂ. ૪૦૦ આપી દીધા. શાંત દિમાગવાળા હજુ શાંતિથી જીવે છે અને ક્રોધી ભાઈ મરણ પથારીએ પડી પરિવારની મરજી વિરુધ્ધની સેવા લઈ નરક જેવી જિંદગી જીવી રહ્યા છે.

માનવી પોતે જ સ્ટ્રેસ અને ટેન્શનની માયાજાળ રચે છે, પોતે જ તેમાં ફસાય છે અને દોષ બીજાઓને દે છે જેને પરિણામનો વિચાર કર્યા વિનાનાં કામો કરવાં છે તેમના જીવનમાં ટેન્શન ક્યાંથી ઓછું થાય?

તમારા જીવનમાં આવેલા ટેન્શનને જડમૂળથી દૂર કરવાની શરૂઆત તમે સ્વયં નહીં કરો ત્યાં સુધી તો પરમેશ્વર પણ તમને મદદ નહીં કરે, પરમેશ્વર તો તેમને મદદ કરે છે, જે લોકો સૌ પહેલાં પોતાની જાતને મદદ કરવા તૈયાર હોય છે.

સમાધાનનો આધાર આટલી બાબત ઉપર આધાર રાખે છે : તમે કેટલું મેળવવા માગો છો તેના ઉપર નહીં પણ તમે કેટલું જતું કરવા માગો છો તેના ઉપર છે.

(૫૧) વ્યસનની બૂરી આદત, પરિવારની બરબાદી : વાંચો

આ સંસારમાં તમામ ભૌતિક સુખ ભોગવવા માટે કે આધ્યાત્મિક નિજાનંદ પ્રાપ્ત કરવા માટેનું કોઈ સચોટ અને સાચું માધ્યમ હોય તો માત્ર તંદુરસ્ત શરીર જ છે. એક મહાન તત્વેત્તાએ પણ સાચે જ કહ્યું છે કે, "બધાં કામ પડતાં મૂકી શરીર સાચવવાનું કામ સૌ પહેલાં કરવું."

તમારું શરીર રોગીષ્ટ, દુર્બળ અને કમજોર હોય ત્યારે દુનિયાનું કયું સાધન, સમૃદ્ધિ અને શાસ્ત્ર તમને સુખ અને શાંતિ આપી શકે! હમણાં તાજેતરના થયેલા સંશોધન ઉપરથી ફલિત થાય છે કે દુનિયાની મોટા ભાગની વસ્તી પ્રત્યક્ષ-અપ્રત્યક્ષ રીતે શારીરિક કે

માનસિક રોગોથી પીડાય છે, જેમની પાસે ભૌતિક સુખ-સગવડો ઓછી છે તેઓ શારીરિક રોગોથી વધુ પીડાય છે અને જેમની પાસે સુખ-સંપત્તિ અઢળક છે તેને મેળવીને જાળવી રાખવા હંમેશાં પ્રવૃત્તિઓમાં ગળાડૂબ હોય છે તેવા લોકો માનસિક રોગોથી વધુ પીડાય છે. જે લોકો બેઠાડું વધારે છે અને મગજ પણ વધારે ચલાવે છે તેવા લોકો શારીરિક અને માનસિક બંને રોગોનો શિકાર બને છે.

બધી જ સુખ-સાહ્યબી અને સમૃદ્ધિ હોવા છતાં જે માનવી તે ભોગવી નથી શકતો તેનાથી વધારે અકર્મી બીજો કોણ હોઈ શકે?

અમારા એક ધનવાન મિત્રનો દીકરો વણજોઈતી પ્રવૃત્તિ કરવાના કારણે તેમાં ને તેમાં વધુ ઊંડો ઊતરતો જતો. તેની એક જ ખ્વાહિશ હતી કે તેના મિત્રવર્ગમાં તે સૌથી મોટો ધનવાન બને. આવી આંધળી દોટમાં તેણે માનસિક તણાવ વધવા લાગ્યો, માનસિક તણાવને ભૂલવા માટે તે જબરદસ્ત વ્યસની થઈ ગયો. અમારા આ મિત્રને ખૂબ જ ટેન્શન રહેતું. તેમના શરીરમાં પણ ડાયાબિટીસ અને બ્લડપ્રેશરનો રોગ ઘૂસી ગયો. તેમને એક જ બાબતનું ટેન્શન ઊંઘવા દેતું નહોતું, “મારા દીકરાને કંઈ થઈ જશે તો! મારા આખા પરિવારનું શું થશે! તેની યુવાન પત્ની અને તેના માસૂમ દીકરાનું શું થશે! મારી આ મિલકતનું શું થશે!” આવા નકારાત્મક વિચારોમાં તેમની ઊંઘ હરામ થઈ ગઈ.

જે વ્યક્તિને શાંત ચિત્તની ગાઢ નિદ્રા ના આવે ત્યારે સમજી લેવું તેવી વ્યક્તિના જીવનમાં આધિ, વ્યાધિ અને ઉપાધિઓનો વરઘોડો વાજતે-ગાજતે આવી રહ્યો છે.

ખૂબ જ દારૂ પીવાથી અને તમાકુ, પાન-મસાલા ખાવાથી ખતરનાક રોગે તેને બે બાજુથી ઘેરી લીધો. લિવરનો બગાડ અને જડબાનું કેન્સર થયું. ડૉક્ટરોએ, સાધુ-સંતો અને સગાં-સંબંધીઓએ પણ તેને ખૂબ જ સમજાવ્યો કે તું આ વ્યસનની આદત છોડી દે, પરંતુ વ્યસનની આદત છોડી દે તેનું નામ વ્યસની નહીં.

એક દિવસ જે થવાનું હતું તે થઈને જ રહ્યું. આ વ્યસની ધનવાન આખા પરિવારને રડતો-કકડતો અને નિઃસહાય હાલતમાં

મૂકીને મૃત્યુ પામ્યો. તેની યુવાન પત્ની દીકરાને દાદાના હવાલે કરી બીજી જગ્યાએ પરણી ગઇ, આવું દુઃખ સહન ન થતાં આ વ્યસની પિયાકની મમ્મીને અસહ્ય હાર્ટએટેક આવતાં તેઓ પણ દીકરાના રસ્તે રવાના થઈ ગયાં. મોટા ઘરમાં માત્ર દાદા અને પૌત્ર જ રહ્યા. દાદા દળણું દળાવવા પૌત્રને લઈને ઘંટીવાળાને ત્યાં માથે અનાજની થેલી મૂકી કેડમાં પૌત્રને તેડી ટ્રાફિકથી ધમધમતો રોડ ક્રોસ કરી રહ્યા હતા, ત્યારે કોઈ અજાણ્યા વાહને દાદાને ટક્કર મારતાં દાદા રોડ ઉપર જ પડી ગયા. આખા રોડ ઉપર અનાજ વેરાઈ ગયું, માથું ફાટી જવાથી દાદા ત્યાં જ મૃત્યુ પામ્યા અને પૌત્રના બે પગ કપાઈ ગયા. આખો પરિવાર છિન્નભિન્ન થવાથી બરબાદ થઈ ગયો. બધી જ સુખ-સંપત્તિ હોવા છતાં કોઈ ભોગવવાવાળું ના રહ્યું.

આ ઘટના વાંચી ખાસ તો સૌ યુવાનોએ જ ચેતી જવાની જરૂર છે કે આ સંસારમાં તમને તમારા પરિવારના કલ્યાણ માટે કશી પડી નથી તો તમે એવું સમજો છો કે આ મતલબી દુનિયા તમારા પરિવારની રક્ષા કરશે? આવા કોઈ હકારાત્મક વહેમમાં રહેતા નહીં.

આખા સંસારમાં તમામ ચિંતકો એકી અવાજે કહે છે કે આ પૃથ્વીલોક અને પરલોક સુધારવાનું કોઈ શ્રેષ્ઠ માધ્યમ હોય તો માત્ર તંદુરસ્ત શરીર પવિત્ર મન અને દૃઢ આત્મબળ જ છે.

દૃઢ મનોબળ તમને ભયંકર રોગ અને મહાઆફતમાંથી હેમખેમ બહાર લાવશે, પરંતુ નબળું મનોબળ તો આધિ-વ્યાધિ અને ઉપાધિઓને ગમે ત્યાંથી બોલાવીને તમારા જીવનમાં હાજર કરી દે છે.

કાયર, કમજોર, પરાક્રમશૂન્ય અને ઈચ્છા વિનાનાને ક્યારેય શત્રુ અને હરીફ ના હોય.

(૫૨) રોગનો દુશ્મન : દૃઢ મનોબળ : વાંચો

કુદરતની કરામતને આજદિન સુધી અવતારી મહાપુરુષો પણ સમજી શક્યા નથી. એક જ પરિવારમાં સાસુને ગર્ભાશયનું કેન્સર અને દીકરાની વહુને સ્તન કેન્સર, એક જ મહિનામાં બંનેને એકસાથે

આવો ભયંકર રોગ થતાં આખો પરિવાર અને સૌ સગા-વહાલાં હલબલી ગયાં. દીકરાની વહુને માત્ર પાંચ વર્ષનો બાબો, આખો પરિવાર શોકની છાયામાં સપડાઈ ગયો, પરંતુ બાપ-દીકરો હિંમત હાર્યા નહીં. તેમના પરિવારમાં એક જ વાતનું રટણ થતું હતું કે, "આપણા પરિવારમાં નથી કોઈ ઘાણાની દાળ ખાતું, નથી ખોટું ધન ઘરમાં આવ્યું, નથી ક્યારેય કોઈનુંય દિલ દુભાવ્યું અને ભગવાનની સેવા-પૂજા તો દરરોજ કરીએ છીએ છતાં આવું ગોઝારું દુઃખ કોઈના નહીં અને માત્ર આપણા પરિવારમાં જ કેમ આવ્યું?" ઘણા મનોમંથન પછી પણ તેમને જવાબ નહોતો જડતો છતાં તેમને પરમેશ્વર અને તેમની સદ્‌ભાવનામાં બહુ જ વિશ્વાસ હતો, "આ તો ભગવાન આપણી કસોટી કરે છે. સુખ પછી દુઃખ આ તો પ્રભુની લીલા છે, હિંમત હાર્યા વિના આપણે સાથે મળીને આ દુઃખનો સામનો કરીએ, જોઈએ તો ખરા કે રોગ અને આત્મબળમાં કોણ જીતે છે?"

હિંમત હાર્યા વિના આ પરિવારના તેજસ્વી અને દૃઢ મનોબળ ધરાવતા યુવકે એક જ કાર્યક્રમ હાથ ઉપર લીધો. આવા ગોબરા અને ગોઝારા દુઃખમાંથી સાજી થયેલી મહિલાઓને પોતાના ખર્ચે ઘરે લાવી તેમના મારફત તેની મમ્મી અને તેની યુવાન પત્નીને સાજાં થવાની પ્રેરણા અપાવતો. તે યુવક એક જ વાતનું રટણ કરતો, "અરે, આવા તો હજારો જીવતા-જાગતા દાખલા છે, જે લોકો મોતના મુખમાંથી સાજા-તાજા થયા હોય... જો મમ્મી આ બધાં તારી સામે જીવતાં-જાગતાં સાજાં-તાજાં બેઠાં છે." તે બધાંને હસાવતો અને ઘરના વાતાવરણને જીવંત અને આનંદમય રાખતો. તે ઘણી વાર કહેતો, "આપણા જેવા નિર્દોષોને સજા કરીને ભગવાન પણ અહીં કઈ રીતે રાજ કરી શકશે? હું પણ ભગવાન પાસે તેનો જવાબ માગીશ, પરંતુ મને પૂરેપૂરો વિશ્વાસ છે તેવા દિવસો આપણા પરિવાર માટે નહીં આવે. આપણા હાથમાં તો માત્ર **દવા, દુવા અને દાન કરવાની ભાવના છે, અને આ ત્રિવેણી આયુધો જ કેન્સરને જરૂરથી ભગાડશે."**

સાસુ-વહુનાં સફળ ઓપરેશન અને સાજા થયા પછી આવો

ભયંકર રોગ સ્ત્રીઓને ના થાય તે માટે "કેન્સર જાગૃતિ અભિયાન"ને વેગવંતુ બનાવવાનું બીડું ઝડપ્યું. આ અભિયાનનો મુખ્ય સૂર એક જ હતો, "**બહેનો, તમારી પોતાની બચતમાંથી દર વર્ષે એક વખત ગર્ભાશય અને સ્તન કેન્સરની તપાસ અચૂક કરાવો, રોગનો અટકાવ જ સાચો બચાવ છે. પુરુષોને હાર્ટએટેક અને પ્રોસ્ટેટનું કેન્સર તથા સ્ત્રીઓને ગર્ભાશય તથા સ્તન કેન્સર ભારતમાં ઘોડાવેગે આગળ વધી રહ્યાં છે,** ધનવાન બહેનો તમે તો તમારા શરીરનું પરીક્ષણ કરાવો, પરંતુ ગરીબ, વિધવા અને નિઃસહાય હાલતમાં જીવતી બહેન-દીકરીઓને થયેલા આ રોગમાંથી મુક્તિ મેળવવા તથા જેમને આ રોગ નથી તેમના માટે તો મંદિર-આશ્રમોમાં ફોગટનું દાન કરવાનું માંડી વાળજો અને તે નાણાં આ નિરાધાર મહિલાઓના ખતરનાક રોગની સારવાર કરવા આપજો, પછી જો જો ઉપરવાળાનું પરિણામ... પથ્થર-પૂજન અને માનવસેવાનો ભેદ તમને સમજાઈ જશે." આવા હૃદયના સાચા ભાવથી તેમનું "કેન્સર જાગૃતિ અભિયાન" આગળ વધી રહ્યું છે.

સજ્જન, સંન્યાસી કે સંનિષ્ઠ સદાચારીનું આરોગ્ય બગડી ગયું હોય તો તે પણ શા કામના! **ભારતના ભૂતપૂર્વ વડા પ્રધાન શ્રી અટલ બિહારીની પણ અત્યારે આ જ હાલત અને આ જ સ્થિતિ છે**. આવા અનેક મહાશય જીવતા હોવા છતાં મરેલા છે, તેઓ જ્યાં જીવી રહ્યા ત્યાં તેમની સેવા-શુશ્રુષા કરનારાઓ માટે બોજ સમાન છે.

પોતાના શરીરને નહીં સાચવી રાખનારા તેના પરિવારને કઈ રીતે સાચવી શકશે? શરીરમાં રોગ દાખલ જ ના થાય તેવી જીવનશૈલી અપનાવવામાં તથા રોગ અને દુશ્મનનો તાત્કાલિક ઉપાય કરવામાં જ સાચી શાંતિ છુપાયેલી છે.

મહાત્મા ગાંધી ઘણી વખત કહેતા, "હું તો સવાસો વર્ષ જીવવાનો છું, કારણ હું કુદરતના સિદ્ધાંતો પ્રમાણે રામના ભરોસે જિંદગી જીવનારો છું એટલે કુદરત મને સવાસો વર્ષ સુધી સારી રીતે સાચવશે."

મૂર્ખ તેના જીવનમાં ભૂતકાળમાં બનેલી દુઃખદ ઘટનાઓને વારંવાર યાદ કરીને દુઃખી થાય છે, પરંતુ સમજદાર તો તેના જીવનમાં બનેલી ઘટનાઓમાંથી સાત્ત્વિક બોધપાઠ લઈને સુખી અને સફળ થાય છે.

(૫૩) વ્યસન હટાવો, જીવન બચાવો : વાંચો

એક સારા પરિવારનો હોય તેવો યુવક મારું પ્રથમ પુસ્તક "સફળ જિંદગી જીવવાની જડીબુટ્ટી"માં વ્યસન વિશે લખાયેલું પ્રકરણ વાંચી તેનાથી પ્રભાવિત થઈ મને મળવા આવ્યો હતો. ઔપચારિક વાતચીત થયા પછી તે ધ્રુસકે-ધ્રુસકે રડવા લાગ્યો અને રુમાલથી આંસુ લૂછતો બોલ્યો, "સાહેબ, વ્યસનની બરબાદી વિશે હું બધું જ જાણું છું, પરંતુ આ બૂરી આદત મારાથી છૂટતી નથી. હવે તો હું બધાં વ્યસનોનો બંધાણી થઈ ગયો છું. મારું લિવર બગડતાં મને કમળો થઈ ગયો હતો, ડૉક્ટરે મને વ્યસન કરવાની સ્પષ્ટ ના પાડી છે, પરંતુ વ્યસન કર્યા સિવાય મારાથી રહેવાતું નથી. મારે એક પાંચ વર્ષની દીકરી અને બે વર્ષનો નાનો માસૂમ દીકરો છે. પત્ની બિચારી ભલી-ભોળી છે." આ યુવક તેની લાગણીઓ અને આંસુઓ ઉપરનો કાબૂ ગૂમાવી ધ્રુસકે-ધ્રુસકે રડવા લાગ્યો, "સાહેબ, ડૉક્ટરો કહે છે કે વ્યસન કરવાનું ચાલુ રાખીશ તો જરૂર તું આ સંસારનો છ માસનો મહેમાન છે. મારી ફૂલ જેવી દીકરી અને મારો લાડલો દીકરો મારાથી ભુલાતાં નથી, મારી ભલી-ભોળી યુવાન પત્નીનું શું થશે, બાપુજી તો ધામમાં ગયા છે પણ ઝામરના કારણે આંધળી થયેલી ઘરડી બાનાં આંસુ કોણ લૂછશે! તેને કોણ સાચવશે! હું શ્રવણ તો ના થઈ શક્યો, પરંતુ આ શેતાનિયતમાંથી બહાર નીકળવાનો ટૂંકો ઉપાય તો બતાવો. જમીનની દલાલી કરતાં-કરતાં હું માથે સોદા કરવા માંડ્યો, તેમાં દગા-ફટકાથી નુકસાન જતાં ઊંધા પાટે ચડી ગયો છું."

મેં તેને અધવચ્ચે જ અટકાવી પૂછ્યું, "ભાઈ, ઉપાય તો સહેલો છે. તને ખબર છે કે તું ઊંધા પાટા ઉપર ચાલવા માંડ્યો છે તો હવે સાચું સમજાયા પછી સાચા અને સીધા પાટા ઉપર આવી જા ને. **આટલું**

યાદ રાખ, કોઈ પણ બાબત એટલી હદ સુધી ક્યારેય બગડી જતી નથી કે તેને સુધારી ના શકાય. ખુદ વાલિયો લૂંટારો સુધરીને વાલ્મીકી ઋષિ ના થઈ ગયા! બસ, વ્યસન નહીં કરવાની પ્રતિજ્ઞા અંતઃકરણપૂર્વક લઈ લે અને જ્યારે તને શરાબ પીવાની તલપ લાગે ત્યારે તું એવી ભાવના કરજે કે આ દારૂના ગ્લાસમાં દારૂ નથી, પરંતુ મારા લાડલાં બે બાળકોનું તાજું લોહી પી રહ્યો છું. વ્યસનના કારણે તારા નજીકના સંબંધી કે કોઈનું પણ અકાળે યુવાનવયે મૃત્યુ થયું હોય તેવા પરિવારની કરુણ દશાને એક ચલચિત્ર સ્વરૂપે તારા માનસપટ ઉપર વારંવાર જોયા કરજે, જો આટલું કર્યા પછી, મને થોડાક દિવસ પછી ફોન કરજે કે મળવા આવજે... અને અત્યારથી મનમાં પ્રબળ ભાવના કરજે કે મારાથી દારૂ છૂટી ગયો છે. બસ, હવે હું સ્વસ્થ છું." તે હસતો-હસતો જતો હતો, તે સાંભળે તેવા ધીમા સ્વરે મેં કહ્યું, "પણ થોડાક દિવસો પૂરતું તો તારા વ્યસની મિત્રોથી દૂર જ રહેજે, જ્યાં સુધી તું મને ફરીથી મળવા ના આવે ત્યાં સુધી વ્યસની(પિયાક)થી દૂર જ રહેજે." હસતા ચહેરે તે જતો રહ્યો.

થોડાક દિવસો પછી તે ભાઈ મળવા તો નહોતા આવ્યા, પણ તેમનો ફોન આવ્યો હતો, તેમાં તેમના અવાજમાં આશાવાદી રણકો હતો, "સાહેબ, બધુ સુધારા ઉપર છે હોં, આશીર્વાદ આપતા રહેજો, સંપૂર્ણ તાજો-માજો થઈને મળવા આવીશ, હરિ...ઓમ."

(વિસામો)

કુદરત વિરોધી જીવનશૈલી તમારા જીવનમાં નહીં કલ્પેલી આપત્તિઓ અને રોગનો ખડકલો કરી દેશે, પરંતુ કુદરતી સિદ્ધાંતો અને સહજ જિંદગી જીવનારા ભડવીરો તો આ આપત્તિઓ અને રોગને દૂર ભગાડશે. શરીરની તંદુરસ્તી વિરોધી કોઈ પણ જીવનપદ્ધતિથી જીવનારા તો કહોવાઈ ગયેલા કૂતરાના મોતે મરવાના અને પરિવારને પણ પાયમાલ કરતા જવાના, પછી પ્રારબ્ધ અને પરમાત્માને દોષ દેવાનો શો અર્થ! **તમે તો રિબાઈને મરશો, પરંતુ પરિવારને "ટેન્શન" નામની મિલકત આપીને મરશો, જે મિલકત જીવતા રહેલા પરિવારનો પણ**

સફાયો કરી નાખશે.

વ્યસન અને માદક પદાર્થોથી આખી માનવસૃષ્ટિ તબાહ થઈ રહી છે. **સૌ જાણે છે કે વ્યસન તો માનવજાતનું કેન્સર છે**. અરે, ખુદ વ્યસની ઈચ્છે છે કે વ્યસનની બદી પોતાનાં સંતાનોમાં ના ઘૂસે.

થાક અને માનસિક તણાવ ભૂલવા અજ્ઞાની લોકો દારૂ કે અન્ય માદક પદાર્થોનું સેવન કરી હંગામી ભ્રામક શાંતિ અનુભવે છે. **તમે સૌ એવું ના સમજતા કે વ્યસનથી માત્ર ધન અને આરોગ્યની જ બરબાદી થાય છે, પરંતુ તમારા હૈયામાં લખી રાખજો કે તમારા વ્યસનમાં તો આખા પરિવારની બરબાદી છુપાયેલી છે**.

પશુ-પક્ષીઓ કેમ વ્યસન કરતાં નથી! કારણ તેઓ એવું કૃત્ય ક્યારેય કરતાં જ નથી કે તેમને ભ્રામક શાંતિની જરૂર પડે.

વ્યસન કરવાથી ટેન્શન દૂર થતું નથી, પરંતુ વધતું જ જાય છે. ટેન્શનનું સાચું કારણ શોધી તેનું નિરાકરણ લાવવાથી જ ટેન્શનને દૂર કરી શકાય છે. **ટેન્શનને દૂર કરવા વ્યસન કરવાથી તો રહી-સહી મતિ પણ મૂઢ થઈ જાય છે, જેથી મૂઢ થયેલી મતિ તમને ખોટા નિર્ણયો લેવડાવશે, જેના કારણે તમે સમસ્યાઓમાં અને ટેન્શનમાં ઊંડા ને ઊંડા ખૂંપતા જશો**.

વ્યસનના બંધાણી થતાં પહેલાં તમે તમારાં નાનાં બાળકો, યુવાન પત્ની અને વૃદ્ધ મા-બાપ સામું **જો...જો. જો તમે તમારા પરિવારનું રક્ષાકવચ બનવા તૈયાર નથી તો શું આ મતલબી દુનિયા દુઃખના દિવસોમાં તમારા પરિવારની પડખે ઊભી રહેશે તેવું સમજો છો?** અરે, તમારી ગેરહાજરીમાં પરિવારનું રક્ષાકવચ બનવાનું તો દૂરની વાત રહી પણ તેમની પાસે જે કાંઈ બચ્યું હશે તેને પણ પડાવી લેશે, ચેતી જજો.

ગાંડાને આપણી મોટરકારમાં લિફ્ટ આપવી તે ભલે આપણે મન દયા હોય પણ જગતની દૃષ્ટિમાં તો મૂર્ખાઈ જ છે, વિવેક વિનાની દયા તમને ટેન્શનમાં મૂકશે.

(૫૪) લાયકાત એ જ સફળતા : વાંચો

ઘણી વખત વ્યક્તિ પાસે સાચી જ બુદ્ધિ હોય, પરંતુ તેનો અમલ ચોક્કસ સમય અને યથાયોગ્ય જગ્યાએ ના કરવામાં આવે તો પણ તે વ્યક્તિ નિષ્ફળ જાય છે અને નિષ્ફળતામાંથી જ અશાંતિ અને ટેન્શન ઉદ્ભવે છે.

ખૂબ જ ભણેલો યુવાન મને મળવા આવ્યો અને રોદણાં રોવા લાગ્યો, "સાહેબ, ભણેલું બધું પાણીમાં ગયું. આટલું બધું ભણ્યો છું અને તે પણ પ્રથમ વર્ગમાં જ પાસ થયો છું, છતાં દરેક ઈન્ટરવ્યૂમાં મને નાપાસ કરવામાં આવે છે તેનું શું કારણ?" મેં તેને કહ્યું, "તેનું સાચું અને સચોટ કારણ તો એ કે તારી વાતચીતથી હું એવું અનુમાન બાંધી શકું છું કે દરેક ઈન્ટરવ્યૂમાં તું જ માત્ર ગરજવાન થઈને ગયો હોય તેવું લાગે છે. હવે આટલું કરજે, તું શું છે તેમાં સંચાલકમંડળને રસ નથી હોતો, તેમને જે જોઈએ છે તે તારામાં બધું જ છે અને તેમને જે જોઈએ છે તે તું બધી પૂર્તતા કરી શકે તેમ છે તેવું વાતાવરણ વાણી અને વર્તનથી સજાવી દે જે, તારું કામ થઈ જશે અને હા, મેનેજમેન્ટમાં તારા માટેની ગરજ ઊભી કરજે અને મેનેજમેન્ટને જે જોઈએ છે તેવી ઘણી-બધી યોજનાઓ તેં સફળતાપૂર્વક પૂરી કરી છે અને તેનાથી પણ વધુ પડકારજનક કાર્યો કરવાની તારામાં ક્ષમતા છે તેનું ખુમારીથી વર્ણન કરજે, તું સો ટકા સફળ થઈશ."

એક દિવસ આ યુવાન હસતા ચહેરે મીઠાઈનું બોક્સ લઈને મને મળવા આવ્યો અને એટલું જ બોલ્યો, **"આ દુનિયામાં આપણે સંનિષ્ઠ, સારા અને સાચા જ છીએ તેટલું જ પૂરતું નથી, પરંતુ આ ત્રિપુટીને યોગ્ય સમયે, યોગ્ય જગ્યાએ અને યોગ્ય રીતે રજૂ કરવામાં જ સફળતા છુપાયેલી છે, તે વાત મને આ વખતે સમજાઈ."**

તમારી પાસે બધું જ હોવા છતાં ક્યાં, ક્યારે, કેવી રીતે અને કેટલો ઉપયોગ કરવો તેટલી પણ તમારામાં આવડત અને વિવેકબુદ્ધિ નહીં હોય તો તમે તમારા જીવનમાં નિષ્ફળ જ જવાના અને **હંમેશાં નિષ્ફળતામાંથી જ "ટેન્શન" ઉદ્ભવે છે.**

૧૦૮

મનુષ્યજીવનમાં લાચારી હોય ત્યાં મજબૂરી હોય જ અને જ્યાં મજબૂરી હોય ત્યાં દુઃખ અને શોષણ સિવાય બીજું હોય પણ શું ? જ્યાં લાચારી ઠરીઠામ થઈ હોય ત્યાં ખુમારીનો પડછાયો પણ ના હોય અને જ્યાં ખુમારી હોય ત્યાં લાચારીની તાકાત નથી કે તે જગ્યાએ પગ મૂકી શકે.

કમજોર, કાયર, નિર્બળ અને પરાધીન લોકો હંમેશાં સમર્થ અને શક્તિશાળીઓની છત્રછાયા નીચે જ તેમની જિંદગી પૂરી કરવાના. સદીઓથી લાચાર અને મજબૂર લોકોનો કીમિયાગર અને કાતિલો ભોગ લેતા જ આવ્યા છે.

દશ હજાર વર્ષનાં શાસ્ત્રો તપાસતાં આપણને તેમાં બે મહા-માનવ ભગવાનશ્રી રામચંદ્રે અને યુધિષ્ઠિરે તેમના આખા આયખામાં એકેય દિવસ ઉપાધિ વિનાનો પસાર થયો નથી, બીજાઓની કુબુદ્ધિએ રચેલી સાજિશમાંથી ઉદ્ભવેલી સમસ્યાઓ એ તેમને લાચાર બનાવવા અનેક પેંતરા રચ્યા, પરંતુ તેમણે ક્યારેય લાચારી અને ઉપાધિને તેમના ઉપર છવાઈ જવા દીધી નથી. લાચારી ઉદ્ભવે તેવા સમયે અને પ્રસંગે તેમને તેમના મન અને બુદ્ધિને ચલિત થવા દીધા નથી. તેમની આખી જિંદગીમાં તમામ પ્રકારનાં ટેન્શન સિવાય એક દિવસ પણ સુખ અને શાંતિનો અનુભવ્યો નથી. કુદરતે ઉપાધિઓની બિછાવેલી માયાજાળમાં નથી ફસાયા કે નથી તેનાં રોદણાં રોયા. **સ્થિર બુદ્ધિવાળા થઈ, શાંત અંતઃકરણથી, હિંમતના સથવારે અને નિયતિએ સર્જેલા સંજોગોને સ્વીકારીને સમયની સાથે જીવ્યા, જેના કારણે આખરી જીત તેમની થઈ.**

વહેમ, શંકા અને અંધશ્રદ્ધાનો સહારો લેશો તો ટેન્શન નહીં હોય ત્યાંથી પણ આવશે, પરંતુ શ્રદ્ધા, સમજ અને આત્મબળનો સહારો લેશો તો આવેલું ટેન્શન પણ ગાયબ થઈ જશે.

---

(૫૫) ભયનો દુશ્મન શૂરવીરતા : વાંચો

એક દિવસ અમે સ્વામી સચ્ચિદાનંદજીના કોબા સર્કલ પાસે આવેલા આશ્રમમાં તેમની અમૃતવાણીનો સત્સંગ શાંતિથી સાંભળી

૧૦૯

રહ્યા હતા ત્યારે આશ્રમના બગીચામાં એક ડાઘીયો કૂતરો એક કમજોર કૂતરાને ફેંદી નાખતો અમે જોયો. કમજોર કૂતરું ખૂબ જ ગભરાઈ ગયું હતું અને ડાઘિયા કૂતરાની ચુંગાલમાંથી દૂર ભાગી, પૂંછડી દબાવીને ડાઘીયા કૂતરા સામું જોઈને મારના ભયથી ભસતું હતું. ડાઘીયો કૂતરો સહેજ પાછું વળીને તે કમજોર કૂતરા સામે જોતો કમજોર કૂતરું પૂંછડી દબાવીને દૂર ભાગીને બઉકારા કરતું, મદદ માટે આક્રંદ કરતું. ડાઘીયો કૂતરો તો તેની જગ્યાએ જ ઊભો હતો પણ તે સહેજ પાછું વળીને પેલા કમજોર કૂતરા તરફ નજર કરતો ત્યારે તે મારની બીકથી મદદ માટે જોરશોરથી ભયભીત થઈ ભસતું ત્યારે સ્વામીજીએ તેમના સત્સંગમાંથી સહેજ વિષયાંતર કરી માત્ર એટલું જ કહ્યું, "તમે સૌએ જોયું કમજોર અને કાયરોની તો હંમેશાં આવી જ દશા થાય. જીવનમાં શૂરવીર જ થવાય, કાયર અને કમજોર નહીં. આખા સંસારમાં કોઈ કમજોરે, કાયરે અને કહેવાતા બ્રહ્મચારીએ ક્યાંય રાજ કર્યું નથી, શૂરવીરોએ જ રાજ કર્યું છે, શૂરવીર જ થવાય, કાયર અને કમજોર ક્યારેય ના થવાય."

જીવનમાં ટેન્શનને આવતું રોકવા અને આવેલા ટેન્શનને ભગવાડવાની પ્રથમ શરત છે "હૈયામાં હિંમત."

> કોઈ પણ માણસને કંઈ પણ શીખવવા માટે દબાણપૂર્વક પ્રયત્ન ના કરો પરંતુ તેના સ્વભાવને અનુરૂપ એવો માહોલ રચો કે તે વ્યક્તિ સ્વયં શીખવા માટે તૈયાર થાય. સ્વયં શીખવા તૈયાર થયેલી વ્યક્તિ તેના ધ્યેયમાં સફળ થાય જ.

(૫૬) સેવા એ જ મોટો પરોપકાર : વાંચો

જીવનમાં માત્ર પોતાના જ પ્રશ્નો ઉકેલવાથી ટેન્શનમાંથી મુક્તિ મળે છે તેવું નથી, પરંતુ બીજાઓનાં દુઃખ દૂર કરવામાં અને માનવજાતની નિઃસ્વાર્થ સેવા કરવામાં પણ ઘણા લોકોને અનહદ આનંદ આવે છે અને આવા સેવાભાવથી તેમના જીવનમાં આવેલાં નાનાં-મોટાં ટેન્શન દૂર થઈ જાય છે.

સાધન અને સમૃદ્ધિ હોય તે જ સેવા કરી શકે તેવું નથી, પરંતુ જેના અંતઃકરણમાં ધરબાયેલી કરુણા હોય તે જ સેવક બની શકે અને જ્યાં કરુણાભાવ હોય ત્યાં આક્રંદ આવે જ ક્યાંથી?

અમદાવાદ શહેરમાં છેલ્લાં પચાસ વર્ષથી સફળતાપૂર્વક ચાર્ટર્ડ એકાઉન્ટન્ટનો વ્યવસાય કરતા મારા વડીલ મિત્ર શ્રી આર. એસ. પટેલને મેં એક મુલાકાતમાં પૂછ્યું, "તમે સી.એ.ની ઘણી કમાણી કરી આપતી ધીકતી પ્રેક્ટિસમાંથી સેવા માટે કેવી રીતે સમય ફાળવી શકો છો? અને નવી-નવી સેવાભાવી સંસ્થાઓ ઊભી કરવાનો તમારો આશય શું છે?" તેઓએ મને અધવચ્ચે જ રોકીને કહ્યું, "કવિરાજ, **જે વ્યક્તિને જે ક્ષેત્રમાં અને જે પ્રવૃત્તિમાં રસ હોય તેમાં તેને સમય મળી જ રહે છે.** આ માનવતાવાદી પ્રવૃત્તિમાં મારાં વફાદાર પત્ની કુસુમ અને આજ્ઞાંકિત પુત્ર કેતનનો મને સંપૂર્ણ સાથ-સહકાર છે." તેમણે તેમનું અંતઃકરણ ખાલી કરવા માંડ્યું. "ખરેખર, હું સાચું કહું તો મને આવી માનવતાવાદી સેવાકીય પ્રવૃત્તિઓમાં અનહદ આનંદ આવે છે. સમાજ અને રાષ્ટ્રે મને ઘણું આપ્યું છે તેમાંથી તેમને કંઈક તો પરત કરું ને, શરીર સાથ આપશે ત્યાં સુધી હું આ પ્રવૃત્તિ કરતો રહીશ, આ સેવાકીય પ્રવૃત્તિ કરવાથી મને થાક નથી લાગતો, પરંતુ મારા હૈયામાં ટાઢક થાય છે, આગળ તો જેવી પ્રભુની ઈચ્છા." તેમની આંખો અને હાવભાવમાંથી નીતરતી ભાવના જાણે બોલી રહી હતી, "**જેના અંતઃકરણમાં માનવતાવાદી સેવા ધરબાયેલી હોય અને તેમાં પણ સમગ્ર પરિવારનો સાથ-સહકાર અડીખમ મળી રહેતો હોય તે વ્યક્તિના જીવનમાં ટેન્શન પ્રવેશે જ કઈ રીતે?"**

વ્યક્તિ ધનવાન હોય, પરંતુ દિલદાર ના હોય, તન અને ધનથી સાધન-સંપન્ન હોવા છતાં મનથી કંજૂસ અને બુદ્ધિથી કૃપણ હોય તો શા કામનો! આવા લોકોના ઘરે ટેન્શન વિના સરનામે પણ પહોંચી જવાનું અને જેમનાં દિલ અને દિમાગ માનવતાવાદી છે તેમના માટે તો ખુદ પરમાત્મા તેમનું રક્ષણ કરશે અને ટેન્શન પણ દૂર ભાગશે.

માનવીના જીવનમાં આધિ, વ્યાધિ અને ઉપાધિઓ આવે તેને પાર્ટ ઑફ લાઈફ કહેવાય, પરંતુ જીવનમાં આવેલા આ ત્રિવેણી તાપને બુદ્ધિથી અને આવડતથી ઉકેલી બતાવે તે કલાને જ "આર્ટ ઑફ લિવીંગ" કહેવાય.

(૫૭) ગુપ્તદાન એટલે પુણ્યનો ખજાનો : વાંચો

થોડા સમય પહેલાં શ્રી અડતાલીસ ગામ ક.પા. સમાજના કોબા સર્કલ પાસે આવેલા પાટીદાર સંકુલમાં સમૂહલગ્ન યોજાયાં હતાં, તે દરમ્યાન વિશાળ લગ્નમંડપની એક ચોરીમાં એક કન્યાની બેગ ચોરાઈ ગઈ, તેમાં મોંઘા દાગીના અને મોંઘાં કપડાં પણ હતાં. ઘણી ધમાચકડી મચી ગઈ, પરંતુ બેગનો પત્તો લાગ્યો નહીં. વિડિયો અને કેમેરાથી થોડો ખ્યાલ આવતો હતો કે કોઈક આદમી સંકુલની બહાર બેગ લઈને જતો જણાતો હતો. લગ્ન કરવા બેઠેલી કન્યાએ રડારોળ કરી દીધી અને હઠ પકડી, "હું તો મારા મંગલસૂત્ર વિના લગ્ન કરવા નહીં બેસું, બધા વિમાસણમાં મુકાઈ ગયાં, બસ, એક જ ચર્ચા થતી હતી, બેગ કોણ ઉપાડી ગયું હશે? બેગ તો ચોરાઈ ગઈ, પરંતુ આ કન્યા મંગલસૂત્ર વિના લગ્ન કરવાનું ના પાડે છે તેનું શું?" તેવામાં સભામંચ ઉપર બિરાજેલા સમાજના **પ્રમુખશ્રી જે. એસ. પટેલની માનવતા ખીલી ઊઠી અને તેમણે તરત જ તેમની જ પાછળ બેઠેલાં તેમનાં ધર્મપત્ની આનંદીબહેન સામું જોઈ ઈશારાથી કંઈક કહ્યું.** તેમનાં ધર્મપત્નીએ ક્ષણનો પણ વિલંબ કર્યા વિના હજાર-હજારની અમુક નોટોનો જથ્થો રડતી કન્યાના હાથમાં સરકાવી દીધો અને કાનમાં કહ્યું, "આ બધાં જ નાણાંનું તને કન્યાદાન, એક પણ રૂપિયો પાછો લેવાનો નથી, આ નાણાંમાંથી નવું મંગલસૂત્ર ખરીદી લે જે, આનંદથી લગ્ન કરવા બેસી જા."

કોઈ મહાપંડિતે સાચે જ કહ્યું છે કે, "લગ્ન સમાન હર્ષ નહીં અને મૃત્યુ સમાન શોક નહીં."

કરુણાથી જેનું હૈયું ભરાયેલું હોય તે જ ધનવાન-દાનવીર થઈ

શકે. **કોઈ મહાકવિએ સાચે જ કહ્યું છે કે, "સહસ્ત્રેશું પંડિત, દશ સહસ્ત્રેશું વક્તા, પરંતુ લાખેશું દાતા."**

ધનની શુદ્ધિ દાન છે અને જ્યાં દાન હોય ત્યાં પુણ્ય હોય જ અને જ્યાં પુણ્ય હોય ત્યાં પાપ કે ટેન્શન ક્યાંથી આવી શકે!

વિસામો

ઘણા નકારાત્મક વિચારસરણીવાળા ટીકા અને ઈર્ષા કરતા હોય છે કે ધનવાન લોકો ફોગટનો સમય અને સમૃદ્ધિ બરબાદ કરે છે. આવા ધનવાન લોકો માત્ર "મોટા" દેખાવા જ આવી પ્રવૃત્તિઓ કરતા હોય છે, પરંતુ આવા નવરા અને નકામા લોકોને એટલી ખબર નથી કે મોટા થવા એકાદ મહત્ત્વનું માનવતાવાદી કાર્ય કરી તો બતાવો. હૈયામાં આનંદ થાય અને સમાજને કંઈક પરત આપ્યાનો અહેસાસ થાય તેવા માનવતાના સેવકોની રક્ષા ખુદ પરમેશ્વર કરે છે, જેમની રક્ષા ખુદ પરમેશ્વર કરતા હોય ત્યાંથી ટેન્શન દૂર જ ભાગે. ત્યાં માનવતાવાદી સાચા સેવકો ક્યારેય કોઈ પ્રમાણપત્ર કે કોઈ ઈલકાબની અપેક્ષા નથી રાખતા, પરમેશ્વર તેમને બધી રીતે હેમખેમ રાખે છે તે જ સૌથી મોટું પ્રમાણપત્ર છે.

અતિલાગણીશીલ વ્યક્તિને તો ટાંકણીની અણીથી થયેલો નાનો ઘા પણ તલવારના ઝાટકા જેવો લાગે છે, પરંતુ જડ અને સંવેદના વિનાની વ્યક્તિ તો હિંસક પશુ સમાન છે, આવી વ્યક્તિથી આપણે જેટલા દૂર રહીએ તેટલું ટેન્શન ઓછું.

(૫૮) માતાનું વાત્સલ્ય એટલે ગંગોત્રી : વાંચો

એક ભાઈને એવો શોખ કહો કે માનવતાવાદી અભિગમ કહો પણ તેમની એક જ ધૂન કે બળાત્કારીઓનો ભોગ બનેલી સ્ત્રીઓ અને પાગલ સ્ત્રીઓની કૂખે જન્મેલાં બાળકો અને જ્યાં-ત્યાં તરછોડાયેલાં નવજાત શિશુઓને એકઠાં કરી તેમની સેવા-શુશ્રૂષા કરી, તેમને શિક્ષણ અને સંસ્કારના પાઠ શીખવવા. આ ફકીર જેવા સંસારી સંતે ક્યારેય પણ કોઈની સામે હાથ લંબાવ્યા નથી, છતાં તેની સંસ્થામાં દાન

માટેનો પ્રવાહ વહ્યા જ કરે છે.

હૈયું હલબલી જાય તેવું વાત્સલ્યની મૂર્તિ પાગલ માતાનું દૃષ્ટાંત તેમણે કહ્યું, "એક વખત અમને સમાચાર મળ્યા કે ફલાણી જગ્યાએ કોઈએ બળાત્કાર કરેલી પાગલબાઈ બાળકને જન્મ આપવાની તૈયારીમાં છે. અમે બધા અમારી ટીમ સાથે ત્યાં પહોંચ્યા. પ્રસૂતિની પીડાથી ગંદા લોહીમાં કણસતી આ પાગલબાઈ પાસે તાજું જ જન્મેલું મૃત બાળક પડ્યું હતું. અમે જોયું તો બાળક મૃત હાલતમાં પડેલું હતું. અમે ઔપચારિક વિધિ પતાવી તે મૃત બાળકને લપેટી અમે એમ્બ્યુલન્સમાં બેસવાની તૈયારી કરી રહ્યા હતા ત્યાં સુધી આ પાગલબાઈ અમારી પ્રવૃત્તિ સામું એકી નજરે જોઈ રહી હતી. અમે મૃત બાળકને લઈને એમ્બ્યુલન્સમાં બેસવા જતા હતા ત્યાં આ પાગલ માતાની આંખોમાંથી વાત્સલ્ય વહેવા માંડ્યું. તેના ગોબરા ગાલને વાત્સલ્યનાં આંસુ ધોઈ રહ્યાં હતાં. તે તેના મૃત બાળક સામું જોઈ હાથ ઊંચો કરી આશીર્વાદ આપતી હોય તેમ કણસતા અવાજે ધીમેથી બોલી, "ટા...ટા...બેટા...ટા...ટા..." આ જીવંત દૃશ્ય જોઈ અમારી આંખો પણ ભીની થઈ ગઈ. અમારી ટીમમાંથી એક સેવાભાવી સેવક તરત જ બોલી ઊઠ્યા, **"કોણ કહે છે ગાંડીને દિલ અને દિમાગ નથી હોતું, કોણ કહે છે પાગલ માતાના હૃદયમાં વાત્સલ્ય નથી હોતું!"** અમે ગાંડીના મૃત બાળકને લઈને જેવા મોટરકારમાં બેઠા કે તરત જ ગાંડીએ હિંસક રૂપ લીધું હોય તેમ તે ઊછળીને અમારી ગાડીમાં બેસી ગઈ. તે તેના મૃત બાળક સામું જોઈ રહી હતી. એક વરિષ્ઠે સલાહ આપી કે ગાંડીને તેના મૃત બાળક પાસે જ બેસવા દો, નહિતર વધારે હિંસક બનશે.

જેના હૃદયમાં લાગણી અને દયા હોય તે બધી જ જગ્યાએ લાગણીથી જોવાનો અને જ્યાં લાગણી ના હોય ત્યાં કઠોરતા હોય જ. માત્ર જ્યાં કઠોરતા જ હોય ત્યાં ટેન્શન ના હોય તો બીજું હોય પણ શું ? **વિશ્વનાં તમામ શાસ્ત્રોનો એક જ મત છે કે જેવું તમે કરશો તેવું જ તમે પામશો અને કાંઈ પણ કર્યા વિના કાંઈ પ્રાપ્ત થતું નથી."**

રામયુદ્ધ જીત્યા હતા હનુમાન જેવા વફાદાર મિત્રના કારણે અને રાવણ યુદ્ધ હાર્યો હતો વિભીષણ જેવા દગાખોર ભાઈના કારણે.

(૫૯) માનવતા એ જ મોટો ધર્મ : વાચો

અમદાવાદમાં આવેલી સેવાભાવી અને માનવતાવાદી સંસ્થા આશીર્વાદ એજ્યુકેશન ટ્રસ્ટ માનવતાવાદી સેવાકીય મહત્ત્વનાં કાર્યો કરનારાઓને ધરતીરત્ન એવોર્ડથી સન્માનવામાં આવે છે.

નામે પ્રહ્લાદભાઈ સોલંકી અને વ્યવસાયે સાબરમતી નદીમાં માછીમારીનો ધંધો. તેણે ધંધો બાજુ ઉપર રાખી એક અનોખો માનવતાવાદી અભિગમ અપનાવ્યો. શહેરના મધ્યમાંથી વહેતી સાબરમતી નદી ઉપર આવેલા બે-ત્રણ બ્રિજ ઉપરથી, જીવનથી હારેલાં-થાકેલા લોકો નદીમાં આપઘાત કરી જીવનનો અંત આણી દેવા નદીમાં કૂદી પડે છે, ત્યાં આ સેવાભાવી મરજીવો હાથે બનાવેલો લાકડાનો તરાપો લઈને પહોંચી જાય છે, ડૂબતા યુવક કે યુવતીને, ઘણી વખત બંને સાથે હોય, કોઈ વખતે આખો પરિવાર પણ આપઘાત કરવા નદીમાં કૂદી પડ્યો હોય તેવા પ્રસંગે આ ભાઈ ત્યાં તેમનો તરાપો લઈ તાત્કાલિક પહોંચી જાય, તે બધાંને બચાવી, પછી જ સરકારી એજન્સીઓને ફોન કરે. મ્યુનિસિપાલિટીની ફાયર બ્રિગેડ ટીમ કે પોલીસ તો જ્યારે આવે ત્યારે આવે પણ ત્યાં સુધીમાં તો આપઘાત કરનારના રામ રમી જાય. આ પ્રહ્લાદભાઈએ આવા સેંકડો લોકોને બચાવ્યા છે. મ્યુનિસિપાલિટીએ તથા અન્ય કેટલીયે સામાજિક સંસ્થાઓએ તેમનું બહુમાન કર્યું છે અને **આશીર્વાદ એજ્યુકેશનના પ્રમુખશ્રી આર. એસ. પટેલે તેમનું સન્માન કરી ગુજરાતના ગવર્નરશ્રીના હાથે શાલ ઓઢાડી અને તેમનું બહુમાન કરાવેલું. પ્રહ્લાદભાઈએ તેમની સાદી અને સરળ વાણીમાં એટલું જ કહ્યું, “જગતને જે કહેવું હોય તે કહેવા દો અને જે કરવું હોય તે કરવા દો, આપણે માત્ર આપણને ગમતી મસ્તીમાં જ મસ્ત રહો, બાકી બીજું બધું પરમાત્મા ઉપર છોડો, થાય તેટલું સારું કરો અને ના થાય**

તેટલાથી દૂર રહો, પરંતુ જે લોકો સારું અને સાચું કામ કરી રહ્યા છે તેમને પ્રેરણા અને પ્રોત્સાહન આપવામાં ભગવાન રાજી રહે છે અને આપણા ઉપર ભગવાન રાજી હોય ત્યારે બીજા કોઈની પણ રહેમ-દયાની જરૂર પડતી નથી.” આ હૃદયદ્રાવક ટૂંકી વાણીમાં તમામ શાસ્ત્રોનો સાર આવી જાય છે.

વિસામો

આપ સૌએ એટલું ખાસ યાદ રાખવું કે આપણે બધા જ ક્ષેત્રમાં થતાં સદ્‌કાર્યોમાં અને દરેક માનવતાવાદી પ્રવૃત્તિમાં સામેલ ના થઈ શકીએ, પરંતુ જે લોકો આવાં સદ્‌કાર્યો કરતાં હોય તેમનું બહુમાન કરી, તેમની કદર કરી તેમને પ્રેમ, પ્રેરણા અને પ્રોત્સાહન તો આપી શકીએ કે નહીં! **દુઃખીઓનાં દુઃખ દૂર કરવાની સદ્‌પ્રવૃત્તિમાં જ સર્વ પ્રકારની ભક્તિ, સર્વ પ્રકારનું જ્ઞાન અને સર્વ પ્રકારનું સદ્‌કાર્ય સમાઈ જાય છે.** આપણા જીવનમાં વર્તમાનમાં આવેલ ટેન્શન અને ભવિષ્યમાં આવનાર કોઈ પણ આફતને જડમૂળમાંથી દૂર કરવાની તાકાત અને છૂપા આશીર્વાદ માત્ર પરોપકારમાં જ સમાયેલા છે.

અંતઃકરણમાં ભલી ભાવના જાળવી રાખજો, પરમેશ્વર તમારાં ટેન્શન ચપટી વગાડતાં જ દૂર કરી નાખશે.

આખો સંસાર માત્ર, “પહેલાં તમે મને આપો અને પછી જ હું તમને આપું” ની કૂટનીતિમાં જ સમાઈ નથી જતો, આ નીતિ ઉપર તો માત્ર વેપાર અને વ્યવહાર નભે છે, નિઃસ્વાર્થ સેવા નહીં. જ્યાં લેવાની કોઈ ભાવના જ નથી અને માત્ર આપવાની જ ભાવના હોય છે ત્યાં તો ખુદ પરમાત્મા વસે છે અને જ્યાં ખુદ પરમાત્મા વસતા હોય ત્યાં ટેન્શન કઈ રીતે રહી શકે ?

તમારી લીટીને મોટી દેખાડવા બીજાની લીટીને ભૂંસવાનો પ્રયત્ન કરશો તો સંઘર્ષ થશે, સંઘર્ષ ટેન્શન વિનાનો ના હોય, તમારા સ્વપ્રયત્નોથી તમે તેનાથી પણ તમારી લીટી મોટી દોરશો તો આવતું ટેન્શન ગાયબ થઈ જશે.

(૬૦) સ્વર્ગનું પ્રથમ પગથિયું માનવસેવા : વાંચો

પવિત્ર માતર ગામના પાદરમાં, દરેક માસના બીજા અને ચોથા રવિવારે રોગી અને બિમાર લોકો માટે "માનવ પરિવાર" એટલે કે **"બળદેવદાસ ચેરિટેબલ ટ્રસ્ટ" દ્વારા સંચાલિત યોજાતો "મફત નિદાન અને નિઃશુલ્ક" દવા-સારવાર મેડિકલ કેમ્પ એટલે માનવસેવા યજ્ઞ. આ કેમ્પમાં આવનાર દરેક દર્દી અને તેની સાથે આવનાર સંબંધીને પણ મફત ભોજન કરાવવામાં આવે છે.** ક્યાં અન્નપૂર્ણાદેવી વર્ષોથી લાખો લોકોને જમાડે છે? કયા ધનકુબેર ભંડારી દાન વહેવડાવે છે? અને કયા ધન્વંતરિ સમગ્ર મેડિકલ કેમ્પનો દવાનો ભંડાળ પૂરો પાડે છે? તે એક રહસ્ય છે. વર્ષોથી યોજાતા આ મેડીકલ કેમ્પમાં લાખો લોકોએ લાભ લીધો છે અને હજુ લઈ રહ્યા છે તથા આ જ સંસ્થા દ્વારા અમદાવાદની સિવિલ હોસ્પિટલમાં અઠવાડિયામાં બે વખત દર્દીઓને ખીચડી મફત વહેંચવામાં આવે છે.

આવો સેવાયજ્ઞ તો નિષ્કામી અને નિઃસ્વાર્થી સેવકો માટે આશીર્વાદ પ્રાપ્ત કરવાનો ઉત્તમ ખજાનો છે. જે લોકો પોતાનાં સુખ બીજાઓને વહેંચે છે તેમના માથે ભગવાન ટેન્શન આવવા જ કેમ દે? આ પવિત્ર જગ્યા તો દાન વહેવડાવવાનું ઉત્તમ સેવા-સ્થળ છે.

જે દિલદાર દાનવીરો કે સેવકો, દુઃખીઓનાં દુઃખ અને ટેન્શન દૂર કરવા હંમેશાં તત્પર હોય છે, તેમના માથે દુઃખ કે ટેન્શન ક્યારેય ના આવે તે માટે ખુદ પરમાત્મા પોલાદી દીવાલ બની તેમનું રક્ષણ કરે છે.

> **કલુષિત વાણી જ આફતને નોંતરે છે, અભિમાન જ તે આફતમાં વધારો કરે છે, ક્રોધ તે આફતને આગ ચાંપવાનું કામ કરે છે, આગમાં તેલ રેડવાનું કામ લોભ કરે છે, મોહ તો તે લાગેલી આગમાંથી રાખ શોધવાનું કામ કરે છે, પરંતુ કુબુદ્ધિ તો માનવીનો સંપૂર્ણ નાશ કરે છે.**

(૬૧) કરૂણા જ મોટું સદ્કર્મ : વાંચો

હું જગતના સૌ લોકોને મોટાં સદ્કાર્યો કરવાનું નથી કહેતો, પરંતુ તમારી સેવામાં સતત હાજર રહેતા નોકર-ચાકર માટે સાઈકલનાં પેન્ડલ લગાવીને તમારા માટે સારા સમાચાર લાવનાર પોસ્ટમેન માટે તમે કોઈ દિવસ કાંઈ વિચાર્યું છે! **અરે, તમારી વિધવા કામવાળીબાઈના બીમાર દીકરાના હાલ-હવાલ ક્યારેય પૂછો છો ?** કે પછી તેને તમે આપેલ એડ્વાન્સ ઉપાડ ઉપર વ્યાજ ગણો છો, તેના બીમાર દીકરાની સારવારમાં વ્યસ્ત તે બાઈનો પગાર કાપી લો છો અને એવું સમજો છો કે તેનો દીકરો તેના કર્મે દુ:ખી છે અને તમારો દીકરો તમારા કર્મે સુખી છે! તો આ તમારી મહાભૂલ છે. ભવિષ્ય માત્ર પરમાત્માના હાથમાં છે, આખરી લગામ, ગજ અને કાતર પણ તેના જ હાથમાં છે. સમય અને સંજોગોને બદલાતાં વાર નથી લાગતી, તમારે **જો દુ:ખના દિવસો જોવા ના હોય તો તમે માત્ર નાનકડું કામ કરજો :** દીન-દુ:ખીઓ પ્રત્યે અમી દૃષ્ટિ રાખજો તો પરમાત્મા તમારા દુ:ખના દિવસોમાં હિમાલય બનીને તમારી પડખે ઊભા રહેશે, પરંતુ જો તમે દુ:ખીઓના દુ:ખમાંથી પણ સુખ શોધતા ફરશો તો પરમેશ્વર તમને હિમાલયના શિખર ઉપર તો નહીં પહોંચાડે, પરંતુ તમને ઊંડી ખીણમાં એવા ધકેલી દેશે કે તમારું એક અંગ પણ તમારા પરિવારના હાથમાં નહીં આવે.

"આ મારાથી નહીં થાય" આવું કહેવાની જેની આદત અને જીવનશૈલી હોય તેવી વ્યક્તિથી દૂર રહેવામાં જ ટેન્શનમુક્તિ રહેલી છે અને "આ કાર્ય હું કરીને જ જંપીશ" આવી વ્યક્તિ સાથે ઘરોબો કેળવવાથી ટેન્શનમુક્તિ સમાયેલી છે.

(૬૨) શોષક એ જ મોટો કસાઈ : વાંચો

અમદાવાદ શહેરમાં હું અમુક વખત એક જ બૂટ-પોલિશવાળા પાસે મારા બૂટની પોલિશ કરાવું છું. એક દિવસ બૂટ-પોલિશવાળો મારા બૂટની પોલિશ કરતો હતો અને હું તેની સાથે સીધો-સાદો સત્સંગ કરતો હતો તેવામાં આ ગરીબ બૂટ-પોલિશવાળા પાસે કોઈ શાહુકાર

ઊંચા વ્યાજે આપેલ દશ હજાર મૂડી અને વ્યાજ લેવા પઠાણી ઉઘરાણી કરવા લાગ્યો અને તેને જેમ-ફાવે તમે અભદ્ર વાણી બોલવા લાગ્યો.

વાત એવી હતી કે આ બૂટ-પોલિશવાળો ભાઈ તેની દીકરીના લગ્ન પ્રસંગે શાહુકાર પાસેથી દશ હજાર રૂપિયા દશ ટકાના માસિક વ્યાજે લીધા હતા. મૂડીમાંથી તો એક મહિનાનું એડ્વાન્સ વ્યાજ પણ કાપી લીધુ હતું. દર મહિને પઠાણી વ્યાજ આ શાહુકાર લઈ જતો. તેવામાં આ પોલિશ કરનારના પરિવારમાં એક મોટી ઉપાધિ આવી. તેની પત્નીને ગર્ભાશયનું કેન્સર થયાનું બહાર આવ્યું. સરકારી હોસ્પિટલમાં દવા-સારવાર તો કરાવે, પરંતુ બીજાં નાણાં તો ઘરમાંથી કાઢવાં પડે. સારવાર લાંબી ચાલી. પૂરી સારવાર અને દવાના અભાવે તેની પત્ની મૃત્યુ પામી. તેની દીકરી ગર્ભવતી થતાં પ્રથમ સુવાવડ કરવા મા-બાપના ઘરે આવી. મા મરી ગઈ અને તેની સારવારમાં બાપ દેવામાં ડૂબેલો હતો તેવો તે સમજદાર દીકરીને ખ્યાલ હતો જ. તેથી તેના બાપને તેણે કહ્યું, "બાપુ, ચિંતા કરશો નહીં, આ તો પ્રથમ પ્રસૂતિ પિયરમાં કરવી પડે એટલે હું અહીં આવી છું, તમારા માથે બોજ નહીં બનું." પરંતુ બાપ તો બાપ છે, બાપની મદદમાં તો પરમાત્મા સિવાય કોઈ નહોતું, મદદમાં માત્ર ઉપર આકાશ અને નીચે ધરતી. પરિવારમાં મા હતી તે અસાધ્ય રોગથી અને શાહુકારની ચિંતાથી મરી ગઈ, ભાઈ તો હતો જ નહીં. નિર્ધન હોવાથી સૌ સગાં-સંબંધી તેમનાથી દૂર રહેતાં. **દશા કરે તે તો દુશ્મન પણ ના કરે.** દીકરી હંમેશાં ચિંતા કરતી, "વૃદ્ધાવસ્થામાં મારા બાપનું કોણ? હશે, **જેનું આ સંસારમાં કોઈ નથી તેના પરમાત્મા તો છે ને"** તેમ સમજીને સારા દિવસોની આશામાં દિવસો પસાર કરતી.

મેં પેલા તુમાખીવાળા શાહુકારનો મિજાજ જાણી તેને કાંઈ ના પૂછ્યું પણ બૂટ-પોલિશવાળા ભાઈને પૂછ્યું, "છનાજી શું હકીકત છે ?" હું કાંઈ પણ આગળ પૂછું તે પહેલાં પેલો શાહુકાર મારી ઉપર તાડૂક્યો; "મિસ્ટર, તમારે અમારી બંનેની વાતમાં વચ્ચે દખલગીરી કરવાની જરૂર નથી, ચૂપ રહો." હું કાંઈ પણ બોલું તે પહેલાં છનાજી બોલ્યા,

"સાહેબ, વાત એમ છે કે મારી દીકરીના લગ્નપ્રસંગે આ શેઠ પાસેથી દશ હજાર રૂપિયા માસિક દશ ટકાના વ્યાજે લીધા હતા..." વાત કરતાં-કરતાં તે ધ્રુસકે-ધ્રુસકે રડવા લાગ્યા, "મારી પત્ની મને અધવચ્ચે મૂકીને મરી ગઈ, મને પણ તેની સાથે લઈ ગઈ હોત તો મારે આ દિવસો જોવાના ના આવત." તે ડૂસકાં ભરી બોલતા હતા અને શાહુકાર મારી સામું કતરાતી નજરે જોઈ રહ્યા હતા.

છનાજી મને ઉદ્દેશીને બોલ્યા, "સાહેબ, દશહજારની મૂડી સામે મેં વીસહજાર તો ચૂકવી દીધા છે, છતાં શેઠ તો કહે છે કે તે બધા રૂપિયા તો વ્યાજમાં ગયા, મૂડી તો હજુ આખી ઊભી જ છે. મેં શેઠને કહ્યું : તમે થોડાક દિવસ જપી જાઓ, હું તમારું દેવું દૂધે ધોઈને આના-પાઈ સાથે ચૂકવી દઈશ પણ હાલમાં મારી પાસે તો ફૂટી કોડી પણ નથી પણ શેઠ કોઈ વાત સાંભળવા તૈયાર નથી." શાહુકાર વચ્ચે જ તાડૂક્યો, "બાકીના પૈસાનું શું કરે છે તેની વાત કર." થોડીકવાર મૌન છવાઈ ગયું. પછીથી મારી પ્રકૃતિ અનુરૂપ મારાથી વચ્ચે ટપકી પડાયું, "શેઠ, દશહજારની મૂડીની સામે આજદિન સુધીમાં કુલ વીસ હજાર રૂપિયા તમને આપ્યા છે તે વાત તો સાચી ને...!" શેઠે હોઠથી હા ભણી નહીં, પરંતુ માથું ધૂણાવી હા કહી અને તરત જ શાહુકાર ફરીથી તાડૂક્યો, **"તેં વીસહજાર મને ચૂકવ્યા છે, તે મારી પાસે કબુલ કરાવે છે, પણ તેં દશ ટકાના વ્યાજે તે નાણાં લીધાં છે તે કેમ ખોંખારીન કહેતો નથી...!"** હું સહેજ આક્રમક થઈ બોલ્યો, "માની લો કે આ છનાજી તમને તમારાં બાકી નીકળતાં નાણાં ના આપે તો તમે શુ કરી લો?" તે શાહુકાર એકદમ તાડૂક્યો, "મિસ્ટર, હું આજકાલનો આ ધંધો નથી કરતો, મારા બાપ-દાદા પાસેથી આ ધંધો શીખ્યો છું, વસૂલ કરતાં આવડે છે મને, તમે મને જીવનના આટા-પાટા શિખવાડ્યા વગર જે કામે આવ્યા હોય તે કામ પતાવીને રસ્તે પડો...!"

આંખના ઈશારે મેં બૂટ-પોલિશવાળા છનાજીની રજા લઈ ત્યાંથી ચાલતી પકડી. હું દેખાયો ત્યાં સુધી શાહુકાર મારી પાછળ કતરાતી નજરે જોઈ રહ્યો હતો.

થોડાક દિવસ પછી હું છનાજીને ખાસ મળવા ગયો. તેમણે મલકાતાં મને આવકારી કહ્યું, "આવો... સાહેબ" મને તેમના આવકારમાં રસ નહોતો. મેં તેમને સીધો જ સવાલ કર્યો, "છનાજી, પેલા પઠાણી ઉઘરાણી કરવાવાળા શાહુકારના શા સમાચાર છે?" હું આગળ વાત વધારું તે પહેલાં છનાજી દિલગીર અવાજે બોલ્યા, "સાહેબ, શાહુકાર તો પરિવાર સહિત ઉપરવાળાના દરબારમાં પહોંચી ગયા, ત્યાં બેઠાં-બેઠાં પઠાણી વ્યાજ ઉઘરાવતા હશે, ભગવાન પણ વ્યાજનો ધંધો કરતા હશે તો પઠાણી વ્યાજની ઉઘરાણી માટે શાહુકાર શેઠને નોકરીએ રાખી લીધા હશે." મેં આશ્ચર્યથી પૂછ્યું, "સીધી વાત કરો છનાજી." છનાજી ગંભીર સ્વરે બોલ્યા, "તે દિવસે તો મને છેલ્લી વારની જેટલી ગાળો ભાંડાય તેટલી ભાંડી અને જેટલી ધમકી અપાય તેટલી ધાક-ધમકી પણ આપેલી. જતાં-જતાં કહેતા ગયેલા કે ત્રણ દિવસની યાત્રા પૂરી કરીને પરત આવું ત્યાં સુધીમાં બધાં નાણાં તૈયાર રાખજે, નહીંતર તારી ખેર નથી, પરંતુ તે તો ગયા તે ગયા, યાત્રાએથી પરત થતાં તેમનો આખો પરિવાર અકસ્માતમાં ખતમ થઈ ગયો, બધાંને મોટરકારને કાપીને બહાર કાઢવાં પડેલાં, આવી લીલા છે મારા પ્રભુની..." છનાજીની આંખોમાં અને વાણીમાં વેદના દેખાતી હતી. આ ઘટના વિશે મેં વિચારવાનું બંધ કરી ઊંડો શ્વાસ લઈ "આવજો... છનાજી" કહીને ત્યાંથી ત્વરિત રવાના થઈ ગયો.

સંત તુલસીદાસે રામાયણમાં સાચું જ લખ્યું છે કે, "તુલસી હાય ગરીબી કી, કભી ન ખાલી જાય, ચમડે કી ધમણ સે લોહા ભી ભસ્મ હો જાય."

વિસામો

આપણે સૌ જાણીએ છીએ ખરાબ અને ખોટાં કર્મ કરી અને તે પાપ ધોવા મંદિરનાં ગમે તેટલાં પગથિયાં ઘસો, પરંતુ તે કર્મ તમારો પીછો છોડતું નથી. નિર્દોષના નિસાસા અને દુઃખીયાઓની આંતરડી બાળવાથી તો હજારો જપ, તપ, દાન, પુણ્ય અને પ્રાર્થના પણ તે નિસાસાના દાવાનળમાં બળીને રાખ થઈ જાય છે. નિર્દોષના નિસાસા

તો હજાર ટેન્શન અને આધિ, વ્યાધિ, ઉપાધિઓનો ખડકલો તમારા જીવનમાં ખડકી દે છે.

મનુષ્યના જીવનમાં માનસિક તણાવ, સ્ટ્રેસ, ચિંતા કે ડર તો આપણે કરેલા કાર્યના કારણે આવનાર પરિણામના ભયમાંથી જન્મે છે. કર્મ તો જડ, ચેતન, ક્રિયા અને ભાવ, આ ચારના સંયોજનમાંથી જ ઉદ્‌ભવે છે. તમારા અંતઃકરણમાં પડેલો ભાવ અને વૃત્તિ જ તમને તે કાર્ય કરવા પ્રેરે છે અને તે જ પ્રકારનું ફળ આપણને મળે છે. ખોટા અને ખરાબ કર્મમાંથી ચિંતા, ભય અને ઉપાધિ તથા ટેન્શન ઉદ્‌ભવે છે અને સારા અને સાચા કાર્યમાંથી તો હૈયાની હાશ અને નિજાનંદ જ જન્મે છે તે તો શાસ્ત્રસંમત અને અનુભવસિદ્ધ હકીકત છે.

આપણા હિતેચ્છુ જ્યારે આપણને નિર્દોષભાવે ખાનગીમાં સાચી માહિતી કે સલાહ આપે ત્યારે તેમને ક્યારેય તાજના સાક્ષી બનાવી કે તેમને સૌની હાજરીમાં, તેમની ઈચ્છા વિરુદ્ધ ઉઘાડા પાડવા નહીં.

(૬૩) તાજનો સાક્ષી એટલે મોટું જોખમ : વાંચો

જેમને હું ઓળખું છું તેવા એક વૃદ્ધ કાકા દરરોજ સાંજે જમ્યા પછી તેમના ફ્લેટના ધાબા ઉપર આંટા-ફેરા મારતા. તે જ ધાબા ઉપર તેમની બાજુમાં રહેતા એક પરિવારની દીકરી સાંજે ધાબા ઉપર કોઈકની સાથે મોબાઈલ ફોનમાં લાંબી-લાંબી વાતો કરતી, તે દૃશ્ય આ કાકા દરરોજ જોતા. આ હિતેચ્છુ કાકાને સારા સંબંધોના કારણે તેમના પાડોસી દીકરીના બાપનું ધ્યાન દોરવાની ઈચ્છા થઈ. એક દિવસ રસ્તામાં મોકો મળતાં આ કાકાએ પેલી દીકરીના બાપને કહ્યું, “આ વાત તમારા હૃદયમાં રાખજો, માત્ર હું તો તમારું ધ્યાન દોરું છું. હું દરરોજ જમ્યા પછી ધાબે પગ છૂટો કરવા જાઉં છું ત્યારે તમારી દીકરી ધાબા ઉપર મોબાઈલથી લાંબી-લાંબી વાતો કરે છે, હું જ્યારે ધાબા પરથી નીચે ઊતરું છું ત્યારે પણ તે ત્યાં હિઠિયા કાઢી લાંબા લવારા કરતી હોય છે. તમે મારું નામ દીધા વગર તમે જાતે જ તપાસ કરી

લેજો. ક્યાંય મારું નામ લેતા નહીં, નાહકનું મારું ઘડપણ બગડી જાય." છોકરીનો બાપ તો લાલ-પીળો થઈ ગયો અને ક્યારે સાંજ પડે તેની રાહ જોવા લાગ્યો.

કાકા ધાબા ઉપર પગ છૂટો કરતા હતા અને પેલી દીકરી તેના મોબાઈલમાં વાર્તાલાપમાં મસ્ત હતી. ક્રોધે ભરાયેલો દીકરીનો બાપ એકદમ ધાબા ઉપર ધસી આવ્યો. દીકરી પાસેથી મોબાઈલ પડાવી લઈ મારતો-મારતો નીચે લાવ્યો અને કડકાઈથી પૂછતાછ કરવા લાગ્યો : "બોલ, કોની સાથે લાંબી-લાંબી વાતો કરતી હતી અને કેટલા દિવસથી તું આવું ચક્કર ચલાવે છે?" **ફસાયેલી વ્યક્તિ હંમેશાં ખોટાં બહાનાં જ બતાવે**. દીકરી એક જ વાતનું રટણ કરતી હતી કે તે આજે જ મારી ફ્રેન્ડ સાથે વાતો કરતી હતી. દીકરીના બાપથી આવેશમાં વધુ ઓકાઈ ગયું, "આજે જ નહીં, તું દરરોજ ધાબે જઈ આ ચક્કર ચલાવે છે, તેના સાક્ષી આ કાકા છે, તેમણે મને બધી વાત કરી છે."

દીકરીના બાપે તેનો મોબાઈલ પડાવી લઈ તેના ઉપર સખત જાપ્તો ગોઠવી દીધો. દીકરી આ કાકા ઉપર ગુસ્સે ભરાયેલી હતી, તેણે તેની સહેલી મારફત તેના બોયફ્રેન્ડને બધી માહિતી પહોંચાડી દીધી.

આ દીકરીનો બોયફ્રેન્ડ દાદાની અવર-જવર અને નિત્ય ક્રમ ઉપર નજર રાખવા માંડ્યો. આ કાકા સાંજે ધાબા ઉપર આંટા લગાવતા વહેલી સવારે ખુલ્લા રોડ ઉપર ચાલવા જતા. દરરોજ વહેલી સવારે આ કાકાની અવર-જવર ઉપર નજર રાખતો પેલી દીકરીનો બોયફ્રેન્ડ કાકાની આવવાની રાહ જોતો સંતાઈને ઊભો હતો. એક દિવસ આ કાકા વહેલી સવારે ખુલ્લા રોડ ઉપર જઈ રહ્યા હતા ત્યારે સંતાઈને ઊભેલો પેલો યુવાન આ કાકા ઉપર અતિશય ગતિથી બાઈક ચલાવીને કાકા સાથે અથડાવીને ભાગી ગયો.

કાકાને મરણતોલ હાલતમાં દવાખાને દાખલ કરાયા. આ કારસ્તાન દીકરીના બોયફ્રેન્ડનું છે તેવું રહસ્ય બહાર આવતાં, આ કાકાના યુવાન પુત્રોએ પેલા યુવાનની ધોલાઈ કરી અને ભાંડો ફોડવા બદલ દીકરીના બાપ સાથે પણ મારામારી કરી.

વૃદ્ધ કાકા અને દીકરીના બોયફ્રેન્ડ હોસ્પિટલમાં અને કાકાના દીકરા અને દીકરીના બાપ, આ બધા જેલમાં ગયા. બંને પરિવાર વચ્ચે નાહકની દુશ્મનાવટ થઈ ગઈ.

આપણા જીવનમાં વફાદાર હિતેચ્છુને ક્યારેય ઉઘાડો પાડવો નહીં. તેણે આપેલી સાચી અને સચોટ માહિતીને આપણી રીતે મૂલવવી. વફાદાર હિતેચ્છુને તાજનો સાક્ષી બનાવવાથી તેની લાગણી ઘવાય અને તેની ઘવાયેલી લાગણી આપણા જીવનમાં શાંતિ નહીં, પરંતુ અશાંતિ અને ટેન્શન જ ઊભાં કરે.

તમારા જીવનમાં જ્યારે નાની-મોટી સમસ્યા સર્જાય ત્યારે ક્યારેય હાંફળા-ફાંફળા થઈ અણઘડ અને મતલબી લોકો પાસે આમતેમ દોડશો નહીં. કુદરત અને સમય આધારિત સમસ્યાઓને ઈશ્વરને સોંપી દો, પરંતુ માનવસર્જિત સમસ્યાઓને ઉકેલવા કોઈની પણ રાહ જોશો નહીં. જે પાણીથી મગને બાફી શકાતા હોય તે જ પાણીનો ઉપયોગ કરો, પ્રારબ્ધ અને પરમાત્માને દોષ દઈ બેસી રહેશો નહીં.

ભયભીત કલ્પનાઓ કરી બહુ દુઃખી થશો નહીં, તમારી ઓકાત અને મર્યાદા બહારનું કોઈ પણ કાર્ય કરશો નહીં, **કારણ વિના કોઈની અંગત બાબતમાં ચંચૂપાત કરશો નહીં અને તમારા જીવનની અંગત બાબતોમાં કોઈને પણ વણજોઈતો ચંચૂપાત કરવા દેશો નહીં,** તમારા જીવનના પ્રશ્નો ઉકેલવાની કલા તમે હસ્તગત કરી લો, તમારા જીવનમાં એકાદ અંગત મિત્ર કે હિતેચ્છુ સગા-સંબંધી આગળ જ તમારું હૃદય ખાલી કરી શકો તેવો ખૂણો જરૂર સાચવી રાખો. આ જગત તમારા વિચારોથી નથી ચાલતું. **સૌના અભિપ્રાયને માન આપતાં શીખો, ક્યારેય કોઈનું પણ અપમાન કરી તેના સ્વમાન ઉપર ઘા કરશો નહીં. સમર્થ સાથેની દુશ્મની ગમે ત્યારે અને ગમે ત્યાં અને ગમે તે સ્વરૂપે તમને તબાહ કરી નાખશે, તમે તોબા પોકારી જશો. સમર્થ અને અહમીના સામર્થ્યમાંથી આવેલું ટેન્શન કમજોર અને કાયરનો ખાતમો બોલાવી નાખે છે. તેમની લાગણી ઘવાય તેવી હરકતથી દૂર રહેવામાં જ "ટેન્શનમુક્તિ" છે.**

આટલા શબ્દો તમને ટેન્શનમુક્ત કરી દેશે, "આ મારી ભૂલ હતી, મને માફ કરી દો, મારાથી આવું કૃત્ય હવે પછી ક્યારેય નહીં થાય."

(૬૪) સમર્થનું અપમાન એટલે પાયમાલી : વાંચો

અમદાવાદ શહેરની એક જાણીતી સહકારી બેંકના ચેરમેને તેમના ગામના અને તેમાં પણ તેમના કુટુંબના એક ભણેલા-ગણેલા યુવાનને તેનું ભવિષ્ય ઉજ્જવળ થાય તે હેતુથી પોતાની બેંકમાં ક્લાર્ક તરીકે નોકરીએ રાખી દીધો.

સમય કોઈનો એકસરખો જતો નથી, સમય કોઈની રાહ જોતો નથી અને કોઈની શરમ પણ રાખતો નથી. એક સમય એવો હતો જ્યારે આ ચેરમેનનો પરિવાર અતિદરિદ્ર હતો અને તેમણે નોકરીએ રાખેલા ક્લાર્કનો પરિવાર તે વખતે ધનવાન અને ખાધે-પીધે સુખી હતો. ક્લાર્કના પરિવારના ખેતરમાં ચેરમેનશ્રીનો પરિવાર તે સમયે ખેતમજૂરી કરી રોજી-રોટી કમાતો.

એક વખત બેંકના એક ઓફિસરના લગ્નનો સ્વાગત-ભોજન સમારંભ હતો. જ્યારે ચેરમેન આ સત્કાર સમારંભમાં આવ્યા ત્યારે સ્ટાફના સૌ લોકો તેમને આવકારવા-સત્કારવા પોત-પોતાની ખુરશીમાંથી ઊભા થયા, પરંતુ આ ક્લાર્ક ઊભો ના થયો, તે દૃશ્ય ચેરમેનશ્રી તેમની કાગ નજરથી જોઈ રહ્યા હતા. ચેરમેનશ્રી તો આવીને ગયા, પછી ત્યાં બેસીને ગપ્પાં મારતા બેંક-કર્મચારીઓમાંથી એકે પૂછ્યું, "અલ્યા ભોટવા, ચેરમેનશ્રી આવ્યા ત્યારે તું કેમ ઊભો ના થયો? ગમે તેમ પણ તેઓ આપણા ચેરમેનશ્રી છે." **પેલો કર્મચારી ક્યાં, કોની હાજરીમાં શું બોલે છે તેનું ભાન રાખ્યા વિના બબડવા માંડ્યો,** "ચેરમેન તો તેઓ અત્યારે થયા છે, અત્યાર સુધી તો મારો પરિવાર તેમના પરિવારનો ચેરમેન હતો અને તેમનો પરિવાર અમારે ત્યાં ખેતરમાં મજૂરી કૂટતો હતો અને..." આ કર્મચારી વધારે વેગમાં આવી બફાટ કરવા લાગ્યો, "ભાઈઓ, એ વખતમાં પણ મારું ઘર તો બે માળનું ધાબાવાળું હતું, મારા ઘરનો વટ હતો વટ અને ચેરમેનશ્રીનું

ઘર તો સુદામાની ઝૂંપડી જેવું હતું." આ વાત સાંભળી બધાં હસી પડ્યાં.

ભારતના રાજકારણમાં બને છે તેમ કોઈ અમીચંદે મૂળ વાતમાં મરી મસાલા ભેળવી ચેરમેનશ્રીના કાન બરાબર ભરી દીધા. ચેરમેન બધી જ વાત માફ કરવા તૈયાર હતા, પરંતુ પોતાનું ઘર તો "સુદામાની ઝૂંપડી" જેવું છે, તેનું અપમાન તેમના હૈયામાં ઊંડા ઘા સમાન હતું.

એક દિવસ મોટા ધિરાણના કૌભાંડમાં આ કર્મચારીને સંડોવી સસ્પેન્ડ કરી ઘર ભેગો કરી દીધો. જોખમાયેલાં ધિરાણનાં નાણાં તેના ગળે ભરાવી દીધાં, કોર્ટ-કચેરીના ચક્કરમાં ફરતો કરી દીધો. આ સસ્પેન્ડ થયેલો યુવાન ઘરે જઈ ધાબાવાળા મકાનમાં દુ:ખના દિવસો પસાર કરવા લાગ્યો. પસ્તાવાનો પાર નહોતો. રામાયણમાં તુલસીદાસે લખેલી ચોપાઈ, **"સમરથ કો દોષ નહીં, ગોસાઈ સમરથ કો નહીં દોષ"**ના ન્યાયે કોઈએ ચેરમેન સામે આંગળી પણ ચીંધી નહીં અને તેના મિત્રોએ જ પ્રમોશનની લહાયમાં આ નિર્દોષ યુવકનો ભોગ ચેરમેન પાસે લેવડાવ્યો. ઘરભેગા થયેલા આ કર્મચારીને ચેરમેનશ્રીએ આડકતરી રીતે સંદેશો પહોંચાડ્યો, "મારી તો સુદામાની ઝૂંપડી બરાબર છે, તમે હવે ધાબાવાળા બે માળના મકાનમાં શાંતિ અને મજાથી હરિભજન કરજો."

વિસામો

જીવનમાં ક્યાં, ક્યારે, કોના વિશે, કોઈની હાજરીમાં અને તેના પરિણામનો વિચાર કર્યા વિના બબડનારા લોકો ભલે નિર્દોષ ભાવે તેમનું હૈયું ઠાલવતા હોય તો પણ તેમને તેનાં માઠાં પરિણામ ભોગવવાં જ પડે છે. **વિવેકયુક્ત બુદ્ધિ અને સમજથી બોલાયેલી સંયમી અને મીઠી વાણી તો વાણીનું તપ છે. નહીં બોલાયેલા શબ્દોના જ તમે માલિક છો. બોલાઈ ગયેલા શબ્દો તો તમારા માલિક છે. મીઠી અને સાત્ત્વિક વાણી તમારા જીવનમાં ટેન્શનને આવતું રોકશે અને કર્કશ અને કલુષિત વાણી તો મિત્રો, શુભેચ્છકો અને હિતેચ્છુઓને પણ તમારા દુશ્મન બનાવશે.** કોઈ પણ વ્યક્તિ તેના સ્વમાન ઉપરના ઘાને ક્યારેય ભૂલી શકતી નથી પછી ભલે તે જ્ઞાની કે મહાપંડિત હશે ક

પણ. સમર્થ અને શક્તિશાળીનું અપમાન તો તમારો અકાળે ખાતમો બોલાવી દેશે. આપણા જીવનમાં ટેન્શનને આવતું રોકવાનું આપણા હાથમાં વિશેષ છે, પ્રારબ્ધ અને પરમાત્માના હાથમાં નહીં.

ભગવાન ઈશુ પ્રિસ્તને દગો દેનારા તેમના મિત્રો જ હતા એટલે તેમણે સાચું જ કહ્યું છે કે, "હે પ્રભુ, મને મારા મિત્રોથી બચાવજે, દુશ્મનોને તો હું સંભાળી લઈશ."

નબળા, નકામા અને નમાલાની દોસ્તી તમને શું આપશે? માત્ર ટેન્શન અને ટેન્શન જ્યારે સજ્જન, સમર્થ અને સંતની દોસ્તી તમને શું આપશે? ટેન્શનમાંથી મુક્તિ.

---

(૬૫) દાન નહીં, ભાવ જ મોટો : વાંચો

મનુષ્યના જીવનમાં અઘરું અને અશક્ય કાર્યને પણ સિદ્ધ કરવા માટે જો કોઈ મહત્ત્વનું બળ હોય તો તે છે "પ્રેમ, પ્રેરણા, પ્રોત્સાહન, પૈસા અને હૂંફ." આખા સંસારમાં બનેલી મહત્ત્વની ઘટનાઓ પર તમે નજર નાખશો તો જાણવા મળશે કે આ મહત્ત્વની ઘટનાઓને સિદ્ધ કરવાવાળા મહાપુરુષોની પાછળ કોઈક "પ્રેરક" બળ જરૂર છુપાયેલું હોય છે.

આપણાથી જ્યારે કોઈ ખાસ મહત્ત્વનું કાર્ય થઈ શકતું ના હોય ત્યારે જે વ્યક્તિએ આવું સારું અને સારા કાર્યને સિદ્ધ કરવાનું બીડું ઝડપ્યું હોય ત્યારે તેને પ્રેમ, પ્રેરણા, પ્રોત્સાહન, પૈસા અને હૂંફ આપીને પણ તેનો હોંસલો બુલંદ કરવો.

એક રાજકીય પક્ષના અગ્રણી શ્રી **દિનશા પટેલે એક વખત સરદાર પટેલ મેમોરિયલ હોલમાં કહ્યું હતું** કે તેઓ જ્યારે સરદાર સ્મારક માટે નડિયાદથી છેક દ્વારકા સુધી પગપાળા ચાલીને ફંડ-ફાળો ઉઘરાવી રહ્યા હતા ત્યારે રસ્તામાં અનાજની ગુણો ઉપાડવાનું કામ ...રતા મજૂરે "લો, આ સારા કામમાં મારા પણ બે રૂપિયા લેતા જાવ" ...ી બે રૂપિયા આપ્યા હતા. જે ગામમાં રાત્રિ-સભા સંબોધવાના હતા ... ગામમાં એક ભિખારી જેવા ચીંથરેહાલ માણસે, "મારો એક રૂપિયો

૧૨૭

લેતા જાવ" કહી તેની પોટલીમાંથી એક રૂપિયો કાઢી શ્રી દિનશા પટેલના હાથમાં મૂકતાં જાણે તે ગદ્ગદિત થઈ ગયો હતો. તેના જોડાયેલા બે હાથ અને ચહેરો જાણે બોલી રહ્યો હતો, "સરદાર સ્મારક જરૂર બનશે."

શ્રી સરદાર પટેલની જન્મજયંતી પ્રસંગે ગદ્ગદિત થઈ પ્રવચન આપતાં કહ્યું હતું કે, "અમે સ્મારક માટે ઓગણત્રીસ લાખ રૂપિયાથી પણ વધારે સ્મારક માટે ફંડ એકઠું કર્યું હતું, જેમાં ઘણાંએ હજારો રૂપિયા દાન-ભેટ સ્વરૂપે આપ્યા હતા, પરંતુ મજૂરના બે રૂપિયા અને ચીંથરેહાલ ભિખારીનો એક રૂપિયો અમારા સૌના માટે પ્રેરકબળ બની રહ્યાં."

આ ત્રણ બાબતો ટેન્શનને દૂર ભગાડે છે : બોલવાનું હોય ત્યારે મૌન ના રહેવું, ના બોલવાનું હોય ત્યારે બોલવું નહીં અને વણજોઈતી પંચાતમાં પડવું નહીં.

---

(૬૬) સફળતાનું મૂળ, પ્રેરણાને પ્રોત્સાહન : વાંચો

જ્યારે કોઈ પણ વ્યક્તિ માનવતાવાદી અને સમાજોપયોગી કાર્ય કરતી હોય ત્યારે તેને બિરદાવવી, તેની કદર કરવી અને તેની પડખે ઊભું રહેવું તે માનવતાનું શ્રેષ્ઠ કાર્ય છે.

આ સંસારમાં સારા અને સાચા કામને બિરદાવનારા તથા કલાની કદર કરવાવાળા જ્યાં સુધી હયાત છે ત્યાં સુધી ક્યારેય માનવતા મરવાની નથી કે નથી કલા મરવાની.

શ્રી અડતાલીસ ગામ કડવા પાટીદાર સમાજની સુવર્ણ જયંતી નિમિત્તે માણસા ખાતે યોજાયેલા ભવ્ય સમારોહમાં **સમાજના પ્રમુખ શ્રી ડી. ડી. પટેલે મને** "સાહિત્યમાં સિદ્ધિ" હાંસલ કરવા બદલ સમાજ તરફથી સન્માનપત્ર અને મોમેન્ટો આપી મારું બહુમાન કર્યું હતું, તે જ વખતે મારા અંતઃકરણમાં એક ભાવ જાગૃત થયો હતો કે માનસિક તણાવથી પીડાતી ભારતની પ્રજા અને સમગ્ર માનવજાતને કંઈક પ્રેરણા મળે તેવું લખવું. માણસાની ભૂમિમાં રોપાયેલું આ બીજ "ભાગ રે ટેન્શન ભાગ" વટવૃક્ષ સ્વરૂપે અત્યારે વૃદ્ધિ અને વિકાસ પામેલું ફળ તમારા હાથમાં જ છે.

૧૨૮

અમદાવાદ શહેરમાં આ જ સમાજના વસતા પરિવારોના પ્રમુખ અને જાણીતા બિલ્ડર કે જેઓ જે. એસ. પટેલના હુલામણા નામથી જાણીતા છે તેઓએ એક દિવસ નારણપુરા વિસ્તારમાં આવેલા તેમના કોર્પોરેટ હાઉસ "શ્યામ-ભવન"માં જાણીતા મહાનુભાવોની હાજરીમાં આ પુસ્તક વિશે મને પ્રેરણા મળે તેવું હૃદયપૂર્વક કહ્યું, "કવિરાજ, આ પુસ્તકના વિમોચનનું તમે જરા પણ ટેન્શન રાખતા નહીં, આ પુસ્તકનું તો આપણે જોરદાર વિમોચન કરીશું." આટલા જ શબ્દો મારી કદર અને પ્રેરણા માટે પૂરતા હતા, છતાં તેઓ આટલેથી અટક્યા નહીં અને તેમનો હાથ તેમની છાતી સામે કરી, લાગણીવશ થઈ મારી સામું જોઈ બોલ્યા, "કવિરાજ, આ મહારથી તમારી પાસે જ ઊભો છે, કોઈ પણ વાતનું ટેન્શન રાખશો નહીં." આટલા શબ્દો મારા શરીરમાં વીજળીના કરંટની જેમ ઝડપથી પ્રસરી ગયા. તેમના લાગણીસભર શબ્દો અને મારા પ્રત્યેનો તેમનો ભાવ જોઈ મારી આંખોમાં ઝળઝળિયાં આવી ગયાં. આ ઝળઝળિયાં તેમની પ્રેરણા અને તેમણે કરેલી કદરના પ્રતીક સમાન હતાં.

આ સંસારમાં તમે કોઈના માટે તમારા હૃદયમાં ભીની લાગણી જન્માવી શકશો તો જ તમારું જીવન સાર્થક, બાકી તો ઘણા લોકો કૂતરાં-બિલાડાંની જેમ આ જગતમાં જીવે છે અને મરે છે.

આ સૃષ્ટિમાં માનવી કરતાં પણ ઘણાં પશુ-પક્ષીઓમાં લાગણી અને વફાદારી વિશેષ હોય છે. ઘોડામાં અને કૂતરામાં તો માનવી કરતાં પણ વિશેષ વફાદારી હોય છે. આ સંસારમાં જ્યારે લાગણી, ભાવના, વિશ્વાસ અને વફાદારી સંપૂર્ણ નાશ પામશે ત્યારે માનવજાત નામશેષ થઈ જશે, કોઈ-કોઈને બચાવનારું નહીં, પરંતુ બધાં એક-બીજાને મારનારાં જ હશે.

> **વિઝન, રિઝન, કિચન, મિશન અને સિઝન જેટલાં ચોખ્ખાં હશે તેટલો ફાયદો વધુ થશે.**

(૬૭) પારકી પંચાત, માથાનો દુ:ખાવો : વાંચો

આખા સંસારનું ઉદ્‌ભવસ્થાન જ મોહ છે, મોહથી જ પતિ-પત્ની તથા સગાં-સંબંધી અને આખો સંસાર એક-બીજા સાથે જોડાયેલો છે. મોહમાંથી માયા જન્મે છે અને માયા જ માનવીને મતલબી બનાવી માયાજાળમાં ફસાવે છે.

હમણાં એક વિકલાંગ યુવકના લગ્નમાં જવાનું થયું. બંનેનાં શરીર અષ્ટાવક્ર જેવાં ઢંગ-બેઢંગ હતાં. સાવ નિસ્તેજ અને કઢંગી પણ તેમને જોઈને હસી પડે તેવાં તે લગ્ન-ચોરીમાં દેખાતાં હતાં. વ્યવસાયે વકીલ એવા એક વૃદ્ધ વડીલ પણ જાનમાં આવ્યા હતા. તે સૌની વચ્ચે કટાક્ષમય ભાષામાં બોલ્યા, "આપણે બધા સારા શરીરે પણ લગ્ન કરીને થાકી ગયા છીએ તો પછી આ લોકોની મશીનરીની આખે-આખી ચેસીસ વળી ગઈ છે, છતાં લાકડાના લાડવા ખાવા આ ઉપાધિમાં શું કરવા પડતા હશે!" આ વૃદ્ધ વડીલને અધવચ્ચે જ રોકતા એક સમાજસેવક બોલ્યા, "એમાં તમને શું થાય છે, પરણનારને કોઈ વાંધો નથી અને તેમની ઉપાધિ તમે શીદને માથે લઈને ફરો છો, તેમના શરીરની આખી ચેસીસ તૂટી ગઈ હોય, વળી ગઈ હોય કે સડી ગઈ હોય તેમાં તમારે શું?" આ અટપટી, પરંતુ રસ પડે તેવી ચર્ચામાં એક આધ્યાત્મિક વૃદ્ધ વડીલે ટપકાવ્યું, "ભાઈ, આ તો પ્રભુએ તમામ જીવોમાં એવી માયા મૂકી છે કે આ શરીર, હાડ-લોહી અને માંસનું માળખું છે તેવું સૌ સમજે છે. અરે, સૌને ખબર છે કે એક દિવસ સૌએ મરવાનું જ છે, છતાં લોકો માયામાં લપેટાતા જ જાય છે, ભાઈ, આ જ પ્રભુની લીલા છે." ત્યાં વળી એક ટોપીવાળા કાકા આ નવયુગલ ઉપર દયા ખાતા હોય તેમ બોલ્યા, "આ બંનેનાં બેડોળ શરીર જોતાં તો એવું લાગે છે કે આ બેમાંથી એકેય વેપાર, ધંધો કે નોકરી કરી શકે તેમ નથી, પછી તેમનાં જણેલાં છોકરાંની શી વલે થશે! તેમના ઘરસંસારનું ગાડું કઈ રીતે ચલાવશે?" આવી રસમય ચર્ચા ચાલતી હતી ત્યાં જ એક ઉતાવળિયા ભાઈ ઊભા થઈ બોલ્યા, "આ નાહકનો તવો કૂટવાનું મૂકો, ઊભા થાઓ બધાંને જમવા જવાનું આમંત્રણ આવ્યું

છે, પરણનારાં તો પરણશે, આપણે પહેલાં આપણી પેટ-પૂજા તો કરીએ, સૌ-સૌનું ફોડી લેશે, મેલો આ બધી પંચાત, પરણનારાંને આમાંની કશી ચિંતા નથી અને આપણે તેમની ઉપાધિ માથે લઈને ફરવાની શી જરૂર?"

અમે બધા સૌ ત્યાંથી જમવા ઉપડ્યા, તેમાં સૌ પહેલાં હું જ હતો, કારણ વિનાની ચર્ચા કરી આપણા મગજ અને મન ઉપર ભાર અને ટેન્શન વધારવાની કોઈ જરૂર ખરી?

(વિસામો)

આ સંસારમાં જેની જેવી દૃષ્ટિ તેવી સૃષ્ટિ. એક જ પ્રસંગને સૌ પોત-પોતાના આગવા દૃષ્ટિકોણથી જુએ છે અને મૂલવે છે. તેમાં પણ બીજાના જીવનમાં બનતા પ્રસંગની બિનજરૂરી આલોચના કરી દુ:ખી થવું કે ઉશ્કેરાટમાં આવવું મૂર્ખતા જ છે. આખી સૃષ્ટિમાં તરહ-તરહના પ્રસંગો બનતા આવ્યા છે અને બનતા રહેવાના, તેમાંથી આપણે શો બોધપાઠ લેવો, તેટલું જ આપણા હાથની વાત છે, કોઈ પણ વ્યક્તિની કે કોઈ પ્રસંગની વણજોઈતી ચર્ચા-ટીકા કરી તમારા જીવનમાં શું મેળવશો? માત્ર ટેન્શન.

આટલું યાદ રાખજો : અરે! સારા, સાચા અને સજ્જનને પણ તેના હિતની ટીકા સાંભળવી કે સહન કરવી ગમતી નથી તો દુર્જનો તેની ટીકા શાંતિથી સાંભળશે અને સહન કરશે તેમ તમે માનો છો! તમે કરેલી ટીકાનો જોરદાર પ્રત્યાઘાત આપશે અને જો તે સમર્થ હશે અને તમે અસમર્થ હશો તો તમારો ખાતમો બોલાઈ જશે.

આપણે જેના આશ્રિત હોઈએ તેવા સમર્થ અને આપણા હિતેચ્છુની લાગણી ઘવાય તેવું વર્તન કરવાથી દૂર જ રહેવું, ભલે તે ખોટો હોય તો પણ મૌન રહેવું કે દૂર રહેવું, નહીંતર મોટા નુકસાનની તૈયારી રાખવી. **અસમર્થ વ્યક્તિ હંમેશાં અસુરક્ષિત અને લાચાર હોય જ.**

> ગંદું પાણી, ગંદો ખોરાક અને ગંદા વિચારો શરીરના રોગોનું ઘર છે, પરંતુ ચિંતા, નિરાશા અને ખોટું ચિંતન તો આખી માનવજાતના નાશનું કારણ છે.

(૬૮) વિવેક વિનાની વાણી, ડખાનું મૂળ : વાંચો

મારા મિત્રની દીકરીના સસરા થોડાક રિસાળ, વાત-વાતમાં પણ તેમને માઠું લાગી જાય એટલે મારા મિત્ર ઘણી વખત કહેતા, "હા...ભાઈ...હા હું દીકરીનો બાપ થયો એટલે કાંઈ ગુનો કર્યો? મારા વેવાઈ તો છે જ હરામી." હું વચ્ચે જ બોલ્યો, "આપણે વેવાઈ સાથે સંબંધો બગડે ના તેવી રીતે સલામત અંતર રાખી વ્યવહાર કરવો, આપણે ભલે દીકરીના બાપ રહ્યા, તેમ માની લઘુતાગ્રંથિથી પીડાવાની જરૂર નથી, પરંતુ..." મારા મિત્ર તાડૂક્યા, "અરે યાર, મેં કાંઈ દીકરી વેચી નથી, શું સમજે છે તેમના મનમાં?" મેં તેમને ઠંડા પાડતાં ઠાવકાઈથી પૂછ્યું, "યાર, તમે તો સાવ ઠંડા દિમાગના માણસ હતા, તમારા વેવાઈનું મગજ તમારા મગજમાં ઘૂસી ગયું લાગે છે, કારણ શું છે કે તમે આટલા બધા ગુસ્સે થઈ ગયા છો? કંઈ સમજાતું નથી." તે ઠંડા પડી બોલ્યા, "કવિરાજ, તમે પણ જાણો છો કે મારા વેવાઈ એક પગે લંગડા છે, મેં તેમને ક્યારેય અપમાનજનક ભાષામાં કોઈની આગળ ક્યારેય વગોવ્યા નથી. હમણાં-હમણાં બીજા લોકોની આગળ એવું કહેતા ફરે છે કે હું તેમને "લેગ સ્પિનર"કહું છું, આવા શબ્દોનો ક્યારેય મેં વેવાઈ માટે ઉપયોગ નથી કર્યો, પરંતુ વિવાદ આટલેથી નથી અટક્યો, મારી દીકરીને મહેણાં-ટોણાં કહી હેરાન કરે છે, હું દીકરીનો બાપ એટલે શું થઈ ગયું! અત્યાર સુધીમાં મેં તેમને ક્યારેય લેગ સ્પીનર કહ્યા નથી, પરંતુ હવે તો કહી દઈશ, લંગડો...લંગડો અને સાત વખત લંગડો, થાય તે કરી લો, મારી દીકરીને જો કાંઈ પણ કહ્યું છે તો...." મેં તેમને અધવચ્ચેથી રોક્યા, "પ્રભુ થોડા ઠંડા પડો, નકારાત્મક વિચારો, કપોળ કલ્પિત નકારાત્મક કલ્પનાઓ અને ખોટું મનોમંથન કરી શું કરવા ટેન્શન વધારો છો? એક તો તમે બી.પી.ના દર્દી છો. એટલું તો વિચારો, તમને લકવા થઈ જશે તો વેવાણ કે વેવાઈ તમારી સારવાર કરવા નહીં આવે." તેમણે આવેશમાં આગળ ધપાવ્યું, "અરે કવિરાજ, **મારે મોતિયાનું ઓપરેશન કરાવ્યું ત્યારે મારી નાગણ જેવી વેવાણ મારી સગી દીકરીને શું કહે છે ખબર છે? તારો બાપ**

તો પહેલેથી જ આંધળો છે." મારા મિત્ર ધ્રૂજી રહ્યા હતા, મેં તેમને શાંતિથી સમજાવ્યા, "હવે એક કામ કરો, આ બધું થોડા દિવસ શાંત થવા દો, આપણે બે તમારા વેવાઈના ઘરે જઈશું અને ચા-પાણી કરીને વાતાવરણ હળવું કરીશું, ચિંતા ના કરશો, આપણે તમારું ટેન્શન દૂર કરીશું." તે હળવા થયા અને ઠંડા પડી બોલ્યા, "વેવાઈ કે વેવાણ અમારાં દુશ્મન થોડાં છે, અમારી દીકરી તેમના ઘરમાં છે એટલે જવું તો પડશે ને અને ચા-પાણી પણ કરીશું." મેં વાત પકડી લીધી, "બસ, તમે સાચો રસ્તો પકડ્યો છે, વેવાઈ-વેવાણ સાથે હસતા ચહેરે ખુલ્લા દિલથી ચર્ચા કરી લો, બીજાઓને આ સમસ્યામાં સામેલ કરતા નહીં, વેવાઈ-વેવાણ માટે તેમને મનગમતું કંઈક લેતા જજો... જરૂર સારું પરિણામ આવશે." અમે બંને હસી છૂટા પડ્યા.

એક દિવસ મારા મિત્ર અને તેમના લેગ-સ્પિનર વેવાઈને એક લગ્નના રિસેપ્શનમાં મેં જોયા. નવાઈ લાગી અને આનંદ થયો, જ્યારે મેં મારા મિત્રને તેમના લેગ સ્પિનર વેવાઈના મોંમાં બરફીનો ટુકડો મૂકતા જોયા.

બીજાઓ દ્વારા સાંભળેલી અધકચરી અને સમર્થન વિનાની વાતોમાં આપણી નકારાત્મક ભાવનાઓ અને કલ્પનાઓનું મિશ્રણ કરી આપણે જાતે જ રાઈનો પર્વત બનાવી દઈએ છીએ. **કાચા કાનની અને આઘાપાછી કરતી હોય તેવી વ્યક્તિ ભલે આપણી હિતેચ્છુ હોય તો પણ તેને આપણા હૃદયમાં ધરબી રાખેલી ગુપ્ત બાબત ક્યારેય કહેવી નહીં** અને આપણી વિરોધીની બાબતોના પાયાનું સમર્થન વિના ક્યારેય માનવી નહીં. આધાર વિનાની સાંભળેલી બાબત બીજાને ક્યારેય નહીં કહેવામાં જ આપણી ભલાઈ છે.

આખી દુનિયામાં જો ટેન્શનને મારવાની કોઈનામાં પણ તાકાત હોય તો તે માત્ર માનવીની "મર્દાનગી"માં જ છે.

(૬૯) આનંદિત ભૂતકાળનું સ્મરણ, શાંતિનો સ્ત્રોત : વાંચો

મારા એક ઉદ્યોગપતિ વડીલમિત્રને તેમના વિશાળ અને અદ્યતન બંગલામાં મળવાનું થયું. તેમના બંગલાની ખુલ્લી જગ્યામાં

એક ખૂણામાં એક જૂની સાઈકલ પડી હતી. હતી તો તે બહુ જૂની, પરંતુ તેના દેખાવ ઉપરથી તો લાગતું હતું કે દરરોજ તેની સાફ-સૂફી થતી હશે. ચા-પાણીની ઔપચારિકતા પત્યા પછી મેં સહજ ભાવથી આ સાઈકલ બાબતે પૂછ્યું, "આ ખંડેર સાઈકલને અહીં ખૂણામાં શું કરવા સાચવી રાખી છે? નાહકની જગ્યા રોકે છે, હમણાં ભંગારના ભાવ સારા છે, વેચી દો તો ચા-પાણીના પૈસા તો ઉપજશે." તેમની સાઈકલ વિશેની તેમની ટિપ્પણીથી તેઓ થોડા ખિન્ન થઈ બોલ્યા, "જે મા-બાપે આપણું શૂન્યમાંથી સર્જન કર્યું હોય તેમને આપણે ઘડપણમાં ગુજરીમાં જઈને વેચી દઈએ છીએ! આ તો મારી માણકી ઘોડી છે, તેની તમે લોખંડના ભંગાર તરીકે મૂલવણી કરી, આખી દુનિયામાં જ્યારે મારા ટેકામાં કોઈ નહોતું ત્યારે આ મારી માણકી તો મારો ભાર તથા માલ-સામાનનો ભાર ઉપાડી આખા શહેરમાં મને ફેરવતી, તેણે મને ક્યારેય રસ્તામાં નથી રાખ્યો." બોલતાંની સાથે તેમની આંખોમાંથી આંસુની ધાર વહેવા લાગી. ત્યાંથી ઊભા થઈ તેમની માણકી ઘોડી પાસે આવ્યા અને તેની સીટને હળવેથી થાબડી લાગણીવશ થઈ બોલ્યા, "આ માણકી હતી તો હું આ જગતમાં જીવી શક્યો છું, નહીંતર ક્યારનોય ઉપરવાળાના ધામમાં પહોંચી ગયો હોત, દરરોજ ઑફિસ જતાં પહેલાં માણકીનાં દર્શન કરી, તેની સીટને પ્રેમથી થપથપાવ્યા પછી જ આ અદ્યતન અને મોંઘી ગાડીમાં બેસું છું. મારી માણકી તો મૂલ્યવાન છે, ભલે ને આ નવી ગાડી ગમે તેટલી મોંઘી અને સગવડવાળી હોય, પણ આ બધું તો છેવટે મારી માણકી ઘોડીના પ્રતાપે જ છે. જ્યારે-જ્યારે હું માણકીને જોઉં છું ત્યારે-ત્યારે મને મારા **જૂના દરિદ્રયોગના દિવસો યાદ આવે છે, એટલે જ મને મારી આ સમૃદ્ધિનું ક્યારેય અભિમાન થતું નથી.** તેથી ભગવાન હંમેશાં મારી સાથે જ હોય છે તેવું હું અનુભવું છું." મેં તેમને ભાવનામાંથી બહાર લાવવા હીંચકા તરફ જવાનો ઈશારો કર્યો અને વાત બદલવા પ્રયત્ન કર્યો, "અત્યારે કોણ-કોને યાદ કરે છે ? જેના ઉપર અનહદ ઉપકાર કર્યો હોય તે પણ સમય આવે બધું ભૂલી જાય છે અને તમે એક જડ પદાર્થ ઉપર આટલો બધો

પ્રેમ રાખો છો તે તો ઘણું કહેવાય." તે લાગણીવશ થઈ વચ્ચે જ બોલ્યા, "તમે જડ કોને કહો છો, મૂર્તિઓ પણ જડ પદાર્થો જ છે ને ! આપણે કેમ તેના ઉપર શ્રદ્ધા અને પ્રેમ વરસાવીએ છીએ." માનવી તેનાં સંસ્મરણો, અનુભવો અને **તેના જીવનમાં બનેલા સુખદ-દુઃખદ પ્રસંગોમાંથી હકારાત્મક બોધપાઠ શીખે તો તેના જીવનમાં વર્તમાનના દુઃખદ સંજોગો અને ભવિષ્યમાં આવનાર મુશ્કેલીઓમાંથી પણ હેમખેમ બહાર આવી શાંતિથી જીવી શકે છે.**

આ નાના પ્રસંગમાંથી આપણે શો બોધપાઠ લીધો? માનવી તેના ભૂતકાળના દુઃખદ અને દરિદ્રતાના પ્રસંગને યાદ રાખે છે તે ક્યારેય વર્તમાનમાં અને સુખના દિવસોમાં છાકટો અને અભિમાની બનતો નથી અને જ્યાં અભિમાન ના હોય ત્યાં પ્રભુનો સદા-સર્વદા વાસ હોય જ.

જે વ્યક્તિ કે રાષ્ટ્ર તેનો ભૂતકાળ કે ઈતિહાસ ભૂલી જાય છે તેવું ભવિષ્ય તો અંધકારમય જ હોય છે.

(૭૦) અતિલાગણી, દુઃખનું મૂળ : વાંચો

મારાં પુસ્તકોના ખાસ વાચકની અતિલાગણીને માન આપીને મારે તેમના ઘરે જવાનું થયું. તેમનો મોટો દીકરો બે દિવસથી બહુ જ ઉદાસ રહેતો હતો. કારણ એવું હતું કે તેમની સોસાયટીમાં પાર્કિંગનો પ્રશ્ન ઉકેલવા માટે તેમના ઘર આગળ વર્ષોથી શીતળતા આપતા લીમડાના વૃક્ષને કાપી નાખવાનું હતું. **તેમનો દીકરો કોઈ જોઈ ના જાય તે રીતે છેલ્લા બે-ત્રણ દિવસથી વહેલી સવારે અને મોડી સાંજે લીમડાના વૃક્ષના થડને બાથ ભીડીને રડતો અને વારંવાર બચીઓ કરતો,** "મારા જીવતાં હું તને નહીં કાપવા દઉં, તેં મને બહુ જ શીતળતા આપી છે, તેં જ મને તારા ઉપર કૂદાકૂદ કરવા દઈને મને હિંમતના પાઠ શીખવ્યા છે, તારી છાયા વિના હું કાલે ક્યાં બેસીશ, તારી છાયામાં જ હું નાનામાંથી મોટો થયો છું અને હું તને કાપી નાખવા દઉં? હું કપાઈ જઈશ પણ તને કાપવા નહીં દઉં." આવા વહાલભર્યા

શબ્દોથી તે લીમડાના થડને બચીઓ કરીને ખૂબ જ રડતો.

જ્યારે તેને સમજાવ્યો કે, "આ જ લીમડાનું બીજ લઈને આપણા ફાર્મમાં વાવીશું અને તેની યાદગીરી ત્યાં જળવાઈ રહેશે. ત્યાં તું જ તેને ઉછેરજે. બેટા, આ તો સોસાયટીની જગ્યા છે, આપણે લીમડો કાપવાની ના કહી શકીએ જ નહીં." આ ઉકેલ યુવાનના હૈયામાં ઊતરી ગયો, પરંતુ તેણે એક જ શરત મૂકી કે, "તમારે જે કરવું હોય તે કરજો, પરંતુ હું બે દિવસ માટે બહાર જતો રહું ત્યારે, નહિતર હું તેને કપાતું જોઈ નહીં શકું." તેની આંખોમાંથી દળ-દળ આંસુ સરી પડ્યાં.

મનુષ્યના જીવનમાં લાગણીમાંથી જન્મેલી સમસ્યાનું સમાધાન કરવું અઘરું છે, ઘવાયેલી લાગણીને શાંત કરી સમસ્યાનો ઉકેલ લાવવામાં જ શાંતિ છે.

જો માનવીને જડ પદાર્થો ઉપર આટલી બધી લાગણી થતી હોય તો માનવી-માનવી વચ્ચે લાગણીના તાર જેટલા મજબૂત અને સંવેદનશીલ હોય તો પ્રશ્નો પણ ઓછા અને જીવનમાં સમસ્યાઓ અને પ્રશ્નો પણ જેટલા ઓછા તેમ ટેન્શન પણ ઓછું.

જીવનમાં ક્યારેક એવાં દુઃખ આવે છે કે તેનો કોઈ જ ઉકેલ દેખાતો ના હોય ત્યારે આવા સમયે એકાંતમાં રડી લેવાથી હૈયું ઠલવાતું હોય તો રડી લેવું, કોઈ પ્રિય વ્યક્તિને યાદ કરવાથી પણ જો હાશ થતી હોય તો તેને વારંવાર યાદ કરવી, આપણા હિતેચ્છુના હૈયામાં આપણું હિત સમાયેલું હોય અને આપણને તેના ઉપર સંપૂર્ણ ભરોસો હોય તો આપણા અંતઃકરણની વ્યથા અને કથા તેને એકાંતમાં કહેવી, આપણને શ્રદ્ધા હોય તેવા આપણા ઈષ્ટદેવનું સતત સ્મરણ કરી આપણી તમામ ઉપાધિઓનો હવાલો તેમને સોંપી નિશ્ચિંત થઈ જવું, આપણાં દિલ અને દિમાગ ઠરતાં હોય તેવી સદ્પ્રવૃત્તિ કરવી, આપણું અંતઃકરણ તરબોળ થઈ જાય તેવા ભક્તિમય કે મનોરંજનના ગીત-સંગીતમાં ગરકાવ થઈ જવું. આપણા સુખ-દુઃખના સાથીદાર અને આપણા ઉપર જેના ઘણા જ ઉપકાર હોય તેવી વ્યક્તિના દુઃખમાં સાથીદાર અને ભાગીદાર થઈ તેને મદદ કરવી તે તો દેવપૂજાથી પણ વિશેષ

છે, જગતની ચિંતા જગતના માલિક ઉપર છોડી દો, તમે માત્ર તમારું સંભાળો.

માનવીના મનની વિચિત્રતા તો જુઓ : માનવી પાસે જે કાંઈ સાધન, સામગ્રી, સમૃદ્ધિ અને સગવડો છે તેમાંથી તે શાંતિ મેળવતો નથી, પરંતુ જે વસ્તુ મેળવવી અશક્ય છે તેની પાછળ આંધળી દોટ મૂકીને જીવન બરબાદ કરે છે. વિવેક વિનાની અપેક્ષાઓ અને અનિયંત્રિત મન જ માનવીને તારવાના બદલે ડુબાડી દે છે.

(૭૧) લાગણી સિવાયનું જીવન એટલે સૂકું રણ : વાંચો

ઉત્તર ગુજરાતના એક ગામડામાં ખેડૂત પરિવારમાં જન્મેલું બાળક તેના ઘરના આંગણે બાંધેલી સૌને વહાલી ગાયનું દૂધ પીતો આ બાળક યુવાન થતાં મોટી મહેચ્છા સિદ્ધ કરવા અમેરિકા ગયો. તેના પરિવારમાં માત્ર બે જણ જ હતાં. વાત્સલ્યથી ભરેલી તેની બા અને બાને સાથ આપનાર એક માત્ર દૂઝણી ગાય.

અમેરિકામાં સુખી-સંપન્ન થઈ થોડા દિવસ માટે વતનમાં આવેલા આ યુવાને તેની વૃદ્ધ બાને એકદમ યાદ દેવડાવ્યું, **"મોમ, હું નાનો હતો ત્યારે આપણા ઘરની ગાયનું દૂધ તમે દોહતાં હતાં તે વખતે ત્યાં ઊભો-ઊભો વાટકી ભરીને દૂધ પીતો,** સાથે તેની વછરડીને હું બંને ગમ્મત કરતાં, વાછરડી મને તેની માથી દૂર હડસેલતી, તેને એમ થતું કે હું તેની માનું અને તેના ભાગનું દૂધ પી જઉં છું, હું તેના ગળે, માથા ઉપર અને તેના નાજુક શરીર ઉપર હાથ ફેરવી તેને મનાવી લેતો, મોમ તમને ખબર છે હું તેને ગોલ્લી કહીને બોલાવતો." આ પરદેશી યુવક બોલે જતો હતો ત્યાં જ તેની બા લાગણીવશ થઈ બોલી, "બેટા, આ વાતને તો વર્ષો વીતી ગયા, તારા પરદેશ ગયા પછી થોડા મહિનાઓમાં જ તે ગાય તને યાદ કરતી-કરતી પરલોક પહોંચી ગઈ. બેટા, તને ખબર છે એક નાની સાઈકલ તારા બાપુએ લાવી આપી હતી, તું આપણા ફળિયામાં સાઈકલ ફેરવતો ત્યારે તેનીઘંટડીનો અવાજ સાંભળી મા-દીકરી ઊંચા કાન કરી તારી સામું જોતા તારા પરદેશ ગયા પછી ફળિયામાં કોઈની પણ સાઈકલની ઘંટડી

વાગે ત્યારે તારી ગોલ્લી અને તેની મા, તેમને બાંધેલા ખીલા તોડી નાખે તેટલું જોર કરતાં. **મા-દીકરી ત્યારથી આપણા ઘરના દરવાજા સામું જ જોઈ રહેતાં. જાણે હમણાં ભઈલું, સાઈકલ લઈને આવશે અને ઘંટડી વગાડશે,** તું ના આવે એટલે તેની આંખોમાંથી આંસુ ટપકતાં, તારી વહાલી ગોલ્લી તો તારી યાદમાં ભૂખે-તરસે મરવા પડેલી તેની માને તેનાં નાનાં અને નાજુક શિંગડાંથી વહાલી ભેટીઓ મારી, તારી વિદાયનું દુ:ખ દેખાડતી."

"બેટા, તારી યાદમાં તો ગાય ભૂખી-તરસી મરી ગઈ, તારી વહાલી ગોલ્લી પણ તેની માની પાછળ મરવા જેવી થઈ ગઈ હતી. વડીલોનું કહેવું હતું કે આ ગોલ્લીને પણ જલદી પાંજરાપોળમાં મૂકી આવો, નહિતર આપણા આંગણે મરી જશે તો આપણને બે-બે ગાયોના મોતનું પાપ લાગશે એટલે બેટા અમે ગોલ્લીને પણ પાંજરાપોળમાં મૂકી આવ્યા." માજીએ ઊંડો શ્વાસ લીધો, "પ્રભુ જાણે, ગોલ્લી હજુ પણ જીવતી હશે કે કેમ? અને હશે તો પણ ઘરડી થઈ ગઈ હશે, બેટા ગોલ્લી તો તને બહુ વહાલી હતી નઈં ?" માજી કંઈ આગળ બોલે તે પહેલાં આ પરદેશી યુવક એકદમ ઊભો થઈ ગયો, તેની આંખમાં ઝળઝળિયાં આવી ગયાં. ભાવવિભોર થઈ બોલ્યો, "મોમ, મારે અત્યારે જ અબ ઘડીએ ગોલ્લીનાં દર્શન કરવાં છે. ચાલો, ઊભા થઓ મારે હાલ જ ગોલ્લીનાં દર્શન કરવાં છે."

આ યુવક તેની મોમને લઈને ગાડીમાં બેઠો, "મોમ, પાંજરાપોળવાળાઓએ તેને કતલખાને તો મોકલી દીધી નહીં હોય ને...! મોમે કાંઈ જ જવાબ ના આપ્યો, પરંતુ હાથ આકાશ તરફ કરી અશ્રુભીની આંખે ઈશારો કર્યો, એ તો બેટા ઈશ્વરને ખબર."

પાંજરાપોળ આવતાં મા-દીકરાએ તો હાંફળાં-ફાંફળા થતાં પાંજરાપોળના કાર્યાલયમાં જઈ લાગણીસભર બધી હકીકત કહી, સાથે પાંજરાપોળમાં થોડું દાન આપવાની પણ વાત કહી એટલે પાંજરાપોળનો ક્લાર્ક લલચાયો. "હું તમને પાંજરાપોળથી ગાયો વચ્ચે લઈ જાઉં." પછીથી તે ધીમા સાદે બોલ્યો, "પણ મારું કંઈક જુદું સમજજો

હોં." તે પછી તે ખુલ્લા અવાજે બોલ્યો, "પણ તમે તેને ઓળખશો કઈ રીતે? ઘણી ગાયો અશક્ત અને ઘરડી થઈ ગઈ છે, ઘણી મારકણી છે, તેમને તો અમે જુદા ઢોરવાડમાં રાખીએ છીએ તો વળી એક તો ગાંડી ગાય છે, તે તો આખો દિવસ પાંજરાપોળના દરવાજા સામું જ જોઈ રહીને આંસુ સારે છે, ઘણી વખત તો સાઈકલની ઘંટડીનો અવાજ સંભળાય તો પાંજરાપોળના મુખ્ય દરવાજા તરફ દોટ મૂકે છે, જોરથી ભાંભરે છે, જાણે કોઈ મા તેના દીકરાને યાદ કરીને જીવતી હોય તેવું લાગે તો ઘણી વખત અમારા કર્મચારીઓના બાળકોના ગાલ જીભથી ચાટે, પરંતુ ઘણા સમયથી તેનું ચસકી ગયું છે એટલે આખી પાંજરાપોળ તેને ગાંડી ગાયથી જ સંબોધે છે, ગાં...ડી કહીને તમે બૂમ પાડો એટલે પાંજરાપોળના પાતાળમાં હોય તો પણ દરવાજે દોડતી આવે, આવો તમને બધીય ગાયો બતાવું" તેમ કહી કલાર્ક મા-દીકરાને પાંજરાપોળમાંની ગાયો વચ્ચે લઈ ગયો. કલાર્ક બોલ્યો, "ગાંડી ગાયે પણ હમણાં-હમણાં તો ચારો-પાણી છોડી દીધાં છે, હવે તો તે પણ થોડા દિવસની મહેમાન છે, જોઈ લો આ રહી બધીય ગાયો." મા-દીકરો પાંજરાપોળમાં આમતેમ બહુ ફર્યાં, પરંતુ ક્યાંય ગોલ્લી દેખાઈ નહીં. કર્મચારીએ દૂરથી જ અશક્ત અને ગાંડી ગાય તરફ આંગળી બતાવી, "તેની નજીક જતા નહીં, આ તો ગાંડી છે ગાંડી." મા-દીકરાની આ ગાંડી ગાય ઉપર થોડી નજર તો પડી. આ ગાંડી ઘરડી ગાય કોઈની યાદમાં જીવતી હોય તેમ મુખ્ય દરવાજા સામું જ જોઈ રહેતી અને માથું નીચે રાખી તેની ઝાંખી પડેલી આંખોમાંથી આંસુ સરી પડતાં દેખાતાં હતાં.

મા-દીકરો અને કર્મચારી બધાય આખું પાંજરાપોળ ફરીને થાક્યા, બધાય નિરાશ થયા, આટલી બધી ગાયોમાં ગોલ્લીને શોધવી ક્યાં ? **માનવીની પ્રબળ લાગણીઓમાંથી જ તેણે ઈચ્છેલી ઘટનાઓ આકાર લેતી હોય છે.**

આ પાંજરાપોળનો ભલો કર્મચારી મા-દીકરાની ભાવના સમજી ગયો હતો, પરંતુ ગોલ્લી ગાયને શોધવાનો તેની પાસે એક પણ કીમિયો બાકી રહ્યો નહોતો.

આ ગોલ્લી-પ્રેમી યુવકની પ્રબળ લાગણીનો પડઘો જાણે આ કર્મચારીના અંતઃકરણમાંથી બહાર આવ્યો, "ગોપાલક સમાજના ભાઈઓ તેમની દરેક ગાયનાં નામ અલગ-અલગ પાડે છે અને તે નામથી તેને બોલાવે છે, આવું કોઈ નામ તમે તમારી ગાયનું પાડેલું ખરું? તો આપણે છેલ્લો અખતરો કરી જોઈએ." મા-દીકરો એકી અવાજે બોલ્યાં, "હા... ગોલ્લી" તરત જ કર્મચારી બોલ્યો, તમે પેલી ઊંચી દીવાલ ઉપર ટેબલના સહારાથી ચઢી જાઓ અને તમને બધી ગાયો જોઈ શકે તે રીતે ગોલ્લીના નામની બે-ત્રણ બૂમો પાડી તો જુઓ, હશે તો દોટ કાઢતી આવશે અને ના આવે તો પછી હરિ... હરિ...!

ઊંચી દીવાલ ઉપર ચઢી આ પરદેશી યુવકે તેના હોઠ ઉપર બે હાથ મૂકી શંખ વગાડતો હોય તેમ ક્ષિતિજો ધ્રૂજી ઊઠે તેવા લાગણીભર્યા પ્રચંડ અવાજે બૂમો પાડી, "ગોલ્લી...ગો...લ્લી" અને આકાશમાંથી પ્રચંડ અગ્નિ મિસાઈલ ધરતી તરફ જે ગતિથી આવે તેવી જ ગતિથી એક ગાય બીજી અનેક ગાયોને હડસેલા મારતી, શિંગડાં ભરાવતી અને થેકડા લગાવતી પાંજરાપોળના દરવાજા તરફ ધસી આવી, દીવાલ ઉપર ઊભેલા યુવાનના બૂટ ચાટવા લાગી. આ યુવાન દીવાલ ઉપરથી નીચે ઊતર્યો ત્યાં તો જાણે ઘણાં વર્ષથી વિખૂટી પડેલી મા તેના દીકરાને પહેલી વખત મળતી હોય તેવા વાત્સલ્યભાવથી આ ગાય ભાવવિભોર થઈ તેના શરીર ઉપર જીભ ફેરવવા લાગી.

આ યુવાનના હાથ અને ગાલે તેની વાત્સલ્યમયી જીભથી તેને આખો ભીંજવી દીધો, દોડીને **થાકેલી આ ગાયમાતા તેના દીકરાના પગ પાસે બેસી ગઈ, વૃદ્ધાવસ્થા, થાક, કોઈની યાદમાં ચારો-પાણી છોડી દેવાના લીધે રડતી આ ગાયનાં આંસુ યુવાનના બૂટ ઉપર પડવા માંડ્યાં.** બૂટ પહેરેલા હોવા છતાં આ ગાય યુવાનના બૂટ ચાટતી હતી, તેના ગાલે જીભ ફેરવતી-ફેરવતી નીચે બેસી ગઈ, આ દૃશ્ય જોઈ પાંજરાપોળનો કર્મચારી એકદમ દોડતો-દોડતો નજીક આવી ગયો અને તે ગાયને જોઈ એકદમ ચિત્કારી ઊઠ્યો, "બાપ રે... આ તો પેલી ગાંડી ગાય છે."

આખી પાંજરાપોળનું વાતાવરણ ગમગીન થઈ ગયું. મા-દીકરો

પશ્ચાત્તાપનાં આંસુ વહેવડાવતાં નીચે બેસી ગયાં. ગાંડી ગાય એ જ અમારી ગોલ્લી છે તે જાણી આ પરદેશી યુવક ધ્રુસકે-ધ્રુસકે રડવા લાગ્યો. જીવતાં-મરતાં જાણે ગોલ્લીની એક જ ઈચ્છા હતી, "મારા ભઈલુંનાં દર્શન એક વખત જરૂર કરવાં." આખા પરિવારમાં આ યુવાન સંતાનમાં એકલો જ હતો અને ગાયને પણ એક જ વાછરડી હતી, ગોલ્લી. ફળિયાના બધા રહેવાસી આ યુવાનને બાળપણમાં ભઈલુ કહીને લાડ લડાવતાં.

ગોલ્લીનાં આંખો અને શ્વાસ ધીમે-ધીમે બંધ થતાં જોઈ ભઈલુંએ આક્રંદ કરી મૂક્યું. છેલ્લા શ્વાસ લઈ રહેલી ગોલ્લીનું માથું ઊંચું કરી પોતાના ખોળામાં લઈ તેના ખરબચડા થઈ ગયેલા મોંઢા ઉપર હાથ ફેરવવા લાગ્યો. ભઈલુંનાં આંસુ આ ગાંડી ગાય ગોલ્લીના ગાલ ઉપર પડતાં હતાં અને ગોલ્લીનાં આંસુએ તો ભઈલુંનો આખો ખોળો ભીંજવી દીધો. પાંજરાપોળનો કર્મચારી ખૂણામાં ઊભો ઊભો આ કરુણ દૃશ્ય જોઈ આંસુ લૂછતો હતો.

પાંજરાપોળમાં આખી યુવાની અને ઘડપણ વિતાવનાર ગોલ્લીની સહેલીઓ ચારો-પાણી છોડી આંસુ સારી રહી હતી તે ગોલ્લીને જાણે આખરી વિદાય આપી રહી હતી, "આવજે... ગોલ્લી... આવજે."

ગોલ્લીની આંખોમાંથી આંસુ ટપકતાં બંધ થયાં અને ગોલ્લીની આંખો ભઈલું સામે જોતી-જોતી સ્થિર થઈ રહી હતી. ગોલ્લીનો શ્વાસ બંધ થઈ ગયો. ઢળતી સંધ્યા અને સૂર્યને પણ છેલ્લો આંચકો આપતો હોય તેમ આ ભઈલુંએ પાતાળ ફાટી જાય તેવી ચીસ પાડી, "ગોલ્લી... તારી સાથેની ગોષ્ઠી મારાથી કેમ ભુલાશે ? ગોલ્લી સાથે હું બહુ જ રમ્યો છું, બહુ ગેલ કરી છે, તારી મમ્મીનું દૂધ વાડકે-વાડકે બહુ જ પીધું છે." વાતાવરણ ગમગીન થતું જોઈ પાંજરાપોળના વયોવૃદ્ધ સેવાભાવી નિવૃત્ત દાદા ભઈલુંના માથે હાથ ફેરવી આશ્વાસન આપવા લાગ્યા, "બેટા, રડીશ નહીં, આ તારી ગોલ્લી તો તારી યાદમાં જ ગાંડી થઈ ગઈ હતી, દરરોજ પાંજરાપોળના આ મુખ્ય દરવાજે કોઈને યાદ

કરીને શોધતી હોય તેમ ખાધા-પીધા વિના ઝૂરતી હતી. હવે ઊભો થા, બહુ થઈ ગયું. આમ તો જો, ગોલ્લીની સહેલીઓ પણ તારી અને ગોલ્લી સામું જોઈ રડે છે."

ભઈલું પાંજરાપોળનો દરવાજો આવતાં ગોલ્લીના નશ્વરદેહને જોઈને અંતઃકરણમાં ફરીથી ગોલ્લી સાથેના બાળપણનું સ્મરણ થતાં, તે ફરીથી ગોલ્લી તરફ દોડ્યો, બીજા બધાં પણ તેની પાછળ દોડ્યા, ભઈલુંએ તેના બાળપણની નિર્દોષ, ભલી અને ભાવુક ગોલ્લીના સુકાઈ ગયેલા નશ્વર ગાલ ઉપર છેલ્લી વખત બકી કરી દીધી.

ભઈલુંને શાંત કરી બધાં ઑફિસમાં આવ્યાં. પાંજરાપોળના અનુભવી દાદાએ ભઈલુંની બા સામું ઈશારો કરી ત્યાંથી જલદીથી જતા રહેવા કહ્યું. મોટરકારમાં બેસતાં જ પાંજરાપોળના મુખ્ય દરવાજે બોર્ડ લગાવેલું હતું, "ખોડાં ઢોર માટેની પાંજરાપોળ." તેના ઉપર નજર સ્થિર થઈ. આ યુવાન મોટરકારમાંથી નીચે ઊતરી ફરીથી ઑફિસમાં આવી પહોંચ્યો. બધા કર્મચારીઓ આશ્ચર્યથી તેની સામું જોઈ રહ્યા હતા. ખિસ્સામાંથી પાકીટ કાઢી તેમાંથી દશ હજાર રૂપિયા કાઢી વૃદ્ધ દાદાના હાથમાં આપતાં બોલ્યો, "લો, આ રકમ રાખો દાદા, મારી ગોલ્લીની અંતિમવિધિ એવી કરજો કે, આવતા જનમમાં ગોલ્લી મને બહેન સ્વરૂપે ફરીથી મળે." થોડોક શાંત થઈ બોલ્યો, "આ પાંજરાપોળનું નામ ખોડાં ઢોરની પાંજરાપોળ છે, તેનું નામ બદલીને "ગોલ્લી ગાયોનો વૃદ્ધાશ્રમ" રાખજો, જે કંઈ ખર્ચ થાય તે મને કહેવડાવી દે...જો, થેન્ક્યુ...દાદા."

ગોલ્લી અને ભઈલુંની અમર દોસ્તીનાં સંસ્મરણોને વાગોળતી આથમતી સંધ્યા અંધારામાં વિલીન થઈ ગઈ.

મનુષ્યજીવનમાં માત્ર ભૌતિક સંપત્તિ જ સર્વસ્વ નથી, પ્રેમ, લાગણી, વફાદારી અને વાત્સલ્ય સામે આખી દુનિયાની સંપત્તિ ધૂળ સમાન છે. બધું જ હોવા છતાં જ્યાં "શુદ્ધ પ્રેમ અને અંતઃકરણની ભલી ભાવના" ના હોય ત્યાં કુબેરનો ધનભંડાર હોવા છતાં તેની કોઈ કિંમત નથી.

એક અબુધ અને અબોલ પશુના હૃદયમાં લાગણીનો આટલો ભંડાર પડેલો હોય અને માનવી-માનવી વચ્ચે લાગણીના સંબંધ ના

હોય તો તેનો શો અર્થ? જ્યાં લાગણી ના હોય ત્યાં કઠોરતા હોય જ અને કઠોરતા ક્યારેય પ્રશ્નો અને સમસ્યા વિનાની ના હોય.

વિસામો

આટલું યાદ રાખજો : તમારા જીવનઘડતરમાં કોઈનું પણ યોગદાન હોય તેવા ભલા માનવીની લાગણી ક્યારેય દુભાવતા નહીં, દગો દેવાનું તો સ્વપ્નેય વિચારતા નહીં. તમારા દુઃખમાં ઢાલ બનીને ઊભો હોય તેવા માનવીના દુઃખના દિવસોમાં યથાશક્તિ મદદ કરવા તેના સાથીદાર અને ભાગીદાર બનજો, **તેના સુખનું નિમિત્ત બનજો, જેમ તે તમારા માટે સુખનું નિમિત્ત બનીને આવ્યો હતો. ટેન્શનમાંથી મુક્તિ મેળવવાનો અને ટેન્શનને તમારા જીવનમાં આવતું રોકવાનો આ સૌથી ટૂંકો ઉપાય છે. દુઃખમાં નિમિત્ત બનનારાઓથી તો નરક ઊભરાય છે તેમજ કબ્રસ્તાન અને સ્મશાન ખદબદે છે.**

જેના હૃદયમાં દયા અને લાગણી ના હોય તે બીજાનું ભલું કરે જ ક્યાંથી! દયા અને લાગણી વિનાના લોકો નિષ્ઠુર જ હોય. આવા લોકો બીજાઓની લાગણી અને ભાવનાને લક્ષમાં લીધા વિના કરેલાં કાતિલ કૃત્યો તો તેમના માટે ગમે ત્યારે ગમે ત્યાં અને ગમે તે સ્વરૂપે કરવત બનીને આવશે. કાતિલોના જીવનમાં શાંતિ ક્યાંથી હોય! જેમણે આખી જિંદગી બીજાઓના જીવનમાં આગ લગાડવાનો જ ધંધો કર્યો હોય તેમના જીવનમાં જ્યારે આગ લાગે છે ત્યારે તે દાવાનળથી પણ વધારે ખોફનાક હોય છે, તેને ઓલવવા માટે અગ્નિશામક દળ તો બધું રાખ અને ખાખ થઈ ગયા પછી પણ આવતું નથી.

આધ્યાત્મિક, માનસિક અને શારીરિક નિર્બળતા લાવે તેવી બાબતોને તમારા પડછાયામાં પણ પ્રવેશવા દેશો નહીં, આ ત્રિપુટી જ ટેન્શનનું ઘર છે.

(૭૨) સમસ્યામાં સમજણ એ જ સફળતા : વાંચો

એક જાણીતા વયોવૃદ્ધ વડીલ મને એક સમારંભમાં મળ્યા ત્યારે મને ખૂણામાં લઈ જઈ, કોઈ સાંભળી ના જાય તે રીતે બળાપો

ઠાલવવા લાગ્યા, "મારા દીકરાને માત્ર બે જ દીકરીઓ છે, આમ તો પરિવાર બધી જ રીતે સાધન-સંપન્ન અને સુખી છે, પરંતુ કોઈને ત્યાં દીકરો જન્મ્યો હોય તો તે વ્યક્તિ જ્યારે મીઠાઈનું બોક્સ આપવા અમારા ઘરે પ્રેમથી આવે ત્યારે મારા દીકરાની વહુ પેલી વ્યક્તિના ગયા પછી મીઠાઈનું બોક્સ પછાડે, આમ-તેમ ફેંકે અને મોં ઉપર જાણે સોજા આવ્યા હોય તેમ આખો દિવસ ફૂલેલું રાખે, હું અને મારો દીકરો તેને ઘણું સમજાવીએ પણ એકની બે ના થાય, મારા ઘરવાળાં ડોસીની તો તાકાત જ નથી કે તેને સમજાવે, કંઈક કહેવા જાય તો નાગણની જેમ ફૂંફાડા મારે."

આ દાદાની આંખોમાં આંસુ આવી ગયાં, "શું વાત કરું, મીઠાઈ પોતે તો ખાય નહીં, તેની દીકરીઓને પણ ખાવા દે નહીં, અમને પણ ખાવા ના દે અને છેવટે કામવાળી બાઈને આખું બોક્સ પધરાવી દે, કોઈને ના આપે તો છેવટે વાળુવાળી બાઈને આપી દે, તેના આવા વર્તનના કારણે ઘરમાં કંકાસ રહે છે. બસ, કોઈને ત્યાં દીકરો આવ્યાની વાત સાંભળે ત્યારે તેનો પીત્તો જાય, હમણાં હાલ આ નાગણને છૂટા-છેડા આપી દઈએ, પણ મારી ફૂલ જેવી બે દીકરીઓનું શું થાય? બે દીકરીઓ અમારી પાસે હોય તો મારા દીકરાને કોણ તેની દીકરી પરણાવે?"

મેં તે દાદાને શાંત પાડી સમજાવ્યા, તમે તો વડીલ છો, એકદમ છેલ્લે પાટલે બેસી જશો નહીં, કારણ વિના તમારા પરિવારમાં ટેન્શન ઘર કરી જશે, હું તમને બે-ત્રણ કીમિયા બતાવું, તેમાં પહેલો કીમિયો એવો કરો કે તમારા કોઈ વૃદ્ધ મિત્રના દીકરાના ત્યાં બાબાનો જન્મ થયો છે અને તે તમને મીઠાઈનું બોક્સ આપવા આવે છે તથા રૂ. ૫૦નાં બે કવર તમારી દીકરીઓના નામનાં લઈ તમારી પૌત્રીઓના હાથમાં તે રૂબરૂ આપે અને તે બે કવરમાં નાનો લેટર પણ તેમના હાથે લખીને લેતા આવે અને તેમાં ખાસ લખાવજો, "મારી બંને દીદીઓને મીઠાઈ અને નાના ભાઈની ભેટ, પછી જુઓ ચમત્કાર." દાદાએ સમય જતાં કીમિયો ગોઠવ્યો. તેમના મિત્રના ઘરે જન્મેલ દીકરાના પરિવારના વડીલ મીઠાઈનું બોક્સ અને બે કવર લઈ આવ્યા. દીકરાવાળાઓના

યાંથી મીઠાઈનું બોક્સ તો આવતું પણ નાણાંનું કવર ક્યારેય આવતું નહીં.

ગોઠવાયેલા કીમિયા પ્રમાણે મીઠાઈનું બોક્સ અને બે નાનાં કવર છોકરાની વહુના હાથમાં આપ્યાં, મીઠાઈનું પડીકું તો બાજુ ઉપર મૂકી દીધું અને તરત જ કવર ખોલી જોયું તો તેમાં રૂ. ૫૦ની બે નોટ જોઈ, તથા તેમાં લખેલો નાનો કાગળ "મારી દીદીને સપ્રેમ ભેટ" વાંચી હસી પડી. "આ મીઠાઈ આપી તેટલી ઓછી છે. તે વળી, દીકરીઓને રૂ. ૫૦-૫૦ની ભેટ શાની હોય ! અમે તમારા ઘરે નવા જન્મેલા બાબલાને રમાડવા આવીશું હોં." મીઠાઈનું બોક્સ ખોલી, એક મીઠાઈનો ટુકડો મોંમાં મૂકી બોલી, "વાહ! મીઠાઈ તો જોરદાર છે હોં, હમણાંથી આવી મીઠાઈ તો ક્યારેય ચાખી પણ નથી, બહુ મોંઘી લાગે છે, બાબલાની અને તેની મમ્મીની તબિયત તો સારી છે...ને..."

"હા...હા" માથું ધુણાવી મીઠાઈ આપવા આવેલા દાદા ત્યાંથી રવાના થયા અને ખુશખુશાલ દીકરાની વહુએ રૂ. ૫૦-૫૦ની બે નોટો તેના અંગત પાકીટમાં મૂકી અને મીઠાઈનું બોક્સ ફ્રીઝમાં ઊંડે મૂકતાં ધીમેથી બોલી, "આ મીઠાઈ કોઈ ભૂલથી પણ કામવાળીને આપી ના દેતાં, દાદાના ઘરે જઈ બાબલાના હાથમાં રૂ. બસો આપીશું." ઘરમાં ગરમ રહેતું વાતાવરણ શાંત થઈ ગયું.

જીતેલી બાજીને હારમાં પલટાવી નાખવાની તાકાત તો માત્ર ગદ્દારની કાતિલ બુદ્ધિમાં જ હોય છે, પરંતુ ખુમારી અને વફાદારીમાં તો ગદ્દારીને પણ કચડી નાખવાની ગજબની તાકાત છુપાયેલી હોય છે.

(૭૩) ખરાબ અનુભવ એ જ નિરાશા : વાંચો

બહુ ભલા લોકોની ભલમણસાઈનો જ્યારે લોકો અતિગેરલાભ ઉઠાવે છે ત્યારે તેમને આ સંસારમાંથી રસકસ ઊડી જાય છે. અરે! કહેવાતા સજ્જન અને દેખાવે સદાચારી માણસો જ્યારે માયાવી રૂપ ધારણ કરીને અતિભલા માણસોને કનડે છે ત્યારે તેમનો ભગવાનમાંથી પણ વિશ્વાસ ઊઠી જાય છે.

લગ્ન પ્રસંગના માંડવાના મુહૂર્તમાં એક કાકા લમણે હાથ દઈ

મારી બાજુમાં બેઠા હતા. મેં સમય પસાર કરવા તેમની આગળ ટપકાવ્યું "આમ, આવા શુભ પ્રસંગમાં પણ લમણે હાથ મૂકી શોકમય ઉદાસીન ચહેરે કેમ બેઠા છો ?" ઉદાસીનતાને વહેતી કરતાં બોલ્યા, "લમણે હાથ ના દઉં તો શું કપાળે મૂકું." **હતાશ અને નિરાશ થઈ ગયેલી વ્યક્તિનો સ્વભાવ ચીડિયો થઈ જાય.** તેઓ એકદમ મારી સામું જોઈ ઘૂરકિયાં કરવા લાગ્યા, "આના કરતાં તો ધરતી ફાટી જાય તો સારું, ઉપરવાળાએ આ દુનિયા કેમ બનાવી હશે તે જ મને સમજાતું નથી." મેં તેમના હૃદયમાંથી મૂળ વાત બહાર કઢાવવા વાત રમતી કરી, "મેં તમને ક્યારેય આવા લમણે હાથ દઈને બેઠેલા જોયા નથી એટલે પૂછ્યું." તેઓ ઊંડો શ્વાસ લઈ બોલ્યા, **"ક્યારેય પૈસા કોઈને પણ ઊછીના કે વ્યાજવા આપવા નહીં, સગા સાળાને પણ નહીં, સગા જમાઈને પણ નહીં અને સગા દીકરાને પણ નહીં."** મેં કહ્યું, "આટલો બધો આક્રોશ કેમ ?" તેઓ નિરાશવદને બોલ્યા, "આક્રોશ નથી, સાચું કહું છું, જો આપણી પાસે વધારે પૈસા હોય તો ખરા શિયાળામાં ઠંડી ઊડાડવા તેને સળવાગીને તાપણું કરવું, તાપીએ ત્યાં સુધી તો ઠંડી ઊડે અને જો કોઈને પણ પૈસા ઉછીના કે વ્યાજવા આપીએ અને જ્યારે તે પીઠ બતાવીને ઊભો રહે ત્યારે આખી જિંદગી હૈયું બાળવું તેના કરતાં તેનું તાપણું કરવું શું ખોટું...! સાંભળી લો એવો સમય આવ્યો છે, રોડ ઉપર પાણી વિના તરફડિયાં મારતા માણસને પણ પાણી પાઈને બચાવવાની જરૂર નથી. અરે! તે સાજો-સારો અને બેઠો થઈ એમ જ કહેશે કે આ પાણી પિવડાવનારે જ મારી આ દશા કરી છે ત્યારે આપણે ક્યાં જવું, આના કરતાં તો ત્યાંથી પલાયન થઈ જવું સારું, **કશાયમાં પડ્યામાં મજા નથી, ઘર પકડીને બેસી રહેવામાં જ મજા છે, ઘર પણ આપણા હાથમાંથી સરકતું જાય છે, પરિવારમાં પણ ભેદ રમાવા માંડ્યો છે ત્યારે બીજાની તો શું વાત કરવી.**" દાદા તેમનો બળાપો ઠાલવતા હતા ત્યાં જ જમવાનું આમંત્રણ આવ્યું એટલે મેં સહજતાથી પૂછ્યું, "લોકો તમારા પૈસા દબાવી ગયા લાગે છે." આટલું સાંભળતાં જ દાદા તાડૂક્યા, "હવે મને એકલાને જ દબાવી દેવાનો બાકી છે,

નફ્ફટોએ મારું ઘડપણ બગાડી નાખ્યું, સાત પેઢીએ તેમનું નખ્ખોદ જશે."

અણહકનું પડાવી લેવાવાળા કે દબાવી દેવાવાળાનો મુખ્ય શિકાર ભલા માણસો જ બને છે. આવા લોકો ભલે એમ સમજતા હોય કે પ્રારબ્ધ કે પરમાત્મા, કર્મ કે કુદરત જેવું કાંઈ નથી, જે કાંઈ છે તે બધું કીમિયાગીરીમાં જ છે તો આ તેમની મોટી ભૂલ છે. તેમના જીવનમાં ગમે ત્યારે, ગમે ત્યાં અને ગમે તે સ્વરૂપે બિલ્લીપગે અશાંતિ આવે જ છે ત્યારે તેમનો પડછાયો પણ તેમને સાથ આપતો નથી. ગરીબ, નિર્દોષ અને ભલા-નિ:સહાયનો એક જ નિસાસો ચિનગારી બનીને આખા પરિવારને તબાહ કરી નાખે છે. **તમારે જીવનમાં શાંતિ અને ટેન્શનથી દૂર રહેવું હોય તો કોઈ પણ નિર્દોષ કે ભલા માણસને કોઈ પણ સ્વરૂપે ફસાવશો નહીં તો કુદરત ગમે તેવા કઠિન સંજોગોમાં પણ તમારું રક્ષણ કરશે.**

સંસારી જીવનમાં ટેન્શન ઘટાડવાનો નુસખો : જેમ પકડતાં આવડે છે તેમ છોડતાં પણ શીખો, સજ્જન, સંત અને શૂરવીરને પોતાનાં કરી લેવાની કલા અને જૂઠા, ખોટા અને લબાડને દૂર રાખવાની આવડતમાં જ ટેન્શનમુક્તિ સમાયેલી છે.

(૭૪) શુદ્ધ દાનત એ જ સમૃદ્ધિ : વાંચો

મારા એક જાણીતા વકીલ કે જેમને લોકો **એસ. કે. પટેલના હુલામણા નામથી ઓળખે છે** કે જેઓ જમીનને લગતા જ કેસો લડે છે, ઉકેલે છે, સમાધાન કરાવે છે. મેં તેમને એક વખત સહજ ભાવે પૂછ્યું, "શૈલેશભાઈ, જમીનના ધંધામાં, દલાલીમાં અને તેના કેસ લડવામાં જે લોકો સંકળાયેલા છે તે બધા તો ઘણા ધનવાન થઈ ગયા..." તેમણે મને વચ્ચે જ રોકીને કહ્યું, "કાકા, મારે ધનવાન નથી થવું, સુખી થવું છે, જેમને કીમિયા-કબાલાં કરવાં હોય તે ભલે કરે, મારે તેવું ધન નથી જોઈતું, લોકોને ગેરમાર્ગે દોરી અને ભલા-ભોળા માણસોને અટ્ટમ-સટ્ટમ સમજાવી તેમનું ધન ખંખેરી મારી તિજોરી ભરનારો હું નથી, કાકા તમે જ કહો, આવું પાપી-ધન મને સુખ-શાંતિ

આપે ખરાં કે પછી તેવા પાપી ધનના ભેગું ટેન્શન પણ મારા ઘરમાં આવે કે ના આવે?" તેઓએ નિખાલસપણે અને હળવાશથી કહ્યું, "કોણ કહે છે કે વકીલાતમાં સાચા કેસ લડવાથી ધનવાન ના થવાય ! આ એક અમુક લોકોની ખોટી માનસિકતા છે કે વકીલાતમાં કીમિયાબુદ્ધિથી કરેલાં કબાલાંથી જ ધનવાન થવાય, હું પોતે જ તેનો જીવતોજાગતો દાખલો છું, સારા માણસોના સાચા કેસ જ લડું છું, કોઈનું પણ પડાવી લેવાના કેસ હું ક્યારેય લડતો નથી, હું એવો મૂર્ખ નથી કે ખોટું કરવાની હું માત્ર ફી જ લઉં અને આખો મલીદો મારો અસીલ લઈ જાય અને સામેવાળાના નિસાસાની આગ મને છોડે ખરી? હશે દુનિયાને જેમ કરવું હોય તેમ કરે, મારે મારા જીવનમાં સુખ, સમૃદ્ધિ અને શાંતિ મેળવવા શું કરવું જોઈએ તેટલી વિવેકબુદ્ધિ તો આ એસ. કે. પટેલમાં છે."

વિસામો

આપ સૌએ એટલું તો ખાસ સમજવું જ પડે કે આ સૃષ્ટિને ચલાવનાર અને નિભાવનાર કુદરત જેવી કંઈક શક્તિ તો છે, જે જેની પાસે "ગજ અને કાતર" બંને છે, માત્ર બધું ખોટું જ કરનારા હોય તો સાચું કરનારની પડખે કોણ રહેશે અને તેમની શી દશા થાય !

કીમિયાબુદ્ધિથી ટૂંકા રસ્તે રાતોરાત ધનવાન થવાની લાયમાં ભલા-ભોળાઓનું કાટલું કાઢી નાખનારાઓના જીવનમાં આધિ, વ્યાધિ અને ઉપાધિની "આંધી" જ્યારે તેમને લપેટે છે ત્યારે "ખરું અને ખોટું" બધું જ તબાહ થઈ જાય છે, **કુદરતનાં ગૂઢ રહસ્યને આજદિન કોઈ સમજી શક્યું નથી.**

જે વ્યક્તિ દુઃખદ ઘટનાઓને વારંવાર યાદ કરે છે તેના જીવનમાંથી ટેન્શન દૂર થતું નથી અને જે લોકો સુખદ ઘટનાઓ વારંવાર યાદ કરે છે તે લોકો વધુમાં વધુ આનંદમાં રહે છે, પરંતુ સૌની ભલાઈમાં પોતાની ભલાઈ જુએ છે તેની સાથે તો ભગવાન સદાયે રહે છે.

(૭૫) આઘા-પાછી એક મહારોગ : વાંચો

આખા સંસારમાં આઘા-પાછી અને કાનભંભેરણીએ જેટલું

નુકસાન માનવજાતને કર્યું છે તેટલું તો મહાયુદ્ધોએ પણ નથી કર્યું. મહાયુદ્ધો પણ આઘા-પાછી અને કાનભંભેરણીમાંથી જ થયાં છે. ચાડી-ચુગલી કરનારા કરતાં તો કાચા-કાનના લોકોએ પોતાના જ પરિવારમાં વધારેમાં વધારે નુકસાન કર્યું છે.

ઉત્તર ગુજરાતના એક ગામમાં બે ખેડૂતભાઈઓનો પરિવાર સુખેથી રહેતો હતો. મોટા ભાઈ નામે પ્રભુદાસને સંતાનમાં એક દીકરી જ હતી અને નાના ભાઈ નામે ભલાભાઈને માત્ર બે દીકરા જ હતા. ગામના ચૌદસિયાઓએ આ બંને ભાઈઓને લડાવવાનો કારસો રચ્યો. લડાવનારાઓની દાનત ખરાબ અને ખોટી હતી. સંતાનમાં એકલી દીકરીના બાપ પ્રભુદાસ ભાઈને ચઢવણી કરી, "તમારું નાનકડું આ "ખરું" પણ તમારો નાનો ભાઈ ભલો પણ તમને આપવા તૈયાર નથી તેનો અર્થ એ કે તમારું આ "ખરું" (અનાજને સાફ-સૂફી કરવા માટેનો જમીનનો નાનો ટુકડો) ખરેખર જે તમારા હકનો છે તે પણ તમને આપવા તૈયાર નથી, એનો અર્થ એ કે તમારી હયાતી ના હોય ત્યારે તે ખરું હડપ કરી લેવાની ભલાની ગણતરી છે, કારણ તેને બે છોકરા છે અને એ લોકો એવું સમજે છે કે પ્રભુદાસની પાછળ કોઈ ખાનાર પણ નથી અને વંશ પણ રહેવાનો નથી."

બીજી બાજુ આ જ લોકો ભલાભાઈને ચઢવણી કરતા કે, "આ પ્રભુદાસ ખોટી જક પકડીને બેઠો છે, તેની પાછળ તો કોઈ વંશ રહેવાનો નથી તો અત્યારથી જ આ "ખરું" ભલાને આપી દેવામાં આવે તેમાં ખોટું શું છે ? ભલાના દીકરા એ પ્રભુદાસના જ દીકરા સમજો ને...!"

વાત વધી પડી. નિમિત્ત માત્ર બંને ભાઈઓની જમીનની વચમાં જ આવેલું નાનું "ખરું". આમ, જુઓ તો તેની બજાર કિંમત પણ બહુ ઓછી હતી.

બાળપણ જે કાકા-કાકીની ગોદમાં વિતાવ્યું તેવા ભલાકાકાના ઘરે આવવા-જવા ઉપર પ્રતિબંધ મુકાઈ ગયો. લાડલી દીકરીનું ભલાકાકાએ પાડેલું લાડકું નામ હતું "ગૂડિયા". ત્રણેય ભાઈ-બહેનમાં પ્રભુદાસની ગૂડિયા સૌથી મોટી હતી.

આઘા-પાછીના પ્રવાહમાં ઈર્ષા અને વહેમ વેરમાં પરિણમ્યાં. બંને પરિવાર એક જ વાતનું રટણ કરતા, "ખરું" અમારું છે. સમાજમાં અને જ્ઞાતિમાં આઘા-પાછી કરનારાઓએ દાટવાળી દીધો. બંને પરિવારના સભ્યોએ એકબીજાનો પડછાયો પણ લેવાનું ટાળવા માંડ્યું.

દિવસો વીતતા ગયા. ગૂડિયા તેના કાકાના બે દીકરાઓને તેના જાનથી પણ વધારે લાડ અને વહાલ કરતી અને તેના નાના ભાઈઓ ગૂડિયાને અનહદ વહાલ કરતા. ભાઈઓને સગી બહેન નહોતી અને બહેનને સગો ભાઈ નહોતો, પરંતુ સગાં ભાઈ-બહેન કરતાં પણ તેમને એકબીજા પ્રત્યે ખૂબ જ લગાવ હતો. ગૂડિયાનું સગપણ થઈ જતાં તેના લગ્નની શરણાઈઓ વાગવા લાગી અને ગૂડિયાની આંખોમાં આંસુ ઊભરાવવા લાગ્યાં. ગૂડિયા ઘરમાં બધાંને કરગરવા લાગી, "મારાં કાકા-કાકી અને મારા બંને ભાઈઓને મારા લગ્નમાં આમંત્રણ નહી આપો તો હું લગ્નમંડપમાં પરણવા નહીં બેસું." પરિવારના અને સગાં-સંબંધીઓ ગૂડિયા ઉપર માનસિક દબાણ કરવા લાગ્યાં, "તું છાની માની પરણી જજે, આ ડખો છે તે વળી ઓછો છે તે વળી તું નવો ડખો ઊભો કરે છે, તારા બાપનું છે તે પણ તારો હરામી કાકો પડાવી લેવા બેઠો છે, તેનો તો કંઈક વિચાર કર. તું બહુ જક પકડીશ અને તારા બાપને કંઈક થઈ જશે તો... તારા બાપની હયાતીમાં તારા કાકા તારા લગ્નમાં આવવા તૈયાર નથી અને જ્યારે આ જગતમાંથી તારા બાપુ નહીં હોય ત્યારે તારું શું થશે ? બહુ બબાલ કર્યા વિના શાંતિથી પરણી જજે, તેમાં જ તારું અને તારા બાપુનું હિત સમાયેલું છે." ગૂડિયા ચૂપ થઈ ગઈ.

ગૂડિયાનાં લગ્નનો માંડવો રોપાયો, ભલાકાકાના ઘરે ખીચડીનું આંધણ મુકાયું અને ગૂડિયાના ઘરે લાપસીનું આંધણ મુકાયું. ગૂડિયા છાનુ-છપનુ રડતીને કાકાના ઘર સામું જોઈ રહેતી, આખું બાળપણ જે કાકા-કાકીના ખોળામાં વિતાવ્યું હોય તેને ગૂડિયા કઈ રીતે ભૂલી શકે? કાકા ઘરમાં દેખાતા નહોતા, માત્ર કાકી અને તેમના બે નાના દીકરા ગૂડિયાની વિદાયને યાદ કરી રડતા હતા.

જાન આવી, ગૂડિયાની આંખોમાં લગ્નના આનંદની જગ્યાએ વાત્સલ્યની મૂર્તિ સમાન કાકા-કાકી અને દીદી...દીદી કહીને જેમના હોઠ આખો દિવસ સુકાતા નહોતા તેવા બે નાના ભાઈઓનો ચહેરો તેની નજર સમક્ષથી હટતો નહોતો.

સમય કોઈની રાહ પણ જોતો નથી અને કોઈની શરમ પણ રાખતો નથી. ગૂડિયાની લગ્નવિધિ પૂર્ણ થઈ, ગૂડિયાને પિયરમાંથી વિદાય આપવાનો સમય થઈ ગયો છે, પરિવારના સભ્યો તથા સગાં-વહાલાં ગૂડિયાની વિદાયને યાદ કરી રડતાં હતાં.

ગૂડિયાના ભલાકાકાએ બહારથી આવી અને કોઈ જોઈ ના જાય તેવી રીતે સંતાઈને તેમના ઘરમાં જતા રહી બારણું બંધ કરી દીધું.

સોળ શણગાર સજેલી, વિદાયનાં આંસુ સારતી ગૂડિયાને પરિવારના સભ્યો પિયરમાંથી વિદાય આપવા માટે આંગણામાં આવી ઊભાં રહ્યાં. સૌ એક પછી એક ગૂડિયાને ભેટી વિદાયના આશીર્વાદ આપતાં હતાં. ગૂડિયા ભલાકાકાના ઘર આગળ જ ઊભી રહી, કાકાના ઘર સામું જોઈને ધ્રુસકે-ધ્રુસકે રડવા લાગી. ગૂડિયા કાકા-કાકી અને તેના લાડકવાયા બે ભાઈઓને ભેટ્યા સિવાય તે એક પણ ડગલું આગળ વધવા નહોતી માગતી. વાતાવરણ એકદમ ગંભીર અને સ્તબ્ધ થઈ ગયું. સગાં-વહાલાંએ ગૂડિયાને આગળ લઈ જવા ઈશારો કર્યો, પરંતુ જેના ખોળામાં આખી જિંદગી "વાત્સલ્ય"ની મજા માણી છે તે કાકાના પરિવારને કઈ રીતે ભૂલી શકે ?

કાકા-કાકી અને તેમના બે દીકરા વિદાય લેતી ગૂડિયાના આક્રંદને પોતાના ઘરની બારીની તિરાડમાંથી જોઈને ધ્રુસકે-ધ્રુસકે રડતાં હતાં.

કાકા-કાકીના વાત્સલ્યમાં ઊછરેલી અને ગરકાવ થયેલી ગૂડિયાના હોઠમાંથી બ્રહ્માંડ હાલી જાય તેવી બૂમ પડી ગઈ, "કા...કા...કા...કી" અને તરત જ કાકા-કાકીના ઘરનાં બારણાં એક જ ઝાટકે અને એકદમ ખૂલ્યાં. ભલાકાકા-કાકી અને બે નાના ભાઈઓ, આખો પરિવાર દોડતો ગૂડિયા તરફ આવી રહ્યો હતો. ભલાકાકાના

નાના દીકરાને બાળપણમાં જ પોલિયો થઈ ગયો હોવાથી તે અપંગ જેવો થઈ ગયો હતો, જેને ગૂડિયાએ આખી જિંદગી કેડે તેડીને ફેરવ્યો હતો, રમાડ્યો હતો તે પણ લંગડાતો... લંગડાતો ગૂડિયા તરફ ઢસડાઈ રહ્યો હતો.

ભલાકાકાની મુઠ્ઠી વાળેલી જોઈ સારામાં પણ ખરાબ જોવાની આદતવાળાઓની આંખો પહોળી થઈ ગઈ. કદાચ ભલો પ્રભુદાસને મુક્કો તો નહીં મારે ને, સૌના હૈયામાં એક જ વાત હતી, ભલાના હાથની મુઠ્ઠી બંધ કેમ છે ? પરંતુ બધી ધારણાઓ ખોટી પડી, ભલાકાકાના હાથની મુઠ્ઠી ગૂડિયાના માથે જાણે આશીર્વાદ આપતી હોય તેમ તેના માથે ખૂલી ગઈ અને એક ઝગારા મારતું જાજરમાન અને મોંઘું મંગલસૂત્ર ગૂડિયાના ગળામાં પહેરાવી દીધું. વિદાય લેતી સંધ્યા આથમવાનું છોડી દઈને ગૂડિયાની આ હૃદયદ્રાવક વિદાયને જોઈ રહી હતી. ગૂડિયાને ભેટી પડેલાં કાકા-કાકીથી વધારે બોલી શકાયું જ નહીં, "ગૂડિયા બેટા, પરમાત્માને અમે પ્રાર્થના કરીએ છીએ કે તારા જીવનમાં જ્યારે જ્યારે સુખ-સમૃદ્ધિ ખૂટી પડે ત્યારે અમારું સર્વસ્વ લઈ તને આપે, બેટા અમારું વાત્સલ્ય સદાયે તારું રક્ષણ કરશે." ભલાકાકાથી વધારે બોલી શકાયું જ નહીં, ગળે ડૂમો ભરાઈ ગયો હતો અને હૈયામાં હેત છલકાઈ રહ્યું હતું.

કાકી ગૂડિયાના ગાલે વાત્સલ્યનો વરસાદ વરસાવતાં હતાં ત્યારે ગૂડિયાએ આક્રંદ કર્યો, "કાકી મને ખબર છે, મારા જનમ વખતે મારી મમ્મીને ધાવણ નહોતું આવતું, તમારું ધાવણ જ આજે મારા શરીરમાં લોહી બનીને ફરી રહ્યું છે, એ મારાથી કેમ ભુલાય !" પોલિયોગ્રસ્ત નાનો ભાઈ તો જમીન ઉપર પગ અને શરીર ઢસડતો એકલો-એકલો રડતો હતો, "મારા જીવનનો આધાર આજે જતો રહ્યો, આજે જ મને ભાન થાય છે કે હું અપંગ અને વિકલાંગ છું, ગૂડિયાએ ક્યારેય તેની કમરમાંથી મને નીચે નથી ઉતાર્યો."

ગૂડિયાની નજર જમીન ઉપર ઢસરડા કરતા તેના વિકલાંગ ભાઈ તરફ ગઈ, નીચે બેસી જઈને વિકલાંગ ભાઈના હાથે અને ગાલે વહાલ કરવા લાગી ત્યારે ગૂડિયાનાં આંસુથી તેના ગાલ ભીના થઈ

ગયા હતા, વિદાયમાં પહેરેલી મોંઘી સાડીથી તેના ભાઈનાં આંસુ લૂછ્યા ત્યારે હાજર સૌની આંખોમાં આંસુ વહી રહ્યાં હતાં.

વિદાયની પળોમાં પહેરેલાં જાજરમાન કપડાંથી ગૂડિયા સુંદરી જેવી લાગતી હતી, પરંતુ ભલાકાકાએ ભેટમાં આપેલા મોંઘા મંગલસૂત્ર ઉપર આથમતી સંધ્યાનાં કિરણોથી તો આજની ગૂડિયા જનક રાજાની જાનકી જેવી દેખાતી હતી.

વડીલોએ ભલાકાકાના પરિવારને ગૂડિયાથી દૂર લઈ જઈ આગળ વધવા સંકેત કર્યો. સૌની આંખોમાં ઝળઝળિયાં ટપકી રહ્યાં હતાં. ગૂડિયાના ભલાકાકા જ્યારે તેના બાપુ પ્રભુદાસને ભેટ્યા ત્યારે તો જાણે દુનિયાના બે મહાસાગર એકરસ થઈ ગયેલા વિશાળ સમુદ્ર જેવા લાગતા હતા. પશ્ચાત્તાપ અને પસ્તાવાનાં આંસુએ બંને પરિવારને નિર્મળ કરી દીધા. ગૂડિયાના બાપુ પ્રભુદાસના હાથની મુઠ્ઠી વાળેલી હતી, તેના ઉપર સૌની નજર પડી. મોટાભાઈ પ્રભુદાસે સહેજ આગળ આવીને નાનાભાઈ ભલાભાઈના ખિસ્સામાં એક પત્ર મૂકી દીધો. આ દૃશ્ય સૌ જોતા જ રહ્યા અને ગૂડિયાને સૌએ ભારે હૈયે વિદાય આપી.

ગૂડિયાને વિદાય આપી સૌ ઘરે પરત આવ્યા. ભલાકાકાએ કવર ખોલી અને વાંચ્યું, "ભાઈ ભલા, આજથી જ હું મારી તમામ જમીન, મકાન અને મિલકત તમને સદાયે માટે સોંપું છું, મારી લાડલી ગૂડિયા પણ તને સોંપું છું. તમારા બે દીકરાઓ પાસેથી એકમાત્ર બહેન ગૂડિયાને પડાવી લેવાનું પાપ હું ક્યારેય નહી કરું. હું અને ગૂડિયાની બા આ સંસારમાં રહીએ ત્યાં સુધી જ તમે અમારું ભરણપોષણ કરજો, ત્યાર પછી બધું જ તમારું, આજથી અમે બધાં પણ તમારાં અને "ખરું" પણ તમારું, મારા પરિવારના તમને સૌને જય શ્રી કૃષ્ણ... પ્રભુભાઈ..."

નાના ભાઈ ભલાનું ભલું હૃદય આ પત્ર વાંચી ભાવવિભોર થઈ ગયું. તેઓ પ્રભુભાઈને અને ભાભીને તેમના ઘરે લઈ ગયા.

આખું ગામ આ ઘટના નજરોનજર નિહાળી સ્તબ્ધ બની, આશ્ચર્યમાં ગરકાવ થઈ આનંદમાં આવી ગયું.

(વિસામો)

જીવનમાં એક બાબત ખાસ યાદ રાખજો : કીમિયા બુદ્ધિથી પડાવી લેવામાં જેટલું માયાવી સુખ છે તેના કરતાં સમજીને જતું કરવામાં તો અનહદ આનંદ અને નિજાનંદ સમાયેલો છે.

કાચા કાનના થવું અને કાચા કાનવાળાનો દુરુપયોગ કરવો તે બંને માનવતાનાં ઘાતક છે. કાચા કાનવાળા થવાથી આપણો પરિવાર બરબાદ થાય છે અને કાચા કાનવાળાના કાનમાં ઝેર રેડવાથી તેનો પરિવાર બરબાદ થાય છે. આ બંને બાબતો જીવનમાં ટેન્શન વધારવાવાળી છે. બીજાનું પડાવી લેવાનો વિચાર માત્ર આવે ત્યારે તેની જગ્યાએ તમારી જાતને મૂકી જોજો. **તમારો અંતરાત્મા ના પાડે તે કાર્ય તમે ક્યારેય કરતા નહીં, સમાધાન કરીને અડધું લેવામાં જે સુખ છે તે દગો-ફટકો કરીને આખું પડાવી લેવામાં સહેજ પણ સુખ નથી,** પરંતુ માત્ર દુઃખનો ભંડાર છે. તમે જો જીવનમાં ટૅન્શનમુક્ત શાંતિ ઈચ્છતા હો તો, તમારું જે છે તેને સાચવી રાખવામાં જ શાંતિ છે, નહીં કે બીજાનું પડાવી લેવામાં.

પ્રેમથી લૂંટાજો, સમાધાન કે સમજીને જતું કરજો, ઉદાર બની માફ કરવામાં અને માંડી વાળવામાં જ અનહદ આનંદ છે, પરંતુ તમારા હિતનું અને હકનું બીજાના શરણે ધરી દેવામાં કે કાતિલના શરણે જવામાં તો તમારી કમજોરી અને કાયરતા જ છુપાયેલી છે.

ટેન્શનમુક્ત થવાનો ટૂંકો રસ્તો : તમે ખુદ ખોટા રસ્તે જશો નહીં અને બીજા ભલા-ભોળાને ખોટા અને ખરાબ રસ્તે જવાની ક્યારેય સલાહ કે પ્રેરણા આપશો નહીં, તેમ કરવા જતાં તો તમારી પાસે હશે તે પણ ગુમાવશો. કોઈને પણ મેલા ઈરાદાથી આપેલી ખોટી સલાહ કે પ્રેરણા બૂમરેંગ બનીને તમારું જ જીવન રફે-દફે કરી નાખશે.

જે વ્યક્તિના જીવનમાં હઠાગ્રહ, દુરાગ્રહ, પૂર્વગ્રહ, આળસ, અહમ અને અજ્ઞાનતા હોય તે વ્યક્તિ ક્યારેય "ટેન્શન ફ્રી હોઈ શકે જ નહીં."

(૭૯) ભાવના સારી તો પરિણામ પણ સારું : વાંચો

આખા બ્રહ્માંડમાં પરમાત્માથી મોટો કોઈ રક્ષક, જ્ઞાતા,

સર્વવ્યાપક અને આખરી મહાશક્તિ કોઈ નથી. આપણે ગમે તેટલાં આયોજનો ઘડીએ, પરંતુ તેનું પરિણામ તો પરમાત્મા સિવાય કોઈ જાણતું નથી. **આજે જે બાબત તમારા માટે સાચી અને સારી લાગતી હોય તે ભવિષ્યમાં ઘાતક બનીને તમને તબાહ પણ કરી નાખે અને આજે તમે જે બાબતને તમારા હિત વિરોધી ગણતા હોય તે તમને ભવિષ્યમાં ન્યાલ પણ કરી નાખે.**

કઈ બાબતની પાછળ શું સંતાયેલું છે તે માત્ર પરમેશ્વર જ સર્વ કાંઈ જાણે છે.

ખેડા જિલ્લાના એક ગામનો ઉત્સાહી યુવાન અમેરિકા જઈ ઘણું ધન કમાઈ ઘણા સમય પછી પોતાનાં સગાં-સંબંધીઓ અને મિત્રોને મળવા માદરે વતનમાં આવ્યો હતો. તેની સાથે ભણતો એક ખેડૂતનો દીકરો તેનો ખાસ મિત્ર હતો, તેને મળવા તેના ગામમાં ગાડી લઈને આવ્યો. આખું ગામ તેને બદલાઈ ગયેલું લાગ્યું. ગામના વચ્ચોવચ ગાડી ઊભી રાખી. ઘેઘૂર વડ નીચે બોર વેચતી એક ગરીબ બાઈ તેના પૌત્ર સાથે રમત કરતી અને "મીઠાં બોર લો રે મીઠાં બોર" નો મીઠો ટહુકો કરતી. આ યુવાન ગાડીમાંથી નીચે ઊતરી પેલી બોર વેચનાર બાઈ પાસે પહોંચી તેના જૂના મિત્રનું નવું સરનામું પૂછવા લાગ્યો. બોર વેચનાર બાઈએ તેના મિત્રનું નવું સરનામું તો બતાવ્યું પણ સહેજ જિજ્ઞાસા સાથે બોલી, "ભાઈ કયા ગામથી આવો છો ?" યુવાન એકદમ બોલ્યો, "આનંદપુરા." પેલી બાઈના હૃદયમાં તેના પિયરની યાદ તાજી થઈ, **"ભાઈલા, આનંદપુરા તો મારું પણ પિયર થાય. આ ગામ રણછોડપુરા તો મારું સાસરું થાય."** અજાણી બાઈ જાણીતી થઈ. બંનેએ એકબીજાનો પરિચય કેળવ્યો. બોરવાળી બાઈ રાજી થઈ બોલી, "ભાઈલા, આપણા બેય પરિવારો તો બહુ જ આત્મીયતાથી જોડાયેલા હતા...." પછી આ બાઈ રડી પડી, "ભાઈ, અમે રહ્યાં રાવળ જ્ઞાતિનાં, બંને બાજુ પિયર અને સાસરીમાં ગરીબી જ હતી, તેમાંય મારા કુટુંબ ઉપર તો કાળ ત્રાટક્યો. અમારે એક ઊંટલારી હતી, તેમાં મારો ઘરવાળો અને મારો દીકરો ભાડું કરતા. એક વખત એક ખટારાની

અડફેટે આખી ઊંટલારી આવી ગઈ. મારો ઘરવાળો અને મારો દીકરો બેય જણા રોડ ઉપર જ મરી ગયા. ઊંટના તો ફોદા નીકળી ગયા હતા. અકસ્માતમાં મરી જનાર મારા દીકરાની વહુ તો યુવાન હતી. ભાઈલા એટલે તેને બીજે વરાવી દીધી. આ રહ્યો તે તેનો દીકરો છે, જેને મેં મારી પાસે રાખ્યો છે, વંશ તો રહે ભાઈલા, આ ફળફળાદિ અને શાકભાજી વેચીને અમે નિરાધાર એક ખોલીમાં દાદી અને પૌત્ર પડી રહીએ છીએ. હશે ભાઈલા... જેવું મારું નસીબ અને જેવી ઉપરવાળીની મરજી."

આ નવયુવાન આ બોર વેચનાર બાઈની કથની રસપૂર્વક સાંભળી રહ્યો હતો ત્યાં જ આ બાઈએ ધડાકો કર્યો, "ભાઈલા, મારું તો જે થવાનું હતું તે થયું અને જે થવાનું હશે તે થશે પણ ભાઈલા, તારી પીઠ અને તારા ડાબા હાથ ઉપરના કાળા ડાઘા હજુ છે કે જતા રહ્યા છે !" આ દેશી-પરદેશી યુવક વાત સાંભળી હેબતાઈ ગયો. તેના ડાબા હાથ અને પીઠ ઉપર કાળા ડાઘ હતા જ તે તો તેને ખબર હતી, તે એકદમ ઉદ્વેગ ભાવે બોલ્યો, "સવિતાબહેન, મારા શરીર ઉપરના કાળા ડાઘની તમને કઈ રીતે ખબર પડી ?" સવિતા ઊભી થઈ, તે યુવકના ડાબા હાથની બાંય ઊંચી કરી હાથથી બતાવ્યું, "જો ભાઈલા, તું અહીં વધારે દાઝ્યો હતો, તારા ડાબા હાથ ઉપર હજુ થોડા ડાઘ તો છે, પણ પીઠ ઉપર તો જાણે ઓછા થઈ ગયા લાગે છે." આ યુવાન એકદમ ભડક્યો, "પણ સવિતાબહેન, તમને આ બધી ખબર ક્યાંથી પડી ?" સવિતા બોર વેચતાં-વેચતાં ભૂતકાળનાં સંસ્મરણોમાં ડૂબી ગઈ. **"ભાઈલા, એવું થયેલું કે તું લગભગ ત્રણ વર્ષનો હતો અને હું અઠાર-વીસ વર્ષની હતી.** તમારા જ ઘરે કચરા-પોતું, ભેંસોનો ઘાસ-પૂરો લાવવાનું અને આંગણું પણ મારે જ સાફ રાખવાનું. બા તો બસ, રસોઈ જ કરતાં. એક દિવસ એવું થયું ભાઈલા, સવારના પહોરમાં હું આંગણું વાળતી'તી અને બા ઘરનાના માટે ચૂલા ઉપર ચા બનાવતાં હતાં. બા ચાની તપેલીને સાણસીથી પકડી નીચે ઉતારતાં હતાં ત્યાં જ તપેલી સાણસીથી લપસી પડી. ભાઈલા, તું ત્યાં જ રમતો હતો અને ઊકળતી ચાની તપેલીની છાલક તારી પીઠ અને તારા ડાબા હાથ ઉપર પડી. ના

થવાનું થઈ ગયું. ધમાચકડી મચી ગઈ. તું ભાઈલા હતો એકનો એક, આખા પરિવારમાં રડારોળ થઈ ગઈ. તને તાત્કાલિક દવા કરાવવા કો'કના ટ્રેક્ટરમાં બેસાડી પેટલાદ લઈ ગયેલાં, થોડાક દિવસ પછી તને ડ્રેસિંગ કરાવવા અને મલમ લગાવવા હું એકલી વીસ દિવસ સુધી પછેડીની ઝોળી બનાવીને તને તેમાં ઊંધો સુવાડી હું દવા કરાવવા લઈ જતી. ભાઈલા, મારી બહુ માયા થઈ ગઈ'તી, આ તો બધું મારી નજર **અને મારી હાજરીમાં થયેલું એટલે મને યાદ છે, હશે ધાર્યું ધણીનું થાય. ભાઈલા, તને સુખી અને ગાડીવાળો જોઈ હું સુખી થઈ ગઈ છું."**

આટલી જ આપવીતી સાંભળી આ યુવાન ભૂતકાળમાં ગરકાવ થઈ રડમસ અવાજે બોલ્યો, "તો તમે ઢાપલી બહેન છો ?" વહેતાં આંસુ સાથે સવિતા બોલી, "હા ભાઈલા હા, પિયરમાં હું બધાંને બહુ જ વહાલી અને ઢીલી એટલે બધા મને લાડમાં ઢાપલી કહેતાં, પરંતુ મારું સાચું નામ તો સવિતા જ છે."

આ લાગણીશીલ યુવાને મિત્રના ઘરે જવાનું માંડી વાળ્યું અને એકદમ ઉત્સાહ અને આનંદમાં આવી જઈ તે બોલ્યો, "સવિતાબહેન તમે અને આ તમારી બોરની ટોપલી અને તમારા આ પૌત્રને ગાડીમાં બેસાડી ચાલો આપણે તમારા ઘરે જઈએ." સવિતા ઢીલા અવાજે બોલી, "ભાઈલા, મારા વાહમાં તમારી ગાડી ના જઈ શકે, નાહકનાં બધાં ભેગાં થઈ જશે, વાતનું વતેસર થઈ જશે. મારે તો ઘર નહીં પણ ઢાળિયું છે, કોઈક દિવસ આનંદપુરા આવીશ ત્યારે તમારા ઘરે તો જરૂરથી આવીશ." વાત બદલી અને સવિતાએ કહ્યું, "ભાઈલા, તમારાં બાળ-બચ્ચાં અને આખો પરિવાર તો મજામાં છે ને...!" આ પ્રશ્નથી આ યુવાનની આંખોમાં ઝળઝળિયાં આવી ગયાં, "તમે બેસો મારી ગાડીમાં, ગાડી વાસમાં જશે ત્યાં સુધી ગાડી લઈ જઈશું પછી ત્યાંથી ચાલતાં જઈશું, પછી ચાલતું તો જવાશે ને ?" સવિતા વચ્ચે જ બોલી, "પણ ભાઈલા, હું તમને ઢાળિયા જેવા ઘરમાં ક્યાં બેસાડીશ, ધંધામાં બોણી પણ થઈ નથી તો હું તારા માટે ચા-પાણી પણ ક્યાંથી કરાવીશ ?"

આ યુવાન કોઈ વાત સાંભળવા તૈયાર નહોતો. સવિતા અને

તેના પૌત્ર સાથે સવિતાના ઘરે આવ્યાં. સવિતાનો પૌત્ર તો ગાડીમાં બેસી રાજી-રાજી થઈ ગયો હતો. આખો વાસ ભેગો થઈ ગયો. ઘણી જૂની-નવી વાતો થઈ. ઘણા ઈર્ષાળુઓના હૃદયમાં આગ લાગી. સવિતા તો હવે ફાવી ગઈ, તેને પરદેશીનો સાથ મળ્યો. હવે તેને શાની ખોટ? આપણે તો કરોડના હતા તે કોડીના થઈ ગયા.

સવિતા અને તેનાં થોડાં સગાંવહાલાંને લઈ આ યુવાન આનંદપુરા આવ્યો. સમાજના અને કુટુંબના આગેવાનોને ભેગા કરી તેણે એક જ જાહેરાત કરી, "હું જે કાંઈ અત્યારે જાહેરાત કરવાનો છું તે બ્રહ્મવાક્ય છે, તેમાં કિંચીત્ માત્ર પણ ફરક પડવાનો નથી, આજથી સવિતાબહેન મારી બહેન જ છે. આજથી આ મારા માલિકીના ધાબાવાળા મકાનમાં તે તેના પૌત્ર સાથે રહેશે. મારી બધી જ જમીનમાંથી થતી આવક તેની રહેશે. આજથી આ ગાડી પણ તેની, થોડા દિવસ પછી હું તેને અમેરિકા લઈ જઈશ." આ ભાવુક યુવાન ઋણ ચૂકવવાના ભારથી સમાજના અને કુટુંબના આગેવાનોની ભીડ વચ્ચે ધ્રુસકે-ધ્રુસકે રડી પડ્યો. "જેણે તેની યુવાની મારી અને મારા પરિવારની સેવામાં વિતાવી છે તેનું હું વળતર ના ચૂકવું તો ન ગુણો ગણાઉં, મારા આખા શરીર ઉપર ગરમ ચા પડવાથી આખું શરીર દાઝી ગયું હતું ત્યારે તે સમયે મને તેની પીઠ પાછળ બનાવેલી ચાદરની ઝોળીમાં ઊંધો સૂવડાવી, મને પીડા ના થાય એટલે હાલરડાં ગાતી-ગાતી વીસ-વીસ દિવસ સુધી એકલી પેટલાદ લઈ જઈ મને પુનઃજીવનદાન આપનારને હું કઈ રીતે ભૂલી શકું? તે વખતે મારી સેવામાં મારા પરિવારને સવિતાબહેન ના મળ્યાં હોત તો આજે હું તમારી સામું જીવતો-જાગતો ઊભો છું તે ના હોત. હવે મારે કોઈનું પણ કાંઈ સાંભળવું નથી. મારે સવિતાબહેને મારી અને મારા પરિવારની કરેલી સેવાનું આજે વળતર ચૂકવવું છે, મારે તેમનું જીવન બદલી નાખવાનું છે. અત્યારે અને આજે જ આ મારો ફેંસલો આખરી છે." સૌએ ભાવવિભાર થઈ તાળીઓથી તેના ફેંસલાને વધાવી લીધો, પરંતુ જમીન અને મકાન પચાવી પાડવાની ખરાબ દાનતવાળા મૂંગા અને

ઉદાસ ચહેરે એક ખૂણામાં બેસી રહ્યા હતા.

વિસામો

આ સંસારમાં આપણે બીજું કાંઈ કરીએ કે ના કરીએ, પરંતુ કોઈનું પણ વિના કારણે તેના દુઃખનું નિમિત્ત અને માધ્યમ તો ના જ બનીએ અને જે વ્યક્તિ આપણા જીવનમાં સુખ અને સમૃદ્ધિનું નિમિત્ત અને માધ્યમ બની હોય તેને તો કેમ ભુલાય ? ઉપકાર ભૂલી જનારના જીવનમાં શાંતિ ક્યાંથી હોય ! અને યાદ રાખીને ઉપકાર કરનારના જીવનમાં સવાયું સુખ અને સમૃદ્ધિ પરત આપનારના જીવનમાં અશાંતિ દાખલ થાય જ ક્યાં થઈને ? પરંતુ ઉપકારનો બદલો અપકારથી કરનારને તો ખુદ પરમાત્મા પણ માફ નથી કરતા, પરંતુ તેને તો “ટેન્શન”ના ઢગલામાં ઊભો કરી દે છે.

ધારેલું ના મળે, મળેલું ના ગમે અને ગમેલું ના ટકે તેનું નામ જ જીવન.

(૭૭) શ્રદ્ધા જ મોટી સંજીવની : વાંચો

મનુષ્યજીવનમાં લક્ષ્યવિહીન “આંધળી દોટ” માનવીને એકેય દિશામાંથી સુખ કે શાંતિ આપતાં નથી, પરંતુ ન ધારેલી અને કલ્પના બહારની ઉપાધિઓમાં વીંછીના ડંખ જેવું અસહ્ય દુઃખ દે છે.

અરવલ્લી જિલ્લાના એક ગામમાં “ગંગા”બહેનના નામથી ઓળખાતાં એક માજી રહેતાં હતાં. તેમના નામ જેવા ગુણ તેમનામાં હતા. તે જ્યાં સુધી યુવાન હતાં ત્યારે મોટી ઉંમર સુધી તેમની કૂખ ભરાઈ નહોતી. તેમને સંતાન નહોતું. ઘણી બાધા-માનતાઓ રાખવા છતાં તેમની કૂખ ભરાઈ નહોતી, છતાં તેમણે સૃષ્ટિના સર્જનહારમાંથી શ્રદ્ધા ગુમાવી નહોતી. તેમની ઉંમર અને અવસ્થા વધતાં જવાથી ગામમાં અને નાતમાં લોકો તેમને મહેણાં-ટોણાં મારતાં. તેમના પતિનું નામ ભોળાનાથ એટલે ઘણા લોકો તેમને ભોળાની વાંઝણી કહી વગોવતાં. ગંગાએ આમ છતાં ઈશ્વરમાંથી શ્રદ્ધા ગુમાવી નહોતી.

સમયના ગર્ભમાં શું સંતાયું છે તે તો પરમાત્મા સિવાય કોઈ

જ જાણતું નથી. એક દિવસ ગંગાબહેનની ધીરજ ખૂટી, પરંતુ શ્રદ્ધા વધી. માત્ર દૂધના જ આહાર ઉપર રહેવાંનું અને દરરોજ "ઓમ્ નમ: શિવાય"ની એક્સો આઠ માળા કરવા લાગ્યાં. આખું ગામ રાહ જોતું કે ગંગા વાંઝણીની શિવજી કૂખ ભરે છે કે પછી જીવતેજીવ શિવજી તેમના દરબારમાં બોલાવી દે છે.

ગંગા વાંઝણીની શ્રદ્ધા જીતી ગઈ અને ઈર્ષાળુઓની હાર થઈ. ગંગા વાંઝણીને દેવરૂપ દીકરો જન્મ્યો. ગંગાના ઘરવાળા ભોળાનાથે પણ રાખેલી માનતાઓ પૂરી કરી. ગુલાબની નાની કળીમાંથી એક દિવસ મોટો ગલગોટો થઈ ગયો. શિવજીની ભેટ સમજી તેનું નામ શંકર પાડ્યું, લાડમાં તેને સૌ શિવશંકર કહેતા.

ભણી-ગણી અને યુવાનીમાં પ્રવેશેલા શંકરમાં અમેરિકા જવાની ઉત્કંઠા અને લાલચ બંને જાગ્યાં. તેના હૃદયમાં બસ એક જ મહેચ્છા ગુમરાયા કરતી, "હું પહેલાં અમેરિકા જઉં અને ત્યાંની સિટીઝન છોકરી સાથે લગ્ન કરી ત્યાં જ કાયમી થઈ જાઉં અને પછી મારાં ઘરડાં મા-બાપને અમેરિકા બોલાવી લઉં. આખું અમેરિકા બતાવું અને લીલા-લહેર કરાવું. ગંગા અને ભોળાનાથનું વાત્સલ્ય લાડલા શંકરની જીદ આગળ હારી ગયું, નમી ગયું. શંકરને હૈયા ઉપર પથ્થર મૂકીને અમેરિકા જવાની રજા આપી."

શંકર પણ અમેરિકામાં સુખી હતો અને માદરે વતનમાં પણ તેનાં વૃધ્ધ મા-બાપ સુખી હતાં. અમેરિકાથી નાણાં આવતાં અને લહેરથી જીવતાં. ગામ-સમાજ અને નાતના લોકો ગંગા વાંઝણીને ગંગાબા કહેતાં થઈ ગયાં. શંકરની મુરાદ બહુ ઊંચી હતી, તેથી જ તેણે અમેરિકામાં ત્યાંની કાયમી રહેવાસી છોકરી સાથે લગ્ન કરી લીધાં. સંસાર અને સૃષ્ટિના ક્રમ પ્રમાણે તેના ઘરે પારણું બંધાયું અને તેજસ્વી તારલા જેવા પુત્રરત્નનો જન્મ થયો. નામ રાખ્યું "શિવમ્".

શંકર દરરોજ તેના દીકરા શિવમ્‌ને ભારતની સંસ્કૃતિ, તેનાં મા-બાપ, ગંગાબા અને ભોળાદાદાની વાતો કહેતો. પોતાનો જન્મ શિવજીની કૃપાથી થયો છે તેવી રસભર વાતો કહી નાના શિવમ્‌ને રોમાંચિત કરતો.

શિવમ્ મોટો થતો ગયો. ભોળિયામાંથી ભોળા દાદા અને ંગાબહેનમાંથી ગંગા દાદી થઈ ગયાં.

એક દિવસ શંકર પોતાની માલિકીના સ્ટોરના કેશ કાઉન્ટરનો ાર્જ સંભાળી રહ્યો હતો ત્યાં જ ત્વરિત ગતિએ તેની સામે પિસ્તોલ ાકીને બે લૂંટારું ઊભા થઈ ગયા, “જે હોય તે કેશ આપી દે. પોલીસને ોલાવવાની સહેજ પણ ચાલાકી ના કરતો, નહીંતર સામે જો, તારું ોત અમારી મુઠ્ઠીમાં છે.” શંકર કંઈ પણ સમજે તે પહેલાં તેના યામાંથી કસમયે હિંમતનો ફુવારો બહાર ફૂટ્યો. લૂંટારુઓને પડકાર્યા, રંતુ કાળ, કર્મ અને કુદરતે ધાર્યું હતું તે જ થયું. પિસ્તોલમાંથી છૂટેલી ડાધડ ગોળીઓથી શંકરનું શરીર ચાળણી જેવું થઈ ગયું, ત્યાં જ તેનું ાણપંખેરું ઊડી ગયું.

ક્યાં મા-બાપ તેમના પરિણીત યુવાન દીકરાના કમોતના માચાર સાંભળીને રાહત કરી શકે ? ગંગાબાએ તો રીતસર તેમના દેલ અને દિમાગનો કાબૂ ગુમાવી દીધો. ભોળાદાદાનું બ્લડપ્રેશર વધી તાં તેમના મગજની ધોરી નસ તૂટી ગઈ. થોડા દિવસ મૂર્છાવસ્થામાં હી વહાલસોયા પુત્ર શંકરની યાદમાં મૃત્યુ પામ્યા. ગંગા બાનો આખો ાળો વિખરાઈ ગયો, તેમના ઉપર આવેલા બેવડા આઘાતે ગંગાબાને ાગલ બનાવી દીધાં. હવે લોકો ગંગા-ગાંડી કહીને ધુત્કારવા લાગ્યા.

ગંગાબાને આ જ ગામના લોકો ગંગા વાંઝણી, ગંગાબહેન, ંગાબા, ગંગા શેઠાણી અને ગંગા દાદી કહેતા તે લોકો હવે ંગાગાંડી કહેવા લાગ્યા. સમય તો જુઓ, માણસના કેવા હાલ કરે છે! જે ગંગાબાએ કેટલીયે પ્રસૂતા સ્ત્રીઓની કૂખમાંથી બાળકને જન્મ આપવામાં સફળ દાયણ તરીકે નિઃસ્વાર્થ સેવા બજાવી હતી અને કૂળ-ીપક જેવા દીકરાઓના જનમની વધામણીના સમાચાર આપ્યા હતા ે જ લોકો હવે “ગંગા ગાંડી” કહીને ધુત્કારતા થઈ ગયા.

ગંગા ગાંડીની સારસંભાળ લેનાર કોઈ નહોતું, એક રાત્રીએ ંગા ગાંડી નીકળી પડી. સગાં-વહાલાંએ ઘણી શોધખોળ કરી પણ ંગા ગાંડીનો ક્યાંય પત્તો લાગ્યો નહીં, લોકો કહેતા ગંગા ગાંડી જ્યાં

જતી ત્યાં એક જ વાતનું મોટા અવાજે રટણ કરતી, "મારા શંકરને તો મારા શિવજીએ તેમના ધામમાં પાછો બોલાવી દીધો, પણ મારા લાડલા શિવમ્‌ના ખોળામાં મારું માથું મૂકીને છેલ્લો શ્વાસ લઉં તો જ સમજજો, મારા શિવજી સાચા." ગંગા ગાંડી આમથી તેમ ગામેગામ એકલી રખડતી-ભટકતી અને એક જ વાક્ય વારંવાર બબડતી, "બહુ થઈ ગયું શિવજી મારા, શિવમ્‌ને બોલવો બા...પા મારા."

ગંગા ગાંડીનો એકમાત્ર તેના પૌત્ર શિવમ્‌માં જ જીવ રહી ગયો હતો. આ બધા જ સમાચાર શિવમ્‌ને અમેરિકા મળતા હતા. તેના હૃદયમાં દાદા-દાદીનો પ્રેમ ઊભરાઈ ગયો. દાદીને મળવાની તેના અંતઃકરણમાં પ્રબળ લાગણી અને ઈચ્છા જાગૃત થઈ.

એક દિવસ શિવમે તેની અને તેની મમ્મીની ભારત આવવાની ટિકિટ કરાવી લીધી. તેના પિતા શંકરે દાદા-દાદીના સમર્પણની કરેલી વાતોથી તેનું હૃદય વલોવાઈ ગયું હતું, તેમાં પણ તેના પિતા શંકરના ક્મોતના પ્રસંગે, દાદાનો દેહાંત અને ગંગા દાદીના ગાંડપણે તો શિવમ્‌ને બેબાકળો બનાવી દીધો હતો.

ભારતમાં આવી, પોતાનાં માદરે વતનમાં પહેલી વખત પગ મૂકતાં તેનું હૈયું ભરાઈ આવ્યું. દાદા ભોળાનાથ અને દાદી ગંગાબાનો ફોટો જોઈ ધ્રુસકે-ધ્રુસકે રડી પડ્યો. સગાં-વહાલાં તેને સાંત્વના આપતાં, "બેટા, હવે તું બધું ભૂલી જા..." શિવમ્‌નું હૃદય હલબલી ગયું, "ના...ના... મારા પપ્પા નથી, મારા દાદા નથી પણ મારાં ગંગા દાદી તો છે ને, તમે બધાં મને કહો, મારાં દાદી ક્યાં છે ?" સગાં-વહાલાંએ સાંત્વના આપી તેને બહુ સમજાવ્યો, **"ભાઈ શિવમ્, તારાં દાદી તો ગાંડાં થઈ ગયાં હતાં, અમે શોધવા બહુ પ્રયત્ન કર્યો પણ ક્યાંય પત્તો લાગતો નથી,** ના જાણે રોજ જુદા-જુદા ગામે તેમની ભાળ સંભળાતી હતી પણ હમણાંથી તો તેમના કોઈ વાવડ સંભળાતા નથી. ભૂલી જા બેટા, આ બધું." શિવમ્ તાડૂક્યો, "મારે આ પૃથ્વીનું રાજ નથી જોઈતું, મારે તો મારાં ગંગા દાદી જોઈએ છે, ગાંડાં તો ગાંડાં, પણ મારાં ગંગા દાદી લાવી આપો. બસ, જે ખર્ચ થાય તે આપવા હું

તૈયાર છું." શિવમ્ ધ્રુસકે-ધ્રુસકે રડી પડ્યો.

સગાં-સંબંધીઓ સૌ વિમાસણમાં મુકાયાં. ગંગા ગાંડીને શોધવી ક્યાં ? **જિજ્ઞાસા ક્યારેય થાકતી નથી અને શ્રદ્ધા ક્યારેય હારતી નથી.** સૌએ ગંગા ગાંડીને શોધવા સાથ-સહકાર આપવાનું નક્કી કર્યું. જુદી-જુદી ટુકડીઓ બનાવી જુદી-જુદી દિશામાં નીકળી પડ્યા.

ગંગા ગાંડીનો ક્યાંય પત્તો લાગ્યો નહીં, દિવસો પસાર થવા લાગ્યા. મહાશિવરાત્રીના દિવસે મહાદેવના મંદિરે-મંદિરે તપાસ કરવાનું નક્કી થયું. આખો દિવસ તમામ ટુકડીઓ આમથી તેમ ફરી થાકી ગઈ. આજે મહાશિવરાત્રી હોવાથી શિવમ્ તેના હાથે જ ભિખારીઓને દાન-દક્ષિણા આપતો અને અશક્ત અને બીમાર હોય તેમને પોતાના હાથે ધાબળો પણ ઓઢાડતો.

સગાં-સંબંધીઓ બધા થાક્યા પણ ક્યાંય ગંગા ગાંડીનો પત્તો લાગ્યો નહીં, પરંતુ ગંગા દાદીના પૌત્ર શિવમ્‌ના આગ્રહ આગળ સૌ લાચાર હતાં. ભિખારીઓના અડ્ડા, જ્યાં મંદિર-મહાદેવ આગળ માગણ બેસતાં હતાં ત્યાં તથા તરહ-તરહની જગ્યાએ ગંગા ગાંડીની શોધ માટે આકાશ-પાતાળ એક કર્યાં પણ પરિણામ શૂન્ય.

એક વયોવૃદ્ધ વડીલે હૈયાસૂઝથી સૂચન કર્યું, "આજે શિવરાત્રી છે, ભિખારી અને ગરીબ ગુરબાંને કંઈક પહેરાવો-ઓઢાડો અને કંઈક ખાવા આપો તો કદાચ શિવજી રાજી થાય અને ગંગાબા સાથે આપણો મેળાપ કરાવે." સૌના દિલ-દિમાગમાં આ વાત સમજાઈ.

બજારમાંથી ચવાણું અને પેંડા લાવીને વહેંચવા માંડ્યા. નાગાં-પૂગાં ગરીબોને ધાબળા ઓઢાડવા માંડ્યા. દરેક શિવાલય આગળ ગરીબો અને ભિખારીઓની હકડે-ઠઠ ભીડ હતી. સાંજ પડી ગઈ. બધાં થાક્યા, પુણ્યદાન પણ ઘણું કર્યું પણ ક્યાંય **ગંગા ગાંડીનો પત્તો લાગ્યો નહીં, ઘણું રખડ્યા પછી અને ઘણી જ શોધખોળ કર્યા પછી બધા થાક્યા અને એક મહાદેવના મંદિરના ઓટલા ઉપર બેસી સૌ એકી અવાજે નિરાશાભર્યા સૂરથી બોલ્યા, "હવે તો થાક્યા, આ ગાંડી દાદીને પરત લાવીને તમે કરશો પણ શું ?** તેને કોણ સાચવશે, હવે

અહીંથી પાછા વળો. શિવમ્ આપણી પાસે ખોટી મજૂરી કરાવે છે."

વિદ્દાય લેતી ઠંડીની ઝલક હતી. બધા થાક્યા હતા પણ શિવમ્‌નો ગાંડી ગંગા દાદી પ્રત્યેનો પ્રેમ થાક્યો નહોતો. ચવાણું પણ ખૂટ્યું અને પેંડા પણ ખૂટ્યા. શ્રદ્ધાળુઓ અને દર્શનાર્થે આવેલા ભક્તો ઘર તરફ રવાના થઈ રહ્યા હતા. ભિખારી અને ગરીબોના હાથમાં આજે મહાશિવરાત્રી હોવાથી દાન-દક્ષિણા પણ વિશેષ મળી હતી. સૌ પોત-પોતાના ઘરે પરત જવાની મસ્તીમાં અને ઉતાવળમાં હતાં.

આ મહાદેવના શિવાલય આગળ બે-ત્રણ અશક્ત, ગરીબ અને માંદા ભિખારી પડી રહ્યા હતા, તેમને ધાબળા ઓઢાડવાનું કામ ખુદ શિવમ્ કરતો હતો. ઠંડીથી ધ્રુજતા અને મરવાના વાંકે પડી રહેલા ભિખારી કોઈ પ્રતિભાવ આપવા સક્ષમ નહોતા.

પીપળાના ખવાઈ ગયેલા વૃક્ષના થડની પાસે તૂટી ગયેલા ઓટલાની બખોલમાં એક ભિખારીબાઈ ઊંહકારા કરતી ટૂંટિયુંવાળીને ઠંડીથી થરથરતી પડી હતી. શિવમ્ પાસે પણ હવે એક જ ધાબળો વધ્યો હતો. શિવમ્ જાણે આ છેલ્લો ધાબળો તેનાં બીમાર દાદીને ઓઢાડતો હોય તેવા ભાવથી આ ભિક્ષુકને ધાબળો ઓઢાડી તેના માથે બે હાથ મૂકી ઘડીક વાર પ્રાર્થના કરતો ઊભો રહ્યો. શિવમે તેની આદત પ્રમાણે ભિક્ષુકના બે ગાલ ઉપર હાથ મૂક્યા ત્યાં તો જાણે **બ્રહ્માંડ ડોલી જાય તેવું પ્રચંડ આક્રંદ આ ભિક્ષુક બાઈના હોઠચીરી ચિત્કારી ઊઠ્યું, "બહુ થઈ ગયું શિવજી મારા, શિવમ્ આવ્યો છે બા...પા મારા."**

આખું શિવાલય ગૂંજી ઊઠ્યું. ગંગા ગાંડીને શોધનારા બધા એકદમ દોડતા આવી પહોંચ્યા. શિવમ્ તેના હૈયા ઉપરનો કાબૂ ગુમાવી બેઠો, રડતો-રડતો નીચે બેસી ગયો. પોતાના માટે જેણે આખી જિંદગી ફના કરી નાખી તે ગંગા ગાંડી તો મારાં ગંગા દાદી છે તેવો અહેસાસ થતાં તેનું હૈયું ભાવવિભોર થઈ ગયું. ગંગા દાદીનું માથું તેના ખોળામાં લઈ, ગંગા દાદીના બે સૂકલકડી હાથ ઉપર બચીઓ કરતો શિવમ્ ગંગા દાદીના છેલ્લા શ્વાસ તરફ જોઈ રડી પડ્યો, "ગંગા દાદી, હવે હું એકલો પડી ગયો. મારા દાદા, મારા પપ્પા અને છેલ્લે દાદી તમે મને

એકલો છોડી જતાં રહ્યાં."

ગંગા દાદીની આંખો શિવમ્ સામે સ્થિર થઈ ગઈ. આ કરુણ દૃશ્ય શિવાલયમાં બિરાજમાન શિવજી જાણે તેમના ત્રીજા લોચનથી જોઈ રહ્યા હતા.

શિવમ્‌ના ખોળામાંથી ગંગા દાદીનું મૃત માથું સગાં-વહાલાંએ મહામહેનતે નીચે મુકાવ્યું. ગંગા દાદીની મૃત ઉઘાડી આંખો જાણે શિવમ્‌ના મૂક આશીર્વાદ આપી રહી હતી, "બેટા શિવમ, મારી આખરી ઈચ્છા શિવજીએ પૂરી કરી દીધી. હવે હું જાઉં છું, જ્યાં તારા દાદા અને તારા પપ્પા ગયા છે ત્યાં. અમારા બધાંના આશીર્વાદ અને કલ્યાણકારી મહાદેવ હંમેશાં તારી સાથે છે, બેટા...શિવમ્."

ગંગા દાદીને શ્રદ્ધાંજલી આપવા ગામમાં ભરાયેલી શોકસભામાં પૌત્ર શિવમ્‌ના ગળે ડૂમો ભરાઈ આવ્યો, રડમસ અવાજે આંસુ લૂછતો નીચે બેસી ગયો, "મારાં દાદા-દાદીની સ્મૃતિમાં હું આપણા ગામમાં **"શંકર-શંભુ"ના નામથી એક વૃદ્ધાશ્રમ બનાવવા માગું છું,** જેના નિર્માણ અને નિભાવનો તમામ ખર્ચ હું આપીશ. આ આશ્રમમાં રહેનાર કોઈ પણ વૃદ્ધે રહેવા-જમવાના ખર્ચ પેટે એક રૂપિયો પણ આપવાનો નથી અને ગામમાં રહેતી વિધવા બહેનો માટે **"ગંગાબા વિધવા સહાય કેન્દ્ર"**ની સ્થાપનાની અને તેના નિર્માણ અને નિભાવની તમામ જવાબદારી પણ હું લઉં છું. આ ધરતીનું લોહી મારી નસે-નસમાં ફરી રહ્યું છે. બસ, મને આટલી જ બાબતોમાં સહકાર આપો. મારા પપ્પા અને દાદા-દાદીની યાદમાં હું આકાશના તારા ધરતી ઉપર લાવવા માગું છું."

વિસામો

આખો સંસાર ઋણાનુબંધથી જોડાયેલો છે. આપણા જીવનને સમૃદ્ધ અને સુખમય બનાવવામાં જેનો અમૂલ્ય ફાળો હોય તેને કેમ ભુલાય? પોતાના ઉપર જેના હજારો ઉપકાર હોય તેને ભૂલી જનારાઓના જીવનમાં શાંતિ ક્યાંથી હોય? **ઉપકાર કરનાર, પરોપકારી અને સાચા સંનિષ્ઠ સેવકની રક્ષા કરનાર તો હજાર હાથવાળો પ્રભુ સદાયે હાજર છે.**

ઉપકાર ઉપર અપકાર કરનાર કે દગો કરનારાઓની પાછલી જિંદગી ઉપર નજર નાખજો, તેમનાં દુઃખનાં આંસુ લૂછનાર આ સંસારમાં કોઈ નહીં હોય. મનુષ્યજીવનમાં હળવા થવાનો, ચિંતામુક્ત થવાનો કે ટેન્શનમુક્ત થવાનો એક જ સચોટ રસ્તો છે **"ઉપકાર કરનારાઓની આંતરડી ક્યારેય બાળશો નહીં એટલે પ્રભુ હંમેશાં તમારી સાથે રહેશે અને પ્રભુ જેની સાથે હોય તેના જીવનમાં ટેન્શન ક્યાંથી હોય!"**

તમારા જીવનમાં કોઈના પ્રત્યે નફરત દાખલ થવા દેશો નહીં, જ્યાં નફરત હોય ત્યાં પ્રેમ અને આદર હોય જ નહીં. જતું કરવા અને ભૂલી જવામાં જ હૈયાની હાશ છુપાયેલી છે. **તમારા જીવનમાં બગડેલા સંબંધોની ગાંઠ ઉકેલવા પ્રયત્ન કરજો, તે ગાંઠને ક્યારેય કાપતા નહીં,** જ્યારે સંબંધને પુનઃ જોડવા પ્રયત્ન કરશો ત્યારે પણ ગાંઠ તો વચ્ચે આવશે જ.

સ્નાનથી શરીરની શુદ્ધિ થાય, સત્સંગથી મનની શુદ્ધિ થાય, દાનથી ધનની શુદ્ધિ થાય, પરોપકારથી પુણ્યની પ્રાપ્તિ થાય, પુરુષાર્થથી પ્રારબ્ધ જાગૃત થાય, પરંતુ સમસ્યાના ઉકેલમાંથી જ ટેન્શનમાંથી મુક્તિ થાય.

(૭૮) નિરાશાનું પ્રથમ પગથિયું, પલાયનવાદ : વાંચો

એક નાના નગરમાં **"મહિલા ઉત્કર્ષ કલ્યાણ કેન્દ્ર"**ના ઉદ્‌ઘાટન સમારંભમાં જવાનું થયું. વિશાળ સંખ્યામાં બહેનો હાજર હતી. મહિલાઓની તમામ પ્રકારની સમસ્યાઓનો ઉકેલ લાવવાની આ સંસ્થાનું લક્ષ હતું.

ઉદ્‌ઘાટનના પ્રથમ દિવસે એક શિક્ષિત બહેન ઊભાં થઈ મૃદુ સ્વભાવથી બોલ્યાં, "હું સંસ્કારી અને ત્રીસ વર્ષની શિક્ષિત નોકરી કરતી યુવતી છું. સમાજ અને સંસારમાં સ્ત્રીઓની દશા જોઈ મેં લગ્ન નહીં કરવાનું નક્કી કર્યું છે, આ બાબતમાં તમારી શું સલાહ છે?" આ બહેન તેમની સમસ્યા કહી રહ્યાં હતાં ત્યાં બીજાં બહેન ઊભાં થઈ

ેકતરફી બોલવા લાગ્યાં, "આપણે તો પહેલેથી જ નક્કી કર્યું છે, મારે ો લગ્ન કરવાનાં નથી, સંસારની સેવા કરવા માટે એક સંપ્રદાયમાં ાખલ થઈ સાધ્વી થઈ જવું છે, આ સંસારમાં ગંદકી સિવાય છે શું? જીવતાં જ મોક્ષ મેળવી અને આ લ...પમાંથી છૂટી જવું છે."

બહેનોની સમસ્યાઓની એક તરફી હૈયાવરાળ સાંભળી ઉત્કર્ષ કેન્દ્રના આયોજકો ડઘાઈ ગયા. આ બંને બહેનોની વાણીમાંથી જગત પ્રત્યે નિરાશા ટપકતી હતી.

મેં કહ્યું, "બહેનો, તમે ટૂંકમાં એટલું સમજો, જો તમે બધી જ બહેનો આ સંસારની બીજી બધી બહેનોને તમે આવો સંદેશો પહોંચાડવા માગો છો કે સ્ત્રીઓએ લગ્ન કરવાં જ નહીં અને આખા સંસારની ઝંઝટ માત્ર લગ્ન કરવાથી જ થાય છે તો આ તમારી ભૂલ અને ભ્રમણા છે."

"પ્રત્યક્ષ કે અપ્રત્યક્ષ પુરુષની સહાય અને સહકાર વિના સ્ત્રી આ સંસારમાં ક્યારેય એકલી જીવી શકે જ નહીં. ઉંમર, અવસ્થા અને આવેગ ઉપર કોઈ પણ માનવી ક્યારેય સંપૂર્ણ નિયંત્રણ રાખી શકતો નથી. બહેન તમે એટલું સમજો, માનવીના જીવનમાં બધા જ દિવસો એકસરખા પસાર થતા નથી, દુઃખમાં તમારું કોણ? જગત તો આખું મતલબી છે, બીમાર પડશો અને વૃદ્ધ થઈ જતાં તમને લકવો થઈ જશે ત્યારે તમે જે આશ્રમની નિઃસ્વાર્થ સેવા કરી હશે તે પણ તમને તગેડી દે...શે સમજ્યા, **આ સંસારમાં બે આંખો તમારી ઉપર નજર રાખતી હોય તેવું તમે ઈચ્છો છો કે કામી લોકોની બે હજાર આંખોની નજર તમારી ઉપર તકાયેલી હોય તેવું ઈચ્છો છો? સેવા કરવી હોય અને મોક્ષ મેળવવો હોય તો સંસારમાં રહીને ના મેળવી શકાય?** નાના પરિવાર સહિત શાંતિથી ના જીવી શકાય? બધા દુઃખનું મૂળ લગ્ન નહીં, પરંતુ સમાજ અને સંસાર પ્રત્યેની તમારી ખોટી ઘૃણા જવાબદાર છે." પ્રવચન ચાલુ હતું ત્યાં જ એક બહેને ગુસ્સા સાથે ધડાકો કર્યો, "લગ્ન કરવામાં પણ ક્યાં સુખ અને શાંતિ છે, લગ્ન કરીને માંડેલા સંસારમાં તો ચારે બાજુથી વીંછીના ડંખ છે. મારો ઘરવાળો દારૂડિયો

થઈ ગયો છે, આખો દિવસ મને મારઝૂડ કરે છે, કામધંધો કાંઈ કરતો નથી અને તેની મા પણ તેને કાન ભંભેરણી કરે છે, હું તો શું કરું...બોલો...મરું!"

આ બહેનનો આક્રોશ અને સમસ્યા બંને સાચાં હતાં, પરંતુ તેના માટે લગ્ન જ નહીં કરવાં તે તેમનો ઉકેલ વાજબી નહોતો. મેં તે બહેનને કહ્યું, "**બહેન, સૌપ્રથમ તમે તમારાં સાસુને વશ કરવાની કલા અને આવડત અપનાવી લો અથવા તેમની ભાવના અને જીદને વશ થવાનું તમારા મનને મનાવી લો,** વાત રહી તમારા પતિની, વ્યસની થવાનું કારણ તમે શોધી લો અને પ્રેમથી તેમને તરબોળ કરવાનો કીમિયો જાણી લો અને જો તમને એકેય દિશાથી આ પરિવારમાં શાંતિ ના દેખાતી હોય અને તમારે કોઈ બાળક ના હોય તો પ્રેમથી છૂટા પડી જાઓ." બહેન આક્રોશથી તાડૂક્યાં, "જ્યાં બીજે જઈએ ત્યાં આવા લોકો નહીં ભટકાય તેની શી ખાતરી ? ફૂટેલું કરમ હોય તો અમારી તો જિંદગી જ બગડી જાય ને...! આના કરતાં એકલાં પડી રહેવું શું ખોટું!"

આપણા જીવનમાં આવેલી સમસ્યાઓને ઉકેલવાની પોતાની અક્ષમતા અને બીજી જગ્યાએ દેખાતા આભાસી સુખમાંથી જ સમસ્યાઓ જન્મે છે અને વકરે છે.

તમે જ્યાં છો ત્યાં જ ઊભા રહો, સમસ્યાના મૂળ સુધી જાઓ, સમસ્યા જે વ્યક્તિએ ઊભી કરી છે તેનો સ્વભાવ અને પ્રકૃતિ જાણી લો, સાથે-સાથે તમારી મર્યાદા પણ ચકાસી લો.

પરિવારમાં શાંતિ જાળવી રાખવાનો ડહાપણભર્યો અને શાણપણભર્યો એક જ ઉપાય છે, "જ્યારે મૌન રહેવાનું હોય ત્યારે બોલવું નહીં અને બોલવાનું હોય ત્યારે મૌન રહેવું નહીં. પરિવારના બધા સભ્યોનો સ્વભાવ અને તેમની અપેક્ષાઓ જાણી લો, અડધા પ્રશ્નો અને સમસ્યાઓ તો ત્યાં જ હલ થઈ જશે."

આટલું યાદ રાખજો : પતિ-પત્નીની સમજદારી, સહનશક્તિ અને વફાદારી હિમાલય જેવડી આફતના પણ ચૂરેચૂરા કરી નાખશે

અને પતિ-પત્ની વચ્ચેનો કંકાસ તો રાઈના દાણા જેવડી સમસ્યાને હિમાલય જેવડી કરી નાખશે, તે સમસ્યા આખા પરિવારને તબાહ કરી નાખશે.

સમજદાર પત્નીના ડહાપણમાં, શાણપણમાં, સમજમાં, સહનશક્તિમાં અને વફાદારીમાં જ પરિવારની શાંતિ અને સમૃદ્ધિ સમાયેલી છે.

જે પરિવારમાં પતિ-પત્ની વચ્ચે અગાધ પ્રેમ હોય ત્યાં સ્વર્ગ જેવું સુખ હોય જ અને જે પરિવારમાં પતિ-પત્ની વચ્ચે સતત ઝઘડા અને કંકાસ થતા હોય ત્યાં નરકનાં જેવાં દુઃખ સિવાય બીજું હોય પણ શું? આવા પરિવારોમાં ટેન્શન સદાયે અડિંગો જમાવેલો રાખે છે અને જ્યાં ટેન્શને અડિંગો જમાવ્યો હોય ત્યાં ચારેય દિશાની ઉપાધિઓ ના હોય તો બીજું હોય પણ શું ?

(૭૯) જીવનમાં સમજવા જેવી વિચારકંડીકા :

(૧) માત્ર મગજ ચલાવનારા અને શરીરનું હલનચલન નહીં કરનારા તો મનોદૈહિક રોગોનો શિકાર જરૂર થવાના, શરીરથી પુરુષાર્થ કરનારા અને મગજ બહુ ઓછું ચલાવનારા મનોદૈહિક રોગોનો શિકાર ભાગ્યે જ બને છે. મગજ પણ ચલાવનારા અને શરીરથી પુરુષાર્થ પણ કરનારા બહુ જ ઓછા લોકો બીમાર પડવાના, પરંતુ મગજ બિલકુલ નહીં ચલાવનારા અને શરીરથી પણ આળસુ બની પડી રહેનારા તો તમામ ક્ષેત્રોમાં નિષ્ફળ જઈ અને રોગીષ્ટ બની કોહવાઈ ગયેલા કૂતરાના મોતે મરનારા.

(૨) જેની પાસે કાંઈ જ નથી તે તો ભિખારી કહેવાય, જેની પાસે ધન નથી તે તો નિર્ધન કહેવાય, બીજાઓને આપવા માટે કાંઈ નથી તે દરિદ્ર કહેવાય, પરંતુ જેના દિમાગમાં નથી ખુમારી, દિલમાં નથી દયા, હૈયામાં નથી હિંમત, બાવડામાં નથી જોમ અને જોશ, હોઠો ઉપર નથી મીઠી વાણી કે હાસ્ય, પગમાં નથી તરવરાટ કે થનગનાટ, જેની આંખોમાં નથી અમી કે આનંદ, આવી વ્યક્તિ તો જીવતાં મરેલી છે.

(૩) જે વ્યક્તિની જીભ મીઠી હોય અને તેનું દિમાગ કપટી

૧૬૯

અને અંતઃકરણ ખરાબ અને ખોટું હોય તેવી વ્યક્તિ ખતરનાક અને કાતિલ હોય જ, પરંતુ જે વ્યક્તિની જીભ ભલે કડવી હોય તેનું દિમાગ તેજસ્વી અને અંતઃકરણ ભલી ભાવનાવાળું હોય તો તેવી વ્યક્તિને આપણી ખાસ સલાહકાર નીમવી, આવી વિશ્વાસુ અને હિતેચ્છુ વ્યક્તિની નજીક રહેવામાં જ ફાયદો છે.

(૪) આશાવાદી દુઃખમાં પણ "આ દુઃખના દિવસો જતા રહેશે" તેવું આશાવાદી વિચારે છે, જીવનમાં આવેલા સુખના અને દુઃખના બધા જ પ્રસંગો તો માત્ર ઘટનાઓ જ છે તેવું તો તત્ત્વજ્ઞાની વિચારે છે. સુખના દિવસોમાં પણ દુઃખના નકારાત્મક વિચારો કરનારના જીવનમાં ક્યારેય સુખ નહીં આવે અને **દુઃખના દિવસોમાં પણ સુખના આશાવાદી વિચારો કરનારના જીવનમાં દુઃખ ક્યારેય લાંબો સમય સુધી ટકતું નથી.**

(૫) સંસારી કે સંન્યાસીના જીવનમાં બધા જ તેના મિત્રો હોય અને એક પણ દુશ્મન, ટીકાકાર કે નિંદા કરનાર ના હોય તેવું ભાગ્યે જ બને અને જે માણસ હંમેશાં દુશ્મનોથી જ ઘેરાયેલો છે અને તેને કોઈ મિત્ર જ નથી તેનો તો ગમે ત્યારે ખાતમો બોલાઈ જવાનો, પરંતુ **જેને કોઈ જ મિત્ર, દુશ્મન, ટીકાકાર કે પ્રશંસક નથી તે તો બે પગે ચાલતા પશુ સમાન છે.**

(૬) વ્યસન-વ્યભિચારને દૂર રાખનારા, વિવેકબુદ્ધિને સાથે રાખનારા, કુસંગને દૂર રાખનારા, વહેવાર શુદ્ધ રાખનારા, વિકૃતિને દૂર ભગાડનારા, વાણી ઉપર સંયમ રાખનારા, મર્યાદામાં જીવનારા, શિસ્તમાં રહેનારા, વિજ્ઞાનને અપનાવનારા, વિચાર-વાણી અને વર્તનને એકરૂપ રાખનારા, સાત્ત્વિક ખોરાક ખાનારા અને કુદરતી સિદ્ધાંતો પ્રમાણે જીવનારાઓમાં આફતો ઓછી આવશે અને આવશે તો પણ તેમાંથી બહાર કાઢવાવાળો કોઈ પરમ વીરપુરુષ જરૂર મળી આવશે.

(૭) **તમારે આખી જિંદગી તમારા જીવનનાં તમામ ક્ષેત્રોમાં બીજાઓને હંમેશાં ખુલાસા જ કરવાના આવે અને તે કહે તે પ્રમાણે તમારે વર્તવાનું આવે ત્યારે તમે સમજી લેજો ટેન્શન તમારો પીછો**

છોડવાનું નથી, તમે હાલમાં જે સ્થિતિમાં છો તેનાથી પણ તમારી અધમગતિ થવાની અને જ્યારે તમારામાં બીજાઓ પાસેથી ખુલાસા મેળવવાની આવડત અને હિંમત આવશે ત્યારે જરૂર તમારી પ્રગતિ થવાની, ટેન્શન તમારાથી દૂર ભાગવાનું.

(૮) જીવનમાં મિત્રો દર્પણ અને પડછાયા જેવા રાખવા એટલે ટેન્શનમાંથી મુક્તિ મેળવવા સહાયરૂપ થશે. દર્પણ આપણે જેવા હોઈએ છીએ તેવા બતાવે છે, ક્યારેય તે ખોટું અને જૂઠું બતાવતું નથી અને પડછાયો દુઃખમાં કે સુખમાં ક્યારેય આપણો સાથ છોડતો નથી, ક્યારેય દગો દેતો નથી. જેના મિત્રો ત્યાગી, બુદ્ધિશાળી અને હિંમતવાન હોય તે વ્યક્તિના જીવનમાં ટેન્શન ક્યાં સુધી ટકી શકે?

(૯) પાણી હંમેશાં ઢોળાવ તરફ નીચે જ વહે છે, અગ્નિ આકાશ તરફ ગતિ કરે છે, પરંતુ પ્રકાશ તો ચારેય દિશામાં ફેલાય છે. **આ સંસારમાં જેની જેવી મતિ, ગતિ, પ્રવૃત્તિ, વૃત્તિ, શક્તિ, સ્વભાવ અને પ્રકૃતિ તેવી રીતે જ તે વર્તવાનાં.** તેમની વિરુદ્ધ વર્તનારાના તો ભુક્કા બોલી જવાના. વર્તમાન સમયની સાથે વિવેકબુદ્ધિથી જીવનારાઓના જીવનમાંથી ટેન્શન દૂર રહેશે.

(૧૦) પરણીને સાસરે આવેલી વહુ તેની સાથે શું-શું અને કેટલું લઈને આવી છે તેવું પૂછીને તેને ક્યારેય અપમાનજનક સ્થિતિમાં મૂકશો નહીં, પરંતુ પૂછવું હોય તો એટલું પૂછજો કે બેટા, પિયરમાં તું કેટલો બધો ત્યાગ કરીને આવી છે, બીજી વ્યક્તિ પાસે વિવેક વિનાની અપેક્ષા રાખતાં પહેલાં તે જગ્યાએ આપણે આપણી જાતને ગોઠવી દેવી, તેમાંથી જ જવાબ મળી જશે. કોઈના હૈયાને બાળવામાં તો બાળનારને છેવટે અશાંતિ અને ટેન્શન જ પ્રાપ્ત થાય છે, **કોઈના હૈયાને ઠારવાથી તો આપણું હૈયું જરૂર ઠરે જ છે, જે હૈયામાં હાશ હોય ત્યાં ટેન્શન ક્યાંથી હોય!**

(૧૧) આ સંસારમાં કાયરની જીત થઈ હોય તો બતાવો, શૂરવીર ક્યારેય મેદાન છોડીને ભાગ્યો હોય તો બતાવો, કંજૂસ ક્યારેય દાનેશ્વરી થયો હોય તો જણાવો, ભગતડું ક્યારેય સેનાપતિ

થયું હોય તો બતાવો, જીવનમાં શાંતિ ચાહક અને શૂરવીર જ થવાય, **ટેન્શન પણ તેને અનુકૂળ સંજોગો હોય ત્યાં જ વસવાટ કરે છે.**

(૧૨) આખી જિંદગી બીજાઓની પારકી બુદ્ધિ ઉપર જીવનારા પારકાઓની દયા ઉપર નભનારા, બીજાઓની સલાહ ઉપર ચાલનારા, કાયરોનો સાથ લઈ ઝઘડો કરનારા, ઉછીનું અને ઉધાર લાવી પરિવારનું ભરણપોષણ કરનારા અને **માનવીના અંતઃકરણને ચકાસ્યા સિવાય આંધળો વિશ્વાસ મૂકનારાના ઘરના દરેક ખૂણે-ખૂણે ટેન્શન લપાઈને બેઠું હોય છે,** આવા લોકો તો થાકવાના, હારવાના, રોગીષ્ટ થવાના અને છેવટે હડધૂત થઈને કોહવાઈ ગયેલા કૂતરાના મોતે મરવાના.

(૧૩) પથ્થર ઉપર સતત પાણી રેડવાથી તે થોડો તો નરમ થશે, પરંતુ મહામૂર્ખ અને મડદાનો તો વરઘોડો કાઢી તેની આરતી ઉતારશો તો પણ તે સાચી બાબત સમજવા ક્યારેય તૈયાર નહીં થાય, પરંતુ વળતો પ્રહાર કરી તમને હચમચાવી નાખશે, આવી પ્રકૃતિવાળા લોકોથી દૂર રહેવામાં જ સાચી શાંતિ અને ટેન્શનમુક્તિ છે.

(૧૪) **ગાંઠ ઉકેલી શકાય તેમ હોય તો તેને ક્યારેય કાપવી નહીં** અને તે ગાંઠ ક્યારેય ઉકેલી શકાય તેમ ના હોય તો તેને જડમૂળમાંથી કાપી નાખવામાં સહેજ પણ સમય બગાડવો નહીં. સામાજિક અને પારિવારિક સંબંધોની બાબતમાં આ બંનેનો ભેદ વિવેકબુદ્ધિથી કરવો.

(૧૫) **પરિવારમાં કોઈ પણ સભ્યને ગંભીર અને લાંબી બીમારી આવી હોય ત્યારે અથવા પરિવાર આર્થિક, સામાજિક તથા અન્ય કોઈ માનસિક પરિતાપની મુશ્કેલીમાં ફસાયો હોય ત્યારે જ પરિવારના સૌ સભ્યોની સહનશક્તિ, સમજણ અને સંપ કેવો અને કેટલો છે તેની પરખ થાય.**

(૧૬) ભોળા અને નિર્દોષની અજાણતાં કોઈ ભૂલ થઈ હોય તો તેના ઉપર દયા વરસાવી, ક્ષમા કરી તેને સુધરવાની એક તક વધારે આપજો, પરંતુ માનવતા વિરોધી વારંવાર દુષ્કૃત્યો આચરનાર કાતિલ

અને કીમિયાગરનો તો જેટલો વહેલો ખાતમો બોલાવી દેવાય તેમાં જ સાચી અહિંસા અને તેમાં જ સાચી પ્રભુભક્તિ સમાયેલી છે.

(૧૭) **સ્વરૂપવાન સ્ત્રીનું સૌંદર્ય અને ધનવાનનો વૈભવ, જ્યાં સુધી પોતે તેનું રક્ષણ કરી શકે છે ત્યા સુધી તેમના જીવનમાં ચાર ચાંદ લાગી જાય છે, પરંતુ જે લોકો તેમના સૌંદર્ય અને ધનનું રક્ષણ નહીં કરી શકનારા માટે તો આ "ઉપાધિ" જ છે, એક દિવસ કાતિલોના હાથે તેમનો અકાળે અંત આવવાનો જ.**

(૧૮) બાળપણ પરિવારના સંજોગો અને પરિસ્થિતિને આધીન થઈને પસાર થાય છે. ઘડપણ તો યુવાનીમાં નિર્માણ કરેલા આયોજનના પરિણામમાંથી ઊભા થયેલા સંજોગો અને પરિસ્થિતિને આધીન થઈને પસાર થાય છે, પરંતુ પરિસ્થિતિને વશ કરી, આફતને અવસરમાં પલટાવી શકે તેને જ યુવાની કહેવાય.

(૧૯) **આટલાંની સાથે વિશ્વાસઘાત કરવાનો કે તેમને છેતરવાનો વિચાર જ મહાપાપ છે.** (૧) જે વ્યક્તિ સાચા અંતઃકરણથી આપણને વહાલ કરતી હોય (૨) જે વ્યક્તિ આપણને તમામ સંજોગોમાં વફાદાર હોય (૩) જે વ્યક્તિના આપણા જીવનમાં ઘણા ઉપકાર હોય અને (૪) જે વ્યક્તિએ આપણા કપરાકાળમાં રક્ષણ-પોષણ કર્યું હોય અને નિઃસ્વાર્થ ભાવે સલાહ અને સહાય આપ્યાં હોય.

(૨૦) **આટલાંને કોઈ પણ રીતે મેળવીને જ ઝંપવું.** (૧) સમજણ (૨) સમૃદ્ધિ (૩) સલામતી (૪) સદ્‌બુદ્ધિ (૫) શિક્ષણ (૬) સંતોષ (૭) સત્સંગ (૮) સ્વાભિમાન (૯) સ્વાધીનતા (૧૦) સ્વાવલંબન (૧૧) સહનશક્તિ (૧૨) સમદૃષ્ટિ (૧૩) સંયમ (૧૪) સમર્પણ (૧૫) શ્રદ્ધા (૧૬) સમર્થતા (૧૭) શૂરવીરતા (૧૮) સજ્જનતા (૧૯) સ્મરણ અને (૨૦) સંપ. આટલાં જ્યાં હશે ત્યાં સુખ અને શાંતિ રહેવાનાં જ.

(૨૧) **આંખોમાં સંતાયેલો ભાવ જ મહત્ત્વનો છે.** (૧) દુઃખીનાં દુઃખ જોઈ વહેતાં આંસુવાળી આંખોમાં દયા છુપાયેલી હોય છે. (૨) બીજાને આવકારતી આંખોમાં અમી છુપાયેલી હોય છે.

(૩) ઉત્તેજિત અને આમતેમ ફરતી આંખોમાં વાસના છુપાયેલી હોય છે. (૪) લાલ આંખોમાં ક્રોધ છુપાયેલો હોય છે. (૫) નીચે જોઈ રહેવાની દૃષ્ટિવાળી આંખોમાં શરમ છુપાયેલી હોય છે. (૬) કાગડા જેવી ગોળ ફરતી આંખોમાં કીમિયાબુદ્ધિ સંતાયેલી હોય છે. (૭) ટગર-ટગર જોઈ રહેતી આંખોમાં લાલચ છુપાયેલી હોય છે. (૮) પ્રભુની મૂર્તિ આગળ આંખોમાંથી વહેતાં આંસુમાં ભક્તિ અને સમર્પણ છુપાયેલાં હોય છે. (૯) ગરજવાનની આંખોમાંથી વહેતાં આંસુમાં તો છેતરપિંડી છુપાયેલી હોય છે. (૧૦) તેજસ્વી આંખોમાં આનંદ અને ઉત્સાહ છુપાયેલાં હોય છે. (૧૧) કાતિલની આંખોમાં ઝનૂન, લોભીની આંખોમાં લાલચ, કામીની આંખોમાં વાસના, પરંતુ દયાળુની આંખોમાં તો કરુણા જ વહેતી હોય છે.

(૨૨) **આપણા જીવનમાં આપણે કરેલી પ્રભુભક્તિ કેટલી સાર્થક થઈ છે, તેનો માપદંડ શું?** (૧) સ્મરણ, સમર્પણ અને શ્રદ્ધા ભાવથી તલ્લીન થઈ આપણા ઈષ્ટદેવને યાદ કરતાં જ આંખોમાં ઝળઝળિયાં આવે. (૨) આધિ, વ્યાધિ અને ઉપાધિના ત્રિવેણી તાપમાં સાક્ષીભાવ, સમજ અને સહનશક્તિમાં વધારો થાય ત્યારે. (૩) અંતર્મુખી બની જીવનમાં સરળ અને સહજ ભાવથી વિવેકદૃષ્ટિ અને ઉચ્ચ આધ્યાત્મિકતામાં વધારો થાય ત્યારે. (૪) પોતાની અંતરંગ મસ્તીમાં અને નિજાનંદમાં વધારો થતો જાય અને સાંસારિક વળગણ પ્રત્યે ઘટાડો થાય ત્યારે. (૫) જગતને જોવાની, સમજવાની અને અનુભવ કરવાની દૃષ્ટિ બદલાઈ જઈ અને હરિઈચ્છા બલિયસીમાં ગરકાવ થઈ જાય ત્યારે અને (૬) કર્મે સારો તે જ પ્રભુને પ્યારો, આવો સાત્ત્વિક આધ્યાત્મિક ભાવ આચરણમાં જણાય ત્યારે.

(૨૩) **આટલી બાબતો એકબીજા સાથે જોડાયેલી છે.** (૧) લાચારી અને મજબૂરી હોય ત્યાં શોષણ અને આંસુ હોય જ અને શોષણ અને આંસુ હોય ત્યાં ટેન્શન હોય જ. (૨) કાયરતા અને કમજોરી હોય ત્યાં પરાજય અને પાયમાલી હોય જ. (૩) **લોભ અને લાલચ હોય ત્યાં ફસામણી અને છેતરપિંડી હોય જ.** (૪) ખુમારી અને

શૂરવીરતા હોય ત્યાં સફળતા, સલામતી અને વિજય હોય જ.
(૫) સમજણ, સહનશક્તિ, સદ્‌બુદ્ધિ અને સંતોષ હોય ત્યાં શાંતિ હોય
જ અને (૬) સત્સંગ અને સદ્‌ભાવ હોય ત્યાં હૈયાની હાશ અને
નિજાનંદ હોય જ.

(૨૪) **આટલી બાબતો ઉપર લોકોની નજર મંડાયેલી હોય છે.**
(૧) વાંઝિયાની સંપત્તિ ઉપર (૨) એકલવાયું જીવન ગુજારતી
સ્વરૂપવાન યુવતી ઉપર (૩) મહત્ત્વના ખાલી પડેલા હોદ્દા ઉપર
(૪) રાતોરાત ધનવાન થયેલા ધનવાનના ધન ઉપર (૫) નપુંસકની
પત્ની ઉપર (૬) ઢંકાઈને પડેલી બિનવારસી વસ્તુ ઉપર અને
(૭) મહત્ત્વની જગ્યાએ ખાલી પડેલા જમીનના પ્લોટ ઉપર અથવા ખાલી
મકાન ઉપર.

(૨૫) **જે રાષ્ટ્ર કે સંસ્થામાં સંચાલકમંડળના સભ્યો,
સલાહકારો અને ઉપદેશકો વધારે હોય, પરંતુ કર્મનિષ્ઠ અને સંનિષ્ઠ
કાર્યકરો ઓછા હોય તેમનું તો એક દિવસ જરૂર ધબાયનામું થવાનું
જ,** પરંતુ જે રાષ્ટ્ર કે સંસ્થામાં સંચાલકમંડળના સભ્યો, ઉપદેશકો અને
સલાહકારો કરતાં કર્મનિષ્ઠ, સંનિષ્ઠ અને વફાદાર કર્મચારીઓ અને
કાર્યકરો વિશેષ હશે તેમનું તો આ દુનિયાની કોઈ પણ તાકાત કશુંય
બગાડી શકવાની નથી.

(૨૬) **જે વ્યક્તિ તેના હિતમાં હોય તેવી સાચી, સારી અને
સચોટ બાબત સાંભળવા, સમજવા કે તેનું આચરણ કરવા તૈયાર જ
ના હોય તેવી જડ અને મૂર્ખ વ્યક્તિને ક્યારેય સલાહ કે ઉપદેશ
આપવાં નહીં,** આવા લોકોને સમજાવવા પણ પ્રયત્ન કરશો નહીં,
તેમની સાથે વાદ-વિવાદ પણ કરશો નહીં, આવી વ્યક્તિઓ સાથે ગાઢ
સંબંધ રાખનારાઓનું અપમાન થાય છે અને તેમનાં મહેનત અને
સમય બંને બરબાદ થાય છે.

(૨૭) **સજ્જનતા હંમેશાં સમાધાનકારી હોય,** દુર્જનતા હંમેશાં
ઝઘડાખોર હોય, શૂરવીરતા હંમેશાં આક્રમક હોય, સાધુતા હંમેશાં
પરલોકવાદી, પલાયનવાદી અને પ્રારબ્ધવાદી હોય, કાયરતા અને

કમજોરી હંમેશાં ગભરું હોય, પરંતુ જ્યાં નિર્ભયતા હોય ત્યાં જ હંમેશાં શાંતિ અને સલામતી હોય.

(૨૮) પાણી હંમેશાં ઢોળાવ તરફ જ દોડે છે, કોઈ પણ નદી ખીણ તરફથી પાછી વળી શિખર તરફ ક્યારેય જતી નથી. બાળક હંમેશાં તેની માતાના વાત્સલ્ય તરફ જ ખેંચાવાનું, **મનને જે બાબત મીઠી અને ગમતી લાગશે તે તરફ આખા માનવીને ખેંચી જશે** અને મનને આધીન બધી જ વાસનાયુક્ત ઈન્દ્રિયો છેવટે માનવીને પતન તરફ ધકેલે છે. જરૂર છે મન ઉપર વિવેકબુદ્ધિ અને સત્સંગના અંકુશની. **અંકુશ વિનાનું મન માનવીની મતિ, ગતિ અને પ્રગતિનો નાશ કરે છે.**

(૨૯) તમારી ભૂલ કે ખોટા કૃત્યને સંતાડવાનો ક્યારેય પ્રયત્ન કરશો નહીં, તેનો ગમે ત્યારે ભાંડો ફૂટશે ત્યારે તમારું ટેન્શન વધી જશે. તેથી જ્યારે તમારાથી ભૂલ થઈ હોય કે કોઈ કૃત્ય માટે પ્રત્યક્ષ-અપ્રત્યક્ષ તમે જ જવાબદાર હોવ ત્યારે જે માફી આપવાને સમર્થ અને સમજદાર છે તેવી વ્યક્તિની અંતઃકરણપૂર્વક નમ્રતાથી માફી માગી લો, તે સમર્થ અને સજ્જન વ્યક્તિ તમને જરૂર માફ કરી દેશે અને તમારું ટેન્શન ગાયબ થઈ જશે.

(૩૦) સુખમાં સાથીઓનાં ટોળાં મળશે, દુઃખમાં અને નિષ્ફળતામાં સલાહ આપવાવાળા બિલાડીના ટોપની જેમ ફૂટી નીકળશે, પરંતુ દુઃખમાં "સહાય અને સાથ" આપનારા તો કોઈક વિરલા જ હશે.

(૩૧) માનવી તેના જીવનમાં કર્મ, કાળ અને કુદરતના ચક્રવ્યૂહથી આવેલાં દુઃખ તો સહન કરી શકે છે, પરંતુ જેમના ઉપર સંપૂર્ણ ભરોસો મૂક્યો હોય તે જ વ્યક્તિ જ્યારે દગાખોર કે વિશ્વાસઘાતી બને છે ત્યારે કોઈ પણ સજ્જનનું હૈયું હલબલી ઊઠે છે. અરે! તેમને માનવજાત અને કુદરત પરથી પણ વિશ્વાસ ઊઠી જાય છે.

(૩૨) શિયાળાની સવાર સારી લાગે, ઉનાળાની સાંજ રળિયામણી લાગે, ચોમાસાની બપોર હરિયાળી લાગે, ઉત્સાહીને સવાર સારી લાગે, વ્યસનીને સાંજ સારી લાગે, ચોરને મધરાત સારી લાગે,

પરંતુ વાસનાની શરૂઆત તો મીઠી લાગે, પરંતુ અંત તો અસહ્ય લાગે.

(૩૩) કામ કરતાં જ્યારે તમને આનંદ આવે ત્યારે તમે અચૂક સફળ થવાના પરંતુ કોઈ કામ તમને બોજારૂપ લાગે ત્યારે તમે નિષ્ફળ જવાના જ અને નિષ્ફળતા ક્યારેય ટેન્શન વિનાની ના હોય.

(૩૪) **જ્યારે તમને અનુભૂતિ થાય કે શાંતિ તમારી અંદર જ છે ત્યારે બહારની કોઈ વિટંબણા તમને હેરાન-પરેશાન કરી શકશે નહીં.**

(૩૫) મુત્સદ્દીની ખાસિયત હોય છે કે તેને દોસ્તી કરતાં દુશ્મની વધારે યાદ રહે છે, સજ્જનની ખાસિયત હોય છે કે તેને દુશ્મની કરતાં દોસ્તી વધારે યાદ રહે છે, સંસારીની ખાસિયત હોય છે કે તેને દુશ્મની અને દોસ્તી બંને યાદ રહે છે પરંતુ સંતની ખાસિયત હોય છે કે તેઓ દુશ્મની કે દોસ્તીને ક્યારેય યાદ કરતા નથી.

(૩૬) બીજ બદલો કે બીજની માવજત બદલો, વૃક્ષ પણ બદલાઈ જશે અને તેનાં ફળ અને ફાલ પણ બદલાઈ જશે. તમારું ચિંતન, મંથન અને વિચાર બદલો, તમારું આખું જીવન બદલાઈ જશે.

(૩૭) જૂઠા અને ખોટાનું વચન વહેતા પાણી ઉપર લખેલા અક્ષરો બરાબર છે જ્યારે સજ્જન અને સંનિષ્ઠનું વચન તો પથ્થર ઉપર કોતરીને લખેલા સુવર્ણ અક્ષરો બરાબર છે.

(૩૮) **તમારી પાછળ લોકો ખરાબ બોલે છે કારણ કે** (૧) જે લોકો તમારા સ્તર સુધી પહોંચી શકતા ના હોય (૨) જે તમારી પાસે છે તે તેમની પાસે ના હોય (૩) જ્યારે તે લોકો તમારી સાથે મુકાબલો કરે છે, પરંતુ નિષ્ફળ જતા હોય અને (૪) ખરેખર તમે ખરાબ હોય ત્યારે.

(૩૯) ક્રોધ અને આંધીની એક સમાન ખાસિયત છે કે તેમના શાંત થયા પછી જ સાચી ખબર પડે છે કે કેટલું નુકસાન થયું છે.

(૪૦) **મનુષ્ય જીવનમાં દુઃખ બે રીતે આવે છે,** એક તો ખોટા અને જૂઠા ઉપર ભરોસો મૂકવાથી અને બીજું, સારા, સાચા અને સજ્જનની સલાહ અવગણનાથી.

(૪૧) **આટલું યાદ રાખો :** આપણે આપણા વહાલાઓની નજીક

રહેવું હોય તો તેમને "ગમતું" કરો અને જે લોકોને તમારે તમારી નજીક રાખવા હોય તો તેમના "અંતઃકરણને ઓળખી લો."

(૪૨) **આટલું યાદ રાખો :** દિવસ દરમિયાન દુનિયાના લોકો સાથે તમે જેટલી હસી-મજાક કરો છો તેનાથી અડધી પણ હસી-મજાક તમારા પરિવારના સભ્યો સાથે કરશો તો ઘરમાં સ્વર્ગ થઈ જશે.

(૪૩) **બાળકોને આટલી બાબતોથી ક્યારેય બીવડાવવાં નહીં: પોલીસ,** ભૂત, ચોર અને બાવો. કાલ્પનિક ભય તેના માનસપટ ઉપર ખરાબ અસર કરે છે, તેનું દિલ-દિમાગ ગભરું બને છે, ગભરું હંમેશાં ટેન્શનમાં જ જીવે.

(૪૪) માણસ મુસીબતોથી થાકતો નથી, પરંતુ જેમના ઉપર ભરોસો મૂક્યો હોય છે તે જ દગાખોર બને છે અને જેમના ઉપર ઉપકાર કર્યો હોય તે પણ જ્યારે સાથ છોડી દે છે ત્યારે માનવી તેના મન અને અંતઃકરણથી હારી થાકી જાય છે.

(૪૫) **તમારું મન અને અંતઃકરણ રાજી એટલે આખી દુનિયા રાજી.**

(૪૬) નાનાને નબળો સમજવાની ભૂલ ક્યારેય ના કરવી, એક ચમચી "મેળવણ"માં તપેલી ભરેલા દૂધને જમાવી દેવાની તાકાત હોય છે.

(૪૭) ભરોસાપાત્ર ઉપર ક્યારેય શંકાસીલ બનવું નહીં અને શંકાસીલ ઉપર ક્યારેય ભરોસો મૂકવો નહીં.

(૪૮) **પ્રાર્થનામાં ભગવાન પાસે શું-શું માગવું?**

હે પ્રભુ, મને દશેય દિશાએથી શુભ વિચારો અને ભલી ભાવના પ્રાપ્ત થાઓ, મારું મન અને બુદ્ધિ હંમેશાં સત્સંગ અને સદ્‌કાર્યોમાં ગરકાવ થયેલાં રહો, **મારી આંખોમાંથી હંમેશાં અમી અને શુભ દૃષ્ટિ વરસાવો,** મારા બંને કાનને હંમેશાં હકારાત્મક, સકારાત્મક અને પ્રેરણાત્મક પ્રસંગો સાંભળવા મળો, મારી નાસિકામાં હંમેશાં શુદ્ધ પ્રાણવાયુની ધારા વહેતી રહો, મારું મોં હંમેશાં ગુલાબની કળીની જેમ મલકાતું રહો, મારા હોઠ ઉપર હંમેશાં હાસ્ય તરતું રહો, **મારી જીભ ઉપર હંમેશાં સાત્ત્વિક આહારનું આધિપત્ય અને મધુર તથા સંયમી વાણીનો અંકુશ રહો,** મારા હૈયામાં હંમેશાં હિંમત અને હાશનું ઝરણું

સતત વહેતું રહો, મારા બંને બાહુ પરિશ્રમ, પરમાર્થ, પ્રાર્થના અને પરાક્રમમાં જોડાયેલા રહો, મારા હૃદયમાં કરુણા અને સંવેદનાની સરીતા વહેતી રહો.

મારા ઉદરમાં હંમેશાં સાત્ત્વિક આહાર પચાવવાની અને જગતના લોકોની નિંદા અને ટીકા સહન કરવાની વિશાળતા પ્રાપ્ત થાઓ, મારી ઈન્દ્રિયોની શક્તિ બ્રહ્મચર્યમાં પરિવર્તન પામતી રહો, મારા બંને પગ હંમેશાં થાક અનુભવ્યા સિવાય માનવજાતના કલ્યાણ અને તમામ જીવોના પરોપકાર માટે ચાલતા જ રહો.

મારી નાણાંની તિજોરી હંમેશાં ભરાયેલી રહો, જેથી મારા પરિવારનું ભરણપોષણ કરી શકું અને જગતના દીન-દુ:ખી જરૂરિયાતમંદ જીવોના કલ્યાણ માટે દાનની વર્ષા વરસાવી શકું. મારું સુખ અને સમૃદ્ધિ હંમેશાં દુ:ખીઓના સુખ માટે નિમિત્ત બનતાં રહો.

હે પ્રભુ, મારું સમગ્ર જીવન જગતના કલ્યાણકારક સદ્કાર્યોમાં ભાગીદાર બનતું રહો, મારી શુભ માન્યતાઓ શુભ કાર્યોમાં પરિવર્તન પામતી રહો, મારા જીવનમાં દુર્બળતા અને કમજોરીઓની જગ્યાએ સજ્જનતા અને શૂરવીરતાનું અનોખું મિલન થતું રહો અને ઉત્તમ ગુણો ધરાવતા મિત્રોમાં મારી વફાદારી અકબંધ રહો.

હે પ્રભુ, મારા જીવનમાં લોભ અને લાલચ નહીં પણ સેવા અને સદ્કાર્ય, અહમ અને અભિમાન નહીં સ્વાભિમાન અને સ્વાધીનતા, કંચન અને કામિનીનું વળગણ નહીં, પરંતુ સંનિષ્ઠા અને સચ્ચાઈ છવાયેલી રહો, ક્રોધ નહીં પણ ઉદારતા અને ક્ષમાભાવ, કામથી ગરકાવ થયેલું જીવન નહીં, પરંતુ સંયમથી રંગાયેલું જીવન આનંદિત રહો.

હે પ્રભુ, વર્તમાન સમયમાં તમામ સંબંધો અને કાર્યોમાં તાલમેલ રાખવા માટે મારા માટે કયું કાર્ય કરવા લાયક છે અને કયું કાર્ય ત્યજવાલાયક છે તે માટે મને વિવેકબુદ્ધિ આપો.

હે પ્રભુ, મારા અંત:કરણમાં પરમ શાંતિનો સતત વધારો થાય તે માટે મારા મન, વચન અને કર્મની એકસૂત્રતા જળવાઈ રહો, તન, મન અને ધનની શુદ્ધિમાં હંમેશાં વધારો થાઓ., કુસંગ, કુસંપ અને

કજિયામાં હંમેશાં ઘટાડો થાઓ. સંતોષ મારા જીવનનું અભિન્ન અંગ બની રહો, સમજણ અને સહનશક્તિ મારા જીવનમાં તરાપો બની રહો.

હે પ્રભુ, મારું સમગ્ર જીવન વિષય-વાસનામાં ગરકાવ થવાના બદલે હંમેશાં તમારું સ્મરણ કરતું રહો. મારા જીવનની તમામ પ્રવૃત્તિ અને વૃત્તિમાં સંસારી વળગણથી દૂર રહી સાક્ષીભાવે જીવું તેવો ઉત્તમ ભાવ આપો. હે પ્રભુ, તમારા અસ્તિત્વમાં મારી શ્રદ્ધા અને સમર્પણમાં સતત વધારો થાય તેવી પ્રેરણા આપો અને હે પ્રભુ, મારા અંત સમયે આ મોહમાયામાંથી છોડાવી મને તમારા પરમધામમાં વસાવી મોક્ષ આપો.

પુણ્ય અને પાપની સૌથી ટૂંકી વ્યાખ્યા : પરોપકાર તે પુણ્ય અને પરપીડા તે પાપ. પુણ્ય હશે ત્યાંથી ટેન્શન ભાગશે અને પાપ હશે ત્યાં ટેન્શન આકાશમાંથી પણ નીચે આવશે.

(૮૦) અનુભવ એ જ મોટું સત્ય : વાંચો

એક નાના શહેરમાં **"યુવાનોની મનોદશા-હાલના સમયમાં"** વિશે સેમિનાર યોજાયો હતો. તેમાં મારે અતિથિ વિશેષ તરીકે જવાનું થયું હતું. આ સમારંભમાં એક યુવાન ઊભો થઈ નિરાશાના સ્વરમાં બોલ્યો, **"મહાશય, આ સમય દયા દાખવવા જેવો નથી, દયા તો ડાકણને ખાય તેવો છે."** મેં તેમને અધવચ્ચે જ રોકતાં પૂછ્યું, "આવું તમે શાના ઉપરથી કહો છો ?" તે બોલ્યો, "હું એક લાંબા અંતરની બસમાં બારી બાજુ બેઠો હતો, બસ અમદાવાદ જઈ રહી હતી. મારી ડાબી બાજુમાં એક યુવાન બહેન તેમના નાના સંતાનને સાડલાનો છેડો ઢાંકી સ્તનપાન કરાવતા હતા. વચ્ચે એક મોટું સ્ટેશન આવતાં એક ભાઈ બસમાં ચઢ્યા અને આજીજીપૂર્વક બોલ્યા, આ ત્રણની સીટ છે, પરંતુ મને બારી બાજુમાં બેસવા દેશો તો હું આભારી થઈશ, કારણ મને બસમાં બેસવાથી ઊલટીઓ થાય છે એટલે મારે તમને વારંવાર હેરાન ના કરવાં પડે તે માટે મને બારીની બાજુમાં બેસવા દો તો સારું, તમારો આભાર. આ તો ત્રીજા નંબરની સીટ ઉપરથી મારે વારંવાર ઊલટીઓ કરવા બારી તરફ જતાં તમને હેરાન ના કરવાં પડે એટલે

તમને "રિક્વેસ્ટ" કરું છું. મને અને પેલી બહેનને દયા આવી તેથી ભાઈને બારી બાજુની સીટમાં બેસવા દીધો.

અમદાવાદ આવતાં અમે બધાં નીચે ઊતર્યાં, બસ ખાલી થઈ ગઈ. પેલો યુવાન પણ હસતો-હસતો બસમાંથી નીચે ઊતર્યો, ચાલુ બસમાં તેણે એકેય વખત ઊલટી કરી નહોતી. આ યુવકને સામે લેવા આવેલા યુવકે સહજ ભાવથી પૂછ્યું, "બેસવાની જગ્યા તો મળી ગઈ હતી ને...!" આ ભાઈ આનંદમાં આવી જઈ લુચ્ચાઈથી હસીને બોલ્યા, "બંદાએ તો કમાલની તરકીબ કરી, બેસવાની જગ્યા તો મળી ગઈ અને વળી તે પણ બારીની બાજુમાં બેસી તાજી હવા ખાતાં ખાતાં અમદાવાદ આવી ગયા, ઊલટીનો કીમિયો બરાબર કામ કરી ગયો."

આ યુવક જ્યારે ડંફાસ મારી રહ્યો હતો ત્યારે તેને ખબર નહોતી કે અમે બરાબર તેની પાછળ ઊભા રહ્યા છીએ. હું અને પેલી બહેન તેની કીમિયાબુદ્ધિનો ભોગ બની મનોમન પસ્તાવો કરી રહ્યાં હતાં. ઘરે ગયા પછી મને આ પ્રસંગે ત્રણ દિવસ સુધી ઊંઘવા ના દીધો. મનમાં એક જ ઉદ્વેગ રહ્યા કરતો કે ક્યારેય કોઈની ઉપર દયા કરવી જ નહીં, માણસ રોડ ઉપર પાણી વિના તરફડિયાં મારી મરતો હોય તો મરવા દેવો, પરંતુ તેના ઉપર પાણી પણ છાંટવું નહીં. બોલો, તમે મારી જગ્યાએ હો તો શું વિચારો?"

આ ભલો યુવાન કીમિયાબુદ્ધિવાળા યુવાનના કીમિયાનો ભોગ બન્યો હતો તેનો તેને રંજ હતો. તે દયાળુ તો હતો જ પણ તેની ભલી ભાવનાનો દુરુપયોગ કરી તેને મૂર્ખ બનાવ્યો તેનો રંજ હતો.

હવે આપણે આ યુવકને શું જવાબ આપીશું? દયાહીન થવું, દયાપાત્ર બનવું નહીં અને વધારે પડતા દયાળુ પણ થવું નહીં કે સમય પ્રમાણે વિવેકબુદ્ધિ વાપરી વર્તી લેવું.

મેં આ હતોત્સાહ થયેલા યુવાનને સમજાવવા પ્રયત્ન કર્યો, "ભાઈ, તારી બધી વાત સાચી, પરંતુ આટલી નાની બાબતમાં તારે ત્રણ દિવસની ઊંઘ બગાડવી પડે તેવા લાગણીશીલ ના થવાય, આપણા જીવનમાં જે કાંઈ બોધદાયક પ્રસંગ બન્યો હોય તેમાંથી

બોધપાઠ લેવો, લાગણીહીન અને દયાહીન તો ક્યારેય ના થવું. આપણા જીવનમાં આવો પ્રસંગ ક્યારેય પણ ફરીથી બને ત્યારે પ્રવર્તમાન સમય-સંજોગોને ધ્યાનમાં લઈ વિવેકબુદ્ધિનો ઉપયોગ વધારે કરવો, પછી જ માનવતાને ધ્યાનમાં લઈ નિર્ણય કરવો."

આ વાર્તાલાપ ચાલુ હતો ત્યાં બીજા યુવાને તેની જગ્યાએથી એકદમ ઊભા થઈ ધડાકો કર્યો, "મારા જેવું શીખવું ભાઈ, ક્યારેય ગોકળિયા ગાંડા થવું જ નહીં, મેં તો એક જ પ્રસંગથી જળ લીધું છે કે આપણું જ સંભાળવું, આખી દુનિયા દરિયામાં જઈને ડૂબી ના જાય, આપણે કેટલા ટકા?" મેં તેમને વચ્ચે અટકાવ્યા, "ભાઈ, તમને આ દુનિયા પ્રત્યે આટલી બધી નફરત કેમ છે?" તેની તેઓએ કથા અને વ્યથા કહેવા માંડી, "મેં એક વૃદ્ધ ડોસીને બસમાં મારી જગ્યાએથી ઊભા થઈ તેમને મારી જગ્યાએ બેસાડ્યાં એટલે તેઓ આભારવશ થઈ બોલ્યાં, "તારું સારું થશે ભઈલા હોં." કારણ, બસ પેસેન્જરોથી ભરેલી હતી. માજીને બે સ્ટેશન પછી ઊતરી જવાનું હતું એટલે મેં વિચાર્યું કે ત્યાં સુધીમાં મને ઊભા રહેવામાં વાંધો નથી."

આગળ સ્ટેશને બસ ઊભી રહી, ત્યાંથી આ ડોસીના કોઈક સગા બસમાં ચઢ્યા. બંને વાતો કરતાં હતાં. હું ઊભો-ઊભો તેમની અધકચરી વાતો સાંભળતો હતો.

ડોસીને ઊતરવાનું બસ સ્ટેશન આવ્યું એટલે ડોસીએ પેલા તેમના સગાને આગ્રહ કરી કહ્યું, "બેસી જાઓ અહીંયાં, આ મારી જગ્યા છે હોં, છેલ્લા સ્ટેશન સુધી તારે કોઈ ચિંતા નહીં, આરામથી ઊંઘતા-ઊંઘતા જજો." હું તે જગ્યા ઉપર બેસવા આગળ વધ્યો. મને ખબર હતી કે બે સ્ટેશન પછી ડોસી ઊતરી જવાનાં છે એટલે હું મારી મૂળ જગ્યાએ બેસીને છેલ્લા સ્ટેશન સુધી આરામ કરતો રહીશ પણ ડોસીએ તો કમાલ કરી, તેમણે મને કહ્યું, "અલ્યા એ, આ જગ્યા તો મારી છે અને આ મારી ખાલી કરેલી જગ્યા ઉપર તો મારા સગા જ બેસશે, આ...ઘો જા અહીંથી." ડોસીનું આવું વિચિત્ર વર્તન અને વલણ જોઈ મને આઘાત લાગ્યો, ત્યાં જ ડોસીના સગા તાડૂક્યા, "અલ્યા એ,

ને કેટલી વખત કહું ? હટી જા અહીંથી, જગ્યાની પારાયણ ગાવાનું ંધ કરી દે, આ તો મારાં ફોઈબાએ મારા માટે ખાલી કરેલી જગ્યા , ફૂ...ટ અહીંથી." મને દૂર હડસેલી ડોસીના બળવાખોર સગા તે ગ્યાએ બેસી ગયા.

ના ડોસીએ મારી તરફેણ કરી કે બસના કોઈ ઉતારુંએ મારી ચ્ચાઈને અનુમોદન આપ્યું. ઉતારુંઓ મારી મૂર્ખતા ઉપર હસતા હતા. ોસી મારી સામું કતરાતી નજરે જોતાં-જોતાં નીચે ઊતરી જતાં રહ્યાં ને હું વાંસના ધોકાની જેમ ઊભો-ઊભો છેલ્લા બસ સ્ટેશને ઊતર્યો ્યારે ઊતરતા ઉતારું મારી મૂર્ખતા કહો કે જે કહો તેના ઉપર દયા ાઈને મોં મલકાવતા હતા. મને મનમાં એવું થયું હતું કે આ ડોસીનો જો ફરીથી ક્યાંય ભેટો થઈ જાય તો ભરબજારે તેમની ખબર લઈ નાખું. ોલો, આ ડોસી મને મૂર્ખ બનાવી ગયાં, તમે મારી જગ્યાએ હો તો શું કરો? કોઈના ઉપર દયા ખાવા જેવી છે ખરી? એટલે મેં તો ત્યારથી જ નક્કી કર્યું છે કે **બસમાં કે બીજે ગમે ત્યાં પણ ક્યારેય કોઈની પાસે પણ જગ્યાની માગણી કરવી નહીં અને કોઈને પણ આપણી આરતી ઉતારે તો પણ જગ્યા ખાલી કરી આપવી નહીં.**" આ ભાઈની સાચી પારાયણને અમારે અધવચ્ચે અટકાવવી પડી. આ બંને પ્રસંગોમાં યુવાનોએ લાગણીમાં આવી કરેલી મદદમાં તેઓ મૂર્ખ બન્યા હોય તેવો તેમના વકતવ્યનો સારાંશ હતો. **અતિલાગણીશીલ માણસો હંમેશાં ટેન્શનમાં જલદી આવી જાય છે અને નાની બનેલી દુઃખદ ઘટનાન વિસરી શકતા નથી.** અરે! ઘણી વખત લાગણીશીલ લોકો સાચા હોવા છતાં પ્રશ્ન ઉકેલવાના બદલે સમસ્યાને ગૂંચવે છે અને નવી સમસ્યાઓ ઊભી કરે છે.

વર્તમાન સમયમાં દરેક માનવીએ લાગણીપ્રધાન ઓછા થવું અને વિવેકબુદ્ધિ વધારે વાપરવી. લાગણી ઉપર વિવેકબુદ્ધિનું વર્ચસ્વ હશે ત્યાં સુધી સજ્જન માણસનો કોઈ દુરુપયોગ નહીં કરી શકે, પરંતુ જ્યાં-જ્યાં અને જ્યારે-જ્યારે વિવેકબુદ્ધિ ઉપર લાગણીનું વર્ચસ્વ જોવા મળે છે ત્યાં કીમિયાગરો ફાવ્યા છે, જીત્યા છે અને જીતવાના જ.

(વિસામો)

તમારો સ્વભાવ, પ્રકૃતિ, તમારી લાગણીઓ, માન્યતાઓ અને તમારા મગજમાં ઘરબાયેલા વિચારોનું એક જ બીબાઢાળ ના બનાવો. કોઈ પણ સત્ય કે સિદ્ધાંતને વર્તમાનમાં ઊભા થયેલા સંજોગો પ્રમાણે મૂલવતાં અને વર્તન કરતાં શીખો. એક જ સત્ય અને એક જ સિદ્ધાંત દરેક બાબતમાં બંધબેસતો ના આવે અને એકસરખું પરિણામ આપતું ના પણ આવે. હૃદયમાં ભલી ભાવના તો રાખવી પરંતુ આપણી ભલી ભાવના આપણી મૂડી બનવાના બદલે ઉપાધિ બની જાય તેવા ગાંકળિયા ગાંડા થવું નહીં. તમારી નમ્રતા તમારી નબળાઈ પુરવાર કરે ત્યારે તમારે સમજી લેવું કે તમે ખોટી દિશામાં જઈ રહ્યા છો, આ ખોટી દિશા પણ તમારી બૂરી દશા બનીને રહેશે.

આટલું યાદ રાખજો : લાગણીવશ થઈ અજાણ્યા ઉપર દયા કરવામાં, તેને મદદ કરવામાં કે તેનો ઝઘડો પોતાના શિરે લેવામાં, પરિણામનો વિચાર કર્યા સિવાય “મસીહા” બનવા કૂદી પડનારાઓની કથાઓ હંમેશાં વ્યથાથી ભરેલી હોય છે.

ઉતાવળા અને આવેશમય માણસો હંમેશાં તેમના જીવનમાં પછડાટ ખાતા આવ્યા છે અને પછડાટ ખાતા રહેવાના. આવી પછડાટ જ આવા લોકો માટે ચિંતા અને ટેન્શન જન્માવે છે, **જે ટેન્શન માનવીને ઊધઈની જેમ આખી જિંદગી કોતરી ખાય છે.**

બધાં સુખ ભોગવવાનું માધ્યમ તો તંદુરસ્ત શરીર જ છે, જેમની તંદુરસ્તી બગડી તેમનું તો આખું જીવતર બગડવાનું, આ પૃથ્વીલોકનાં તમામ સુખ ભોગવવાનું એક માત્ર અમૂલ્ય માધ્યમ તો તંદુરસ્ત શરીર અને નિર્મળ મન જ છે.

(૮૧) સૌથી મોટી સમૃદ્ધિ, શરીરની તંદુરસ્તી : વાંચો

અમદાવાદના ગિરધરનગર વિસ્તારમાં પોતાનું માલિકીનું ક્લિનિક ચલાવતા એમ.ડી.મેડિસિનમાં ગોલ્ડ મેડાલિસ્ટ નિષ્ણાત ફિઝિશિયન ડૉ. શ્રી પિનાકિન સોનીએ એક મુલાકાતમાં નિખાલસતાથી

જણાવ્યું હતું કે, "ડિપ્રેશન એટલે કે માનસિક તણાવનો ભોગ માત્ર ડૉક્ટર સિવાયના લોકો જ બને છે તેવું નથી પણ અમારા વ્યવસાય સાથે જોડાયેલા **ઘણાય ડૉક્ટર ડિપ્રેશનમાંથી ઉદ્ભવતા રોગોનો શિકાર બનતા જાય છે."** તેમણે દૃષ્ટાંત આપી વધારે સ્પષ્ટતા કરતાં જણાવ્યું, "મારી ઉંમરના એટલે કે ૪૨ થી ૪૪ ઉંમર સુધીના અતિવ્યસ્ત નિષ્ણાત બે-ત્રણ ડૉક્ટર કે જેમને હું બરાબર ઓળખું છું, તેઓ હૃદયરોગના નિષ્ણાત ડૉક્ટર હોવા છતાં અમદાવાદની વિવિધ હોસ્પિટલોમાં આઈ.સી.સી.યુ.માં દાખલ થઈ હૃદયરોગ-ડાયાબિટીસ અને અન્ય ઘાતક રોગોની સારવાર લઈ આવ્યા છે. તે પોતે જ ડિપ્રેશનનો ભોગ બન્યા છે." મેં તેમને અધવચ્ચે અટકાવીને તેનું કારણ પૂછ્યું તો તેઓ હસીને બોલ્યા, "કારણ બીજું તો શું હોય? આપણું શરીર પણ કુદરતે બનાવેલાં રહસ્યથી ભરેલું એક મશીન છે તેવું તો અમે અમારા દર્દીઓને સમજાવીએ છીએ. બધાં કામ પડતાં મૂકી સૌપ્રથમ તમે તમારા શરીરની તંદુરસ્તી જાળવો, પરંતુ માનવ-સ્વભાવની વિચિત્રતા કહો કે જે કહો તે કે તે બાબત અમે ખુદ સમજવા તૈયાર નથી, માત્ર સફળતાની આંધળી દોટ કહો, વધારે પડતી પદ, પ્રતિષ્ઠા, પ્રસિદ્ધિ અને પૈસાની લાલચ કહો તો લાલચ, પરંતુ અમારા ઘણા વ્યવસાયી સાથીઓ એ મહત્ત્વાની બાબત ભૂલી જાય છે કે **શરીર અને મગજના જ્ઞાનતંતુ પાસે તેની લિમિટ કરતાં પણ વધારે કામ લેવામાં આવે ત્યારે તેનું પરિણામ બીજું શું હોઈ શકે? મશીન પણ થાકે કે ના થાકે!** તેને પણ નક્કી કરેલા દિવસે આરામ આપી સર્વિસ કરાવીએ છીએ તો આ તો માનવીનું નાજુક શરીર છે, **સ્ટેટસને અમે સ્ટ્રેસમાં તબદીલ કરી નાખ્યું,** પરિણામે શરીરનું મેટાબોલિઝમ અસ્તવ્યસ્ત થઈ ગયું, તેમાં દોષ કોનો? જ્યારથી ડૉક્ટરો સ્ટેટસ કરતાં દર્દીની સારવારને વિશેષ મહત્ત્વ આપશે ત્યારથી કોઈ ડૉક્ટર સ્ટ્રેસનો શિકાર નહીં બને. **અરે! આ વ્યવસાયની સાથે કુદરતની થોડીક પણ બીક રાખવામાં આવે તો ડૉક્ટર્સ અને દર્દીઓના ઘણા પ્રશ્નો ઓછા થઈ જાય,** સમજ્યા હું શું કહેવા માગું છું...! દર્દી અને ડૉક્ટરનું

ડિપ્રેશન આપોઆપ ભાગી જશે." માર્મિક હાસ્ય સાથે તેમણે વાર્તાલાપ પૂરો કર્યો.

અમે હસતાં-હસતાં છૂટા પડ્યા ત્યારે મને એક મહાન આયુર્વેદાચાર્યની માર્મિક સલાહ યાદ આવી, **"ડૉક્ટર, વૈદ્ય કે હકીમ પાસે જતાં પહેલાં આપણે અડધા ડૉક્ટર જાતે થવું કે મારા આ શરીરમાં મારી કઈ ખરાબી કે ખામીના કારણે તકલીફ ઊભી થઈ છે?** આપણા જીવનની આદતો, ખાણી-પીણીની ટેવો-કુટેવો, રહેણી-કરણી, મજબૂરી, મર્યાદાઓ અને સ્વભાવના માત્ર આપણે પોતે જ સૌથી વધારે માહિતગાર હોઈએ છીએ, આપણે ડૉક્ટર પાસે જઈને બી.પી. મપાવીશું તો જો વધેલું હશે તો ઘટવાની દવા આપશે અને ઘટ્યું હશે તો વધવાની દવા આપશે, પરંતુ આ બી.પી. નામની બલાના વધઘટ થવાના કારણના સાક્ષી તો માત્ર આપણે એકલા જ હોઈએ છીએ, આપણી હૈયાસગડીમાં સળગેલો દાવાનળ જ આ બી.પી. નામની બલાનું વધઘટનું કારણ છે."

હૈયાવરાળ હિતેચ્છુ આગળ ખાલી કરવામાં જ હાશ છુપાયેલી છે, પરંતુ બધું હૈયાસગડીમાં ધરબી રાખવામાં તો દાવાનળ છુપાયેલો હોય છે.

આપણા જીવન સાથે સંકળાયેલી પ્રવૃત્તિઓને આપણે કયા અને કેવા દૃષ્ટિકોણથી મૂલવીએ છીએ તેના ઉપર જ "આનંદ કે આફત"નો આધાર છે.

વિસામો

જ્ઞાની, સંમજદાર અને કાયર તો કદાચ વિશ્વાસઘાત સહન કરી લેશે, પરંતુ અતિલાગણીશીલ અને અતિભાવુક માણસો વિશ્વાસઘાત સહન કરી શકતા નથી. તેઓ કાં તો માનસિક રોગી થઈ જાય છે અને અતિભલમનસાઈના લીધે વિશ્વાસઘાતનો ભોગ બની આખી જિંદગી દુ:ખી થઈ પસ્તાય છે.

બહુ જ લાગણીશીલ વ્યક્તિઓ ડિપ્રેશન અને કીમિયાગરોનો શિકાર જલદી બને છે. જીવનની સાચી શાંતિ સમસ્યાની ચિંતા

કરવામાં નહીં, પરંતુ જીવનમાં ઉદ્‌ભવતી સમસ્યાને મૂળમાંથી જ રોકવામાં અને કુદરતના ચક્રવ્યૂહથી આવેલી સમસ્યાને વિવેકબુદ્ધિ અને હિંમતપૂર્વક સામનો કરી તેનો સાચો ઉકેલ લાવવામાં જ છે.

નબળા અને નમાલા મનવાળા લોકો વિશ્વાસઘાતનો આઘાત ક્યારેય સહન કરી શકતા નથી કે નથી પ્રતિકાર કરી શકતા, પરંતુ પોતાના ભાગ્યને દોષ દઈ બધું સહન કર્યે જ રાખે છે.

(૮૨) અતિવિશ્વાસ એ જ વિશ્વાસઘાતનું મૂળ : વાંચો

મારા મિત્રની એક બહુ મોટી પેઢીમાં તેમના જ વિશ્વાસુ હિસાબનીશ એટલે કે મહેતાજીએ બહુ મોટી રકમનું ફુલેકું ફેરવી દીધું. આ ભાઈને ખબર પડે ત્યાં સુધીમાં તો ઘણું મોડું થઈ ગયું હતું. પેઢી મોટી આર્થિક મુશ્કેલીમાં આવી ગઈ. તેમના શરીરના રોમે-રોમમાં ક્રોધ સવાર થઈ ગયો હતો, "બસ, મહેતાજીને પતાવી દઉં, તેના આખા પરિવારને પતાવી દઉં, સાલા દગાખોરની એવી દશા કરું કે આખી દુનિયાના મહેતાજી તેનામાંથી બોધપાઠ લે." મેં તેમને અટકાવ્યા, "**તમે આ વિશ્વાસઘાતમાંથી બોધપાઠ લીધો છે તે પૂરતો છે, જગતના મહેતાજીઓને બોધપાઠ ભણાવવા જતાં તમે ઊલમાંથી ચૂલમાં પડશો,** ગુમાવેલાં નાણાં શક્ય હોય તેટલાં પાછાં મેળવવા જલદી પ્રયત્ન કરો પણ મહેતાજીને પતાવી દેવામાં તો નાણાં જશે અને તમે આખી જિંદગી જેલમાં પડ્યા-પડ્યા સડશો."

આ ભાઈ માંડ શાંત થયા, **મહેતાજીએ** પણ શેઠ સામે તીર તાક્યું હતું, "બધો બે નંબરનો હિસાબ મારી પાસે પુરાવા સહિત છે, ઈન્કમટેક્સ અને અન્ય તમામ સરકારી એજન્સીઓમાં તેમનો ભાંડો ફોડી દઈશ. મેં તેમનું જેટલું કરી નાખ્યું છે તેનાથી પણ અનેકગણું સરકારમાં ભરાવડાવીશ અને જેલ થશે તે તો જુદી."

સજ્જન, સારા અને હિતેચ્છુઓને સમાધાનમાં લાવવાથી પ્રશ્નનો ઉકેલ આવતો હોય તો પ્રથમ પગથિયું તે જ ભરાય. સમાધાનમાં તમે જેટલું ગુમાવો તેને તમારી અતિભલમનસાઈને

જાળવી રાખવાનો દંડ સમજજો. આપણા દેશની ન્યાયપ્રથાના ચક્રવ્યૂહમાં ફસાનાર સાચી વ્યક્તિ પણ ઘણી વખત ખોટી રીતે દંડાઈ જાય છે.

આ શેઠ સાહેબે, મહેતાજીની ચુંગાલમાંથી છૂટવા ઘણું બધું જતું કરી છેવટે સમાધાન કરી મન મનાવી લેવું પડ્યું. અતિશય ચિંતા અને વિચારવાયુના લીધે તે દારૂના રવાડે ચડ્યા, ડાયાબિટીસ અને બ્લડપ્રેશરનો રોગ શરીરમાં ઘૂસી ગયો તે નફામાં.

તેમના ખબર-અંતર પૂછવા હું તેમના ઘરે ગયો ત્યારે સહજ ભાવથી પૂછ્યું, "તમે કહો છો તે પ્રમાણે તમારા મહેતાજી તમને બહુ જ વફાદાર હતા તો તેમણે આટલી હદે કેમ જવું પડ્યું ?" થોડીક વાર શાંત રહી ઊંડો શ્વાસ લઈ ધીમેથી બોલ્યા, "મરવા દો... મહેતાની વાત... સાલાએ મારો એક જ શબ્દ પકડી લીધો, જ્યારે અમે માર્ચ એન્ડિંગના હિસાબોના હવાલા સમજી રહ્યા હતા ત્યારે એક સીધો-સાદો હવાલો મહેતાજીની સમજમાં ના આવ્યો. માનો ને કે હું તેમને સમજાવી ના શક્યો એટલે મારો પિત્તો ગયો અને મારાથી આવેશમાં બોલાઈ ગયું, "સાલા બળદિયા, આટલો સીધો-સાદો હવાલો, તારી સમજમાં આવતો નથી, ફૂટ... બહાર જા અહીંથી" બસ, અહીંથી મારી મહાદશા બેઠી. તે બહાર જતો રહ્યો. બે-ત્રણ દિવસ પછી તેણે રાજીનામું આપી દીધું, અમે અમારા અહમમાં તેનું રાજીનામું સ્વીકારી પણ લીધું, પરંતુ રાજીનામું આપ્યું ત્યાં સુધીના બે-ત્રણ દિવસમાં તેણે બે નંબરના કાગળોની ઝેરોક્ષ કઢાવી લીધી અને સરકારી ખાતાઓમાં જ્યાં-ત્યાં ધકેલી દીધી અને ત્યારથી મારી મહાદશા બેઠી." નિરાશાભર્યા સ્વરે બોલતાં-બોલતાં તેમના પલંગમાં આરામ માટે લાંબા થયા.

અપમાન તો સંતાયેલું વેર અને ઝેર છે, નાના અને નકામા દેખાતા માણસનું અપમાન ક્યારે અને ક્યાં તમને મહામુશ્કેલીમાં ઉતારી દે તે તો સમય જ બતાવે છે.

અતિલાગણીશીલ અને અતિઆવેશમાં આવી જતા લોકો સમસ્યાના મૂળમાં જવાના બદલે સમસ્યાના નકારાત્મક પરિણામ વિશેના વિચારો અને ભાવનાઓને વલોવ્યા કરે છે, વાગોળ્યા કરે છે

અને ચિંતાતુર થઈને છેવટે ડિપ્રેશન તથા નિરાશામાં ગરકાવ થઈને જગતને નફરત કરતાં-કરતાં છેવટે દુઃખી દુઃખી થઈને મરે છે.

વિસામો

જે વ્યક્તિની લાગણીઓ ઘવાયેલી હોય તે વ્યક્તિની વિચારશક્તિ પણ લકવાગ્રસ્ત થઈ જાય છે. વિશ્વાસઘાતનો ભોગ બનેલી વ્યક્તિના હૃદયમાં વિશ્વાસઘાત કરનાર પ્રત્યે નફરત, વેર અને ઝેર પેદા થાય છે, તે ક્યારેય માફ પણ નથી કરતી અને ભૂલતી પણ નથી, પરંતુ મોકો મળતાં બેગણા વિશ્વાસઘાતથી બદલો લે છે.

વિશ્વાસઘાતનો ભોગ બનેલી દુઃખી વ્યક્તિને તેના જીવનમાં બનેલી દુઃખદ ઘટનાને ક્યારેય યાદ કરાવવી નહીં. અરે! તેના દુઃખને ભુલાવવા પણ બહુ પ્રયત્ન કરવો નહીં, પરંતુ તેના જીવનમાં સુખદ ઘટનાઓ અને ઊજળા ભવિષ્યનું તેજ ભરી દેવું, જેથી તેના દુઃખના વિચારો અને દુઃખદ કલ્પનાઓ દૂર થતી જશે અને સુખદ ઘટનાઓ તેના જીવનમા બનતી જોવા મળશે. દુઃખી વ્યક્તિના જીવનમાં આશા ઉમંગ અને ઊજળા ભવિષ્યનો માહોલ જમાવી દેવો, ધીમે-ધીમે તે દુઃખી વ્યક્તિ ચિંતા અને ટેન્શનમાંથી બહાર નીકળી સુખી થશે.

જીવનમાં ઉદ્ભવતી સમસ્યાઓને દિમાગના પરિસરમાં જ રહેવા દેવી અને હૈયામાં ધરબાયેલી હિંમતથી તેનો ચોકી-પહેરો કરવો, પરંતુ તે સમસ્યાને હૃદયના પરિસરમાં ક્યારેય ઘૂસવા દેવી નહીં. સમસ્યા જ્યાં સુધી બુદ્ધિ અને હિંમતના અંકુશમાં રહેશે ત્યાં સુધી તે તમારું કાંઈ પણ બગાડી શકશે નહીં, પરંતુ **જ્યારથી સમસ્યા તમારી લાગણી, બુદ્ધિ અને હિંમત ઉપર સવાર થઈ તમને ઘમરોળવા લાગે ત્યારે તમે સમજી લેજો, હવે તમારા ભુક્કા બોલી જવાના. સમસ્યાને નાથવા માટે હિંમત જ સૌથી મોટું હથિયાર છે.**

જગતના લોકો દુઃખી છે કારણ : પોતે જે કાંઈ નથી તે જગતને જોરશોરથી બતાવવાનો પ્રયત્ન કરે છે અને પોતે જે કાંઈ અસલ સ્વરૂપે છે તેને અથાગ પ્રયત્નો કરી ચોરની જેમ સંતાડવાનો પ્રયાસ કરે છે.

(૮૩) અજ્ઞાનતા એ જ આશીર્વાદ : વાંચો

એક જિલ્લા મથકના શહેરમાં **"વડીલોનો મેળાવડો"** યોજાયો હતો, તેમાં મારે મહેમાન તરીકે જવાનું થયેલું. આ સભામાં એક તઘલગી કાકા ઊભા થઈ વિના મંજૂરીએ બબડવા લાગ્યા, "હું તો ચિંતા કરતો જ નથી, પડે તેવું દેવાય, ખોટું કરવું નહીં અને ખોટું સહન કરવું પણ નહીં, આ મારો જીવનમંત્ર છે, સમસ્યા હોય કે ડખા હોય મારું શું બગાડી લેવાનાં છે? આ શરીર છે ત્યાં સુધી આધિ, વ્યાધિ અને ઉપાધિઓ આવવાની જ, આ માયાજાળમાંથી અવતારી મહાપુરુષો પણ બચ્યા નથી તો વળી આપણે ક્યાંથી બચવાના છીએ! **મન અને મગજ ઉપર જેટલું લો તે બધી ઉપાધિઓ જ છે અને જેટલું ધકેલતા રહો તેટલી ઉપાધિઓ ઓછી, કરમ-બરમ જેવું કાંઈ છે જ નહીં, આ બધી મનની માયા છે.** મન અને મગજ ઉપર કાંઈ લેશો જ નહીં તો તમને કાંઈ નહીં થાય, આંખ મિચાઈ ગઈ એટલે બધો ખેલ ખતમ, કોઈ કોઈનું નથી, આ શરીર આપણી સાથે નથી આવવાનું પછી બધા લોહી-ઉકાળા શું કામ માથે લઈને ફરવા, જેને જે કરવું હોય તે કરે. મારે શું કરવું જોઈએ તેટલી મને ખબર છે, પછી દુનિયા જઈને પડે ના દરિયામાં, કાલે મરતા તો આજે મરીએ, આપણા વિના આ જગત કાંઈ અટકી પડવાનું નથી, **સમસ્યાની લપમાં બહુ પડવું નહીં, ફટ લઈને પાર મૂકવો,** ડખા જેટલા ઉકેલાય તેટલા ઉકેલવા મથવું, બાકી વધેલા ડખા આપણી સાથે સ્મશાનમાં ભેગા બળી જવાના, હાય...હાય વળી શું, ભગવાન રાખે તેમ રહેવું અને આપણી મસ્તીમાં જીવવું." કાકા એકધારું બોલવાથી શ્વાસ ચઢતાં નીચે બેસી ગયા એટલે અમને હાશકારો થયો.

આ સંસારમાં માનવી એકલો રહીને જીવી શકતો નથી, પ્રત્યક્ષ સ્વરૂપે કે અપ્રત્યક્ષરૂપે માનવીને માનવીનો સહારો અને હૂંફ જોઈએ જ. કોઈ પણ **માનવીના જીવનમાં ઉદ્‌ભવેલી સમસ્યાના ઉકેલ માટે માનવીનો જ સહારો લેવો પડે છે. માનવીના જીવનમાં આવેલી સમસ્યા તે કોના સહકાર-સહયોગ કે સલાહથી ઉકેલે છે તે બહુ મહત્ત્વનું છે.**

સમસ્યા જેના માથે આવીને પડી છે તે વ્યક્તિ તે સમસ્યાને કેવા દૃષ્ટિકોણથી મૂલવે છે, કેવી વ્યક્તિનો સાથ-સહકાર લે છે અને તેને ઉકેલવા કેવી રીત-રસમ અપનાવે છે તેના ઉપર જ મુખ્ય આધાર છે. આપણી સમસ્યા હલ કરવા આપણે જ શરૂઆત કરવી પડે છે.

સલાહકારો, મિત્રો અને સંબંધો માનવીના જીવનનું અભિન્ન અંગ છે. **તમે એટલું યાદ રાખજો, તમારા જીવનમાં આવેલી સમસ્યાને ઉકેલવા તમે જેમનો સાથ-સહકાર અને સલાહ લઈ રહ્યા છો તે તેમની પાત્રતા અનુસાર સલાહ આપશે,** તેમની સાથેના તમારા સંબંધો બહુ જ મહત્ત્વનું કામ કરે છે. સજ્જન સલાહકાર કરતાં વફાદાર અને વિશ્વાસુની સલાહ જુદી પણ હોઈ શકે, ફી લઈને સલાહ આપનારની સલાહ પણ અલગ હોઈ શકે. આ બધી પરિસ્થિતિનો છેવટનો આધાર તો તમારી માનસિકતા ઉપર જ અવલંબે છે.

દુર્બળ માનસિકતાવાળા ગમે ત્યાં અને ગમે તેની સલાહ શિખામણમાં દોરવાઈ જાય છે, તેમની પાસે સારા-નરસા કે પરિણામનો વિચાર કરવાની વિવેકબુદ્ધિનો અભાવ હોય છે.

માનસિક નબળા માણસો હંમેશાં સમસ્યાને સામેથી આમંત્રણ આપે છે અને માનસિક સબળા માણસોથી તો સમસ્યા દૂર ભાગે છે. **જીવનમાં લેભાગુ સલાહકારો, પાત્રતા વિનાના મિત્રો, અનુભવ વિનાના ઉપદેશકો અને મતલબી સગાં-સંબંધીની સલાહનું આંધળું અનુકરણ કરનારાઓના તો ભૂંડા હાલ થાય છે.** અરે! ત્યાં સુધીની પાયમાલી થાય છે કે તેમનો પડછાયો પણ તેમને છેવટનો સાથ નથી આપતો અને તેમના મૂળભૂત જીવનમાં પાછું વળવા માટે એક પણ ઉપાય બચ્યો નથી હોતો.

જીવનમાં પ્રાપ્ત કરેલી ગમતી વસ્તુ, પદ કે પૈસાનો મહત્તમ સારો ઉપયોગ કરવામાં આનંદ સમાયેલો છે, વહાલી વ્યક્તિને સાચવી રાખવામાં તો અત્યંત ખુશી સમાયેલી છે, પરંતુ બધું ગુમાવ્યા પછી પણ શાંત રહેવામાં તો સાચી આધ્યાત્મિક સમજણ છુપાયેલી છે.

---

(૮૪) નબળા મનની નિશાની, અંધશ્રદ્ધા : વાંચો

આખો સંસાર શ્રદ્ધાથી ટકી રહ્યો છે, વિશ્વાસથી જીવે છે, પરંતુ આશામાં જ દિવસો વિતાવે છે.

અમે એક ગામમાં અંધશ્રદ્ધા નાબૂદી વિશેના કાર્યક્રમમાં ભાગ લેવા ગયા હતા. આશ્ચર્યની વાત તો એ હતી કે જે ભાઈએ આ સમગ્ર કાર્યક્રમનું આયોજન કર્યું હતું તે કાકા પોતે જ આવા અંધશ્રદ્ધાના ડિંડકનો ભોગ બન્યા હતા.

કાર્યક્રમની શરૂઆત પહેલાં આયોજકકાકા તેમના ઘરે જ તેમની કથા-વ્યથા કહેવા લાગ્યા, "ઘરમાં એક પણ દિવસ શાંતિ ના રહે, આખા ગામને ખેતીમાં સવળું પડે તો મારે એકલાને જ ખેતીમાં અવળું પડે, એક છોકરી તેની સાસરીમાંથી રિસાઈને મારા ઘરે પિયરમાં આવી અડિંગો જમાવ્યો, દારૂડિયો જમાઈ કમોતે મરી જવાથી મોટી દીકરી વિધવા થઈ, મારો છોકરો મારા ઘરના લોહી-ઉકાળાથી કંટાળી તેની વહુને લઈને જુદો રહેવા જતો રહ્યો, મારાં ઘરવાળાં ડોસીના બે પગના ઢીંચણમાં વા હતા, તેમનાથી તેમની દૈનિક ક્રિયાઓ પણ થાય નહીં એટલે મારે તેમને ઉથામવાનાં, હું શું કરું ! હું તો બધી જ દિશાથી હાર્યો હતો અને થાક્યો હતો, મારા એક હિતેચ્છુ મિત્ર મને એક લેભાગુ જ્યોતિષી પાસે ગ્રહો જોવડાવવા લઈ ગયા. જ્યોતિષીએ ટીપણામાં અને મારો હાથ જોઈ કહ્યું કે અવળા ગ્રહોની મહાદશા ચાલે છે. વિધિ કરાવવી પડશે. બસ, સાચી મહાદશા તો ત્યાંથી શરૂ થઈ. એક પછી એક જ્યોતિષી અને તાંત્રિકોને મળતો ગયો અને તેમના કહેવા પ્રમાણે નવા-નવા નુસખા કરતો ગયો અને તેમાં ઊંડો ને ઊંડો ઊતરતો ગયો, પૈસે-ટકે અને માનસિક રીતે પણ હું બરબાદ થતો ગયો. એક ભૂવા-તાંત્રિકે ૧૦૧% ધાર્યું કામ કરી આપવાની ગેરંટી આપી ચોવીસ કલાકમાં મહાદશા ખતમ કરવાની ખાતરી આપી વધારે નાણાંની માગણી કરી. અમારા ઘરમાં ડાકલાં ઘૂસ્યાં, મારી ઘરવાળી ડોસી પણ ધૂણવા લાગી, ભૂવાએ, રિસાઈને આવેલી દીકરી સાથે ઘરોબો કેળવવા માંડ્યો. મારો આખો પરિવાર મારી નજર સામે જ બરબાદ

થઈ રહ્યો હતો. ભૂવા અને તાંત્રિકો માટે મારું ઘર સ્વર્ગ સમાન લાગવા માંડ્યું. હું ચારેય દિશાએથી બરબાદ થઈ રહ્યો હતો. હું માનસિક રીતે એટલો બધો નબળો અને ઢીલો થઈ ગયો કે મને જે કાંઈ સલાહ આપે કે નુસખા કહે તેનો હું તાત્કાલિક અમલ કરતો અને રોજ નવી આફત ઊભી કરતો.

એક દિવસ મહાદશાએ પોત પ્રકાશ્યું, રિસાઈને મારા ઘરે પિયરમાં આવેલી મારી યુવાન દીકરીને લઈને પેલો ભૂવો-તાંત્રિક ભાગી ગયો. મારા ઘરમાં જે કાંઈ હતું તે પણ મારી ભાગેડું દીકરી બધું સાફ કરી ગઈ. હવે હું દશેય દિશાએથી લૂંટાઈ ગયો હતો. ઢોર-ઢાંખર અને મકાન વેચતાં પણ હું દેવાના ડુંગરમાંથી બહાર નીકળી ના શક્યો.

મારા એક ભણેલા-ગણેલા સાળા જે પાંડુરંગ શાસ્ત્રીનું સ્વાધ્યાય કેન્દ્ર ચલાવતા હતા, જેમની હું ક્યારેય સાચી શિખામણ સાંભળતો નહતો છતાં પણ તે બિચારા તેમની મૂછ નીચે રાખીને મને અને તેમની બહેનને ઘડપણમાં તેમના ગામ અને ઘરે લઈ ગયા.

અમે બંને દરરોજ સ્વાધ્યાય પરિવારમાં જતાં, સમય જતાં અમારી દૃષ્ટિ અને દિશા બદલાઈ, ત્યાં કોઈ પણ ભૂવો કે તાંત્રિક તેમના ઘરે મારી પાસે નાણાંની ઉઘરાણી કરવા આવી શકે તેમ નહોતો તેવી તેમની હાક અને ધાક હતી.

અમે દરરોજ સમૂહમાં ગાયત્રી મહામંત્રનું રટણ કરતાં અને ભગવાન શ્રીકૃષ્ણનું સ્મરણ કરી દરરોજ આજીજી કરતાં, “દ્રૌપદીની ઈજ્જત સાચવી, નરસિંહ મહેતાની ઈકોતેર પેઢી તારી દીધી અને સુદામાની દિશા અને દશા બંને બદલી નાખ્યાં, તો હે પ્રભુ તમે અમને પણ આ મહાઆફતમાંથી બહાર કાઢજો.”

નવી જગ્યા, નવા વિચારો, નવા માણસો અને નવી દિશાએ અમારી દશા બદલી નાખી. અમારામાં પુનઃ જોમ અને જુસ્સો પરત આવ્યાં. હાલમાં મારામાં ડર જેવી કોઈ ચીજ નથી, અમે હિંમતથી અમારા ગામ પાછાં આવ્યાં ત્યારથી કોઈ ભૂવા-તાંત્રિકની તાકાત નથી કે મારા ઘરની સામું પણ જોઈ શકે. આ બધી ઈશ્વરની કૃપા છે અને

સાચું કહું તો આ મારા સગા-સાળાનો તો આભાર માનું તેટલો ઓછો છે, નહીંતર અમે ક્યારનાંય રાખ-માટી થઈ ગયાં હોત, છેવટે આજે અમને ખ્યાલ આવ્યો કે **જ્યાં નબળી માનસિકતા હોય છે ત્યાં જ ભૂવા અને તાંત્રિકો અડ્ડો જમાવે છે."** દાદા તેમની કથા અને વ્યથા કહેતાં રડી પડ્યા હતા, પરંતુ અમને તેમની સાચી હિંમતનો પરચો ત્યારે દેખાયો કે તેમણે પોતે જ પોતાના ખર્ચે અને તે પણ પોતાના ગામમાંથી જ **"અંધશ્રદ્ધા નાબૂદી અભિયાન"**નો શુભારંભ કર્યો.

વિસામો

આ સંસારમાં જેમનું પણ પતન થયું છે તેમના જીવનમાં થોડું પણ ડોકિયું કરી જોજો, તેમના પતનના કારણોમાં કાં તો તેમના સલાહકારો ખોટા અને ખરાબ હશે અથવા તેમની સોબત ખોટા, ખરાબ અને જૂઠા લોકો સાથે હશે, પરંતુ આ બધામાં મહત્ત્વનું કારણ તો તે છે **કે માનસિક રીતે નબળા માણસો બધી જ જગ્યાએ ફસાય છે.** આપ સૌના જીવનમાં પતન કે પ્રગતિમાં સલાહકારો અને સોબત જ પાયામાં હોય છે. આપણે સૌએ જીવનમાં આટલી બાબતો યાદ રાખવી જ : **સજ્જન, શૂરવીર, સમૃદ્ધ, સંત કે સમજદાર સાથે મિત્રતા કે ઘરોબો કેળવશો તો આપણા જીવનમાં દુઃખ ઓછું આવશે અને જો દુઃખ આવશે તો તેમાંથી પણ બહાર નીકળવાનો રસ્તો મળશે અને ખોટા, ખરાબ અને જૂઠા લોકો સાથે ઘરોબો રાખશો તો આધિ, વ્યાધિ અને ઉપાધિ સરનામા વિના પણ તમારું ઘર શોધી કાઢશે અને તમને ટેન્શનમાં ધકેલી પાયમાલ કરી નાખશે.**

પ્રેમ અને પરમેશ્વર ક્યારેય નાણાંથી ખરીદી શકાતાં નથી. નાણાંથી ખરીદાયેલા પ્રેમમાં તો દગો છુપાયેલો હોય છે અને પરમેશ્વરના નકલી સ્વરૂપમાં છુપાયેલા ગુરુમાં તો નર્યો દંભ અને માત્ર પાખંડ જ છુપાયેલો હોય છે.

(૮૫) પ્રાણ-પ્રકૃતિ સાથે જ જાય : વાંચો

મનુષ્યના જીવનમાં તેમનો સ્વભાવ અને પ્રકૃતિ જ તેમની

અગતિ અને પાયમાલીનું મુખ્ય કારણ હોય છે. તમે તમારો સ્વભાવ અને પ્રકૃતિને ભલે બદલી ના શકો, પરંતુ તેની "મર્યાદા"ની તો બરાબર ખબર હોવી જ જોઈએ અને તમે જેની સાથે કામ લઈ રહ્યા છો અથવા કોઈ પણ સંબંધથી જે વ્યક્તિ તમારી સાથે જોડાયેલી છે તેનો સ્વભાવ, પ્રકૃતિ અને તેના અંતઃકરણમાં પડેલા ભાવને પારખવાની તમારી પાસે તીક્ષ્ણ બુદ્ધિ હશે તો તમારા જીવનમાં ઉદ્‌ભવતા પ્રશ્નોને તમે શક્ય તેટલા ઘટાડી શકશો, હલ કરી શકશો.

કોઈ પણ વ્યક્તિ સાથે નજીકનો સંબંધ કેળવતાં પહેલાં તેના સ્વભાવ અને તેના અંતઃકરણમાં પડેલા ભાવને તમે પારખી શકશો તો, તેનું તો જે થવાનું હશે તે થશે, પરંતુ તમે મોટા સંકટમાંથી જરૂર ઊગરી જશો.

આટલું યાદ રાખજો : માનવીના સ્વભાવ, પ્રકૃતિ, ખૂબી અને ખાસિયત ક્યારેય બદલી શકાતાં નથી, તેમનો બાહ્ય બદલાવ માત્ર માયાવી હોય છે.

મારા એક મિત્રના મિત્રનું મગજ ગણો કે સ્વભાવ ગણો કે વર્તન ગણો, પરંતુ બધુંય ચટગાંડિયું. મને જ્યારે તેમની સાથે પ્રથમ પરિચય થયો ત્યારે એવું લાગ્યું કે આવા ચટગાંડિયા સાથે મારો મિત્ર કઈ રીતે સંબંધ જાળવી શકે છે.

મેં જ્યારે તેમની સાથે પ્રથમ મુલાકાતમાં સહજતાથી પૂછ્યું, **"પ્રભુ, તમે ઘરેથી પધાર્યા!" તો તેમણે મને ધડાક દઈને કહ્યું, "તો શું જંગલમાંથી આવતા હોઈશું,** તેમ માનો છો !" હું આ ભાઈના સ્વભાવથી સજાગ તો હતો છતાં પણ હું સાવધ થઈ ગયો અને તેમના સ્વભાવની વધારે પરીક્ષા કરવા આગળ ધપાવ્યું, "હમણાં-હમણાં બહુ ઠંડી પડે છે નઈ ?" તેઓ તાડૂક્યા, "અત્યારે થોડું ચોમાસું છે, તે વળી હેલી થાય!" તેમના સ્વભાવને હું અનુકૂળ થતો જતો હતો તેથી મેં મમરો મૂક્યો, "આજકાલ દેખાતા નહોતા તો જાત્રાએ ગયા હતા કે શું?" તરત જ તેમણે મને રોકડું પરખાવ્યું, "હું કાંઈ જોગટો નથી, તે આમ-તેમ ગામ-પરગામ ભટક્યા કરું." મેં વાર્તાલાપ બંધ કરવા હસીને

રજા માગી, "ચલો, હવે ઘરે જવા તમારી રજા લઈએ." તરત જ તેમણે વાતને મરોડી નાખી, "ઉપરવાળાની રજાચિઠ્ઠી આવશે એટલે કોઈનીયે રજા માગવા ઊભા નહીં રહો." મેં ચૂપ રહેવાનું પસંદ કર્યું.

મારા મિત્ર દૂરથી ઊભા-ઊભા આ તમાશો જોતા હતા અને મોં મલકાવતા હતા, પેલા લપથી છૂટા પડ્યા પછી મેં મારા મિત્રને આશ્ચર્ય સાથે કહ્યું, "યાર, આ તો ગજબની આઈટમ છે, તું આવા ચટગાંડિયા લોકો સાથે સંબંધ કઈ રીતે જાળવી શકે છે ? આવા લોકો સાથે સંબંધ રાખવાથી પણ શું ફાયદો!" તે હસીને બોલ્યો, "થાકી ગયા એટલામાં, તમને તેના સ્વભાવ સાથે તાલમેલ રાખી તેની સાથે કામ લેતાં નથી આવડતું, તેમાં દોષ તેનો નથી પણ તમારો છે, એ તો જે આઈટમ છે તે છે જ, તે તો તમે જાણો છે, પરંતુ તેના સ્વભાવ અને વર્તનને અનુરૂપ તમને વર્તન કરતાં નથી આવડતું, સમસ્યા ત્યાંથી સર્જાય છે. આમ છતાં તેના સ્વભાવ અને વર્તનને અનુરૂપ વર્તન કરતાં મને આવડે છે, તેથી કોઈ વાંધો આવતો નથી." મેં વાતનું સમાપન કરતાં છેલ્લી વખત પૂછ્યું, "તમને પણ આવા ઊંધા જવાબ આપે છે?" એટલે તેમણે હસીને કહ્યું, "હું પહેલેથી જ તેને ઊંધા સવાલો પૂછું છું એટલે તે સીધા અને સાચા જવાબો આપે છે, મેં તેને ક્યારેય એવું નથી કહ્યું કે તું આજે "પી"ને આવ્યો છે પણ પૂછું છું કે આજે તું શાહબુદ્દીન રાઠોડ જેવો ખુશમાં અને બિરબલ જેવો હાજરજવાબી લાગે છે." એટલે તે તરત જ હસીને કહેશે, "હા ભાઈ હા... આજે થોડું છાંટો-પાણી લીધું છે, આજે આ તમારા ભાઈબંધની બહુ ઉડાવશો નહીં હોં."

(વિસામો)

કોઈ પણ મહત્ત્વની વ્યક્તિ પાસેથી મહત્ત્વનું કામ કઢાવતાં પહેલાં તેની "નમ્રતા અને નબળાઈ, તેનો સ્વભાવ અને પ્રકૃતિ તથા તેની ખાસિયત અને ખામી" જાણી લેવાથી આપણું કામ સરળતાથી થઈ શકે છે. જેથી આપણા જીવનમાં પ્રશ્નો અને સમસ્યાઓ ઓછી ઉદ્‌ભવશે અને જેટલી સમસ્યાઓ ઓછી તેટલી શાંતિ વધારે, તેમજ જ્યાં શાંતિનું રાજ હોય ત્યાં ટેન્શન નામનો ડાકુ કઈ રીતે ઘૂસી શકે!

કોઈ મહાન તત્ત્વજ્ઞાનીએ સાચે જ કહ્યું છે કે અજ્ઞાનતા આશીર્વાદરૂપ હોય છે. કોઈ પણ માનવીને તેને જરૂર છે તેનાથી વણજોઈતી વધારે સમજણ પડે છે, તેનાથી જ તેને વધારે દુઃખ થાય છે. **પાગલ ક્યારેય ડાયાબિટીશ, બ્લડપ્રેશર કે હૃદયરોગથી મરતો નથી, કારણ તેને મગજ જેવું કાંઈ હોતું જ નથી** એટલે તેને સારું કે ખરાબ, સુખ કે દુઃખ, પોતાનું કે પારકું - આવી કોઈ સમજ તેનામાં હોતી નથી, **પરંતુ જ્યાં સમજણમાં લાગણી દાખલ થાય ત્યાંથી જ માનવીને જીવનમાં સુખ-દુઃખ તથા મારું અને તારુંનો અનુભવ થાય છે. આ સંસાર અને જગત પ્રત્યે લોકો જેટલા લાગણીશીલ વધુ તેટલું જ તેમના જીવનમાં દુઃખ અને ટેન્શન વધુ**.

વણજોઈતી બાબતોથી તમે જેટલા દૂર રહેશો, ખરાબ અને ખોટી બાબતો પ્રત્યે તમે જેટલા બેપરવા રહેશો અને નબળી અને નકામી બાબતોને તમારા દિલ-દિમાગમાં આવતી રોકશો તો જ તમને શાંતિ મળશે અને ટેન્શનમુક્ત જીવન જીવી શકશો.

તમારી પાસે જ્યારે કોઈ કંઈ પણ માગવા આવશે ત્યારે તે "ગરીબ ગાય" જેવું વર્તન કરશે, પરંતુ તમે રહેમ-દયાથી આપેલી તે વસ્તુ પરત માગવા જશો ત્યારે તે તમારી સાથે હડકાયા કૂતરા જેવું વર્તન કરશે.

(૮૬) ભોળ-ગાંડા બધા બુદ્ધુ : વાંચો

જે વૃદ્ધ માણસ તેનાં અનુભવોમાંથી કાંઈ પણ શીખતો નથી અને ઢળતી ઉંમરે પણ ભૂલો કર્યે જ રાખે છે, તેની પાસેથી તેનો પરિવાર કે સમાજ તો શું આશા રાખે ?

સુરત શહેરમાં એક કાર્યક્રમ પતાવી અમે એક સ્નેહી-સજ્જનની ઑફિસમાં વાર્તાલાપ કરતા હતા. આ ઑફિસમાં અમે જેમની સાથે વાર્તાલાપ કરતા હતા ત્યાં તેમના વયોવૃદ્ધ પિતાશ્રી પણ બેઠા હતા. અમારો વાર્તાલાપ સાંભળી તે વચ્ચે જ બોલ્યા, "તો શું તમે ટેન્શન દૂર કરવા બાબતે પુસ્તક લખી રહ્યા છો ? તો **તેમાં ખાસ લખજો, ટેન્શન-બેન્શન જેવું આ જગતમાં કાંઈ નથી, ટેન્શન નામની**

બલા હમણાંથી જ પેઠી છે, હું તો જિંદગી એવી રીતે જીવ્યો છું કે મારી બીકથી જ ટેન્શન ભાગી જાય. આ ટેન્શનની લપ પંદર-વીસ વર્ષ પહેલાં ક્યાં હતી ? જ્યાં જુઓ ત્યાં મારા ભાઈ બસ એક ટેન્શનની જ વાતો, છોકરાંને ભણવાનું ટેન્શન, વહુઓને સાસુ-સસરાથી અલગ રહેવા જવું છે તેનું ટેન્શન, યુવાનોને વધુ ધન કમાઈને સફળતા પ્રાપ્ત કરવાનું ટેન્શન, વેપારીને નાણાં ફસાઈ જવાનું ટેન્શન, નોકરિયાતોને સાહેબનું ટેન્શન. લેખક મહાશય તમે સાંભળી લો, **આ બધા ડખા આપણે જાતે જ ઊભા કર્યા છે, પછી બીજા કોઈને દોષ દેવાની જરૂર નથી.** આ મારા આયખાને નેવું વર્ષની ઉંમર થઈ, હજુ સુધી એકેય રોગ પેઠો નથી, હજુ અડીખમ છું." મને આ દાદાની વાતમાં રસ પડ્યો એટલે મેં વાત આગળ વધારવા તેમને દાણો ચાંપી જોયો, "તમારા માંઢામાં દાંત અડીખમ લાગે છે કે પછી ચોકઠું છે." દાદા તાડૂક્યા, "ના ભાઈ ના, મેં ક્યાં કોઈના દાંત પાડ્યા છે તો ભગવાન મારા દાંત પાડે? ભાઈસાહેબ આપણે તો સીધું-સાદું સમજ્યા છીએ, **સ્વપ્નમાં પણ કોઈનું ખરાબ કરવાનું વિચારવાનું પણ નહીં અને આપણા કાન કોઈ કાપી જાય તેવા ગોકળિયા ગાંડા પણ થવાનું નહીં** અને હા, આપણે તો આપણું જ સંભાળવાવાળા છીએ, આપણે કંઈ જગતને સુધારવાનો અને સમજાવવાનો ઠેકો નથી લીધો."

આ દાદા સાથેના વાર્તાલાપનું મુખ્ય હાર્દ હતું, આ સંસારમાં આપણે આપણી માયાજાળ બરાબર જાળવી શકતા ના હોય ત્યાં જગતને સુધારવા જવાનો શો અર્થ? આ જગત તો અવતારી મહાપુરુષોથી પણ સુધર્યું છે ખરું ? હર કોઈ બાબતમાં સુધારાની શરૂઆત આપણાથી જ કરવી. મારું મન તેમના વાર્તાલાપમાંથી જન્મેલા ચિંતનમાં ગરકાવ હતું ત્યાં આ દાદાએ વરસતાં વાદળાંની જેમ કડાકો કર્યો, "આટલી ઉંમરે મારે આ ઑફિસે આવીને અમસ્તું બેસવું મને સારું લાગતું હશે ? આ ઉંમરે મારે હરિભજન કરવાનું હોય કે મારા છોકરાની ઑફિસમાં તેનું રખોપું કરવાનું હોય, તે પણ સાઈટે પહોંચ્યો છે, બસ જ્યારે જુઓ ત્યારે દયાની જ વાતો કર્યા કરે."

શું વાત કરું સાહેબ ઘરની વાત કરતાં લાજી મરું છું પણ આ તો તમારું અંતઃકરણ જાણીને મારા દીકરાની હાજરીમાં તેની જ વાત કરું છું. આ મારો દીકરો ભલો નહીં ભોળગાંડો છે, લોકોની લાગણીભરી વાતોમાં ઝટ દઈને આવી જાય છે અને પછી કંઈ બખેડો થાય એટલે કહેશે મને ટેન્શન થઈ ગયું. ટેન્શનના કારણે બી.પી. અને ડાયાબિટીસનો દર્દી થઈ ગયો છે. હું નેવુંએ પહોંચ્યો છતાં તેના કરતાં હજુ વધુ જુવાની અને જુસ્સો ધરાવું છું.

અમે ત્રણ જ બેઠા હતા, દાદા શાંત થઈ ધીમેથી બોલ્યા, "લેખક ભાઈ, દયા ખાઈને આ ભાઈ, રસ્તામાં એકલી ઊભેલી સ્વરૂપવાન બહેને આજીજી કરતાં તે બહેનના કહેવા પ્રમાણે તેના ઘરે મૂકવા ગયા. ગયા પછી ફસામણી થઈ, ચાર-પાંચ લુખાઓ ભેગા થઈ આ ભાઈ સાહેબની ધોલાઈ કરી અને પૈસાનો મોટો તોડ પણ કર્યો, આટલેથી પણ આ ભાઈ સુધરતો નથી, રસ્તામાં એક અજાણ્યા યુવાનને સ્કૂટર પાછળ બેસાડેલો, તેને ઉતાર્યા પછી ઘરે આવીને જાયું તો આ ભાઈનું પાકીટ ગુમ, ઉઘરાણીના આવેલા રોકડા બધા રૂપિયા ગઠિયો લઈ ગયો. મને હજુ એ નથી સમજાતું કે આ મારો દીકરો ક્યાં સુધી ગોકળિયો ગાંડો રહેશે ?"

દાદાએ ઑફિસ બહાર ફૂટપાથ સામે હાથ લંબાવી દૂરથી બતાવ્યું, "આ જગ્યાએ એક ભિખારી પડી રહેતો હતો, આ દયાવાન પોતે અડધો ભૂખ્યો રહી તેનું અડધું ટિફિન તેને ખવડાવી દેતો, દિવસમાં બે-ત્રણ વખત તો ચા પિવડાવતા, ધીમે-ધીમે આ ભિખારી સશક્ત તો થયો અને આ ભોળગાંડાનાં મન અને મગજ પારખી લીધાં કે આ તો ગાંકળી ગાંડો છે, બસ ભાઈ સાહેબ તો ઘણી વખત **આ ભિખારીના ભરોસે ઑફિસ ઉઘાડી અને નધણિયાતી રેઢી મૂકીને ઉઘરાણી કરવા જતા.** લોકો અને અમારા ધંધા સાથે જોડાયેલા વેપારીઓ તો આ ભિખારીને અમારી ઑફિસનો કાયદેસરનો પટાવાળો જ સમજતા. એક દિવસ થવાનું હતું તે થયું, ધંધાની ઉઘરાણીની રોકડ ઘણી આવેલી તેને આ ભાઈ સાહેબ, ઑફિસ ભિખારીના ભરોસે રેઢી

મૂકીને બજારમાં ગયા, પાછા વળીને આવીને જોયું તો ના રોકડ કે ના ભિખારી, મારો આખો પરિવાર બરબાદ થઈ ગયો, બાકી રહ્યું તે ટૂંકા રસ્તે પૈસાદાર થવા શેરબજારના રવાડે ચઢ્યો એટલે બાકી હતું તે પણ બધું તબાહ થઈ ગયું, આ ભાઈના લોહી-ઉકાળામાં તો હજુ ઘણું દેવું ચૂકવવાનું બાકી છે, થોડી તો શિખામણ આપતા જજો... લેખે લાગે તો બરાબર છે, બાકી તો હરિ...હરિ, જેવું તેનું નસીબ, મારે તો હવે ધામમાં જવાનો સમય પાકી ગયો છે." દાદા ધ્રુસકે-ધ્રુસકે રડી પડ્યા.

હું સૂનમૂન થઈ દાદાની વ્યથા અને કથા એક ચિત્તે સાંભળી રહ્યો હતો પણ તેમના દીકરાના ચહેરા ઉપર ગ્લાનિ, પસ્તાવો અને મૂર્ખ બન્યાનો ભાવ દેખાઈ રહ્યો હતો. મેં તેની સામે જોયું તો તેમની આંખોમાં મૂર્ખ બન્યાનાં અને પસ્તાવાનાં ઝળઝળિયાં આવી ગયાં હતાં.

કોઈ પણ માનવી તેની ઉંમર, અવસ્થા અને તેના જીવનમાં બનેલા માઠા પ્રસંગોમાંથી સહેજ પણ બોધપાઠ નથી લેતા અને જે કંઈ બન્યા કરે છે તેને સહન કર્યે જ રાખે છે અને ફરીથી પાછું તેવું જ કર્મ કર્યે રાખે છે તેમજ તેને પ્રભુની પ્રસાદી અને કર્મની કઠિનાઈ સમજે છે, તે તો મહામૂર્ખ છે. આવા લોકો તો પોતે ટેન્શનમાં જીવવાના તેના કરતાં તો વધારે તેમના પરિવારને દુઃખી કરીને બરબાદ કરવાના.

વિસામો

આ કળિયુગમાં પરિણામનો વિચાર કર્યા વિના કાર્યનો આરંભ કરવો, અતિશય ઉતાવળ કરવી, અજાણી વ્યક્તિ ઉપર ભરોસો મૂક્વો કે વિવેકહીન દયા કરવી તે તો નરી મૂર્ખતા જ નહીં પણ મહામૂર્ખતા છે. **અજાણી વ્યક્તિ ઉપર આંધાળો વિશ્વાસ મૂકવાની તો દૂરની વાત રહી, પરંતુ આવી વ્યક્તિ ઉપર વિવેકહીન બની લાગણીમાં આવીને કરેલી દયા તમારા ગળાનો ગાળિયો બની રહેશે.** વર્તમાન સમયમાં હકારાત્મક પ્રસંગોમાં પણ નકારાત્મક પરિણામ સહન કરવાની તૈયારી રાખનારા જ ટકી રહેવાના અને નકારાત્મક પ્રસંગોમાં પણ હકારાત્મક ભાવ જાળવી રાખનારા જીવન જીવી જાણવાના.

વર્તમાન સમયમાં ઘણા યુવાનોના મસ્તિષ્કમાં એક જ ધૂન સવાર થઈ ગઈ છે, ગમે તે કરીને ગમે તે રસ્તે, ઓછી મહેનતથી અથવા મહેનત કર્યા સિવાય સમૃદ્ધ અને સફળ થઈ જવું, એ માનસિક રોગ છે, જે યુવાનોને ખોટા અને ખરાબ રસ્તે દોરી જાય છે. તેના કારણે તેમના દિલ, દિમાગ અને શરીર ઉપર ખોટું ભારણ વધી જાય છે, ખોટું કાર્ય કર્યે જવાનું, તેનું ખોટું પરિણામ દબાવી રાખવાનું અને સાચી બાબત જાહેર ના થઈ જાય તે માટે મન અને મગજમાં અનેક ચક્રવ્યૂહ ઘડયા કરે છે, જેના કારણે શરીર અને મગજના જ્ઞાનતંતુ થાકી જતાં તેઓ માનસિક તણાવ અનુભવે છે. માનસિક તણાવ ઓછો કરવા તેઓ વ્યસન કરતા થઈ જાય છે. **વ્યસન વ્યસનીના કાબૂમાં હોય ત્યાં સુધી બહુ વાંધો આવતો નથી, પરંતુ જ્યારથી વ્યસની ઉપર વ્યસન કબજો જમાવી દે છે ત્યારે ખુદ પરમાત્મા પણ તેને બચાવી શકતા નથી.**

વ્યસનીઓ વ્યસનને ગમ ભૂલવાનું અને આનંદ મેળવવાનું ઉત્તમ ટાનિક સમજે છે. આ બધાના મૂળમાં ટૂંકા રસ્તાથી રાતોરાત ધનવાન થઈ જવાની ઘેલછા, મિત્રો સાથે સમકક્ષ દેખાવાની તાલાવેલી અને જ્ઞાતિ તથા સમાજમાં વટ પાડવાની અહમ ભાવના તથા નક્કી કરેલા શિકારને "ડબા"માં પૂરવા માટેની કીમિયાબુદ્ધિ જ કારણભૂત હોય છે, જેમાંથી "માનસિક તણાવ"રૂપી નફા સિવાય કાંઈ બચતું નથી.

માછલીઓને પસંદગીનો ખોરાક હૂકમાં ભરાવશો એટલે માછલીઓ તમારી જાળમાં ફસાવાની જ. લાલચ જ બૂરી બલા છે, લાલચથી દૂર રહેનારાના જીવનમાંથી સમસ્યાઓ દૂર રહેશે, લાલચુઓ હંમેશાં ફસાવાના અને ટેન્શનમય જિંદગી જીવવાના.

(૮૭) પાયમાલીનું મૂળ, લોભ-લાલચ : વાંચો

મર્યાદા બહારની ખોટી સ્પર્ધા અને લાયકાત વિનાની લાલચ માનવીને બેહાલ કરી નાખે છે, પરંતુ કુસંગ તો માનવીનો ખાત્મો બોલાવી દે છે.

હમણાં દૂરના એક સંબંધીના યુવાન પુત્રની શ્રદ્ધાંજલિ સભામાં જવાનું થયું. આખો પરિવાર ખાવા-પીવા સાથે સુખી અને સમૃદ્ધ હતો. સમાજ અને જ્ઞાતિમાં સારી એવી પ્રતિષ્ઠા હતી. ધંધો-વ્યવસાય પણ સારો ચાલતો હતો. એક દિવસ આ મૃતક યુવાનનો મિત્ર તેને મોંઘી ગાડીમાં બેસીને મળવા આવ્યો. સુખ-દુ:ખ અને વેપાર-વ્યવસાયની વાતો કર્યા પછી મળવા આવનાર તેના મિત્રે ઠાવકાઈથી કહ્યું, "તું યાર, આ ધંધામાં શું ચકલાં ચૂંથે છે ? **આમ કંઈ એક-એક કાંકરો ભેગો કરવાથી બંગલા ના બને, તું જે ધંધા કરે છે તેમાં તો એક નાનો ફ્લેટ જ બને, ગાડી-બંગલાવાળું ના થવાય,** જો હું પણ તારી જેમ ચકલાં ચૂંથતો હતો પણ જ્યારથી બાપુ મને જોરદાર એક નવી લાઈન હાથમાં આવી ત્યારથી આ બંદાનો વટ જો." આ મિત્રે તેના ભલા મિત્રની જીભમાં ગોળનું પાણી લાવી દીધું. **ધીમે-ધીમે લાલચ કાર્યમાં પરિણમી.** સલાહ આપનાર યુવાન મિત્ર ક્રિકેટ, શેરબજાર અને અન્ય આંતરરાષ્ટ્રીય ઘણા સટ્ટાનો ખેલાડી હતો. તેણે તેના ભલા-ભોળા મિત્રને બરાબર લલચાવી દીધો. "જો તું આખું વર્ષ માથાકૂટ કરીને પણ ના કમાય તેટલું તો હું ઑફિસમાં બેઠાં-બેઠાં એક જ દિવસમાં કમાયો છું. વધારે નહીં તો મારા કહ્યા પ્રમાણે થોડીક રકમનું રોકાણ કરતો જા, પછી જો તારો વટ."

આ ભાઈ તેના કીમિયાગર મિત્રની લાલચું માયાજાળમાં ઊંડા ઊતરતા ગયા, વધારે ને વધારે ફસાતા ગયા, તેમાંથી તે બહાર નીકળવા જેમ-જેમ વધારે પ્રયત્ન કરતા જાય તેમ-તેમ બરબાદીમાં વધારે ને વધારે ઊતરતા ગયા. **હાર્યો જુગારી બમણું રમે એમ દેવામાંથી બહાર નીકળવા ઊથલા મારતો જ ગયો,** પરિવારને બધી ખબર પડે ત્યાં સુધીમાં તો ઘોડા તબેલામાંથી છૂટી ગયા હતા. લાખોનું દેવું થઈ ગયું. ધંધો વેચી દેવો પડ્યો, છતાં બધું દેવું ના ચૂકવી શક્યો. લેણદારોની ધોંસ અને ધમકી વધતી ગઈ, તેમનો ત્રાસ સહન ના થઈ શકતાં બહુ જ ઊંચા વ્યાજે નાણાં લાવી દેવું ચૂકવતો ગયો, દેવાનું અને વ્યાજનું ચક્ર તેના ગળાનો ગાળિયો બની ગયું. એક દિવસ લેણદારોનો

ત્રાસ સહન ના થઈ શકતાં આ યુવાન તેની યુવાન પત્ની અને એક નાના બાળકને નિ:સહાય હાલતમાં મૂકી ઘરેથી ભાગી ગયો. ઘણા દિવસ પછી આ યુવાનની લાશ ગાડીના પાટા ઉપરથી કપાઈ ગયેલી હાલતમાં મળી આવી. પોલીસ આખા કેસને હત્યા અને આત્મહત્યાના ચક્રવ્યૂહમાં ગોળ-ગોળ ફેરવતી રહી.

આખો પરિવાર બરબાદ થઈ ગયો. વૃદ્ધ મા-બાપના હૈયામાં દુઃખ સમાતું નહોતું તો આ યુવાનની યુવાન વિધવાની આંખોમાં વૈધવ્યનાં આંસુ સમાતાં નહોતાં.

જ્ઞાતિ, સમાજ અને આ મતલબી જગતના લોકો બેસણામાં આવી તેના ફોટા આગળ ફૂલ ચઢાવી ખિસ્સામાં તૈયાર રાખેલી જૂની દસની નોટ થાળીમાં મૂકી, બેઠા-ના-બેઠા અને બે હાથ જોડી ઊભા થઈ રવાના થઈ જતા હતા. કોઈને આ વૃદ્ધ મા-બાપ અને તેની યુવાન પત્નીની ભાવિ જિંદગી વિશે વિચારવાની ફુરસદ નહોતી અને રસ પણ નહોતો.

વિસામો

હે યુવાનો, તમે પરિણિત હો તો આટલું યાદ રાખજો : તમારા જીવનમાં કોઈ પણ ખોટું અને ખરાબ પગલું ભરતાં પહેલાં તમારાં વૃદ્ધ મા-બાપ સામું જોજો, એક વખત આંખો બંધ કરી તમારી યુવાન પત્ની અને તેના ખોળામાં રમતા બાળક સામું જોઈ રહ્યા છો તેવું ચિત્ર તમારા મનમાં ઊભું કરજો, **આ સંસારમાં તમે તમારા પરિવારનું હિત નથી ઈચ્છતા તો આખી જિંદગી તેમનું કોણ ? તેમની શું દશા થશે ?** તમે ખુદ તમારા પરિવારનું રક્ષણ અને પોષણ કરી તેનું કલ્યાણ કરવા તૈયાર નથી તો આ મતલબી દુનિયાને તમારા પરિવારની શું પડી હોય, આંગળીથી નખ વેગળા એટલે વેગળા જ રહેવાના. **તમારા પરિવારના કલ્યાણ સિવાયની વણજોઈતી કોઈ પણ ઝંઝટમાં ફસાશો નહીં, નહીંતર તમારો પડછાયો પણ તમારો સગો નહીં થાય, પડછાયો પણ પ્રકાશમાં જ દેખાય છે, અંધારામાં તો તે પણ ભાગી જાય છે.**

ઉતાવળિયા અને આવેશમય નિર્ણયો, આંધળું સાહસ, આંધળો વિશ્વાસ, વ્યસની અને વ્યભિચારીની સોબત અને રફ ડ્રાઈવિંગ જેવી

આદતોથી તમે જેટલા દૂર રહેશો તેટલું જ ટેન્શન તમારાથી દૂર ભાગશે.

બાળપણની બરબાદી એટલે જિંદગીની પાયમાલી.

(૮૮) બાળકને રમવા દો પછી ભણવા દો : વાંચો

કુમળા ફૂલની ડંખીલા ભમરાઓનો સમૂહ જે દશા કરે તેવી દશા અત્યારે નાનાં બાળકોની થઈ રહી છે. રમવાના દિવસોમાં ભણતરનો ભાર તેમની આખી જિંદગી બગાડી નાખે છે. જે બાળકનું બાળપણ આનંદ વિનાનું હોય તેના જીવનમાં એકેય પ્રકારનો રસકસ તો હોય જ ક્યાંથી? અને રસકસ વિનાના બાળપણ અને યુવાનીમાં શું દમ હોય? બાળકને ત્રણ વર્ષની ઉંમર સુધી તો ભરપૂર વાત્સલ્ય સાથે ઉછેરવું અને રમવા-ખીલવા દેવું. ત્રણ વર્ષથી પાંચ વર્ષ સુધીના બાળકોને રમત-ગમત સાથે સમજ આપવી, પરંતુ ભાર વિનાના ભણતરની શરૂઆત તો પાંચ વર્ષ પછી જ કરાવવી.

દરેક મા-બાપે એક બાબત ખાસ યાદ રાખવા જેવી છે કે તેમના બાળકની ક્ષમતાને ઓળખીને જ ભણતરની દિશા નક્કી કરવી. તેના ગમા-અણગમા અને તેને કઈ બાબતમાં વધુ રસ છે અને કઈ બાબત તરફ નફરત છે તે જાણીને જ ભણતરની દિશા નક્કી કરવી. મા-બાપે ક્યારેય પોતાની ઈચ્છા અને વિવેકહીન અપેક્ષાઓ બાળક ઉપર ઠોકી બેસાડવી નહીં, જેનું પરિણામ ક્યારેય સારું નહીં આવે.

અત્યારના સમયમાં દરેક પરિવારમાં એકાદ જ દીકરો હોય છે, આવા નાના પરિવારમાં મા-બાપ ભવિષ્યનો કલ્પનાશીલ તથા તેની મર્યાદા બહારનો ભણતરનો ભાર આ કુમળા બાળક ઉપર લાદી દેવાથી તેનું પરિણામ ખતરનાક આવે છે. **મા-બાપની વિવેક વિનાની અપેક્ષાના ભારે દબાણ તળે બાળકના જ્ઞાનતંતુ નબળા પડતાં તેનો સ્વભાવ ચીડિયો અને તુમાખીવાળો થઈ જાય છે.** તેની ઉંમર અને અવસ્થા કરતાં પણ તેના મગજ ઉપર માનસિક તણાવ વધારે રહે છે, જેના કારણે તે કુસંગી અને મનોરોગી બની જાય છે અથવા પુખ્તવયનો થતાં આપઘાત કરે છે.

૨૦૪

છેલ્લાં નજીકનાં વર્ષના આંકડાઓ તો ભયજનક છે. ધોરણ દશથી ઉપરના વિદ્યાર્થીઓમાં માનસિક તણાવના લીધે અને પરિવારની વિવેકહીન વધુ અપેક્ષાઓના કારણે આપઘાત કરવાના સંખ્યાબંધ પ્રસંગો બની રહ્યા છે.

રાજસ્થાનના કોટા શહેરમાં ટૂંક સમયમાં લગભગ બાવીસ જેટલા વિદ્યાર્થીઓએ આપઘાત કરતાં શિક્ષણશાસ્ત્રીઓ, સમાજશાસ્ત્રીઓ અને મનોવૈજ્ઞાનિકો પણ હલબલી ગયા હતા. તારણમાં એક મહત્ત્વનું કારણ જણાયું કે, વિદ્યાર્થી પાસેથી તેનાં મા-બાપની વિવેક વિનાની વધુ અપેક્ષાઓ, અપેક્ષાઓ પૂરી કરવા માનસિક દબાણ અને અન્ય લેભાગુ મિત્રો સાથેનો ઘરોબો.

મારા પુસ્તકોના વાચકનો એકનો એક દીકરો ભણવા-ગણવામાં હોશિયાર હતો. તેનાં મા-બાપ તેની બધી જ ખ્વાહિશ પૂરી કરતાં, પરંતુ તેનાં મા-બાપની એક ખ્વાહિશ હતી, તેમના એકના એક દીકરાને નિષ્ણાત ડૉક્ટર બનાવવો. દીકરાની ઈચ્છા આઈ.ટી.સોફ્ટવેર એન્જિનિયર થવાની હતી. અમેરિકામાં સ્થાયી થઈને પોતાનાં મા-બાપને પણ અમેરિકા બતાવવાની પ્રબળ ઈચ્છા હતી.

દીકરાની ઈચ્છા અને ક્ષમતાને કચડી નાખી મા-બાપની વાત્સલ્યભરી પણ વિવેક વિનાની ઈચ્છા જીતી ગઈ. દીકરાને નાપસંદ ડૉક્ટરની લાઈન, નામરજી હોવા છતાં સ્વીકારવી પડી. આ દીકરો દિવસે-દિવસે વધુ ઉદાસ રહેવા લાગ્યો. તેનો ભણતરમાં જીવ ચોંટતો જ નહોતો. ધીમે-ધીમે તે ચિંતાતુર, ગુમસુમ અને ઉદાસ ચહેરે એકાંતમાં બેસી રહેતો. મા-બાપે તેમની અપેક્ષાઓનો બોજ તેમના દીકરા ઉપર ઠાલવી દીધો હતો. ડિપ્રેશનમાં રહેતા આ ભાવિ ડૉક્ટરે નર્મદા કેનાલમાં પડી આપઘાત કરી જીવનનો અંત લાવી દીધો.

માતા બેહોશ થઈ ગઈ અને પિતા અર્ધપાગલ જેવા થઈ ગયા, અને એકલા-એકલા જોરશોરથી બબડવા લાગ્યા, “મારો દીકરો ડૉક્ટર થશે અને અમને વિમાનમાં બેસાડી અમેરિકા લઈ જશે.” આખો પરિવાર ખેદાન-મેદાન થઈ ગયો. તેની પોલિયોગ્રસ્ત અપંગ બહેન તો

ભીંતે માથાં પછાડતી હતી. આ યશસ્વી અને તેજસ્વી યુવાનની શ્રદ્ધાંજલિ સભામાં તેનો હસતો ચહેરો અને રડતાં મા-બાપને જોઈ પથ્થર દિલના માનવીનું હૈયું પણ પીગળી જાય તેવું કરુણ દૃશ્ય સર્જાયું હતું.

અમે યુવકને શ્રદ્ધાંજલિ આપ્યા પછી તેના કમભાગી પિતા પાસે ગયા. અમે તેમની દુ:ખભરી આંખો સામું જોઈ રહ્યા હતા, પરંતુ તેમની આંખોમાં ના તો આંસુ હતાં કે તેમના ચહેરા ઉપર કોઈ પણ જાતનું દુ:ખ જણાતું નહોતું. અમને જાણે દર્દીઓ સમજી લાઈનમાં બેસાડવા હાથ લાંબો કરી ખુલ્લી જગ્યા બતાવતા હોય તેમ બોલ્યા, “તમે બધા અહીં લાઈનમાં બેસો, ડૉક્ટર આવી તમને બધાંને નંબર પ્રમાણે તપાસશે.” આ વાક્ય તે વારંવાર બોલતા હતા. મૃતક પિતાની પાછળ બેઠેલાં બે-ત્રણ સગાં-સંબંધીઓએ એક પણ શબ્દ બોલ્યા વિના માત્ર હાથ અને આંખના ઈશારાથી અમને સમજાવી દીધું, “બાપુજીના મગજની તમામ સર્કિટ ઊડી ગઈ છે, તેમને કોઈ જાતનો પ્રતિભાવ આપ્યા સિવાય, તેમનાથી નજર હટાવી માત્ર શાંતિથી બેસો, પછી જતા રહો, તેમને વ્યક્તિગત મળવાના પ્રયત્ન કરશો નહીં.”

અમે શ્રદ્ધાંજલિ સભામાંથી બહાર આવ્યા પછી મારા એક વડીલ મિત્ર બોલ્યા, “આ ઘટનામાંથી તમે શું બોધપાઠ લીધો? કહો તો ખરા કે પછી હું કહું ?” હું બોલ્યો, “આટલી બધી વાર્તા કર્યા સિવાય તમે જ કહી નાખો ને,” તે એકદમ ઢીલા થઈ બોલ્યા, “યુવાન દીકરા-દીકરીઓ ઉપર હવે વણજોઈતું દબાણ કરવાની જરૂર નથી, તેમના ભલા માટેની સલાહ પણ તેઓ સાંભળવા તૈયાર નથી, નથી કશું સહન કરવા તૈયાર કે નથી સમજવા તૈયાર, તેમને પ્રેમથી સમજાવવું, તે પણ તે જે બાબત સમજવા તૈયાર હોય તે જ, પરંતુ આપણા હઠાગ્રહ વિના, બાકી તો તે કરતા હોય તેમ કરવા દેવું, તે ભલાં અને તેમનું ભાગ્ય ભલું, બાકી તો જે થાય તે જોયા કરવું, સમય જ એવો આવ્યો છે કે કોઈને પણ સલાહ, શિખામણ કે સૂચન સાંભળવાં ગમતાં નથી, ભલે બધી બાબતો તેમના હિતની હોય તો પણ... ચાલો... જય રામજી કી.” આ વડીલની મનોવ્યથા સાંભળી અમે ત્યાંથી છૂટા પડ્યા.

(વિસામો)

આદિ-અનાદિકાળથી માનવીની એક મોટી નબળાઈ ગણો કે ખામી ગણો કે ખાસિયત ગણો તો તે આ છે : પોતાની લાગણીઓ, ભાવના, વિચારો અને ઈચ્છાઓ કોઈ પણ ભોગે અન્ય વ્યક્તિ કે સમૂહ ઉપર લાદવાં. કોઈ પણ વ્યક્તિ જ્યારે સલાહ આપનારનાં સલાહ-સૂચન કે શિખામણ અવગણે છે ત્યારે સલાહ કે ઉપદેશ આપનારનો અહમ ઘવાય છે, **અનુભવે જોવા-જાણવા મળ્યું છે કે જ્યાં બે વ્યક્તિઓ વચ્ચે લાગણીના સેતુ બંધાયા હોય છે ત્યાં જ એકબીજા પ્રત્યેની અપેક્ષાઓ વધી જાય છે ત્યારે નાની બાબતમાં પણ એકબીજાને જલદી ખોટું લાગી જાય છે, હકીકત ઉપર લાગણી સવાર થઈ હોવાથી વિવેકબુદ્ધિ તળિયે બેસી ગઈ હોય છે એટલે લાગણીના માધ્યમથી એકબીજાને સમજાવવામાં નિષ્ફળ જાય છે, ત્યાંથી જ મોટો અનર્થ સર્જાય છે.**

બાળકો અને યુવાનોને ખુલ્લા વિચારોમાં વિહરવા દેવા, આપણા વિચારો, લાગણીઓ, ઈચ્છાઓ અને ભાવનાઓને તેમને ગમતા ઢાંચામાં ગોઠવીને કહેવાં, તેમના અંતઃકરણમાં પડેલી અને જામેલી ઈચ્છાઓને આપણી અનુભવબુદ્ધિ અને વિવેકબુદ્ધિથી તથા હસતા ચહેરે ઠાવકાઈથી બહાર કઢાવવી, પછી જ તેનાં સ્વભાવ અને ક્ષમતા જોઈને તેને અનુકૂળ અને ગમતી વાણી અને વર્તનથી આપણે સલાહ-સૂચન આપવાં. તેની ક્ષમતા અને સ્વભાવ વિરુદ્ધની કોઈ પણ સારી સલાહ પણ તમારા અને તેના માટે પણ બૂમરેંગ સાબિત થશે.

તમે શું છો? તેમાં જગતના લોકોને જરાય રસ નથી, તમે જગતના લોકોને શું આપી શકો તેમ છો, તેમાં જ તેમને રસ છે.

(૮૯) તંદુરસ્ત શરીર-પવિત્ર મન, આનંદનો ખજાનો : વાંચો

આખા સંસારમાં “અંતઃકરણની પરમ શાંતિ” જેવું તો સ્વર્ગમાં પણ સુખ નથી, જેના હૈયામાં હાશ હોય, શરીર તંદુરસ્ત હોય અને મન પવિત્ર હોય તેનાથી મોટું સુખ બીજું શું હોઈ શકે! ટેન્શનની તાકાત

નથી કે જેના હૈયામાં હાશ હોય તેના હૈયામાં દાખલ થઈ શકે.

આખી દુનિયા ફરી વળો, પરંતુ જેના શરીરમાં અઢારેય રોગે અડિંગો જમાવ્યો હશે તેને દુનિયાનું એક પણ સુખ આનંદ આપી શકશે નહીં. આ સંસારનાં બધાં જ સુખ ભોગવવાનું માધ્યમ માત્ર ભગવાને બનાવેલું આ મનુષ્યશરીર જ છે. તમારે આ પૃથ્વીલોક કે પરલોક સુધારવો હોય તો પણ તેના માટે તંદુરસ્ત શરીર તો જોઈએ જ. મહાન પુરુષોએ સાચે જ કહ્યું છે કે હજાર કામ પડતાં મૂકીને સૌપ્રથમ શરીર સાચવવું, કારણ લાખ સુખ ભોગવવાનું એક માત્ર સાધન, નિમિત્ત અને માધ્યમ માત્ર મનુષ્યનું તંદુરસ્ત શરીર, પવિત્ર મન અને અંતઃકરણની શુદ્ધ ભાવના જ છે.

રોગીના શરીરમાં દર્દ સિવાય હોય પણ શું? અને જે શરીરમાં રોગ અડિંગો જમાવીને ઠરીઠામ થયો હોય તે શરીરમાં આનંદ, ખુશાલી, હાસ્ય અને હાશ હોય જ ક્યાંથી? તે શરીર અને મનમાં ટેન્શન, ચિંતા, ઉદ્વેગ, હતાશા, નિરાશા અને નકારાત્મકતા સિવાય બીજું હોય પણ શું ?

ડૉ. પિનાકિન સોનીએ એક વખત કહ્યું હતું કે આખી દુનિયામાં મનોદૈહિક રોગ અજગરની જેમ ભરડો લઈ રહ્યો છે, તેમણે કહ્યું કે દુનિયાના વિશ્વાસપાત્ર હેલ્થ-બુલેટિને આંકડા જાહેર કર્યા છે કે એકલા અમેરિકા જેવા સમૃદ્ધ દેશમાં પણ ચાલીસ ટકા લોકો માનસિક રોગો તરફ ધકેલાઈ રહ્યા છે, આ બધા લોકો ઊંઘની ગોળી ખાઈને કૃત્રિમ ઊંઘમાં ભ્રમિત શાંતિ અનુભવે છે. તેમણે વધુમાં કહ્યું કે, "આપણે માત્ર સાચા માનવી બનીને શાંતિથી જીવીએ અને બીજાઓને શાંતિથી જીવવા દઈએ તોયે ઘણું છે. બીજી ઝંઝટમાં પડવા જેવું નથી. અને ખાસ કરીને કોઈની સાથે સ્પર્ધા ક્યારેય કરવી નહીં, વણજોઈતી પ્રવૃત્તિઓથી દૂર રહો એટલે શાંતિ જ છે."

મનની પવિત્રતા, શરીરની તંદુરસ્તી અને અંતઃકરણની શુદ્ધ ભાવના માનવીને ટેન્શન ફ્રી રાખી સાચી શાંતિ આપી શકે. રાષ્ટ્રપિતા મહાત્મા ગાંધી અને ભૂતપૂર્વ વડા પ્રધાન શ્રી મોરારજી દેસાઈ, આ

ત્રણેય બાબતોને વિશેષ મહત્ત્વ આપતા હતા.

(વિસામો)

આખી દુનિયા ફરી વળો, સડી ગયેલા શરીરવાળા, નબળા મનના અને હૈયામાં આત્મવિશ્વાસ વિનાના કોઈ પણ માણસે સફળતા કે રિદ્ધિ-સિદ્ધિ પ્રાપ્ત કરી હોય તેવું એકાદ દૃષ્ટાંત તો બતાવો! યોદ્ધાઓ હોય, શૂરવીર સેનાપતિઓ હોય, સફળ વેપારી હોય કે પરાક્રમી વિજેતા હોય, આ તમામ લોકોનાં શરીર અને મન મજબૂત રહ્યાં છે જ. મહાન આયુર્વેદાચાર્ય સુશ્રુતે સાચે જ કહ્યું છે, **"આ લોકનાં તમામ ભૌતિક સુખ અને પરલોકની સમાધિનો નિજાનંદ પ્રાપ્ત કરવા માટે તો તંદુરસ્ત શરીર અને પવિત્ર મન જોઈએ એટલે જ બધા કામ પડતાં મૂકી સૌપ્રથમ શરીર સાચવવાનું કાર્ય કરવું."**

યોગ ભગાવે રોગ. માણસ ઉંમર, અવસ્થા, વ્યવસાય અને પોતાની જીવનશૈલી પ્રમાણે કસરત કરનાર અને કુદરતી સિદ્ધાંતો પ્રમાણે જીવન જીવનારને મહારોગ સતાવતો નથી. વાસનાયુક્ત રોગો. અને અતિવ્યસનમાંથી ઉદ્‌ભવતી બીમારીઓમાં આખું જગત રિબાઈ રહ્યું છે. **વાસના અને વ્યસન તો તળિયા વિનાનાં વાસણ છે, તેમાં ગમે તેટલું વધારે રેડશો અને ભરશો તો પણ અંતે તે ખાલી જ રહેવાનાં**. વાસના, વિષયો, વ્યસન અને વિકૃતિઓમાં ગળાડૂબ રહેતા માનવીના શરીરમાં "ટેન્શન"ના ઘૂસે તો જ નવાઈ અને **જે વ્યક્તિના શરીરમાં ખતરનાક રોગ દાખલ થયા હોય તે વ્યક્તિ "ટેન્શનમુક્ત" રહી જ કઈ રીતે શકે ?**

આખી દુનિયામાં તમે અનેક વખત ભ્રમણ કરશો તો પણ તમને સાચી શાંતિ તો તમારા આત્મસંતોષમાંથી જ મળશે, જેનો ખજાનો ક્યારેય ખૂટતો નથી, તે ખજાનો તમને દુનિયામાં ક્યાંય નહીં મળે.

(૯૦) કોઈનેય મરવું નથી, મરવું પડે છે : વાંચો

માનવીની વૃદ્ધાવસ્થામાં ઈચ્છા-અપેક્ષાઓ નહિવત્ થઈ ગઈ હોય છે તેવું નથી. માત્ર શારીરિક પ્રવૃત્તિથી નિવૃત્ત થનારા ઘડપણમાં

શાંતિથી જીવવાના, પરંતુ નકારાત્મક માનસિક પ્રવૃત્તિમાં ડૂબેલા રહેનારા વૃદ્ધો તો રિબાવાના.

હમણાં વૃદ્ધોના એક મંડળની "ઓટલા પરિષદ"માં તેમને મળવાનો અને તેમના અંતઃકરણમાં પડેલા ભાવને સમજવાનો લ્હાવો મળ્યો. ઓટલા પરિષદમાં બેઠેલા દશ-બાર વૃદ્ધોના એક મજાના પ્રશ્ન ઉપર ચિંતન, વિવરણ, વાદ-વિવાદ, મત-મતાંતર અને અભિપ્રાયોની આપ-લે ચાલતી હતી. મુખ્ય મુદ્દો હતો, હાલ જ સ્વર્ગમાંથી પ્રભુ એક યમદૂતને આ બધા વૃદ્ધોને એક સાથે લઈ જવા મોકલે અને દરેકને તેમની છેલ્લી ઈચ્છા પૂછે તો વૃદ્ધો શું જવાબ આપે!

એક ઉતાવળિયા વૃદ્ધ તેમના બોખા મોંમાંથી હાસ્ય વેરતા બોલ્યા, "ભાઈ, પ્રભુ મને તો કાલે લઈ જતા હતા તે વળી આજે લઈ જાય, આપણા વિના અહીં કાંઈ પડી રહેવાનું નથી, **વહુના ગોદા ખાવા તેના કરતાં તો ભગવાનના રોટલા ખાવા શું ખોટા.**" બીજા વૃદ્ધ પણ હસતાં-હસતાં બોલ્યા, "ભાઈ, આપણે તો મારાં પૌત્ર-પૌત્રીઓને છેલ્લી વખત મળવું તો પડે, પછી ઉપરવાળાને જ્યાં લઈ જવા હોય ત્યાં લઈ જાય, બંદા તૈયાર છે." ત્રીજા વૃદ્ધે ધડાકો કર્યો, "આપણે તો ક્યાંય જવું જ નથી, અહીં મજા છે મજા, ભગવાનને કહી દઈએ બીજો કોઈ ગ્રાહક શોધી લો." તો ચોથા વૃદ્ધ આધ્યાત્મિક ભાષામાં બોલ્યા, "બાપલા, ઉપરવાળાનું તેડું આવશે એટલે કાંઈ આપણને પૂછીને નઈ લઈ જાય, આંખ મિચાઈ ગયા પછી ડૂબ ગઈ દુનિયા." **પાંચમા વૃદ્ધ બોલ્યા, "એમ કાંઈ રાતોરાત ના જવાય, બે છોકરાઓને વહેંચી આપવું પડે,** વિધવા દીકરી ઘરે બેઠી છે તેની વ્યવસ્થા કરવી પડે, લકવાવાળી ડોસી ખાટલામાં પડી પડી બઉકારા કરે છે, લો ભગવાન આ બધાંની વ્યવસ્થા કરી આપતા હોય તો આપણે ભગવાનના ધામમાં જવાનો વિચાર કરીએ." છઠ્ઠા વૃદ્ધ રાજદ્વારી ભાષામાં બોલ્યા, "આ બધી ચર્ચા જ ખોટી છે, માત્ર કોરી કલ્પનાઓ કરી ખોટા અને ખાલી તર્ક કરવાનો શું અર્થ? જે સમયે જે થવાનું હશે તે થઈને જ રહેશે, ભગવાનને આપણને લઈ જવા હોય તો લઈ જાય અને અહીં રાખવા

હોય તો અહીં રાખે, આપણે તો બંને બાજુ તૈયારી છે.” આમ, એક પછી એક વૃદ્ધો હાસ્ય અને રમૂજ સાથે પોતાનો અભિપ્રાય આપી રહ્યા હતા ત્યાં **ટીખળી દાદા બોલ્યા, “ભાઈ, આપણે તો સૌ પહેલાં દીકરા અને તેમની વહુઓને પૂછીને જ જવાબ આપીએ, જો મને તેઓ રાખવા માગતા હોય તો મારે ઉપરવાળાના દરબારમાં નથી આવવું અને મને તથા ડોસીને એકેય દીકરો કે તેની વહુ રાખવા માગતાં ના હોય તો અમે હાલ જ યમદૂતની સાથે જવા તૈયાર છીએ, પરંતુ હું એકલો નહીં, ડોસીનું શું થાય?** આવીએ તો બંને સાથે આવીએ, પછી છોકરા અને વહુઓને જેમ મહાલવું હોય તેમ મહાલે.” આ ચર્ચા શાંતચિત્તે સાંભળી રહેલા એક ખંધાકાકા વાણિયા ભાષામાં બોલ્યા, “બધી વાત કરી ભાઈ, પરંતુ મારે તો ભગવાન પાસે એક વચન પાકું કરાવવું પડે કે તે અમને ક્યાં લઈ જવા માગે છે? સ્વર્ગમાં કે નર્કમાં? આ બાબતની ચોખવટ પહેલાં જ કરવી પડે, જો અમને સ્વર્ગમાં જ લઈ જવા હોય અને ફરીથી અમને અહીં ધકેલવાના ના હોય તો જ આવીએ અને જો અમને થોડો સમય સ્વર્ગમાં લઈ જઈ લોલીપોપ ખવડાવી પછીથી અહીં પાછા જ ધકેલવાના હોય તો અહીં છીએ તે વળી શું ખોટા છીએ કે વળી ત્યાં આવીએ અને વળી પાછા અહીં પાછા આવીએ, આ ધંધો મોંઘો પડે હો ભાઈ.” આ બધી ચર્ચા ખૂણામાં બેસી એકચિત્તે સાંભળી રહેલા વયોવૃદ્ધ આધ્યાત્મિક દાદા બહુ જ ધીમેથી સસ્મિત ચહેરે મૃદુ વાણીમાં બોલ્યા, “હું તો પ્રભુ તમને એટલું જ કહું છું, હે પ્રભુ, મેં તો મારું આખું જીવન, તમામ ઈચ્છાઓ, લાગણીઓ અને ભાવનાઓને તમારાં ચરણોમાં સમર્પિત કરી દીધાં છે, તે બધાં ભળીને તમારામાં એકરસ થઈ ગયાં છે, અરે! મારું આયખું તમને સમર્પિત છે, મારું જેમાં કલ્યાણ હોય તેમ કરો, તમારી ઈચ્છા જેમ હોય તેમ થાઓ, મારી ઈચ્છા પ્રમાણે નહીં.”

છેલ્લું બોલ્યા તે દાદાના જવાબમાં દમ હતો અને બીજા અભિપ્રાય દમ વિનાના હતા તેવું નથી, પરંતુ આ સંસારમાં દરેક વ્યક્તિનો સંસાર પ્રત્યે અને પોતાના જીવન પ્રત્યે અલગ-અલગ દૃષ્ટિકોણ હોય છે. દરેકના પ્રશ્નો અને દરેકની સમજ પણ અલગ હોય

છે. **વણઉકલ્યા પ્રશ્નો ટેન્શન વિનાના હોઈ શકે જ નહીં,** મનુષ્યજાતિ આ સંસારમાં રહેશે ત્યાં સુધી પ્રશ્નો અને સમસ્યાઓ તો રહેવાની, પરંતુ **સમસ્યાઓની પાછળ પીઠ ફેરવવાથી નહીં, પરંતુ સમસ્યાને આવતી રોકવામાં અને આવેલી સમસ્યાને સફળતાપૂર્વક ઉકેલવામાં જ શાંતિ છે.**

આપણા જીવનમાં ઉદ્ભવતી સમસ્યાને કેવા દૃષ્ટિકોણથી જુઓ છો અને તેને ઉકેલવા કેવી સમજ, કેવા લોકોની સલાહ, કેવા લોકોનો સહારો અને કેવા સમયે અને સ્થળે ઉકેલશો તેના ઉપર જ તમારા જીવનની શાંતિનો આધાર છે.

(વિસામો)

આખા સંસારમાં સમસ્યા વિનાનો માનવી શોધવો કઠિન છે, અરે! જ્યાં સુધી મનુષ્યદેહ હશે ત્યાં સુધી સમસ્યા પણ રહેવાની, પરંતુ દરેક મનુષ્યને ભગવાને માત્ર સમસ્યા જ નથી આપી તેને સમજ નામની મહામૂલી "માસ્ટર-કી" પણ આપી છે, જેના વડે તે ગમે તેવું અટપટું તાળું ખોલી શકે છે. દરેક સમસ્યાનો છેવટનો સાચો ઉકેલ તો સમય જ છે. સમય પાકતાં અટપટી સમસ્યા પણ આપમેળે ઉકેલાઈ જાય છે. **ધીરજ, પોલાદી હિંમત, અડગ શ્રદ્ધા, પ્રબળ આશા અને સમયની સાથે તાલમેલ સાધી જીવવાની કલા ખતરનાક સમસ્યાને પણ સહેલાઈથી ઉકેલી શકે છે**. જેનામાં સમસ્યા ઉકેલવાની વિશિષ્ટ આવડત છે તેના પડછાયામાં પણ ટેન્શન નામની બલા પગ મૂકી નહીં શકે.

સાચી વાત અને સાચા કાર્યની પ્રશંસા અને કદર કરતાં શીખો, શુભ કાર્યની સજ્જનોના સમૂહમાં કદર, સન્માન કરી તેની પ્રશંસા કરો, ચાપલૂસી કે ખુશામત નહીં, આ પણ એક સત્કર્મ છે.

(૯૧) સ્ત્રીની સ્વચ્છંદીતા, પરિવારની પાયમાલી : વાંચો

સમયની સાથે બદલાતા સંજોગોમાં યુવાનો અને યુવતીઓની અપેક્ષાઓ પણ બદલાતી હોય છે. તેમનાં મા-બાપ તેમની "લાગણી અને માગણી"ને સમજી ના શકે અને સંતોષી ના શકે ત્યારે તે પરિવારમાં ખતરનાક પ્રશ્નો ઉદ્ભવે છે.

મારા ઓળખીતા સ્વજનની એકની એક લાડકવાયી દીકરીએ તેના પિતા પાસે અતિઆધુનિક ટચસ્ક્રીનથી ઓપરેટ થઈ શકે તેવા મોંઘા મોબાઈલની માગણી મૂકી. તેના પિતાએ તેમની લાડલી દીકરીને વાત્સલ્યસભર વાણીમાં સમજાવવા પ્રયત્ન કર્યો, "બેટા, હાલમાં આપણી એવી આર્થિક સ્થિતિ મજબૂત નથી કે અત્યારે આપણે આટલો મોંઘો મોબાઈલ તારા માટે ખરીદી શકીએ, ઓછા પૈસાવાળો મોબાઈલ ખરીદી લે પછી ભવિષ્યમાં આગળ વિચારીશું." દીકરી મક્કમ હતી, તેની તમામ સહેલીઓ પાસે આધુનિક ફોન હતો, તેની જીદ હતી. બસ, પપ્પા પાસેથી આધુનિક ફોન લેવો જ. દીકરીના પપ્પા "બાળહઠ કે સ્ત્રીહઠ" આગળ ઝૂકવા તૈયાર નહોતા.

એક દિવસ દીકરી અતિઆધુનિક મોબાઈલ ફોન ઘરે લઈને આવી, તેની પાસે બહાનું અને જવાબ તૈયાર હતાં, "આ મોબાઈલ તો મારી ફ્રેન્ડનો છે, થોડા દિવસ પછી તેને પાછો આપી દેવાનો છે." તેના પપ્પા એકદમ આવેશમાં આવી ગયા, "આધુનિક ફોનની માફક મને આધુનિક બહાનાં બતાવી ઉલ્લૂ બનાવવાનો પ્રયત્ન કરીશ નહીં, આ મોબાઈલ જેનો હોય તેને કાલે પાછો આપીને જ ઘરે આવજે, નહીંતર તારી ખેર નથી, કોઈની "મહેરબાની" લઈ આપણા ઘરે આવી છે તો તું સાંજ નહીં જોઈ શકે...હા" પરિવારમાં વાતાવરણ તંગ અને અશાંત થઈ ગયું.

જે પરિવારમાં વડીલો પાસે પરિવારની સમસ્યાઓને સમજી તેનો સાચો ઉકેલ લાવવાની વિવેકબુદ્ધિ, વડીલ બુદ્ધિ અને અનુભવબુદ્ધિ અને સમજ ના હોય તે વડીલ ખુદ પરિવારની સમસ્યા બની જતા હોય છે. પરિવારની સમસ્યાના હાર્દમાં દીર્ઘદૃષ્ટિવાળા તટસ્થ નિર્ણય લેનાર વડીલ ખુદ "માસ્ટર-કી" બની જતા હોય છે, પરંતુ પરિવારના જે વડીલને માત્ર "માસ્ટર ઓફ મિસ્ટેક" જ બનતાં આવડે છે તે તો પરિવાર માટે ખુદ સમસ્યા બની જાય છે.

બીજા દિવસે પણ દીકરી તે જ મોબાઈલ લઈને ઘરે આવી. તેના પિતા તેની રાહ જોઈને જ બેઠા હતા. દીકરીના હાથમાં ગઈ

કાલવાળો મોબાઈલ જોતાં જ તે ઉશ્કેરાઈ ગયા, તેમની પુત્રી તરફ ધસી ગયા, તેના હાથમાંથી મોબાઈલ લઈ ભીંતે પછાડતાં મોબાઈલના ચૂરેચૂરા થઈ ગયા. પુત્રી પણ બૂમબરાડા પાડતી ઘરમાંથી નાઠી, તેના પપ્પા પણ તેને મારવા ગુસ્સામાં તેની પાછળ દોડ્યા, દીકરીની મમ્મી વચ્ચે પડતાં વાત બહુ બગડતાં અટકી ગઈ, પરંતુ વાત બીજા દિવસે વાત બગડી. મોડી સાંજ સુધી પણ દીકરી ઘરે પરત આવી નહીં, ગુસ્સે ભરાયેલા બાપનો ક્રોધ ચિંતામાં ગરકાવ થઈ ગયો. માંડી રાત્રે દીકરીના ઘરનું સરનામું શોધતી પોલીસ આવી, ધડકતા હૃદયે લેડિઝ પોલીસે કહ્યું, **"તમારી દીકરીએ ટ્રેન નીચે પડતું મૂકી આપઘાત કર્યો છે."** પોલીસે ઠાવકાઈથી ઉમેર્યું, "તેની સાથે તેના બોયફ્રેન્ડે પણ ટ્રેન નીચે પડતું મૂકી આપઘાત કર્યો છે અને આ સ્યૂસાઈડ નોટ પણ આપઘાતના સ્થળેથી મળી આવી છે."

"વહાલા પપ્પા-મમ્મી, તમે મારી લાગણી અને માગણી સમજી ના શક્યાં, પરંતુ મારા દિલનો ટુકડો મારા બોયફ્રેન્ડે મારી લાગણી અને માગણી પારખી જઈ તેણે મારા માટે તેના ઘરમાં ચોરી કરી મને મોબાઈલ લાવી આપ્યો અને હા પપ્પા, તમને ખબર છે ને કે તમારા ધંધાના સાચવેલા પૈસામાં રૂ. પચાસ હજારની ભૂલ પડતી હતી, તે રકમ મેં ચોરી લીધી અને મારા બોયફ્રેન્ડને બાઈક લાવી આપ્યું હતું અને તે બાઈક ઉપર અમે મહાલતાં-દિલ બહેલાવતાં હતાં, તેણે તેના ઘરમાં ચોરી કરી મને મોબાઈલ લાવી આપ્યો હતો. અમારા બંનેના હિસાબ ઉપરવાળો તેના દરબારમાં બરાબર કરી લેશે, પરંતુ અમને બંને દિલડાંને એવું લાગે છે કે અમારા બંને પરિવાર અમારી નાની માગણી સંતોષવા તૈયાર નથી તે અમને કાયમી જીવનસાથી તો કઈ રીતે બનવા દેશે? તમે બંને પરિવારો, બાઈક અને મોબાઈલ અરસપરસ વહેંચી લેજો, બાઈક આપણા ઘરે રાખજો અને મોબાઈલ મારા બોયફ્રેન્ડના પરિવારને આપજો, જેથી બંને પરિવારોમાં અમારી બિનહયાતીમાં પણ અમારી યાદ હંમેશાં તાજી રહેશે.

કોઈને દોષ દેશો નહીં, કોઈને નિમિત્ત બનાવી હેરાન કરશો

નહીં. પપ્પા, તમે એટલું યાદ રાખજો, તમારી કુબુદ્ધિએ અમારો ભોગ લીધો છે.

તમે મને ભણાવી-ગણાવી અને વીસ વર્ષની કરી તે બદલ તમારો આભાર, મમ્મીને કહેજો મને સદાય માટે ભૂલી જાય, સૌને અમારા હરિઓમ... તમારી લાડલી દીકરી...!"

વિસામો

જે પરિવારમાં યુવાન દીકરા-દીકરીઓના વિચિત્ર સ્વચ્છંદી અને ભેદી વર્તન પ્રત્યે જે પરિવારના વડીલ આંખ આડા કાન કરે છે, બેદરકાર કે બેપરવા રહે છે તે પરિવારમાં ના બુઝાય તેવી પારિવારિક આગ ગમે ત્યારે ફાટી નીકળે છે ત્યારે આખા પરિવારનું અચાનક ધબાયનામું થાય છે. પરિવારમાં કંકાસ-કજિયાનો એક નાનો તણખો દાવાનળ બની આખા પરિવારને તબાહ કરી નાખે છે. ધુમાડો દાવાનળનું સ્વરૂપ ધારણ કરે તે પહેલાં ચેતીજનાર અને પાણી પહેલાં પાળ બાંધનાર વડીલના ઘરથી ટેન્શન દૂર રહે છે.

આવતા ભયને ઓળખનાર સજ્જન હંમેશાં સમસ્યાને પારખી તેનો ઉકેલ શોધી કાઢે છે. પરિવારના દરેક સભ્યોના સ્વભાવ, વાણી, વર્તન અને પ્રકૃતિને ઓળખી નિર્ણય લેનાર વડીલ સમસ્યાઓને ઉદ્‌ભવતી રોકી શકે છે, પરંતુ જ્યારે જે પરિવારના વડીલ ખુદ રાવણ કે દુર્યોધન બને છે ત્યારે તેવા પરિવારને ખુદ ભગવાન પણ બચાવી શકતા નથી.

કોઈના પણ દુ:ખનું નિમિત્ત બનવું એટલે ટેન્શનને આમંત્રણ આપવા બરાબર છે અને કોઈના પણ સુખના નિમિત્ત બનવું એટલે આવેલા ટેન્શનને દૂર ભગાડવા બરાબર છે.

(૯૨) પ્રભુનો વાસ, નિખાલસ હૃદય : વાંચો

આ સંસારમાં પોતાના માટે તો સૌ જીવે છે, પરંતુ પોતાના માટે અને અન્ય દુ:ખી લોકો માટે પણ પોતાનું સુખ વહેંચનાર જ સાચો સંસારી ઋષિ છે.

ગુજરાતમાં ગ્રીન એમ્બેસેડર તરીકે ગુજરાત સરકારે જેમનું બહુમાન કર્યું છે તેવા શ્રી જીતુભાઈ પટેલે તેમની નાની ઉંમરમાં વિવિધ

પ્રકારનું સામ્રાજ્ય ઊભું કર્યું છે. વીસનગર પાસે આવેલ "તિરુપતિ નેચરલ પાર્ક" અને વિજાપુર-હિંમતનગર હાઈવે ઉપર સાબરમતી નદીના કિનારે ડેરોલ ગામ પાસે આવેલ "ઋષિવન" તેમની આગવી સૂઝ-બૂઝનાં નજરાણાં છે. આ તો જાણે તેમણે પોતાના માટે કર્યું, પરંતુ હવે જુઓ, તેમના દીકરાના લગ્નના સત્કાર સમારંભમાં એક-બે નહીં, પરંતુ હજારો વિધવાઓને આમંત્રીને ભેટ-સોગાદ આપી તેમનું સન્માન કર્યું, જરૂરિયાતમંદ સેંકડો વિધવા બહેનોને દૂઝણી ગાય-ભેંસ મફત આપવાની જાહેરાત કરી, આવા પરોપકારી દાનવીર અને કળિયુગના ઋષિ સાથે તેમના ઋષિવનમાં વરસાદની હેલીમાં દાળ-ઢોકળીની મજા માણતાં મેં સહજ ભાવે પૂછ્યું, "આ સાબરમતી નદીનાં ઊંડા આંધાં પૂરી તમે આ નંદનવન કઈ રીતે બનાવ્યું?" તેમણે તેમની તળપદી ભાષામાં સહજતાથી કહ્યું, "કવિરાજ, હું તો જે કામ હાથ ઉપર લઉં છું તેને સફળ કરીને જ જંપુ છું. જે કામ મારે કરવું ના હોય તેની સામે લમણું પણ વાળતો નથી, આ આંધાં પૂરતાં-પૂરતાં તો કંઈ આઘા-પાછા થઈ ગયા અને તમે જુઓ છો ને હું તો અહીં જ ઊભો છું. આપણે માત્ર નેચરલ પાર્ક જ નથી ચલાવતા, પરંતુ ગુજરાતમાં કરોડો ઝાડ વાવવાનો રેકોર્ડ પણ આ ભડવીર જીતુના નામે છે, કવિરાજ દાળ-ઢોકળી ખાતા જાઓ અને વાતો કરતા જાઓ, નહીંતર ખાવામાં ખોટ પડશે." તેઓ સહજતાથી આગળ બોલ્યા, **"મને તો સાદી ખબર પડે, આપણા હૈયામાં ઉત્સાહ હોય અને આપણે પકડેલો રસ્તો સાચો હોય એટલે સમજી લેવું ભગવાન આપણી સાથે છે, હું તો હંમેશાં હસતો જ રહું છું, ભોગ એ લોકોના જે આખો દિવસ રોદણાં રોતા હોય."**

આ ટૂંકી મુલાકાતમાં મને તેમની નિખાલસતા, સહજતા, સાહસ, સાદગી, ઉત્સાહ અને રમૂજવૃત્તિનો "શંભુમેળો" અનુભવાયો, આ બધાં જ્યાં એકસાથે "શંભુમેળામાં" રહેતા હોય ત્યાં ટેન્શન નામનું ભૂત કઈ રીતે દાખલ થઈ શકે?

વિસામો

જીવનમાં ટેન્શનને દૂર રાખવાનું અમૂલ્ય ઔષધ હાસ્ય છે,

હાસ્ય અને ટેન્શન ક્યારેય એકીસાથે રહી શકે નહીં. સાચું અને સહજ હાસ્ય હોય ત્યાં નિખાલસતા હોય જ, ત્યાં સમસ્યાનું બાળમરણ થાય. જ્યાં બુદ્ધિની આંટીઘૂંટી વિશેષ હશે ત્યાં સમસ્યાઓ પણ વધારે હોવાની જ, સમસ્યા હોય ત્યાં ટેન્શન હોય જ, **નિખાલસ વ્યક્તિની ખાસ વિશેષતા તે હોય છે કે તે જેવી હોય છે તેવી જ દેખાય છે અને તેવું જ વર્તે છે**. જ્યાં વાણી, વર્તન અને વિચાર એક હોય ત્યાં "બનાવટ" હોય જ નહીં, જ્યાં બનાવટ હોય ત્યાં જ ટેન્શન હોય.

પત્નીએ પતિને ચાહવો ઓછો પણ સમજવો વધારે અને પતિએ તેની પત્નીને ચાહવી વધારે અને સમજવી ઓછી.

(૯૩) માનવ સેવા એ જ પ્રભુ સેવા : વાંચો

આ સંસારી જીવનમાં દરેક વ્યક્તિની સુખ, સફળતા અને શાંતિ વિશે અલગ-અલગ દૃષ્ટિકોણ હોઈ શકે, પરંતુ તેને પ્રાપ્ત કરવા તેના અંતઃકરણમાં કયો ભાવ છુપાયેલો છે તે જ તેના જીવનનો શાંતિનો પાયો છે.

અમદાવાદ શહેરના અસારવા વિસ્તારમાં આવેલી હૉસ્પિટલમાં નિષ્ણાત કેન્સર સર્જન ડૉ. શશાંક પંડ્યાની મુલાકાત લેવા હું તેમની ઑફિસની બહાર બેઠો હતો ત્યારે એક બહેનના કેન્સરગ્રસ્ત સ્તનનું ઓપરેશન ચાલતું હતું. બહાર બેઠેલી દર્દીની બે દીકરીઓમાંથી એક દીકરી બસ રડ્યા જ કરતી હતી, જ્યારે બીજી દિકરી ખૂબ જ ભાવુક થઈ મહાદેવનો "મહામૃત્યુંજય"નો જપ કરી રહી હતી. મેં રડતી બહેનને પૂછ્યું, "બેટા તું કેમ રડે છે ?" તો તે જવાબ આપે તે પહેલાં તો જપ કરતી દીકરી બોલી, "અમને ડિસ્ટર્બ કરશો નહીં, અંદર મારી મમ્મીનું ઓપરેશન ચાલે છે, અમને મારી મમ્મીના દીર્ઘાયુ માટે અને ડૉ. પંડ્યા સાહેબની સફળતા માટે મહાદેવના જપ કરવા દો." હું શાંત રહ્યો.

ડૉ. પંડ્યાએ ઓપરેશન થિયેટરમાંથી બહાર આવી, સફળ ઓપરેશન થયાના સમાચાર આપ્યા ત્યારે જપ કરતી બહેનનું હૈયું પ્રભુ પ્રાર્થનાથી અને આંખો આંસુથી છલકાઈ ગઈ. **ડૉ. શશાંક પંડ્યાને મેં સહજતાથી પૂછ્યું, "સાહેબ, તમે આજ દિન સુધી કેન્સરનાં કેટલાં**

સફળ ઓપરેશન કર્યાં હશે ?" તેઓ નિખાલસ અને સહજતાથી બોલ્યા, "હું આંકડાઓની માયાજાળમાં પડવા માગતો નથી, પરંતુ સફળતા-નિષ્ફળતા તો દર્દીનો રોગ કયા સ્ટેજે છે, તેના ઉપર આધાર રાખે છે. જો તમે મને એમ પૂછવા માગતા હો તો હું એટલું જરૂર કહીશ કે મેં જેટલાં ઓપરેશન કર્યાં છે તે બધાં પૂરેપૂરી નિષ્ઠાથી પ્રભુ અને માનવતા સાથે રાખીને કર્યાં છે. મારી ફરજને ઈશ્વરનો આદેશ સમજી તેમાં પણ પૂરેપૂરી કરુણા સાથે ડૉ. તરીકે માનવીય ફરજ બજાવી છે, **દર્દીનું આયુષ્ય મારા હાથમાં, હથિયારમાં કે હોશિયારીમાં નહીં, પરંતુ પરમાત્માના હાથમાં રહેલું છે, પરંતુ મારા હૃદયમાં તો તેના તંદુરસ્ત દીર્ઘાયુની શુભ ભાવના જ ધરબાયેલી છે."** તેઓ તેમની સામે ભીંતે લટકાવેલા ભગવાન શ્રીકૃષ્ણના ફોટા સામે આંગળી ચીંધી બોલ્યા, "આ દુનિયામાં જે લોકોને અને જે ડૉક્ટરોને જે કરવું હોય તે કરે અને જે કહેવું હોય તે ભલે કહે, પણ હું તો આ શામળિયાને આગળ રાખીને જ દરેક ઓપરેશન અને કામ કરું છું, ડરું છું તો માત્ર તેમનાથી જ, બીજા કોઈથી નહીં, **મારા દર્દીની હૈયાની હાશ એ જ મારું લક્ષ, સફળતા અને શાંતિ છે."**

આ સંસારમાં એક વ્યક્તિ બીજી વ્યક્તિના હૈયાની હાશને પોતાની સફળતા સમજે, તેનાથી બીજી મોટી માનવતા કઈ? અને આથી બીજી મોટી માનવજાતની સેવા કઈ? **તમે નિર્દોષને ટેન્શનમાં ધકેલવા માગતા ના હો તો પ્રભુ તમને ટેન્શનમાં કેમ ધકેલે?** અને જો આવી નિઃસ્પૃહી વ્યક્તિઓના જીવનમાં ટેન્શન આવશે તો પણ ઈશ્વર ખુદ તેમના રક્ષક બનીને તેમનું રક્ષણ કરશે.

જે લોકો દિમાગ ઓછું ચલાવતા હોય, શારીરિક શ્રમ વધારે કરતા હોય અને કુદરતના સિદ્ધાંત પ્રમાણે કુદરતના સાંનિધ્યમાં જીવતા હોય તેઓ બહુ ઓછા બીમાર પડવાના, જે લોકો દિમાગ વધારે ચલાવતા હોય, પરંતુ શારીરિક શ્રમ બિલકુલ કરતા ના હોય તેવા લોકો વધારે બીમાર પડવાના, શરીર, દિમાગ અને મનને સંયમમાં રાખી તેમની પાસે કુદરતી સિદ્ધાંતોથી કામ લેનારા તંદુરસ્ત રહેવાના,

તેમજ દિમાગ પાસે ખોટાં અને ખરાબ કામ કરાવનારા તો આખા સમાજ અને સંસારમાં હડધૂત થઈને મરવાના.

આ સંસારમાં બધું જવા બેઠું હોય ત્યારે અડધું પકડી રાખવામાં ડહાપણ છે, અડધું પણ જવા બેઠું હોય ત્યારે ત્રીજા ભાગનું જવા દેવામાં શાણપણ છે, પરંતુ બધું જતું કરવામાં આપણો અને આપણા પરિવારનો જીવ બચી જતો હોય તો તે બધું જ જતું કરવામાં ડહાપણ અને શાણપણ છે.

દરેક સ્ત્રી પોતાનો દીકરો શ્રવણ જેવો બને તેવી ઈચ્છા રાખે છે પરંતુ દરેક સ્ત્રી પોતાનો પતિ શ્રવણ જેવો બને તેવી ઈચ્છા રાખતી નથી, આવો બેવડો ન્યાય કેમ?

(૯૪) ઉપાય શોધો - શાંતિથી જીવો : વાંચો

પંકજ ટ્રાવેલ્સના માલિક શ્રી પંકજભાઈ શાહે એક દિવસ તેમની અમદાવાદ શહેરમાં બી.જી. ટાવર દિલ્હી દરવાજા બહાર આવેલી ઑફિસમાં સીધીસાદી વાત કરી, “**આપણે જો કોઈનું પણ મન-વચન અને કર્મથી કાંઈ પણ ખોટું અને ખરાબ કામ ના કરીએ તો ઉપરવાળો આપણું શું કામ ખરાબ કરે?** નીચ અને નાલાયક લોકોથી વેગળા રહીએ અને સજ્જનોની સાથે રહીને સારાં અને સાચાં કામ આપણી ઓકાત પ્રમાણે કરીએ તો પછી મને નથી સમજાતું કે આપણા જીવનમાં ટેન્શન કેમ આવે?” મેં તેમને અધવચ્ચે અટકાવી પૂછ્યું, “આપણે સ્વપ્નમાંય કોઈને નડ્યા ના હોય તેવા લોકો આપણને વિના વાંકે દંડે અથવા હેરાન કરે તો આપણે તેને પાઠ ભણાવવો જોઈએ ને... નહીંતર આપણે કાયર કહેવાઈએ.” તેમણે ઠાવકાઈથી હસીને જવાબ આપ્યો, “એવા ભોટ તો ના રહેવાય, સહન તો થતું હોય તેટલું જ થાય, **વિવેક વિનાની સહનશક્તિ તો કાયરતા છે,** પરંતુ જે પાણીથી મગ ચઢે તેમ હોય તે પાણીનો ઉપયોગ કરવો. પટેલ સાહેબ, થોડુંક હસીને, થોડુંક જતું કરીને પણ પ્રશ્ન પતી જતો હોય તો પતાવી દેવો, પરંતુ મૂળ પ્રશ્ન પતાવતા બીજા પ્રશ્નો ઊભા કરીને અશાંતિ અને ટેન્શનમાં વધારો થાય

તેવું કરવાનું તો આ વાણિયાબુદ્ધિ ના પાડે છે.” તેમણે હસીને વાતનો વીંટો વાળી દીધો.

આ બાબત બહુ મહત્ત્વની છે કે તમારા જીવનમાં ઉદ્‌ભવેલી સમસ્યાના કારણે આવેલ ટેન્શનને દૂર કરવા તમે કઈ ટેક્‌નિક, કયો રસ્તો, કયો ઉપાય અને કેવી વ્યક્તિનો સાથ-સહકાર લઈ રહ્યા છો. સાચી સમસ્યાઓનો પણ તમે ખોટી રીતે, ખોટી વ્યક્તિ મારફત, ખોટા સમયે અને ખોટી જગ્યાએ તેનો ઉકેલ લાવવા માગતા હો તો સમજી લેજો, તે સમસ્યાનો ઉકેલ તો નહીં આવે પણ તમારા જીવનમાં ન ધારેલી અને ન કલ્પેલી અનેક સમસ્યાઓ તમને ઘેરી લેશે.

તમારું હૈયું ખાલી કરવા એક ખૂણો તો જાળવી રાખજો, “હિતેચ્છુની હૂંફ” તો નિરાશાવાદી અને દુઃખીઓ માટે દુનિયાની શ્રેષ્ઠ ઔષધી છે.

આખા સંસારના તમામ “દુઃખી” લોકોનો એક જ અવાજ છે કે અમે જે રીતે દુઃખી છીએ તેના કારણમાં અન્ય લોકો જ છે. દુઃખી માનવીનું મન જ એવું છે કે તેના જીવનમાં આવેલ દુઃખ માટે તે બીજાને નિમિત્ત બનાવે છે અને પોતાનાં સુખ, સમૃદ્ધિ અને સફળતા માટે પોતાની હોશિયારી, પોતાના પ્રયત્નો અને પોતાની બુદ્ધિને પાયામાં ગણે છે.

દરેક નિષ્ફળ અને દુઃખી માનવીનું એક જ રટણ અને એક જ મનોવૃત્તિ હોય છે કે અમારા જીવનમાં આવેલું દુઃખ નઠારા લોકોની ખરાબ વૃત્તિ અને મનોવૃત્તિનું પરિણામ છે.

આ બાબત ઉપરછલ્લી રીતે સાચી લાગે તેમ હોવા છતાં મૂળમાં તો માનવીની નબળાઈ, કમજોરી, કાયરતા, લાલચ, અહમ, આળસ અને અજ્ઞાનતા છે અને જે વ્યક્તિના કારણે તમારા જીવનમાં ટેન્શન દાખલ થયું છે તેના અંતઃકરણને ઓળખવામાં તમારી વિવેકબુદ્ધિ અને હિંમતનો અભાવ જ કારણભૂત હોય છે. ન ધારેલી કલ્પના બહારના ઊભા થયેલા કુદરતી સંજોગો, કાળ અને કર્મની થાપટ માનવીને વિવશ અને મજબૂર કરે છે ત્યારે તો તે મહાદશાને “આધ્યાત્મિક સમજભાવ”થી સહન કર્યે જ છૂટકો.

દુનિયા મને શું આપશે તેવું વિચારનારા મેનેજર બને છે અને દુનિયાને હું શું આપીશ તેવું વિચારનારા લીડર બને છે.

(૯૫) મન-ભાવના બદલો, બધું બદલાઈ જશે : વાંચો

માનવજીવનમાં સુખ કે દુઃખ પ્રત્યેનો અભિગમ તેના જીવનમાં શાંતિ કે અશાંતિનું કારણ બને છે. એક પ્રસંગ જે વ્યક્તિ માટે સુખદાયી હોય તેવો જ પ્રસંગ બીજી વ્યક્તિના જીવનમાં દુઃખદાયક હોય છે.

નરસિંહ મહેતાએ પત્નીના મૃત્યુ વખતે ગાયું, "ભલું થયું ભાંગી જંજાળ, હવે ભજશું શ્રીગોપાળ" તો બીજી વ્યક્તિ તેની પત્નીના મૃત્યુ સમયે પત્નીના વિરહમાં દુઃખ સહન ના થઈ શકતાં ખૂબ દુઃખી થઈને આપઘાત કરે છે. જીવનમાં બનતી ઘટનાઓ પ્રત્યેનો અભિગમ જ તમારા જીવનમાં સુખ કે દુઃખનું નિમિત્ત બને છે.

અમદાવાદ શહેરમાં માત્ર બે જ દીકરી હોય તેવા ડૉક્ટર્સનું એક મંડળ છે. મારાં જાણીતાં એક ડૉક્ટર બહેને મને એક મુલાકાતમાં કહ્યું કે, "મારે એક દીકરી તો હતી અને બીજી જન્મવાની તૈયારીમાં હતી તેવામાં મારાં સાસુને લિવરનું કેન્સર થયાનું જાહેર થયું. પરિવારમાં ગમગીની છવાઈ ગઈ. ઘણા નિષ્ણાત ડૉક્ટરોએ કહ્યું કે આ માજી હવે લાંબો સમય જીવી શકશે નહીં, આવા ગમગીનીવાળા સમયમાં મારે બીજી દીકરી જન્મી, મેં તો પ્રથમથી જ બધું ઉપરવાળા ઉપર છોડ્યું હતું. અમે ડૉક્ટર હોવા છતાં બુદ્ધિ, ઉપાય અને તર્કની એક સીમા હોય છે. લોકો બીજી છોકરીને બોજ સમજે પણ મેં તો મને ઈશ્વરે આપેલું બીજું "રતન" સમજી તેને ઉછેરવા માંડી, એક બાજુ સાસુની સેવા, બીજી બાજુ મારી નાની દીકરી પ્રત્યેનું વાત્સલ્ય, પરંતુ લેખક મહાશય તમે નહીં માનો, મારી નાની દીકરીના જન્મ પછી અમારા પરિવારનાં અટવાયેલાં અનેક કામ ઉકેલાઈ ગયાં. અરે, મારી સાસુનું કેન્સર તો ગાયબ થઈ ગયું, ઘણા રિપોર્ટ કઢાવ્યા પણ બધા જ નોર્મલ. આજે મારી નાની બેબીની ઉંમર આઠ વર્ષની થઈ છે અને મારા કેન્સરગ્રસ્ત સાસુ નીરોગી થઈ અડીખમ જીવે છે, બોલો આને તમે શું કહેશો?"

તેમણે એક સમજવાલાયક વાતને આગળ વધારતાં કહ્યું, "મારા જેઠશ્રી જેઓ ખુદ ગાયનેક ડૉક્ટર છે, તેમને પણ માત્ર બે દીકરીઓ જ છે, તેમને જો માત્ર દીકરો જ લાવવો હોય તો...! એક પણ ઉપાય બાકી રાખત ખરા? સરકારે તેમનું સન્માન કરી તેમને સન્માનપત્ર પણ આપેલ છે. આ સંસારમાં તમે શામાં દુ:ખ અને શામાં સુખ જુઓ છો, તે દૃષ્ટિકોણ ઉપર જ બધા આધાર છે. અમારા બંને પરિવારોમાં એક પણ દીકરો નથી છતાં અમારા બંને પરિવાર ખુશખુશાલ છે. આ બધું તો તમારા અંત:કરણમાં ભરેલી સમજની જ બલિહારી છે."

આ જગતમાં શાંતિ મેળવવાનો ટૂંકો રસ્તો : જગતને તમે માત્ર તમારી દૃષ્ટિથી જ નહીં, પરંતુ જેવું છે તેવું જુઓ અને મૂલવો, પછી તેનું મૂલ્યાંકન કરો. તમારી વિવેકબુદ્ધિથી તમારી મસ્તીમાં જ મસ્ત રહો, જગતના લોકોના અભિપ્રાય પ્રત્યે બહુ લક્ષ આપશો નહીં, **લોકોને વણજોઈતી સલાહ મફતમાં આપશો નહીં, જગતના લોકોની બહુ ચિંતા કરશો નહીં અને તમારી જીવનકથા અને વ્યથા પાત્રતા વિનાના લોકો આગળ કહેતા ફરશો નહીં,** શક્ય હોય તો દુ:ખીને યથાશક્તિ મદદ કરજો અને જો તે પણ શક્ય ના હોય તો તેના માટે પ્રભુને પ્રાર્થના તો કરી શકો કે નહીં ! ભગવાન કોઈની પણ પ્રાર્થના ઉધાર અને ઉછીની લેતા નથી, તે તો તમને અનેકગણું કરી પરત આપે છે.

આ જગત તો બે ધારવાળું છે, તમે દુ:ખી હશો તો કહેશે, તેના કર્મે અને સુખી હશો તો કહેશે, લોકોનું "કરી નાખ્યું" છે. લોકો તો તમારા પતનમાં થનારા "તમાશા"ની જ રાહ જુએ છે.

મારે કોની સાથે જવાનું છે તેવી આજીજીપૂર્વક વિનંતી કરનારા ઘેટું બને છે અને મારી સાથે કોણ-કોણ આવવાનું છે તેવું હુકમથી પૂછનારા "સિંહ" બને છે.

(૯૬) આવડત એ જ ઉપાય : વાંચો

આ સંસારમાં તમને જેમાં રસ હોય અને જેમાં સમજ હોય તે

જ કાર્ય કરો, તમારી લાયકાત વિનાનું સાહસ તમારો ભોગ લેશે. બીજા માટે સારું અને લાભદાયી છે, તે આપણા માટે ના પણ હોય, તમને અનુકૂળ અને લાભદાયી હોય તે કાર્ય પહેલાં કરો, પરંતુ જે પાયા ઉપર તમે ઊભા છો અને જેના વડે તમે ઊજળા છો તેનો ભોગ લઈ કોઈ મોટી કાલ્પનિક સિદ્ધિ પ્રાપ્ત કરવાની લાલસા રાખશો તો બે બાજુથી બરબાદ થઈ જશો.

અમદાવાદ શહેરની નરોડા જી.આઈ.ડી.સી.માં દવા બનાવતી જાણીતી કંપની "એક્રોન ફાર્મા"ના સી.ઈ.ઓ. શ્રી શિવાદાદાએ એક દિવસ હળવી મજાકમાં કહ્યું, "કાન્તિલાલ, મને તો સીધીસાદી ખબર પડે, આપણી જેમાં ચાંચ ડૂબતી હોય તેનો જ ધંધો કરવો, તેમાં જ મથામણ કરવી. જે ધંધામાં આપણને ફાવટ આવી ગઈ હોય અને જે ધંધાથી આપણે ઊજળા થયા હોઈએ તે ધંધા કે વ્યવસાયને તાળું મારી વધારે નફાની લાલચમાં બીજો ધંધો કરવા જઈએ તો બાવા ના બેય બગડે. દૂધની દુકાનવાળો, નફાવાળો દૂધનો ધંધો બંધ કરી અને વધારે નફાની લાલચમાં લલચાઈ માટીમાંથી બનતી ઈંટો બનાવવાનો ભઠ્ઠો નાખે તો તેની શી દશા થાય! પછી લોકો કહેશે હું ટેન્શનમાં છું. અરે ભાઈ, **તમારી અણઆવડત, સામર્થ્ય વિનાની અપેક્ષા અને વિવેક વિનાની લાલચ જ ટેન્શનની જન્મદાતા છે**, ઓકાત સિવાયનું કોઈ પણ ડગલું તમારા પતનનું કારણ બનશે." મને પ્રશ્ન પૂછવાની તક આપ્યા સિવાય તેઓ જ બોલતા રહ્યા, "સાંભળો કાન્તિલાલ, જીવનનાં જુદાં-જુદાં અગિયાર ક્ષેત્રોના અગિયાર લોકો આપણને બદમાશ કહે તો જરૂર આપણે બદમાશ હોઈશું જ અને તેવી રીતે જુદાં-જુદાં ક્ષેત્રોના અગિયાર લોકો આપણને સજ્જન તરીકે બિરદાવતા હોય ત્યારે આપણે બીજા કોઈનું પ્રમાણપત્ર લેવાની જરૂર ખરી! **ટેન્શન ભગાડવું અને તેને આમંત્રણ આપવું આ બધામાં મોટે ભાગે આપણે જ જવાબદાર છીએ, બાકી તો હું હજુ પણ પંચોતેર વર્ષની ઉંમરે મને ગમતા કાર્યક્રમોમાં, મન અને તનને રોકાયેલાં રાખું છું.** બપોરે માત્ર ઘી વિનાની રોટલી, મગ અને છાશનો આહાર લઉં છું, ભગવાનની દયાથી હજુ સુધી કોઈ

રોગ શરીરમાં ઘૂસ્યો નથી. મને એટલી સાદી ખબર પડે છે કે ટેન્શન હોય તો બધા રોગ થાય."

કહેતા નહીં ક્યારેય પ્રભુને કે સમસ્યા મારી વિકટ છે, કહી દો સમસ્યાને કે પ્રભુ સદાયે મારી સાથે છે.

(૯૭) લાગણી ગઈ એટલે બધું ગયું : વાંચો

માનવી બધી જાતનાં ટેન્શન સહન કરી શકે છે, પરંતુ લાગણી અને ભાવના સાથે જોડાયેલા અતૂટ સંબંધોમાં કડવાહટ પેદા થાય છે ત્યારે ભલભલા માણસની ઊંઘ ઊડી જાય છે. **અતિલાગણી અને ભાવના સાથે અતૂટ સંબંધોથી જોડાયેલી વ્યક્તિનો વિરહ કે વિશ્વાસઘાત ભલ-ભલા સજ્જન કે સંતને પણ ઊંઘવા નથી દેતો. આવી ઘવાયેલી લાગણીમાંથી જન્મેલા ટેન્શનને વિચારશીલ વ્યક્તિ ક્યારેય સંપૂર્ણ ભૂલી શકતી નથી.**

મંદિરના પાર્કિંગમાં પોતાની ત્રણ વર્ષની પૌત્રીને એક્ટિવા ઉપર બેસાડીને દર્શન કરવા ગયેલાં દાદીએ જ્યારે પરત ફરીને જોયું તો પૌત્રી એક્ટિવા ઉપરથી ગુમ થઈ ગઈ હતી. મંદિરના પરિસરમાં ઊભેલા સૌ કોઈએ આ બાળાની શોધખોળ માટે ધમાચકડી મચાવી દીધી, પરંતુ પરિણામશૂન્ય. બાળાનો કોઈ પણ જગ્યાએથી પત્તો લાગ્યો નહીં. દાદીનું હૈયું ફાટી જાય તેવું રુદન જોઈ મંદિરમાં આવેલા સૌની આંખોમાં આંસુ આવી ગયાં.

બાળાની શોધખોળ માટે તેમનો આખો પરિવાર આવી પહોંચ્યો, પોલીસ પણ આવી પહોંચી પણ બાળાનો ક્યાંયથી પત્તો લાગ્યો નહીં. અપહરણ કરાયેલી **પૌત્રીનાં દાદી મંદિરના પરિસરમાં જ બેહોશ થઈ જમીન ઉપર ફસડાઈ પડ્યાં, બેહોશ હાલતમાં બબડતાં હોય તેમ ભગવાનને કાલાવાલા કરવા લાગ્યાં, "બાપ રે મારું ફૂલ કોણ ઉપાડી ગયું?** પ્રભુ તમે તો હાજરાહજૂર હતા, ગમે તે કરો પણ મારા ફૂલને લાવી આપો, અરેરે... ફૂલ જેવી મારી આ પૌત્રીની શી દશા થશે! અરે, કોઈક તો શોધી આપો! અરે, તેને દિવસમાં ત્રણ વખત તો દૂધ પીવા જોઈતું હતું, મારા વિના એકલી સૂઈ પણ રહેતી નહોતી, હવે તેને કોણ

વડાવશે, કોણ સૂવડાવશે. અરે! મને ગાંડીને શું સૂઝ્યું કે હું તેને દિરે લઈ આવી. ઓ મારા નાથ મારો પ્રાણ લઈ લો પણ મારા ફૂલને ાછું લાવી આપો." **જે વ્યક્તિના જીવનમાં કુદરતી દુઃખ આવે છે તેને હન કરવું અસહ્ય થઈ પડે છે.**

આ દાદી આખી જિંદગી તેમની પૌત્રીને કઈ રીતે ભૂલી શકે? **ના સંસારમાં અતૂટ લાગણીથી જોડાયેલા વહાલા સ્વજનનો વિયોગ ને વિરહ સહન કરવો સૌથી વધારે કપરું છે.** તેના વિશેની કારાત્મક કલ્પનાઓ આખા પરિવારને શાંતિથી જીવવા દેતી નથી, ની સતત યાદ સ્વજનોના હૈયાને હલબલાવી દે છે, આ અવસ્થામાં વજનોના દિલ-દિમાગમાં અશાંતિ, ઉદ્વેગ, વિરહ અને વિયોગ સિવાય ોય પણ શું? એકમાત્ર પરમેશ્વરનું શ્રદ્ધાપૂર્વકનું નામ-સ્મરણ જ ન્શનને ભૂલવા માટેની શ્રેષ્ઠ જડીબુટ્ટી છે.

વિસામો

કોઈ પણ વહાલી વ્યક્તિ કે વસ્તુની પ્રાપ્તિ માટે, કોઈ પણ હાલા બીમાર સ્વજનના દીર્ઘાયુ માટે કે ખૂબ જ વહાલી ખોવાયેલી યક્તિની શોધખોળ માટેના તમામ પ્રયત્નો હારી-થાકી જાય ત્યારે બધું ્ પ્રભુનાં ચરણોમાં ધરી દેવું, આંખમાં સજળ આંસુ સાથે પ્રભુને ંતઃકરણથી કાલાવાલા કરવા અને અંતઃકરણના ઊંડાણથી શ્રદ્ધા અને મર્પણપૂર્વક એવી પ્રાર્થના કરવી કે ખુદ પ્રભુનું હૈયું હલબલી ઊઠે. સ, આ સિવાય આ સંસારમાં છેવટનો ઉપાય કોઈ નથી. **પ્રયત્નો મારા નિષ્ફળ જશે, પરંતુ શ્રદ્ધાથી ભરેલી તમારી પ્રાર્થના ક્યારેય નિષ્ફળ નહીં જાય. પ્રાર્થના ક્યારેય વાંઝણી અને પરિણામ વિનાની નથી હોતી. દુઃખમાં કે સુખમાં પ્રાર્થનાથી મોટો પારસમણિ આ સંસારમાં બીજો કોઈ નથી** અને જ્યાં અંતઃકરણપૂર્વકની પ્રાર્થના થતી ોય ત્યાં પ્રભુ સદાયે હાજર હોય જ અને જ્યાં પ્રભુ હાજર હોય ત્યાં ેન્શન રહી જ ના શકે.

આખો સંસાર લાગણીના સેતુથી જ જોડાયેલો છે, લાગણી જ ના ોત તો આખો સંસાર પથ્થર જેવો જડ હોત અને જ્યાં માત્ર જડતા

જ હોય ત્યાં તમે બીજી શી આશા રાખી શકો ?

કોઈના દુઃખના નિમિત્ત બનવું સહેલું છે, પરંતુ તેના દુઃખના ભાગીદાર થવું એટલે ખુદ પરમેશ્વર તમને મળવા આવે તેવું સદ્કાર્ય, તેમજ સુખના નિમિત્ત બનવું પણ તેમાં ભાગીદાર ના બનવું, તે તો ઉચ્ચ કોટીના સંતનું લક્ષણ છે.

(૯૮) જીવન એટલે લાગણીઓનો ભંડાર : વાંચો

દાદાના વહાલા પૌત્રને પતંગ ચગાવવાનો બહુ જ શોખ. પતંગ અને દોરી માટે પૌત્ર માત્ર દાદાને જ પૈસા માટે પજવણી કરતો. દાદા કહે, "પૈસા તો તારા પપ્પા-મમ્મી પાસે માગ, મારી પાસે નહીં" આવી રકઝક પછી દાદા પૌત્રના વાત્સલ્ય પ્રેમને વશ થઈને પણ પતંગ-દોરી માટે પૈસા આપતા. દાદા પૌત્રને લાડમાં "રણછોડ કહેતા."

પોતાના દીકરાની વહુએ લગ્ન કર્યા પછી ઘણાં વર્ષો સુધી પેટ નહીં માંડતાં દાદા શિવશંકરે ડાકોરવાળા ઠાકોરની ચાલતાં પગે ઊભી પૂનમો ભરવાની માનતા રાખી હતી. દાદાની પ્રાર્થના જાણે ડાકોરવાળા ઠાકોરે સાંભળી હોય તેમ તેમની પુત્રવધૂને મોટી ઉંમરે પણ પુત્રરત્ન અવતરતાં દાદા તો તેને લાડમાં "રણછોડ" કહેતા. પરિવારના બધા સભ્યો પણ દાદાના સૂરમાં સૂર પુરાવવા "રણછોડ" કહેતા.

રાત-દિવસ, ઋતુઓ અને વર્ષો પસાર થતાં રણછોડ તો "મોટો છોડ" થઈ ગયો. રણછોડ આખા પરિવારનો એકમાત્ર વારસદાર. રણછોડ, દાદાએ આપેલા પૈસામાંથી દોરી-પતંગ લાવવાનો આગ્રહ રાખતો. એક દિવસ રણછોડ, દાદા પાસેથી પૈસા લઈ તેના પપ્પાના બાઈક ઉપર માણકી ઘોડીની જેમ તેની ઉપર બેસી પતંગ-દોરી લેવા ઝડપથી ભાગ્યો.

કર્મ, કાળ અને કુદરતનાં ગૂઢ રહસ્યને આજ દિન સુધી પામર માનવી સમજી શક્યો નથી, છેવટે કુદરતને મંજૂર હોય છે તે જ બનીને રહે છે.

રોડ ઉપરના વીજળીના થાંભલા અને સામે બાજુએ ઊભેલા

લિમડાના તોતિંગ વૃક્ષ સાથે લપેટાયેલી કાળમુખી પાણીદાર દોરી રણછોડના ગળાની કરવત બની ગઈ. એક બાજુ બાઈક અને બીજી બાજુ લોહીથી લથબથ રણછોડ નીચે પટકાયો.

તેને ૧૦૮ એમ્બ્યુલન્સ મારફત ગંભીર હાલતમાં હોસ્પિટલમાં દાખલ કરવામાં આવ્યો. બેબાકળાં થયેલાં દાદા-દાદી પણ પરિવાર સાથે હોસ્પિટલમાં આવી પહોંચ્યાં. પોતાના કાળજાના ટુકડા જેવા પૌત્રના કપાયેલા ગળાની હાલત જોઈ દાદા તો હોસ્પિટલમાં જ ઢગલો થઈ ગયા અને તેઓ માત્ર એટલું જ બોલી શક્યા, "પ્રભુ, તમે સાચે જ સર્વસ્વ હો તો મને તાત્કાલિક તમારા ધામમાં બોલાવી દો અને મારું વધેલું આયુષ્ય મારા રણછોડને આપી દો. ખેર નથી પ્રભુ તમારી, જો મારા રણછોડને કાંઈ પણ થયું છે તો" દાદાને પણ બેહોશ હાલતમાં રણછોડની બાજુના પલંગમાં સુવાડીને સારવાર ચાલુ કરી.

દાદાના ફફડતા હોઠોમાંથી એક જ ઝીણો અવાજ વારંવાર સંભળાતો હતો, "રણછોડ તો મારો ડાકોરનો ઠાકોર" દાદાનો જીવ જાણે ડાકોરના ઠાકોરમાં નહીં પણ પૌત્ર રણછોડમાં ભરાઈ રહ્યો હોય તેમ તેમની બંને આંખોમાંથી ચોધાર આંસુ વહ્યાં જ જતાં હતાં.

નિષ્ણાત ડૉક્ટરો દ્વારા દાદા અને પૌત્રની સારવાર એકસાથે જ ચાલતી હતી. દુઃખનું ઔસડ દહાડા. રણછોડ તો ધીમે-ધીમે સાજો થઈ ગયો અને દાદાની બાજુમાં બેસી દાદાની સારવાર કરવા લાગ્યો. પરિવાર ઘણું સમજાવતો કે દાદાની સારવારમાં આખો પરિવાર છે, તું ઘરે જઈને આરામ કર, પરંતુ ઘરે જાય તો તે રણછોડ નહીં.

દાદાને પણ ધીમે-ધીમે ભાન આવવા લાગ્યું. રણછોડ ખુદ દાદાના કપાળે ઠંડા પાણીનાં પોતાં મૂકતો, ત્યાં જ દાદાની આંખ ખૂલી, રણછોડને ઓળખી કાઢ્યો. તેનો હાથ દાદા પોતાના હાથમાં લઈ એકદમ ભાવાવેશમાં આવી ગયા. તેના હાથને બચીઓ કરતાં-કરતાં ઝીણા સ્વરે બોલ્યા, "આ તો મારો ડાકોરનો ઠાકોર રણછોડ."

દાદાની આંખો આંસુથી ભરાઈ ગઈ, રણછોડનો હાથ છોડતા નહોતા. બસ, વાત્સલ્યસભર બચીઓ જ કરતા હતા. ડૉક્ટરોએ દાદાને

બહુ લાગણીવશ થવાની ના પાડી હતી, પરંતુ સાંભળે તો તે દાદા નહીં.

દાદાની આંખો રણછોડ સામે એકદમ સ્થિર થઈ ગઈ. દાદાના હાથમાંથી રણછોડનો હાથ લપસી પડ્યો. દાદા છેલ્લા શ્વાસે માત્ર આટલું બોલી શક્યા, "આ તો મારો ડાકોરનો ઠાકોર રણછોડ." આ ઓચિંતી વિદાયનું દૃશ્ય જોઈ હેબતાઈ ગયેલો પૌત્ર રણછોડના હૈયામાંથી એક કારમી ચીસ પડી ગઈ, "દા...દા" રણછોડ, દાદાની પાર્થિવ છાતી ઉપર માથું મૂકી અફાટ રુદન કરવા લાગ્યો.

જે થવાનું હતું તે થઈને જ રહ્યું, આખો પરિવાર હેબતાઈ ગયો કે આ શું થઈ ગયું! દાદા સ્વર્ગધામમાં પહોંચી ગયા.

સળગતી ચિતા ઉપર દાદાના નશ્વરદેહને જોઈ રણછોડ માત્ર એટલું જ બોલી શક્યો, "મારા દાદા ખુદ ડાકોરના ઠાકોર હતા, મને પ્રાપ્ત કરવા ખુદ ડાકોરની ઊભી પૂનમો ભરી અને મને બચાવવા ખુદનો પ્રાણ ત્યજી પ્રભુના ધામમાં પહોંચી ગયા."

વિસામો

આખો સંસાર લાગણીના તંતુઓથી જોડાયેલો છે, બાપ-દીકરા વચ્ચે, પતિ-પત્ની વચ્ચે, મા-દીકરા વચ્ચે, ભાઈ-બહેન વચ્ચે અને ભાઈ-ભાઈ વચ્ચે. **માનવી-માનવી વચ્ચે રહેલી લાગણીના ભાવને બાદ કરી નાખશો તો માત્ર કઠપૂતળીનો ખેલ જ દેખાશે**. જ્યાં લાગણી હશે ત્યાં જ પ્રેમ, આદર, સન્માન અને ભાવ હશે અને જ્યાં માનવતા હશે, ત્યાં જ દયા હશે. માનવી-માનવી વચ્ચે ઘટતી જતી સંવેદના, લાગણી અને દયા તો અંતે માનવીને કાતિલ અને કપટી બનાવે છે.

જેટલી લાગણી વધારે તેટલો માનવી દયાળુ પણ વધારે અને જેટલી લાગણી ઓછી હશે તેટલો માનવી કઠોર અને નઠોર વધારે બનવાનો, નઠોર અને કઠોર લોકો હંમેશાં બીજાઓને માટે ટેન્શનરૂપ અને ભારરૂપ હોય છે. આવા લોકોથી દૂર રહેવામાં જ લાભકર્તા છે. લાગણી, પ્રેમ અને દયા વિનાનો માનવી તો પશુથી પણ વધારે હિંસક હોય છે.

દરેક મનુષ્યના જીવનની દરેક પળમાં ઈતિહાસ છુપાયેલો હોય છે અને ભવિષ્યની ઘટનાઓ તો માત્ર પરમેશ્વર સિવાય કોઈ જાણી

શકતું નથી. **તમારા જીવનમાં બનેલી દુઃખદ અને અનિચ્છનીય ઘટના ભવિષ્યમાં તમારા માટે શુભ અને સારી પુરવાર થાય અને વર્તમાનમાં બનેલી સુખદ ઘટના ભવિષ્યમાં તમારા માટે માથાનો દુઃખાવો પુરવાર થાય, આ બધું આપણે નથી જાણતા તેટલું જ સારું છે.** દરેક કાર્ય શુભઆશયથી કરશો તો પરમેશ્વર તમારા જીવનમાં પોલાદી ઢાલ બનીને આવશે તે નક્કી છે.

બીજાઓ સાથે વિવેકહીન સ્પર્ધા કરનાર વ્યક્તિ પોતાની પાસે જે કાંઈ છે તેનો પણ આનંદ માણી શકતો નથી તેમજ સમૃદ્ધ, સમર્થ, અને સજ્જન સાથે વિવેકહીન દુશ્મની કરનાર તો પોતાની પાયમાલી અને પતનને સામેથી આમંત્રણ આપે છે.

---

(૯૯) મા-બાપનું વાત્સલ્ય તો અમૃતકુંડ : વાંચો

સૌરાષ્ટ્રના એક ગામડાના ગરીબ ખેડૂત પાસે તેની હોશિયાર અને સંસ્કારી દીકરી માટે પરદેશમાં વસતા પરિવારના દીકરા માટે માગું આવતાં, ગરીબ બાપ અને સંસ્કારી દીકરી બંને રાજી થઈ ગયાં. આ દીકરીને ભાઈ પણ નહોતો અને મા પણ જીવતી નહોતી. દીકરી આખો દિવસ ચિંતાતુર રહેતી, "વૃદ્ધાવસ્થામાં છેવટે મારા બાપનું કોણ?" દીકરીના બાપુ તેને પ્રેમથી સમજાવતા, "બેટા, તારે પરણીને પિયર છોડી સાસરે જવાનું છે તે વાત તો નક્કી જ છે, પછી તું અહીં રાજકોટમાં હોય કે લંડનમાં હોય, મને શું ફરક પડે છે?" દીકરીનું તેના બાપ પ્રત્યેનું વહાલ ઊભરાઈ આવ્યું, આંખો આંસુથી છલકાઈ ગઈ, "ફરક પડે છે બાપુ, ઘણો ફરક પડે છે, હું રાજકોટ કે અમદાવાદમાં હોઉ તો દોડી આવું પણ આ તો લંડન છે, મારાં બા જીવતાં હોત... તો" દીકરીના ગળામાં ડૂમો ભરાઈ ગયો, પરંતુ દીકરીનાં ભવિષ્યનાં સોનેરી સપનાં વાત્સલ્યની મૂર્તિ સમાન પિતાના વાત્સલ્ય આગળ હારી ગયાં.

"બેટા, મારું તો જે થવાનું હશે તે થશે, પરંતુ તારું ભવિષ્ય તો સુધરી જાયને! તું મારી ચિંતા કરીશ નહીં, અહીં તો આખું ગામ અને

સમાજ મારી પડખે છે." બાપુની શિખામણ ગાંઠે બાંધીને દીકરી પરણી ગઈ. લંડન જઈ ખૂબ જ સુખી અને સમૃદ્ધ થઈ, પરંતુ તેના નિઃસહાય બાપનો ચહેરો તેનું હૈયું હલબલાવી દેતો હતો.

દીકરીની યાદમાં રડી-રડીને અને સારવારના અભાવે બાપુને બંને આંખે ઝામરનો રોગ થઈ ગયો, રોગ વકર્યો. દીકરી લંડનથી પૈસા મોકલાવતી પણ સારવાર કરાવે કોણ ? સગાં-સંબંધીઓને તો દીકરીએ લંડનથી મોકલાવેલાં નાણાં અને કીમતી વસ્તુઓમાં જ રસ હતો, છેવટે વિધાતાએ લખ્યું હતું તે જ થયું, ઝામરના કારણે બાપુની બંને આંખોની રોશની ચાલી ગઈ, બાપુ સંપૂર્ણ આંધળા થઈ ગયા.

દીકરી હૈયાફાટ રુદન કરતી લંડનથી આવી, પરંતુ ખેલ ખતમ થઈ ગયો. બાપુનો પગ અંધારામાં ઊંડા ખાડામાં પડતાં તેમને મગજનું હેમરેજ થઈ ગયું. દીકરીની હાજરીમાં જ તેમણે દેહ છોડી દીધો.

દીકરીના હૃદયમાં એક જ વાતનું દુઃખ હતું, "મારા બાપુ મારા કારણે આંધળા થયા અને મર્યા પણ મારા કારણે." સમજદાર સગાં-સંબંધીઓની સમજાવટથી તેને સાંત્વન મળ્યું, પરંતુ તેણે મનોમન ગાંઠ વાળી કે, "મારા બાપુંનું તો જે થવાનું હતું તે થયું, પરંતુ મારા બાપુ જેવા ગરીબ અને નિઃસહાય લોકોને હું આંધળા નહીં થવા દઉં, ઝામરના રોગથી પીડાતા સેંકડો દર્દીઓની સારવારનો તમામ ખર્ચ હું ઉપાડી લઈશ ત્યારે જ મારા બાપુને સાચી શ્રદ્ધાંજલિ આપી ગણાશે."

સૌરાષ્ટ્રની આ સિંહણે સેંકડો ગરીબ દર્દીઓને તેના સ્વયંના નાણાંથી રોગ-મુક્ત કર્યા, સેંકડો ગરીબ દર્દીઓના મોતિયાનાં ઓપરેશન મફત કરાવી સારા નેત્રમણિ મુકાવી નવી દૃષ્ટિ આપી ત્યારે જ તેના હૈયામાં હાશ થઈ, હજુ પણ માનવતાનો આ સેવાયજ્ઞ ચાલુ છે.

વિસામો

જે વ્યક્તિના અંતઃકરણમાં પોતાના ઉપરનું ઋણ વ્યાજ સહિત ચૂકવવાની ભાવના છે, પછી ભલે તે સામાજિક, પારિવારિક કે અન્ય કોઈનું હોય, જેના હૃદયમાં ધરબાયેલા ઉપકારોને અનેકગણા કરી પાછું આપવાની ભાવના છે તેમજ જે કુદરતથી ડરે છે તેનાથી ક્યારેય ખોટું

કાર્ય થતું નથી. **જેની સાથે કુદરત હોય અને દુઃખીઓના આશીર્વાદ હોય તેમની વિરુદ્ધમાં આખો સંસાર હોય તો પણ તેમનું શું બગાડી શકે?** ઉપકારનો બદલો અપકારથી કરનાર દુઃખી જ થવાના, ટેન્શનનો ભોગ બનવાના, પરંતુ ઉપકારનો બદલો ઉપકારથી વાળનારા તો સુખી થવાના અને ચિંતા અને ટેન્શનમુક્ત જીવન જીવવાના.

મા-બાપ તો ઈશ્વરથી પણ મહાન છે, ઈશ્વર તો સુખ અને દુઃખ બંને આપે છે જ્યારે મા-બાપ તો માત્ર સુખ જ આપે છે.

(૧૦૦) સાચી સમજણ એ જ મોટું જ્ઞાન : વાંચો

એક વખત એક કાકા મને બસની મુસાફરી દરમિયાન મળેલા. તેમની પ્રારંભિક વાતચીત ઉપરથી અનુભવી અને વિચારશીલ જણાયા. થોડીક વાતચીત આગળ વધારતાં તેમણે કહ્યું, "**તમારા લેખમાં લખવું હોય તો ખાસ લખજો કે જીવનના અંત સમયે આપણા પેટમાં કોઈનો પણ અણહકનો એક પણ "ઉધાર-દાણો" પડ્યો હશે ત્યાં સુધી આપણું મોત સુધરવાનું નથી અને આપણા હકનો આપેલો દાણો ભૂખ્યાના પેટમાં જમા હશે ત્યાં સુધી આપણું મોત કોઈ બગાડી શકે તેમ નથી.** કોણ કહે છે તમે દાનવીર થાઓ. બસ, કોઈના પણ માટે તમે ક્યારેય કાતિલ થશો નહીં, ભગવાન તમારી સદાયે રક્ષા કરશે, જગતની બહુ પંચાત કૂટ્યા સિવાય તમે તમારું સંભાળશો તો પણ આ "માનસિક તણાવ"ની બલા તમારું લોહી નહીં પીએ." સ્ટેશન આવતાં "જય માતાજી" કહી કાકા નીચે ઊતરી ચાલતા થયા. હું કાકાની અનુભવી માર્મિક વાતો વાગોળતો બસમાં બેસી રહ્યો. તેમણે મને એક માર્મિક દૃષ્ટાંત કહેલું તે મારા હૃદયમાં વલોવાતું હતું. "આ બસમાં બેઠેલા બધા પેસેન્જરોને ક્યાં જવાનું હશે, કેમ જવાનું હશે, કોણ-કોણ ક્યાં ઊતરશે - આ બધાનું ચિંતન-મંથન કરવાની મારે જરૂર ખરી? મારે ક્યાંથી બેસી ક્યાં ઊતરવાનું છે એટલું જ ધ્યાન રાખું એટલે બસ, લોકો ક્યારેય આપણી ચિંતા કરે છે? **શાંતિથી જીવો અને બીજાઓને શાંતિથી જીવવા દો તો પણ ઘણું છે.**"

"ટેન્શન-ટેન્શન" જગતના લોકોની વણજોઈતી પળોજણ જ આપણા અંગત જીવનમાં ટેન્શનનું કારણ બને છે. જીવન અને જગત પ્રત્યેની નકારાત્મક કલ્પનાઓ, ખોટા વિચારો અને બિનજરૂરી ઘટનાઓનું મૂલ્યાંકન અને અવલોકન માનવીના જીવનમાં અકારણ ટેન્શન જન્માવે છે.

ભેદ, ભ્રાંતી અને ભય હોય ત્યાં ભક્તિ થઈ શકે જ નહીં અને જ્યાં સાચી ભક્તિ થતી હોય ત્યાં ભેદ, ભ્રાંતી અને ભય ટકી શકે જ નહીં.

(૧૦૧) નિરાશાવાદી મરે અને મારે : વાંચો

અમે એક સમારંભમાં એક વિદ્વાનનું પ્રવચન સાંભળવા ગયા હતા ત્યારે સમારંભ શરૂ થવાની થોડીક વાર હતી એટલે અમે બગીચાના બાંકડા પર બેઠા હતા. બાંકડાની સામેની દિશામાં બેઠેલા **એક વૃદ્ધ દાદા તેમના સહયોગીઓને જગત પ્રત્યે નકારાત્મક ભાવથી બીવડાવી રહ્યા હતા,** "હવે જ્યારે મહાભૂકંપ આવશે ત્યારે કોઈ બચવાનું નથી, તે દિવસ હવે બહુ દૂર નથી, એક ઘરે પણ દીવો સળગતો નહીં હોય, આ જાપાનના સુનામીએ કેવું રસાતાળ કરી નાખ્યું, ના જોયું! જ્યારે કોઈ પણ ત્રાસવાદીના હાથમાં એક જ હાઈડ્રોજન બોંબ આવશે એટલે આખી દુનિયાનો ખેલ ખતમ, જો..જો આ દિવસો હવે બહુ દૂર નથી અને બીજું કાંઈ નહીં થાય તો એવો ખતરનાક અને જીવલેણ વાઈરસનો રોગ ફેલાશે કે કોઈ-કોઈને સ્મશાને લઈ જવાવાળું નહીં હોય, અત્યારે ડબલ કળિયુગ ચાલે છે, હવે પ્રલય થવાની તૈયારીમાં છે, હવે બહુ ચિંતા કર્યા વગર જેટલું ભોગવાય તેટલું ભોગવી લો, બહુ હાય...વોય કરશો નહીં, કાલે દિવસ ઊગશે તેની શી ખાતરી? આ જગતમાં હવે બહુ જીવવામાં મજા નથી, જ્યાં જુઓ ત્યાં નાગાઓનું જ રાજ ચાલે છે." દાદા એકતરફી નિરાશા ઓકી રહ્યા હતા.

જીવન પ્રત્યેની સોચ અને જગત પ્રત્યેનો દૃષ્ટિકોણ જ આપણા જીવનને ઘડે છે, જ્યાં સુધી સોચ અને દૃષ્ટિકોણને હકારાત્મક એનર્જી

સાથે નહીં જોડો ત્યાં સુધી તમારા જીવનમાં નકારાત્મક ઘટનાઓનો પ્રભાવ જળવાઈ રહેવાનો. માનવી તેના જીવનમાં ઉદ્ભવતા સહજ અને સ્વાભાવિક પ્રશ્નોને સમસ્યાઓનું સ્વરૂપ આપે છે, તેમાં નકારાત્મક વલણો ઉમેરી પોતે ખુદ આફતોને નોતરે છે. આ સંસારમાં જ્યાં સુધી માનવીનો દેહ છે ત્યાં સુધી સમસ્યાઓ અને પ્રશ્નો રહેવાના જ, જરૂર છે પ્રશ્નો અને સમસ્યાઓ પ્રત્યે અભિગમ બદલવાની, નકારાત્મક સોચ અને ખરાબ દૃષ્ટિકોણમાં જ વિહરતી વ્યક્તિ ક્યારેય ટેન્શન ફ્રી થઈ સુખી થઈ શકે જ નહીં.

જે વ્યક્તિને પોતાના પ્રયત્નો અને પ્રાર્થનામાં અડગ વિશ્વાસ નથી અને બીજાઓના પ્રયત્નો અને બીજાઓની પ્રાર્થનામાં શ્રદ્ધા ધરાવે છે, તેઓ હંમેશાં બીજાઓના આશરે જીવવાના, પરતંત્ર અને પરાધીન બની દુઃખી-દુઃખી થઈને મરવાના.

આ સંસારમાં શાંતિ પામવાનો માત્ર ટૂંકો ઉપાય : માત્ર મનને વશ કરો, આપમેળે બધું વશ થઈ જશે. મનને રખડતું અને ભટકતું મૂકી બીજું બધું વશ કરવા જશો તો પાણી વલોવીને માખણ કાઢવા બરાબર છે.

---

(૧૦૨) નબળું-નમાલું મન, ટેન્શનનું ઘર : વાંચો

મારા મિત્રનો મોટો દીકરો મને અમદાવાદ શહેરના ભરચક બજાર માણેકચોકમાં મળી ગયો. મેં તેને સહજતાથી પૂછ્યું, "અહીં કેમ? એકલો આવ્યો છે? શું-શું ખરીદવાનું છે?" તે સહેજ ખમચાઈને બોલ્યો, **"આ તો એક મહારાજે મને કહ્યું છે, કે મને રાહુ નડે છે એટલે રાહુને કંટ્રોલમાં રાખી શકે માત્ર ગુરુ, એટલે હું ગુરુનું નંગ પહેરું તો બધા નડતા ગ્રહો શાંત થઈ જાય** અને મારી પ્રગતિ થાય એટલે તેમનું કહેવું છે કે જ્યાં સુધી હું ગુરુનું સાચું નંગ નહીં પહેરું ત્યાં સુધી મારા જીવનના એક પણ ક્ષેત્રમાં બરકત આવવાની નથી. થયું છે પણ એવું જ, રોજ દિવસ ઊગે છે ને કંઈક લફરાં અને લોચા આવીને પડે છે એટલે ગુરુનું સાચું, સારું અને સસ્તુ નંગ શોધવા

૨૩૩

ચોકસીની દુકાને-દુકાને ફરું છું. મહારાજ બહુ જ જાણકાર છે, તમે કોઈ ચોક્સીને સારી રીતે ઓળખતા હો તો..." મેં વાત અધવચ્ચેથી અટકાવી બીજા પાટે ચઢાવી, **"હા...હા...કાયમ માટે દશા ઊતરતી હોય તો ગુરુનું નંગ પહેરવામાં કાંઈ વાંધો નહીં, પરંતુ આ લપમા પડતાં વિચારજે."** તેનામાં ઉત્સાહ આવ્યો હોય તેમ બોલ્યો, "જોઈએ, પહેરીએ તો ખરા, પછી તો જે થાય તે ખરું, એમ સમજી શું જાણે ખિસ્સું કપાઈ ગયું હતું." મેં તેની પ્રબળ ઈચ્છા જાણવા પ્રયત્ન કર્યો, "ગુરુનું નંગ ખરીદ્યું કે નહીં." તે નિરાશ વદને બોલ્યો, "એકેય દુકાને ભાવ સરખો નથી, ઊંચા ભાવવાળા કહે છે, અમારી પાસે અસલી છે અને ઓછા ભાવવાળા પાસે નકલી માલ છે અને મને પણ સાચો-ખોટો નંગ પારખતાં આવડતું નથી." તેના દુઃખમાં હું વધારો કરવા માગતો નહોતો, પરંતુ તેના પરિવારની આર્થિક સ્થિતિ વિશે જાણતો હતો એટલે બોલ્યો, "પૈસા ક્યાંથી લાવ્યો? અને કેટલા લાવ્યો છે?" તેને ઝટ દઈને કહી દીધું, **"મારા સગા સાળા પાસેથી વગર વ્યાજના રૂ. વીસ હજાર લાવ્યો છું, ગમે ત્યારે પાછા આપીએ તો પણ ચિંતા જેવું નથી."** તેને મને પૈસા બતાવવા તેના ખિસ્સામાં હાથ નાખ્યો અને ભડક્યો, "અરેરે, મારું ખિસ્સું કપાઈ ગયું, હવે મારી શી દશા થશે! આ બધું ગ્રહદશા કરે છે સાથે કોઈને લઈને આવ્યો હોત તો સારું થાત, હવે ઘરવાળાને શી રીતે સમજાવીશ...અરેરે... આવી મહાદશા!" તે ઊંડા શ્વાસ લઈ રડવા જેવો થઈ ગયો. મેં તેને સાંત્વન આપી ઘરે જવાનું કહ્યું, "ચિંતા કરીશ નહીં, બે-ત્રણ દિવસમાં મને મળજે, તારા માટે કંઈક સારું વિચારી રહ્યો છું." નિરાશ અને હતાશ થયેલો યુવાન વિલા મોંએ ઘર તરફ વળ્યો ત્યાં સુધી હું તેની તરફ દયા ભાવથી જોઈ રહ્યો અને મનોમન બબડવા લાગ્યો, "એકલો ગુરુ નહીં, નવેય ગ્રહ ખિસ્સા કાતરુંની મદદે આવ્યા હશે, નહીંતર આ ભોટ અને મૂર્ખની આવી કપરી દશા ના થાય."

વિસામો

આટલું યાદ રાખજો : નબળા મનના, ભીરું આંધળો વિશ્વાસ

મૂકનારા, અંધશ્રદ્ધામાં માનનારા, વ્યક્તિના અંતઃકરણને પારખવામાં નિષ્ફળ જનારા, ભોટ, મૂર્ખ અને પોતાની ઓકાત બહારનું કાર્ય કરનારાઓને ટેન્શન હંમેશાં પોતાનું ગુલામ બનાવે છે.

ગ્રહો, પ્રારબ્ધ અને પરમેશ્વરને તેમનું કામ કરવા દો અને તમારે જે કાર્ય કરવાનું છે તે પણ તેમને સોંપશો નહીં. **પ્રારબ્ધવાદી અને પલાયનવાદી ક્યારેય ટેન્શનમુક્ત બની પ્રગતિ કરી શકે જ નહીં**. તમારા હૈયામાં એક માત્ર ભરપૂર આત્મબળ ભરી દો, તમારા તમામ ખરાબ યોગ ભાગી જશે, તમારા પડછાયામાં પણ ટેન્શન દાખલ થઈ શકશે નહીં.

માફી માગવી અને માફી આપવી આ બંને કામ અઘરાં છે તો છે જ, પરંતુ માફી આપવી તો અતિ અઘરું કાર્ય છે.

(૧૦૩) અહમ-અભિમાન, પતનાં પગથિયાં : વાંચો

તુમાખી સ્વભાવવાળી વ્યક્તિ ક્યારેય સમાધાનકારી ના હોય. તુમાખી મનુષ્યજીવનમાં અણધારી આફત લાવે છે, જે ટેન્શન સ્વરૂપે માનવીને રગદોળી નાખે છે.

મારી સાથે બેંકમાં નોકરી કરતા સહયોગીનો એકનો એક દીકરો દરરોજ મોંઘું બાઈક લઈને નોકરી જતો. **એક દિવસ રસ્તામાં રોડ વચ્ચે બે ખૂંખાર આખલાઓનું શિંગડા-યુદ્ધ ચાલતું હતું. ટ્રાફિક જામ થઈ ગયો હતો. સૌ-સૌની રીતે રસ્તો કરી ત્યાંથી પલાયન થતું હતું.** આ આખલા-યુદ્ધ જોવા ટોળું જમા થયું હતું. આ ભાઈસાહેબ પણ તે રોડ ઉપર થઈને જ બાઈક ઉપર સવાર થઈને જવા માગતા હતા. સમજદાર લોકોએ તેને સમજાવ્યો કે બાઈક પાછુંવાળી બીજા રસ્તે થઈને જાઓ, પરંતુ આ તુમાખીવાળો યુવાન તાડૂક્યો, “આ રોડ કંઈ એકલા આખલાઓના બાપનો નથી, હું તો તેમની બાજુમાં થઈને જ જવાનો.” તે કોઈનું કહ્યું માનતો નહોતો, ચાલુ બાઈક ઉપર બેસી લડતા આખલાઓ પાસે જઈ જોરશોરથી ટીં...ટીં...ટીં હોર્ન વગાડવા માંડ્યું. એક સજ્જને કહ્યું, “દીકરા, આ તો જનાવર છે, તેને તમારી

ટીં...ટીની કાંઈ ખબર ના પડે, ગીન્નાશે તો તારી પાછળ પડી જશે" પરંતુ સજ્જનની સલાહ સાંભળે તે બીજા. આ ભાઈએ તો ટીં...ટી વગાડવાનું ચાલુ રાખ્યું, લડતા આખલાઓમાં એક હારેલો-થાકેલો આખલો તેના પ્રતિદ્વંદી સાથે શિંગડા-યુદ્ધ પડતું મૂકી આ ભાઈસાહેબ તરફ દોડ્યો, સૌ ભાગ્યા, પરંતુ આ ભાઈસાહેબનું બાઈક શિંગડામાં ભરાવી તેમને બાઈક સાથે હવામાં ફંગોળ્યા. ૧૦૮ એમ્બ્યુલન્સ બોલાવી મોટી હોસ્પિટલમાં તાત્કાલિક દાખલ કરવા પડ્યા. માથામાં ત્રેવીસ ટાંકા આવ્યા, ત્રેવીસ દિવસ હોસ્પિટલમાં રહેવું પડ્યું અને માથામાં તાલ પડી જાય તેટલું લાખો રૂપિયાનું બિલ ચૂકવ્યું તે તો વધારાનું.

માનવીના જીવનમાં વિવેક વિનાની અભદ્ર અને કલુષિત વાણી અને દિમાગમાં ભરાયેલી તુમાખી મોટા ભાગનાં ટેન્શન ઊભાં કરે છે, જે લોકો સમય અને સંજોગોને સમજવા માગતા નથી, સમય પ્રમાણે વળાંક લેતા નથી અને માત્ર પોતાનો જ એકડો સાચો ઠરાવવા અવનવા કીમિયા અપનાવે છે તેવા લોકોનાં જીવન ટેન્શનથી ભરાયેલાં હોય છે. આવા નઠોર લોકો ઋણાનુબંધ સંબંધથી પણ જેમના માથે પડ્યા હોય છે તેમને પણ ટેન્શનમાં અને ઉપાધિઓમાં ધકેલે છે.

દિલમાં દયા, પ્રભુમાં સમર્પણ, અંતઃકરણમાં શુદ્ધ ભાવ અને અડગ શ્રદ્ધા સિવાયની પ્રાર્થના કોઈને પણ ફળદાયી થઈ છે ખરી?

(૧૦૪) સતર્કતા એ જ બચાવ : વાંચો

ઘણી વખત આવતો ભય નહીં પારખનારા, અતિબેદરકાર રહેનારા અને અતિભલા માણસો નિર્દોષ હોવા છતાં બીજા લોકોએ કીમિયા બુદ્ધિથી બિછાવેલી માયાજાળમાં ફસાઈને મુશ્કેલીઓનો ભોગ બને છે તેમાં તેમની ઓછી કોઠાસૂઝ જ જવાબદાર હોય છે.

મારા જાણીતા એક આશ્રમના હિસાબનીશ મહેતાજી નોકરી કરવા બસમાંથી ઊતરી આશ્રમ તરફ ચાલતા આવતા હતા, ત્યાં જ તેમને તેમના આશ્રમના પરિચિત ટ્રસ્ટી સામે મળતાં ટ્રસ્ટીએ કહ્યું, "મહેતાજી, આ દશ હજાર રૂપિયા લેતા જાઓ અને હું તમને હવે પછી

જે નામ જણાવું તે નામે જમા કરીને પહોંચ મને મોકલી આપજો." ટ્રસ્ટી અને મહેતાજી બંને જણા ઊભા-ઊભા સહજ વાતો કરતા હતા. ત્યાં નાની શાકમાર્કેટ હતી. **મહેતાજી દશ હજાર રૂપિયાવાળું બંડલ ખિસ્સામાં મૂકવાના બદલે બંડલ હાથમાં રાખી બંને હાથ પીઠ પાછળ જોડીને ઊભા હતા.** મહેતાજીની પાછળ બરાબર એક શાકભાજીની લારી ઊભી હતી. બાજુમાં ઊભેલી ગાય લારીમાંથી શાકભાજી ખાવાની પેરવીમાં હતી પણ લારીવાળી બાઈની સતર્કતાથી અને તે બાઈના હાથમાં નાની લાકડી જોઈને ગાય માત્ર લારી સામું જોઈને ઊભી રહી હતી.

અચાનક ગાયની નજર પીઠ પાછળ બે હાથ જકડીને ઊભા રહેલા મહેતાજીના બંડલ તરફ પડી. મહેતાજીની નજર આગળ હતી. મહેતાજી વાતોમાં મશગૂલ હતા. તે કાંઈ પણ સમજે તે પહેલાં ગાયે રૂ. દશ હજારના બંડલને ભાજીની ઝૂડી સમજી મોંથી તફડાવી લીધું અને ઘાસની જેમ મોંમાં ચાવવા લાગી. મહેતાજી સફાળા ભડક્યા, બંડલ છોડાવવા ગાયના મોં ઉપર મુક્કા ઉપર મુક્કા મારવા લાગ્યા. ગાયના મોંમાંથી લોહી આવવા માંડ્યું અને મહેતાજીના હાથનું હાડકું પણ તૂટી ગયું, છતાં ગાયે બંડલ છોડ્યું નહીં, પરંતુ બંડલ ચાવવાનું ચાલું રાખ્યું. ગભરાયેલા મહેતાજીએ બાજુની લારીમાંથી અનાનસ ઉઠાવી ગાયના મોઢા ઉપર માર્યું તો ગિન્નાયેલી ગાયે મહેતાજીના પેટમાં શિંગડું માર્યું અને નીચે જમીન ઉપર રગદોળી દીધા.

ઘણા લોકો મહેતાજીની મદદે આવ્યા પણ ત્યાં સુધીમાં તો ગાયે બંડલના રામ બોલાવી દીધા હતા. મહેતાજીને દવાખાનામાં દાખલ કર્યા, સારવારનું ઘણું બિલ આવ્યું, તેમને આશ્રમે એક પણ રૂપિયાની મદદ ના કરી પણ હાથ ઊંચા કરી દીધા અને માંદગીની રજાઓનો પગાર પણ કાપી લીધો, પરંતુ ઘાયલ મહેતાજીના ખબર-અંતર પૂછવા જ્યારે પેલા ટ્રસ્ટી તેમના ઘરે આવ્યા ત્યારે એટલું જ ઠાવકાઈથી બોલ્યા, "મહેતાજી, હવે તમે ઓફિસે જાઓ ત્યારે જરા પેલી દશ હજાર રૂપિયાની પાવતી મોકલી આપજોને એટલે દાતાને પહોંચાડીને હું પણ તે જવાબદારીમાંથી છૂટો થાઉં."

આ સંસારનું સ્વાર્થી ચક્ર તો જુઓ, તમારા માથે જ્યારે તકલીફ આવશે ત્યારે તમારો પડછાયો પણ સગો નહીં થાય, પડછાયો તો અજવાળામાં જ સાથે રહે છે, અંધારામાં તો તે પણ ભાગી જાય છે. આ સંસારમાં તમારી સમસ્યા કે તમારી તકલીફમાં કોઈને સહેજ પણ રસ નથી, તેમને માત્ર તેમના મતલબને જ સિદ્ધ કરવામાં રસ છે. તમારી ભૂલ કે તમારી બેદરકારજી તમારો જ ભોગ લેશે, બીજાઓનો નહીં અને જ્યારે બીજાઓની ભૂલ કે કીમિયાબુદ્ધિ તમારો ભોગ લે ત્યારે સમજી લેજો, તમારા જેવો ભોળ-ગાંડો અને ગોકળિયો ગાંડો બીજો કોઈ નથી, તમે મૂર્ખ છો, ટેન્શન તમારો પીછો ક્યારેય નહીં છોડે.

વિઝન, મિશન અને એક્શનની એકરૂપતા સિવાયની કોઈ પણ વ્યક્તિ સફળ થઈ શકે જ નહીં.

(૧૦૫) મૂર્ખાઓ સાથે સંબંધ, ખોટનો વેપાર : વાંચો

આ સંસારમાં પોતાના કારણે વિવાદ ઊભો થાય તેમાં જ મૂર્ખાઓને મજા આવતી હોય છે, આ તેમની ઘેલછા હોય છે, પરંતુ તેમની ઘેલછા બીજાઓનું ટેન્શન વધારી દે છે. **વિચિત્ર વર્તન, કલુષિત વાણી અને કારણ વિનાની કોઈની પણ જાહેરમાં ટીકા કરવાવાળી વૃત્તિવાળા લોકો જે પ્રસંગમાં હાજર હોય છે તે પ્રસંગમાં પાણી ફેરવી દે છે.** આવા તઘલગી અને તુમાખીવાળા લોકોની જ્યાં હાજરી હોય ત્યાં કારણ વિનાની સમસ્યાઓ ઊભી કરતા હોય છે અને તેના કારણે જેના ત્યાં શુભ પ્રસંગ હોય છે ત્યાં પણ ઉદ્વેગ અને અશાંતિનું ટેન્શન છવાયેલું રહેતું હોય છે.

અમારા એક મિત્રની મોટી દીકરીના લગ્ન પ્રસંગમાં અમે સૌ મહેમાનો સાથે બેઠા હતા ત્યાં એક વાચાળ, **તુમાખીવાળા અને હંમેશાં વટ પાડવાની ઘેલછાવાળા આદિવાસી વિસ્તારમાં શિક્ષકની નોકરી કરતા, પરણનાર દીકરીના ફૂવા, પરણનાર દીકરીની નાની બહેનને જિન્સનું પેન્ટ પહેરેલું જોઈ તેના ફૂવા તાડૂક્યા,** "હવે તો બરાબર કળિયુગ બેસી ગયો છે, આ દીકરી જિન્સનું પેન્ટ અને જરસી પહેરીને

આટલા વડીલોની હાજરીમાં કૂદકા મારે છે પણ છે કોઈ તેને કહેનાર કે દીકરી તારી મોટી બહેનનાં લગ્ન છે અને તારી પણ વીસ વર્ષની ઉંમર થઈ ગઈ છે, લાજી મરાય તેવાં કપડાં ના પહેરાય, જા પંજાબી ડ્રેસ કે સાડી પહેરી આવ. બસ, બધે મારે જ અળખામણું થવાનું." મેં તેમને શાંત પાડ્યા, "બાપુ, જિન્સનું પેન્ટ પહેરનાર દીકરીને વાંધો નથી, તેનાં મા-બાપ અને તેના પરિવારને વાંધો નથી તો તમે શીદને આકરા થાઓ છો !" મારી ટીકાથી વધારે ગીન્નાયા, "તો શું અમારે બોબડા થઈને માત્ર તમાશો જોયા કરવાનો, આ લોકોને ઈજ્જત નથી પણ અમારે તો છે." મેં તેમને શાંત પાડવા એક વધુ પ્રયત્ન કર્યો, "બાપુ, મને એ નથી સમજાતું કે તમે અહીં મહેમાનગતિ કરવા આવ્યા છો કે પછી... તમે તો દીકરીના ફુવા થાઓ છો, આ ગામ પણ તમારું નથી, તમે તો અહીં મહેમાન તરીકે પધાર્યા છો, તમારી વાતને કોઈ સમર્થન પણ આપતું નથી, પછી કારણ વિનાનો બિનજરૂરી વિવાદ શું કરવા ઊભો કરો છો ?" **બાપુની આંખો લાલ થઈ ગઈ, "તમે બધા મને ખોટો ઠેરવવા માગો છો, વિવાદનું મૂળ ક્યાં છે તે શોધતા નથી** અને ખબર છે છતાં તમે સાચું બોલતા નથી, તમે બોબડા છો, બોલો આ દીકરીથી અત્યારે જિન્સનું પેન્ટ પહેરાય ? મને માત્ર હા કે નામાં જવાબ આપો એટલે હું અહીંથી ચાલતી પકડું."

મને બરાબર ખબર પડી ગઈ કે વાત વણશે તો ડખાનું મૂળ દીકરીના તઘલગી અને તુમાખીવાળા ફુવા નહીં પણ હું બનીશ એટલે મેં તો હા કે ના, કોઈ પણ જવાબ આપ્યા સિવાય મૌન અને શાંત રહેવાનું નક્કી કર્યું. અમારા સૌના મૌનના કારણે તેઓ વધારે અકળાયા અને ઊભા થઈ સીધા જ જિન્સનું પેન્ટ પહેરીને ફરતી દીકરી તરફ ધસી જઈ બરાડ્યા, "તારે અને તારાં મા-બાપને ઈજ્જત જેવું નહીં હોય, પણ અમારા ખાનદાનમાં તો છે, બોલ અત્યારે હાલ જ આ જિન્સનું પેન્ટ ઉતારી સાડી પહેરવા જાય છે કે નહીં ? નહીંતર હું અહીંથી મારા ગામ ચાલતી પકડું." ફુવાજીનું આવું વર્તન જોઈ દીકરી હેબતાઈ ગઈ, "તમારે શું થાય છે, મારે જે પહેરવું હોય તે પહેરું, હું

તમારા ઘરે પંચાત કરવા આવું તો કહેજો, ફુવા." આવું છાંછિયું કરીને રડતી-બબડતી નાની દીકરી જતી રહી. તેના ફુવા ત્યાંથી પગ પછાડી ચાલી નીકળ્યા, સજ્જનોના પ્રયત્નો નિષ્ફળ નિવડ્યા. પરણનાર દીકરીના ઘરે કારણ વિના ટેન્શન છવાઈ ગયું. ફુવાને સૌએ જવા દીધા. સારા અને શુભ પ્રસંગમાં પણ રોડાં નાખવાની તેમની મનોવૃત્તિ અને પ્રવૃત્તિથી સૌ સગાં-સંબંધીઓ વાકેફ હતા.

અશાંત અને ઉદ્વેગવાળા વાતાવરણમાં પણ દીકરીના લગ્ન ધામધૂમથી સંપન્ન તો થયાં, પરંતુ ફુવા અને ફોઈ બંનેના જતા રહેવાથી પરિવારમાં ટેન્શન છવાયેલું રહ્યું.

વિસામો

આ સંસારમાં ઘણા લોકો એવા લોકો હોય છે કે તેમની વૃત્તિ, મનોવૃત્તિ અને પ્રવૃત્તિના કારણે તે જ્યાં હાજર હોય ત્યાં હવામાંથી પણ સમસ્યા પેદા કરતા હોય છે. તેમની જીદ અને મૂર્ખતાના કારણે ઉદ્‌ભવેલી સમસ્યા સજ્જનો અને જેના ત્યાં પ્રસંગ હોય છે તે સૌ માટે બોજારૂપ બની જતા હોય છે. આવા જડ અને મૂર્ખ લોકો સાથે નજીકના-ગાઢ સંબંધો રાખવામાં બધી બાજુનું નુકસાન જ હોય છે. જડ ને તઘલગી તથા તુમાખીવાળા લોકોથી દૂરનું અંતર રાખવામાં ડહાપણ અને શાણપણ છે. આવા લોકો ક્યારેય તેમનાં સ્વભાવ અને પ્રકૃતિ બદલી શકતા નથી. **કોઈ પ્રસંગે આવી ચડેલા આવા જડ લોકો સાથે મૌન ભાવે બેસી રહેવામાં જ ડહાપણ અને શાણપણ છે**. તેમની સાથે વાદ-વિવાદ અને ઉગ્ર ચર્ચા તો તેમનું તો કોઈ કાંઈ નહીં બગાડે, પરંતુ તમારી અને જેમના ત્યાં પ્રસંગ હશે તેમની ઊંઘ હરામ કરી દેશે, તે વાત સવારે સૂર્યોદય થશે તેટલી નક્કી છે.

સુખી, સમૃદ્ધ, સજ્જન, શૂરવીર અને સફળ લોકોની ઈર્ષા, નિંદા અને ટીકા કરવાની આદતવાળા હંમેશાં દુઃખી અને પરાધીન બની જે તે સ્થિતિમાં જ તેમની જિંદગી પૂરી કરવાના.

(૧૦૬) મોક્ષ માર્ગ, આંધળાઓનો રસ્તો : વાંચો

આ સંસારી જીવનમાં અને તેમાં પણ વર્તમાન સમયમાં નિર્ધનની તો કોડીની પણ કિંમત નથી. એક વિદ્વાન વિચારકે સાચે જ કહ્યું છે કે **વર્તમાન સમયમાં ગમે તેવા ગૂંચવાયેલા એંસી ટકા પ્રશ્નો નાણાંથી પતી જાય છે અને એંસી ટકા પ્રશ્નો પણ નાણાંની ખેંચના લીધે જ ઉદ્‌ભવે છે.**

જે યુવાન તેની યુવાનીમાં ધન કમાતો નથી અને નાણાંની જુદાં-જુદાં ક્ષેત્રોમાં બચત કરી વર્તમાનમાં ભવિષ્યનું આયોજન કરતો નથી તેની યુવાની, તેનું ઘડપણ, તેનાં બાળકોનું બાળપણ અને સમગ્ર પરિવારના સભ્યોનું ભવિષ્ય અને જિંદગી દયાજનક પસાર થાય છે.

એક મોટા મંદિરના શમિયાનામાં એક તેજસ્વી યુવાનનું બહુમાન થવાનું હતું, કારણમાં કાંઈ નહીં, તેણે સિંહનો શિકાર નહોતો કર્યો, પરંતુ સસલું બનીને સંસાર ત્યાગ કરવા નીકળી પડ્યો હતો. તેના ત્યાગની વાહ-વાહ થઈ રહીં હતી, કારણ કે તે સંસાર ત્યાગી રહ્યો હતો. મોહ-માયા, ભૌતિક પદાર્થો અને દુન્યવી-માયાવી સંબંધો ત્યાગી મોક્ષમાર્ગમાં આગળ વધવા સાધુ-સંત થવા નીકળી પડ્યો હતો.

આ યુવાનને મેં સહજતાથી પૂછ્યું, “મા-બાપ છે?” તેણે બીરબલની જેમ ઝટપટ જવાબ આપ્યો, “હા.” મારી જિજ્ઞાસા જોઈ મને બોલતો બંધ કરવા તે એકતરફી બોલ્યો, “પરણેલો પણ છું, મારા પરિવારમાં યુવાન પત્ની, નાની દીકરી અને મા-બાપ છે.” તેને અટકાવી હું મક્કમતાથી બોલ્યો, “તારાં વુદ્ધ મા-બાપનું શું ? તારી યુવાન પત્ની અને ફૂલની કળી જેવી દીકરીનો શું વાંક ?” તે યુવાન એકદમ વિફર્યો, “કેમ, હું જન્મ્યો ત્યારે આ બધાંને સાથે લઈને આવ્યો હતો, આ તો ઋણાનુબંધ સંબંધ છે, સૌ-સૌનું ઋણ પૂરુ કરી સૌ-સૌના માર્ગે ચાલી નીકળશે, આખા જગતના તમામ માનવી, પશુ-પક્ષીઓ તથા તમામ જીવજંતુનું રક્ષણ અને પોષણ પરમેશ્વર પોતે કરે છે તો તે શું મારા પરિવારને પણ નહીં સાચવે ! તે તો ન્યાયી છે, અન્યાય કર્તા નથી.” તેના માનસપટ ઉપર ત્યાગ-વૈરાગ્યની જબરદસ્ત અસર વર્તાતી હતી.

જ્યારે મેં જાણ્યું કે આ તો ગોલ્ડ મેડાલિસ્ટ નિષ્ણાત ડૉક્ટર થયો છે અને સરકારના અને પરિવારના લાખો રૂપિયા વેડફી નાખી મોક્ષ પ્રાપ્ત કરવા નીકળ્યો છે ત્યારે મારાથી ઉતાવળે પૂછી નંખાયું, "મહાશય, હું તો તમને ટૂંકું પૂછું છું કે સમગ્ર પરિવારની આર્થિક સ્થિતિની ગોઠવણ કરી છે? કે પછી..." તે મોં બગાડી બરાડ્યો, "હા, તમે કહેશો તો હું ઉપરવાળા પરમેશ્વરને ભલામણ કરીશ, મને તેની અજીબો-ગરબ રચના અને વ્યવસ્થામાં બહુ જ આસ્થા છે, મિસ્ટર લેખક મહાશય, બધું છોડનાર ક્યારેય કંઈ માગતો નથી હોતો, સમજ્યા, તમે આપણાં શાસ્ત્રો વિરુદ્ધ મારી સાથે ચર્ચા કરી રહ્યા છો." હું ચૂપ રહ્યો. તેનાં વુદ્ધ મા-બાપનાં આંસુ અને તેની યુવાન રડતી પત્નીની મુખમુદ્રા હું જોઈ ના શક્યો. મારું હૈયું તો ત્યારે વધારે ગ્લાનિયુક્ત થઈ ગયું જ્યારે તેની ત્રણ વર્ષની દીકરી તેના વૈરાગી પિતા તરફ હાથ લાંબા કરી નિર્દોષભાવ વહેવડાવી રહી હતી, "મમ્મી, મારે પપ્પા પાસે જવું છે. મમ્મી, મારી બર્થડેમાં પપ્પા શું લાવશે ? કહે ને... મમ્મી." હું શમિયાનામાંથી બહાર નીકળવા ઊભો થયો, મારું હ્રદય આ દ્દશ્ય જોઈ દુઃખી થઈ રહ્યું હતું. મારી બાજુમાં જ બેઠેલા મારા મિત્ર મારો મનોભાવ સમજી ગયા. તેઓએ મને રોક્યો નહીં તે પણ મારી સાથે શમિયાનામાંથી બહાર આવી ગયા.

બહાર આવી હું ઊભો રહ્યો અને મારા મિત્રને બાજુ ઉપર ઊભો રાખી મેં મારી લાગણીઓ ઉપરનો કાબૂ ગુમાવતાં કહ્યું, "ભાઈ, આ ભાગેડુ મોક્ષ માર્ગીને જઈને એટલું જરૂર કહી આવો કે તારી દીકરીને કન્યાદાન આપવાનું કંઈ આગોતરું આયોજન કર્યું છે કે નહીં? પતિના જીવતેજીવ વિધવા બનનાર પત્નીના ભરણપોષણની કાંઈ વ્યવસ્થા કરી છે કે નહીં અને તારાં વૃદ્ધ-માબાપના જીવતર અને મરણોત્તરની કાંઈ જોગવાઈ કરી છે કે કેમ ? જો તેં આ બધાં માટે કાંઈ વ્યવસ્થા ના કરી હોય તો તેને જઈને કહી આવો કે નરક જેવી યાતનાદાયક કોઈ પણ જગ્યા હશે તો પ્રભુ તને ત્યાં પહેલાં ધકેલશે." મારો મિત્ર મારા હાવભાવ જોઈ મને ત્યાંથી દૂર લઈ જઈને ધીરેથી

ઠાવકાઈથી બોલ્યો, "**આપણે કાંઈ જગતને સુધારવાનો ઠેકો નથી લીધો.** ચાલો, આપણે નીકળી જઈએ અહીંથી, તેને શું કરવું અને શું ના કરવું તે તેની મરજી. તેના પરિવારના સભ્યોએ તથા તેનાં સગાં-સંબંધીઓએ જોવાનું, આપણે નહીં."

વિસામો

સંસારી સમસ્યાઓથી ભાગેડુ બની સંસાર છોડનારા લોકો જંગલ વચ્ચે જઈ ઝૂંપડી બાંધી નથી રહેતા કે કોઈ ગિરિકંદરાઓમાં ગુફાઓમાં જઈને નથી રહેતા પણ આવા ભાગેડુ લોકો સમાજ, સંસાર અને પરિવાર માટે બોજારૂપ જ હોય છે. **માનવીય ફરજમાંથી અને જવાબદારીઓમાંથી ભાગેડુ બનનાર પલાયનવાદી ક્યારેય સાચી શાંતિ પ્રાપ્ત કરી શકે જ નહીં.** અરે! આવા ભાગેડું લોકો પરિવાર, સમાજ અને રાષ્ટ્રનું ઋણ તો ચૂકવતા નથી, પરંતુ સમાજ અને રાષ્ટ્ર માટે જવાબદારીરૂપ બને છે. તેમની ખોખલી અને કાલ્પનિક તથા ભ્રાન્તિથી ભરેલી ભ્રમિત શાંતિ સમાજ કે રાષ્ટ્રમાં કઈ રીતે ફેલાવી શકે ? **આવા લોકો પોતાનું ટેન્શન દૂર કરવા સમાજના ભલા, ભોળા અને ભાવુક ભક્તોની ભાવનાનો દુરુપયોગ કરે છે, આવા લોકો જ પરિવાર અને સમાજનું ટેન્શન વધારતા હોય છે, સંસાર તો સંન્યાસ કરતાં અનેકગણો અઘરો છે, શાસ્ત્રોએ સાચે જ લખ્યું છે કે "અશક્તિમાન ભવેત સાધુ."**

પોતાની માનવીય ફરજ અને જવાબદારીમાંથી દૂર ભાગનાર ભાગેડુ અને પલાયનવાદી લોકો ક્યારેય સાચી શાંતિ પ્રાપ્ત કરી શકતા નથી, પરંતુ આવા લોકોથી દૂર રહી સાચા સંસારી બનવા જેવાં સુખ અને શાંતિ તો પરલોકમાં પણ નથી.

આજનો ધર્મ અને રાજસત્તા એટલે પદ, પ્રતિષ્ઠા, પ્રસિદ્ધિ અને પૈસા મેળવવાનું પ્લેટફોર્મ, પરંતુ સાચો માનવધર્મ અને સાચી રાજસત્તા એટલે માનવમૂલ્યોનું રક્ષણ અને પોષણ કરવું તથા અબોલ જીવો પ્રત્યે સંવેદના અને કરુણા.

(૧૦૭) ચિંતાનું મારણ : સમજણ અને અધ્યાત્મ : વાંચો

એક મંદિરના ઓટલે એક કાકા માથે હાથ દઈ બેઠા હતા, મેં સહજતા અને ગમ્મતથી હસતાં-હસતાં પૂછ્યું, "દાદા, ભગવાન પાસે શું માગી આવ્યા ?" તેમણે તેમના અંતઃકરણમાં પડેલો ઊભરો ઠાલવવા માંડ્યો, "મારી તો દશા બેઠી છે, મારા દીકરાને પણ બે દીકરીઓ જ છે, મારી દીકરીને પણ બે ભાણી જ છે, મારી પુત્રવધૂ એટલે કે દીકરાની વહુને પણ પિયરમાં ભાઈ નથી, મારા ઘરવાળા ડોસીને પણ પિયરમાં ભાઈ નથી. મને લાગે છે કે મારે તો બધી જગ્યાએ તાળું જ વખાવવાનું છે કે શું ? એકેય પરિવારમાં કોઈ તાળું ખોલવાવાળું રહેશે જ નહીં કે પછી બધુંય ધબાયનામું, કાન્તિભાઈ મારી તો ઊંઘ હરામ થઈ ગઈ છે, શું કરું ! આના કરતાં તો ઉપરવાળો તેના ધામમાં બોલાવી દે તો સારું." દાદા ધ્રુસકે-ધ્રુસકે રડી પડ્યા.

માનવીના જીવનમાં આવેલ ટેન્શનના ભાગરૂપે અમુક બાબતોમાં તથ્ય હોય છે, પરંતુ તેનું આધ્યાત્મિક સમજથી જ સમાધાન શક્ય છે. મેં દાદાને સમજાવવા પ્રયત્ન કર્યો, "દાદા, માની લો કે તમારી આંખ અત્યારે મીચાઈ ગઈ છે અને..." દાદા વચ્ચે જ બોલ્યા, "મારે મન મનાવવાવાળાં દૃષ્ટાંત નથી સાંભળવાં, મારું કપાળ જ ફૂટેલું છે, પછી બીજાઓને શું દોષ દેવો, એ તો ઉપાધિ જેના કર્મે આવે છે તેને જ ખબર પડે છે." દાદાએ ત્યાંથી ઝટપટ ઊભા થઈ ઘર તરફ ચાલતી પકડી.

> **દુનિયાના લોકો લાખ ગુના માફ કરી દે છે, પરંતુ તેમણે જેના ઉપર સંપૂર્ણ ભરોસો મૂક્યો હોય તે વ્યક્તિ જ્યારે દગાખોર નીકળે છે ત્યારે તેને ક્યારેય માફ કરતા નથી.**

(૧૦૮) દુઃખનું મારણ, પ્રભુની શરણાગતિ : વાંચો

આખો સંસાર દુઃખનો ખારો દરિયો તો છે જ, પરંતુ આપણે જેટલો જરૂરી છે તેટલો તો મીઠો કરવો પડશે. માનવીના જીવનમાં માનવી જ અશાંતિ પેદા કરે છે, પરંતુ શાંતિ પામવાની શરૂઆત તો

આપણે પોતે જ કરવી પડે છે. શરત એટલી જ છે તમારી હૈયાવરાળ ખાલી કરવા એક ખૂણો અકબંધ તો રાખો, સાચા સ્નેહી અને હિતેચ્છુનાં સલાહ-સૂચન સાંભળો, તેની આગળ તમારું હૃદય ઠાલવો, પરંતુ જે વ્યક્તિ તેના હિતેચ્છુની, સજ્જન સલાહકારની અને અંગત મિત્રની વાત સાંભળા કે સમજવા તૈયાર નથી તે તો હંમેશાં દુઃખી અને ટેન્શનમય જિંદગી જીવવાના.

થોડાંક વર્ષો પહેલાં હિમાલયમાં આવેલા ચારધામ યાત્રાધામના મહત્ત્વના તીર્થ કેદારનાથમાં પ્રલય સ્વરૂપે જળતાંડવ થયું, જેના કારણે સેંકડો યાત્રીઓ જળપ્રલયનો ભોગ બન્યા. આ દુર્ઘટનામાં એક એવો પરિવાર ભોગ બન્યો હતો, જેના પરિવારમાં માત્ર એક વૃદ્ધ જ બચ્યા હતા. તેઓ નાતંદુરસ્ત તબિયતના કારણે પરિવાર સાથે યાત્રાએ ગયા નહોતા, એટલે બચી ગયા.

તેમની સાથે તેમના જ ઘરે મુલાકાત થઈ. સ્વભાવથી તેઓ અંતર્મુખી, શાંત અને આધ્યાત્મિક જણાયા. તેઓ શાંત અને નિર્લેપ ભાવે બોલ્યા, "ભાઈ, આ તો બધી પ્રભુની લીલા છે, તેની મરજી વિના પાંદડું પણ હાલતું નથી, તેની ગતિ અકલ્પનીય અને અકળ છે. મરવાનું તો મારે હતું, ઉંમર તો મારી થઈ ગઈ હતી, પરંતુ આ તો જેમને જીવવાનું હતું તે બધાં પ્રભુને પ્યારા થઈ ગયાં અને મરવાની રાહ જોઈને બેસી રહેલો હું અભાગિયો તમારી સામે બેઠો છું, હશે તેમ કરવામાં પણ તેમની મરજી હશે. આમ જુઓ તો આપણે એક મિનિટ માટે પણ આંખ બંધ કરીને અંતરમાં જોઈએ તો પરમ ચૈતન્ય સિવાય કાંઈ જ નથી. આ તો તમે આવ્યા એટલે મને આ દુર્ઘટનાની યાદ તાજી થઈ, બાકી હું તો સતત ઈશ્વર સ્મરણ કરું છું, બધું જ ઉપરવાળા ઉપર છોડી દીધું છે, તેની લીલા અને ગતિને સમજવી માનવીની તર્કબુદ્ધિ બહારનો વિષય છે."

મુખમુદ્રા ઉપર સહેજ પણ દુઃખની લકીર સિવાય ગંભીરતાથી બોલ્યા, "તમને ચા-પાણી કરાવે તેવું ઘરમાં કોઈ બચ્યું નથી, ઘરવાળાં માજી વર્ષો પહેલાં ધામમાં ગયાં અને તેમને મળવા માટે શિવજીએ મારા સિવાયના આખા પરિવારને બોલાવી દીધો, દુઃખ અને

સુખ તો સિક્કાની બે બાજુ છે ભાઈ, અવતારી મહાપુરુષો પણ કર્મ અને કાળની ઝાપટથી નથી બચ્યા તો આપણી તો શું તાકાત ? મેં તો સુખ અને દુઃખ બધુંય પ્રભુને સોંપી દીધું છે. લખી રાખજો, આ કાળના પંજામાંથી કોઈ બચવાનું નથી, આ અમદાવાદ શહેરની અત્યારે ૬૦ લાખ જેટલી વસ્તી છે અને બરાબર એકસો વર્ષ પછી ઉપરવાળો તપાસ કરશે તો અત્યારે હાલમાં જે બધા જીવતા છે તેમાંથી એક પણ માણસ ૬૦ લાખમાંથી જીવતો બચ્યો નહીં હોય, ભલે તે વખતે અમદાવાદ શહેરની વસ્તી બે-ત્રણ કરોડ હશે, પરંતુ આમાંથી એક પણ માણસ જીવતો નહીં હોય તે વાત નક્કી છે, તમારું શું કહેવું છે ?" મેં માથું ડોલાવી હા કહી. તેમણે બહુ જ માર્મિક વાત કહી, "**નિયતિએ ઘડેલી ઘટનાઓમાં ફેરફાર કરવાની કોઈની તાકાત નથી** અને તેમાં પણ જે ઘટના બની જ ગઈ છે અને તેને સૂલટવાની ખુદ ભગવાનની પણ તાકાત નથી તો પછી તે બની ગયેલી ઘટનામાં નકારાત્મક ભાવો, ખ્યાલો અને કલ્પનાઓ કરી દુઃખમાં વધારો કરવાનું કોઈ કારણ ખરું? **દુઃખમાં પણ હકારાત્મક અને આશાવાદી વલણ તથા પ્રભુસ્મરણ જ શ્રેષ્ઠ ઉપાય છે. અરે! આ તો બ્રહ્માસ્ત્ર છે.**" તેઓ એકદમ ઊભા થઈ ઝભ્ભો પહેરતાં પહેરતાં બોલ્યા, "ગાંડાઓની હોસ્પિટલમાં તથા અનાથાશ્રમમાં નિરાધારને ભોજન આપવા જવાનો સમય થઈ ગયો છે. ચાલો, તમારે મારી સાથે આવવું હોય તો, દુઃખ ભૂલવા આવાં સદ્કાર્યોમાં મનને વાળવું પડે ભાઈ, બાકી બધું ઉપરવાળા ઉપર છોડી દેવું, કાલે આપણે પણ આ દુનિયા છોડી જતાં રહીશું. અરે! આખી દુનિયા જ જ્યાં રહેવાની નથી ત્યાં નાહકની ચિંતા શાની... હરિ... હરિ."

વિસામો

જ્યારે સ્થિતિ-સંજોગો માનવીના કાબૂ બહારના હોય ત્યારે નિયતિએ સર્જેલી સ્થિતિને સહજતાથી સ્વીકારવામાં અને સમજવામાં જ સાચી શાંતિ ધરબાયેલી છે. **નાહકના નકારાત્મક વિચારો, કપોળ કલ્પિત દુઃખદ ઘટનાઓ અને અનિયંત્રિત-બેકાબૂ મન જ માનવીને**

ભ્રમિત અને દુઃખી કરે છે. મનને ઈશ્વરની સ્તુતિમાં ગરકાવ થતાં શીખવ્યું તો ચારે દિશાઓથી શાંતિ જ છે અને વિષયવાસનામાં ગરકાવ થયેલું બેકાબૂ મન તો દુનિયાના કોઈ પણ ખૂણેથી તમારા માટે આફતો શોધી લાવશે. **ભયંકર આફતમાં પણ આટલું યાદ રાખજો : આખું બ્રહ્માંડ ચલાવનાર કોઈક અગમ્ય અને અકળ શક્તિ તમારી મદદે છે જ, જે શક્તિ અબજો ટનના તારાઓને આખા બ્રહ્માંડમાં વ્યવસ્થિત સાચવી રાખે છે તો શું તે શક્તિ તમને નહીં સાચવે ? સાચવશે જ, તે શક્તિ માત્ર રાહ જુએ છે, પ્રાર્થનાના પોકારની.**

આખા સંસારમાં દરેક માનવી તેની ફરજ અને જવાબદારી માનવતાને લક્ષમાં લઈ બજાવે તો આ સંસારની સમસ્યાઓ અડધી થઈ જાય.

> **દુનિયાના લોકોને "હા" સાંભળવી જ ગમે છે, "ના" નહીં, હા સાંભળનાર કરતાં હા કહેનારનું મનોબળ અનેકગણું વધારે હોય છે.**

(૧૦૯) ઠંડું દિમાગ, અડધી સફળતા : વાંચો

અમદાવાદ શહેરની ખ્યાતનામ એપોલો હોસ્પિટલમાં નિષ્ણાત સર્જન ડૉક્ટર સ્વાતિબહેન ઉપાધ્યાયના મૃદુ સ્વભાવ ધરાવતા પતિ **શ્રી જે. કે. ઉપાધ્યાયે** મને એક ઔપચારિક વાતચીતમાં હસતાં-હસતાં કહ્યું, "લેખક મહાશય, હું અને મારી પત્ની સ્વાતી આખી દુનિયાની ઉપાધિ અમારા શિરે લઈને ક્યારેય જીવતાં નથી. અમારી શું ફરજ છે, તેટલી જ અમને ખબર છે. આ સંસાર અત્યારે જે સમસ્યાઓનો સામનો કરી રહ્યો છે તેનું રહસ્ય શું છે ? **માનવી જેટલો તેની ફરજ અને જવાબદારીમાંથી દૂર ભાગતો થઈ જાય છે તેટલો તે માનવ-મૂલ્યોથી દૂર થતો જાય છે,** જે લોકો તેમની ફરજ અને જવાબદારીથી દૂર ભાગે છે તે લોકો માનવજાતનું કલ્યાણ ક્યાંથી કરવાના ! રામ...રામ કરો. ફરજ અને જવાબદારીથી દૂર ભાગતા લોકોને ભલે થોડા સમય પૂરતો આનંદ આવતો હોય અને ભલે બીજાઓનું ટેન્શન વધારતા હોય, પરંતુ છેવટે તો તેમનું જીવન જ તેમના અને તેમના પરિવાર માટે બોજારૂપ અને ટેન્શનવાળું બની જાય છે.

આ બાબત એટલા માટે મહત્ત્વની છે કે **પોતાની ફરજ અને જવાબદારીમાંથી** છટકી તેનો ગાળિયો બીજાના ગળે ભરાવી દેનારા સદાયે એવું સમજે છે કે તેઓ ચાલાકીપૂર્વક છટકી ગયા પણ ના તેવું નથી તેમણે બીજાને ભરાવેલો ગાળિયો તો તેમનાથી સવાયો કોઈ ઉકેલી શકશે, પરંતુ જ્યારે પરમેશ્વર તેમના ગળે ગાળિયો ભરાવશે ત્યારે આખી દુનિયામાં તેમને બચાવનારું કોઈ નહીં હોય."

આ સંસારમાં સમસ્યા ઊભી કરનારા લોકો પોતે સાચા છે અને સામાવાળાને ખોટો અને ખરાબ ચીતરવા પ્રયત્ન કરે છે. ખોટા અને જૂઠા લોકો પોતાનું સારું દેખાડવા સજ્જન અને સારા લોકોને બદનામ કરી પોતાની જાતને શરીફ બતાવવા પ્રયત્નો કરે છે, ત્યાંથી જ ખરી સમસ્યાઓ જન્મે છે.

આટલા લોકો તમને જરૂર દગો આપશે : (૧) તમારા ખોટા અને ખરાબ કાર્યને પણ સારું કહેનારા (૨) તમારી દરેક જૂઠી અને ખોટી બાબતમાં સાથ આપનારા (૩) તમારી સમૃદ્ધિનો દુરુપયોગ કરીને અંદરથી તમારી વિરુદ્ધ વર્તનારા અને (૪) અતિશય ખુશામત કરનારા.

---

(૧૧૦) વિશાળ હૃદય, પ્રશ્નોની સમાપ્તિ : વાંચો

અમદાવાદ શહેરની ૩૮ વર્ષ જૂની શક્તિ **ટ્રાવેલ્સ કંપનીના મુખ્ય ભાગીદાર શ્રી મહેશભાઈ દુદકિયા** સાથે તેમની ઑફિસમાં એક મુલાકાત વખતે ચા પીતાં-પીતાં મેં હળવાશથી કહ્યું, "મહેશભાઈ, આ ધંધામાં કેટલાયે માથાકૂટિયા ગ્રાહકો આવતા હશે કેમ?" તેમણે મારી વાત ઉપાડી લેતાં કહ્યું, "વાત ના પૂછો... અમારી સંસ્થાના પ્રશ્નો તો અમે ઉકેલીએ છીએ પણ આ તો ગ્રાહકના મગજના તરંગોમાંથી ઊભા થયેલા પ્રશ્નો પણ અમારે ઉકેલવાના. અરે! ગ્રાહકની ભૂલ કે તેની બેકાળજી પણ ઘણી વખત તેઓ અમારા ગળે ભરાવે છે, દા.ત. કોઈ યાત્રી એમ કહે કે ત્રણ દિવસ પહેલાં હું મારી બેગ ટ્રેનમાં ભૂલી ગયો હતો, મને બેગ લાવી આપો, પરંતુ અમારી એક ખાસિયત છે કે અમે

ક્યારેય મગજ ગુમાવતા નથી, અમે તેમના પ્રશ્નોનું સંતોષકારક સમાધાન કરાવી શકીએ છીએ તે જ અમારી મૂડી છે અને તે જ અમારી ૩૮ વર્ષની શાખ છે. અમે તો એટલું જ યાદ રાખીએ છીએ કે આ યાત્રીની જગ્યાએ આપણે હોઈએ તો આપણે કેવી સર્વિસ અને કેવા જવાબની આશા રાખીએ ? કવિરાજ, મને તો એટલી જ ખબર પડે કે **સારો સ્વભાવ, મૃદુ વાણી અને સારી સેવાથી અમે ઘણા પ્રશ્નો ટાળી શકીએ છીએ. બસ, આ જ અમારી મૂડી છે, જેના લીધે અમે અહીં સુધી પહોંચ્યા છીએ.**" તેઓ હસીને બોલ્યા, "અરે! અમારા બધા ભાઈઓનો પરિવાર આ ધંધામાં સંકળાયેલો છે. અરે! ગ્રાહકની તો દૂરની વાત રહી, અમારા પરિવારના બધા સભ્યોનો સ્વભાવ હસમુખો અને મળતાવડો ના હોત તો આવડું મોટું તંત્ર સંભાળીને એક જ છત નીચે અને તે પણ અમે બધા એક જ ધંધામાં કઈ રીતે બેસી શક્યા હોત ! અમારી સંસ્થાના કર્મચારીઓ માટે પણ અમારી તો એક જ નીતિ છે. આ કર્મચારીઓ પણ અમારા પરિવારના જ સભ્ય છે અને ગ્રાહક માટે તો ગ્રાહકના સંતોષના ભોગે અમારે કાંઈ ના જોઈએ, ગ્રાહક જ અમારો ભગવાન છે." વાત પૂરી કરતાં-કરતાં ચાની છેલ્લી ચૂસકી ભરતાં હસીને બોલ્યા, "અમે તો ખરા ઉનાળામાં અરબસ્તાનમાં ફ્રીઝ વેચનારા વેપારી નથી, અમે તો ખરા શિયાળામાં કાશ્મીરમાં ફ્રીઝ વેચવાની હિંમત, બુદ્ધિ અને આવડતવાળા પ્રવાસ આયોજક છીએ."

જે વ્યક્તિમાં બીજાના અંતઃકરણને વાંચવાની અને સમજવાની વિશિષ્ટ આવડત હોય છે તે વ્યક્તિના જીવનમાં સમસ્યાઓ ઓછી **ઉદ્ભવે છે** અને જ્યારે-જ્યારે ઉદ્ભવે છે ત્યારે તેનો તાત્કાલિક ઉકેલ લાવી શકે છે. **જ્યાં સમસ્યાઓ હોય ત્યાં ટેન્શન ઉદ્ભવવાનું જ, પરંતુ જ્યાં સમજ હોય ત્યાં ટેન્શન લાંબો સમય ટકી શકતું નથી.**

માનવી ભલે શારીરિક શ્રમ કે માનસિક બોજથી નિવૃત્ત થાય, પરંતુ મનથી ક્યારેય નિવૃત્ત થવું નહીં. **મનને હંમેશાં સદ્‌વિચારોમાં, શુભ ચિંતનમાં અને પ્રસન્નતાથી ભરપૂર રાખવામાં જ જીવનની મસ્તી રહેલી છે.**

દીવો કરવાની ત્યાં જરૂર પડે છે, જ્યાં અંધારું હોય, ડૉક્ટર જે ઘરે વારંવાર મુલાકાતે જાય છે, જ્યાં બીમારીએ અડિંગો જમાવ્યો હોય અને તે જ પરિવારમાં શાંતિ હોય, જ્યાં સંપ, સમજણ, સહનશક્તિ અને હાસ્ય એકસાથે હળીમળીને રહેતાં હોય.

(૧૧૧) નવરું મન ? શેતાનનું ઘર : વાંચો

ગુજરાત સરકારના એક ભૂતપૂર્વ આઈએએસ અધિકારી અને નિવૃત્ત કલેક્ટર શ્રી સી. પી. પટેલ સાથેની હળવી વાતચીતમાં તેમણે કહ્યું, "આખી જિંદગી સરકારી નોકરી કરી, હવે બાકીની જિંદગી મારા પરિવાર સાથે અને સમાજની સેવામાં પસાર કરીશ. હું ક્યારેય મનથી નિવૃત્ત થવામાં માનતો નથી. **મનને જેટલું સદ્પ્રવૃત્તિઓથી ભરેલું રાખીએ તેટલી આપણને ઉપાધિઓ ઓછી વળગે, માનસિક નિવૃત્તિ તો એક નબળાઈ છે.** હું તો એટલે સુધી કહું છું કે વૃદ્ધાવસ્થામાં જ ખાસ મનને સદ્ભાવમાં ગરકાવ થયેલું રાખવું જરૂરી હોય છે, યુવાવસ્થામાં તો મન આમેય કામમાં વ્યસ્ત હોય છે જ, **વૃદ્ધાવસ્થા એટલે કે નિવૃત્ત અવસ્થામાં મનને પ્રફુલ્લિત રાખવાનો એક જ સરળ ઉપાય છે, મનગમતી સદ્પ્રવૃત્તિમાં જોડાઈ જાઓ. નવરું મન અને મગજ તો શેતાનનું ઘર છે.** કોઈ પણ પ્રશ્ન કે સમસ્યા વિશે બહુ લાંબા સમય સુધી તર્ક-વિતર્ક કરવા નહીં, પરંતુ તેનો તાત્કાલિક ઉપાય અને ઉકેલ લાવવામાં જ ટેન્શનમુક્તિ અને શાંતિ છુપાયેલાં છે.

પ્રશ્ન અને સમસ્યાને બિનજરૂરી રગડાવવામાં તો ટેન્શનમાં વધારો થાય છે અને છેવટે સમસ્યા વિકરાળ સ્વરૂપ ધારણ કરે છે. મનુષ્યજીવનમાં જેટલી સમસ્યાઓ ઉદ્ભવે છે તે બધી નવરા મન અને નબળા મગજમાંથી જ ઉદ્ભવે છે. **જીવનમાં સુખી અને ટેન્શન ફ્રી રહેવાનો આટલો જ ટૂંકો ઉપાય છે : નવરા મનમાં, ભટકતા દિમાગમાં અને ખાલી હૈયામાં હકારાત્મક સદ્વિચારો જેટલા ભરાય તેટલા ભરી દો. પછી જુઓ પરિણામ, તમને બધી જ દિશાઓમાંથી સારા અને શુભ સમાચાર સાંભળવા મળશે."**

આખા સંસારમાં સમસ્યાઓના મૂળમાં એક જ બાબત છે : માનવીના દિમાગમાં કંઈક જુદું છે, હોઠ ઉપર કંઈક બીજું છે, હૃદયમાં કંઈક ત્રીજું છે અને વર્તનમાં કંઈક ચોથું છે. જ્યાં વિચાર, વાણી અને વર્તનની એકસૂત્રતા ના હોય ત્યાં સમસ્યાઓ ઊભી થવાની જ.

તમારી લાયકાત કે ડિગ્રી તમને હોદ્દો, નોકરી કે સ્ટેટસ અપાવી શકશે, પરંતુ તમને સોંપેલું કાર્ય કે જવાબદારીનું સફળ પરિણામ જ તમને યશ અપાવી શકશે.

(૧૧૨) દિલદાર દિલ, પૂરી સફળતા : વાંચો

ઊંઝા શહેરના ગંજબજારમાં જીરું, વરિયાળી અને ઈસબગુલના વેપાર સાથે સંકળાયેલ નામાંકિત વેપારી શ્રી જગદીશભાઈ પાલડિયા અને શ્રી પોપટભાઈ પટેલ સાથે તેમની પેઢી ઉપર હળવી ચર્ચા થઈ. મેં કહ્યું, "પોપટભાઈ, તમારું કામ પતાવી દો પછી શાંતિથી વાતો કરીએ." તેમણે મને હસીને રોક્યો, "તો અત્યારે થોડી અશાંતિમાં બેઠા છીએ, આપણે તો ચોવીસ કલાક શાંતિમાં જીવીએ છીએ, વેપાર કરીએ છીએ અને હરદમ શાંતિથી જીવીએ છીએ." મેં જગદીશભાઈને કહ્યું, "તે વાત સાચી, પરંતુ આટલો મોટો કારોબાર ચલાવો છો એટલે મગજ ઉપર થોડો તો ભાર રહેવાનો." તેઓ ખડખડાટ હસીને બોલ્યા, "લેખકશ્રી, ભાર કેવો હોય, **ભાર કોને લાગે ? આપણા હૈયામાં કંઈક જુદું હોય અને વર્તનમાં કંઈક જુદું રાખવાનું હોય તો**, આ બધા જુદા-જુદા ખેલ યાદ રાખવા પડે તો તેનો ભાર મગજ ઉપર રહે, તાકાત બહારનો ધંધો કર્યો હોય તો તેનો ભાર રહે, માગતાવાળાને સમયસર ના ચૂકવીએ તો મગજ ઉપર ભાર રહે, પરંતુ આપણી તાકાત અને ઓકાતથી વાકેફ હોઈએ તો પછી વધારાનો ભાર ક્યાં થઈને આવે...!

વેપાર-વ્યવસાય કે કોઈ નોકરી કરતું હોય તો તેને લગતી સમસ્યાઓ તો આવવાની જ, આપણે હસતા મુખે ઉકેલવાની. વાત એટલી યાદ રાખવાની કે જાણી જોઈને આપણા તરફથી કોઈ સમસ્યા ઊભી થવી ના જોઈએ. આપણી મર્યાદામાં રહી હસતા મુખે વેપાર-

વ્યવસાય કરવો, ખાવા-પીવામાં પણ આપણે ઉંમર અને અવસ્થા પ્રમાણે ધ્યાન રાખીએ છીએ, કોઈની સાથે વણજોઈતા વાદ-વિવાદ કરતા નથી અને વિવાદ થાય તો આપણે જ આપણી તલવાર સૌ પહેલાં મ્યાન કરી દઈએ છીએ, પછી ના રહે બાંસ કે ના બજે બાંસુરિયાં."

મેં જગદીશભાઈને કહ્યું, "આ સિદ્ધાંત ઘરમાં પણ પાળો છો ?" તેઓ મલકાયા, "આપણે બે બાજુવાળી જિંદગી જીવતા જ નથી, **જ્યાં બે બાજુવાળી જિંદગી અને બેવડી જુબાન હોય છે ત્યાં બધા ડખા થાય છે**, ભગવાન-માતાજી આપણને બેધારી અને બેવડી ભેળસેળવાળી જિંદગીથી બચાવે. જ્યાં બેવડી વાત દાખલ થઈ ત્યાં બધા ડખા દાખલ થયા જ સમજો, પછી તે વેપાર-વ્યવસાય, નોકરી કે ઘર હોય... હા, ઘરમાં સ્ત્રીઓની સમજ અને સહનશક્તિ વિશેષ હોય તેટલી શાંતિ પણ વિશેષ." અમારી ચર્ચામાં, બાજુમાં બેઠેલા એક ભાઈ કૂદી પડ્યા, "શું ધૂળ ઘરમાં શાંતિ હોય, બૈરાં ઘરમાં શાંતિથી જીવવા નથી દેતાં તેનું શું ? ઘરમાં બધી બબાલ માત્ર બૈરાંની જ હોય છે, ક્યાંય પુરુષોની બબાલ સાંભળી, બૈરાં તો નાની-નાની વાતે જીદ કરે અને કાચા કાનનાં અને વહેમીલાં તો બહુ, આખો દહાડો ઘરમાં કચ...કચ કરે, થાક્યા-પાક્યા સાંજે ઘરે જઈએ ત્યારે પણ તેમના નામની હૈયા સગડી ખોલીને બેસી જાય, તોબા આ બલાથી તો." આ વડીલના હૃદયમાં ધરબાયેલો આક્રોશ અમે શાંતિથી સાંભળી લીધો, ચર્ચા કરવાથી તો વાત આગળ વધે તેમ હતી, છતાં પોપટભાઈએ મમરો મૂક્યો, "**બૈરાંની લાગણી અને માગણી સમય પ્રમાણે સંતોષતાં શીખો તો ઘરમાં ડખો ઓછો થશે.**" પેલા વડીલ તો તાડૂક્યા, "આ બલાને આકાશના તારા તોડી તેમના ટાંટિયામાં પધરાવો તો પણ દરિયો પાણીથી ધરાય તો બૈરાં તેમની માગણીથી ધરાય, સારું કરજો બાપલા, ભગવાને આ બલા શું કામ ઘડી હશે ? તેના દરબારમાં શું અધૂરું રહેત, આ બૈરાં તો બાપલા ખારો દરિયો છે, ક્યારેય મીઠો ના થાય." અમને લાગ્યું વડીલ કાકા સાથે વાત લંબાવવામાં મજા નથી એટલે "ચાલો, આવજો હોં કે" કહીને તેમનાં વાત અને આક્રોશ આગળ વધે તે પહેલાં જ અમે તેમની

ઑફિસમાંથી ઠાવકાઈથી બહાર નીકળી ગયા.

વિસામો

મનુષ્યજીવનમાં તમે પૂર્વગ્રહ રાખી કોઈની પણ સાથે વર્તશો તો તમારા હૈયામાં જેવી ભાવના ધરબી રાખી હશે તેવો જ ભાવ અને વર્તન સામેની વ્યક્તિમાં દેખાશે. પૂર્વગ્રહથી તમે જેવું માની લીધું હશે તેવી જ ઘટનાઓ બનશે.

બેધારી અને બેવડી ભૂમિકા, બેવડી વાણી, બેવડો વિચાર અને બેવડું વર્તન કરવાવાળી વ્યક્તિનું તો અહિત થાય છે, પરંતુ આવા લોકો જેમની સાથે ઋણાનુબંધ સંબંધથી જોડાયેલી હોય છે તેમના માટે પણ માથાનો દુખાવો બને છે. છેવટે તો તેમની બેવડી ચાલનો ભાંડો ફૂટતાં ચારે દિશાઓની મુશ્કેલીઓમાં ઘેરાઈ જાય છે.

જેવા છીએ તેવા જ દેખાવામાં ઝાઝા પ્રશ્નો ઉદ્‌ભવતા નથી, પરંતુ આપણે જે નથી તે દેખાડવા ધમપછાડા કરીએ છીએ અને આપણે જે નથી તેને સંતાડવા પ્રયત્નો કરીએ છીએ ત્યાંથી જ પ્રશ્નો અને સમસ્યાઓની શરૂઆત થાય છે.

જે વ્યક્તિ પોતાની તાકાત, ઓકાત, સ્વભાવ અને મર્યાદાથી વાકેફ હોય તેના જીવનમાં સમસ્યાઓ ઓછી ઉદ્‌ભવશે. આમ છતાં ઉદ્‌ભવેલી સમસ્યાઓને તે જલદીથી સારી અને સુલભ રીતે ઉકેલી શકે છે. તમે જેવા છો તેવા જ દેખાવ અને તેવું જ વર્તન કરશો તો કમ સે કમ તમે જ રચેલી માયાજાળ તમને નડશે નહીં, કનડશે પણ નહીં.

જેનામાં આત્મવિશ્વાસની ખામી હશે તેનો ટેન્શન આખી જિંદગી પડછાયાની જેમ પીછો નહીં છોડે અને જેની પાસે આત્મવિશ્વાસ, આશા, શ્રદ્ધા અને સમજથી ભરેલું હૈયું હશે તેના પડછાયામાં પણ ટેન્શન પગ મૂકી નહીં શકે.

---

(૧૧૩) તન-મનનું ચાર્જર એટલે પિકનિક : વાંચો

તન અને મનને હંમેશાં તાજાં, પ્રફુલ્લિત અને સદ્‌વિચારોમાં જેટલાં રાખવામાં આવે તેટલાં જ તે સબળ અને ચેતનવંતાં બનશે.

માનવી તેની શારીરિક અને માનસિક ઊર્જાનો જેટલો ઉપયોગ કે વ્યય કરે છે, તે ઘટેલી કે વપરાઈ ગયેલી ઊર્જાની જગ્યાએ બીજી ચેતનવંતી ઊર્જાનો ઉમેરો કરવામાં ના આવે તો માનવીની શી દશા થાય. **માનવીનું મન પ્રસન્ન અને શરીર હળવું તથા ચેતનવંતુ રહે તે માટે સમયાંતરે માનવીના શરીર અને "મનની બેટરી" ચાર્જ કરવી અતિમહત્ત્વની અને ખૂબ જ જરૂરી છે.**

ભરવાડ સમાજના આગેવાન અને પ્રતિષ્ઠિત તથા સદાયે હસતા શ્રી જયંતીભાઈ સાથે એક દિવસ તેમનાં બહેન સુશ્રી રતનબહેન રાતડિયાના દહેગામ પાસે આવેલા અમરભારતી આશ્રમમાં આંખોના રોગોના નિષ્ણાત ડૉક્ટર અને આંતરરરાષ્ટ્રીય ખ્યાતિ ધરાવતા ડૉ. શશાંક રાઠોડ સાથે આખા દિવસની પિકનિકની મજા માણી અમારા શરીર અને મનની બેટરી ચાર્જ કરી.

માનવજીવનમાં વેપાર, વ્યવસાય કે નોકરીમાંથી પણ તન અને મનને શુદ્ધ અને સાત્ત્વિક રાખવા માટે અતિવ્યસ્તતામાંથી પણ જે વ્યક્તિ હળવાશની પળો માણી નથી શકતી તે એક દિવસ, પોતાના જ ઊભા કરેલા માનસિક બોજ નીચે દટાઈ જઈ અને અનેક રોગોનો ભોગ બને છે. તન અને મનને હળવુંફૂલ જેવું રાખવા, તાજગીભર્યું રાખવા અને સદાય પ્રસન્ન રાખવા માટે આપણા વ્યવસાયથી થોડો સમય પણ દૂર થઈ તથા મનગમતી વિભિન્ન આનંદદાયક પ્રવૃત્તિમાં સામેલ થવાથી અથવા હૈયામાં હાશ થાય તેવી કુદરતના સાંનિધ્યમાં જવાથી આપણા તન અને મનની બેટરી જરૂરથી રીચાર્જ થાય છે જ.

શ્રી જયંતીભાઈએ મને આનંદ અને હળવાશની પળોમાં કહ્યું, "કવિરાજ, હવે તમારે માત્ર ભગવાં કપડાં પહેરવાનાં જ બાકી છે. બસ, તમે ભગવાં કપડાં પહેરી લો એટલે અમે તમારી પાછળ. બસ, આટલું કામ તમે કરો એટલે બાકીનું બીજું બધું અમે સંભાળી લઈશું." હાસ્યરસમાં જોડાયેલા ડૉ. શશાંક રાઠોડ અને તેમના સહયોગી ડૉક્ટરો હસી પડ્યા. મેં સ્પષ્ટતા કરવા પૂછ્યું, "તમે મને ભગવાં કપડાં પહેરવાનું કહો છો પણ તમે મને સફેદ ખાદીનાં કપડાં પહેરી નેતા

થવાનું કેમ કહેતા નથી ?" હું મારી વાત પૂરી કરું તે પહેલાં તે ખડખડાટ હસી બોલ્યા, "બે મોઢાની વાત કરવાનું અને હાથમાં ચાંદ બતાવવાનું કામ તમારું નહીં." અમે બધા એકસાથે હસી પડ્યા.

રસ્તામાં એક કાળો નાગ રોડ ઉપર કોઈ વાહન નીચે કચડાયેલી હાલતમાં તરફડિયાં મારતો અમે જોયો ત્યારે અમારી સાથેના એક સજ્જને કહ્યું, "આ કેવું સુંદર દૃશ્ય છે, મોબાઈલથી ફોટા પાડી લેવા જોઈએ." મારું હૃદય દ્રવી ઊઠ્યું, "તમે આ કચડાયેલા અને તરફડિયાં મારતા નાગને સુંદર દૃશ્ય કહો છો પણ હું તો તેને કરુણ દૃશ્ય કહું છું. **જીવનમાં કરુણા વિનાની સુંદરતાનો કોઈ જ અર્થ નથી. કરુણા બીજાનાં ઊભાં કરેલાં ટેન્શન સહન કરશે પણ તે ક્યારેય બીજા માટે ટેન્શનનું નિમિત્ત નહીં જ બને."**

અંતરાત્માના અવાજ અને આદેશ વિરુદ્ધ વર્તન કરનારા તથા જે કામમાં રુચી અને રસ ના હોય તેમાં શ્રમ અને સમયની બરબાદી કરનારા આજ દિન સુધી નથી સુખી થયા, નથી સમૃદ્ધ થઈ શક્યા કે નથી ટેન્શનમાંથી મુક્ત થઈ શાંતિ પ્રાપ્ત કરી શક્યા.

આખા સંસારમાં તંદુરસ્ત શરીર અને પ્રસન્ન ચિત્ત સિવાયની કોઈ પણ વ્યક્તિએ પરાક્રમી બનીને રિદ્ધિ-સિદ્ધિ પ્રાપ્ત કરી હોય તેવું એક દૃષ્ટાંત તો બતાવો.

જે વ્યક્તિને જેમાં રસ હોય તે જ વાત તેની સાથે કરો, તેને જે તકલીફ હોય તે તમે દૂર કરી શકો તેમ હોય તો જ તમારામાં તેને રસ છે, તમારી સલાહ, કથા અને ઉપદેશ સાંભળવામાં દુનિયાના લોકોને બિલકુલ રસ નથી.

(૧૧૪) આનંદિત બાળપણ અને મસ્ત યુવાની એટલે ચિંતા જવાની : વાંચો

મનુષ્યજીવનમાં તેની ત્રણ અવસ્થાઓ - બાળપણ, યુવાની અને ઘડપણ. આ ત્રણેય માનવીના નિયંત્રણમાં નથી. માનવી તેના જીવનમાં આવતું રોકી શકે નહીં, પરંતુ તે ત્રણેય અવસ્થામાં શાંતિથી રહી શકે અને જીવી શકે તે તેના હાથની વાત છે. માત્ર બાળકનું બાળપણ સંપૂર્ણ

પરતંત્ર છે. બાળકને માતાના સ્તનપાનની જેટલી જરૂર છે તેનાથી અનેકગણી જરૂરિયાત માતાના વાત્સલ્યની છે.

બાળકના બાળપણને ઝૂંટવી લઈ તેની ઉંમર અને અવસ્થા કરતાં શિક્ષણનો કે અન્ય વધારાનો બોજ નાખીએ તો તેના બાળપણની મજા ઝૂંટવી લીધા બરાબર છે.

બાળકના વાત્સલ્યને કચડી નાખનાર મા-બાપ કસાઈ બરાબર છે. હમણાં એક નાના બાળકની પીઠ પાછળ રહેલા થેલામાં ભરાયેલો શિક્ષણનો ભાર જોઈ હૃદય દુઃખી થઈ ગયું, તેમને સમજાવવાના બદલે તેમને ઢસડીને જતી વાનમાં બાળકોને પાંજરાપોળનાં પશુઓની જેમ પૂરાયેલાં જોયાં ત્યારે હૃદય હલબલી ગયું. આ ત્રાસ બાળકે તેને જાતે ઊભું કરેલું ટેન્શન નથી, પરંતુ તેનાં માબાપની તેનાથી પોતે વહેલાં નવરાં થવા માટેની ગણતરીપૂર્વકની ચાલબાજી જ છે.

નાના બાળકને તેને ગમતા વિષયમાં જ રસ લેતું કરવું અને તેના મુક્ત બાળપણને ખીલવા દેવામાં જ તેની મજબૂત યુવાની છુપાયેલી છે.

મસ્ત યુવાની જ જીવનનું સાચું સુખ છે. બધાં સુખ અને ભોગ ભોગવવાનું માધ્યમ યુવાની જ છે. ભોગવે તે જ ભાગ્યશાળી.

અનિયંત્રિત અને તઘલગી યુવાની તો યુવાનીનાં જોમ-જોશનો ખાતમો બોલાવે છે, ઘડપણ નરકમય બનાવે છે અને આખો પરિવાર બરબાદ થાય છે. **જે યુવાનના જીવનમાં ટેન્શન આગળ હોય અને ઉત્સાહ પાછળ હોય તે તો મધદરિયે ડૂબી મરવાનો અને જેનામાં ઉત્સાહ આગળ છે અને ટેન્શન પાછળ છે તે ખુમારીવાળો યુવાન તો ગમે તેવા તોફાની દરિયાને પણ પાર કરી જવાનો**, ઉત્સાહ, ખુમારી અને પરિશ્રમ વિનાની યુવાની તો જીવતું-જાગતું નરક છે, વિપરીત સંજોગોમાં પણ ટેન્શનને કચડી પોતાનો હોંસલો બુલંદ બનાવે તેનું નામ જ યુવાની, **ખુમારીવાળી યુવાની જ ભેગું કરી શકે અને ભોગવી શકે. અહમી, આળસુ, કુસંગી અને વ્યસની યુવાન તો જીવતાં મરેલો છે,** આવો યુવાન જે પરિવારમાં હોય તે પરિવારનો પણ અકાળે ખાતમો બોલાવી દે છે.

ધાર્યું પરિણામ લાવે તે જ યુવાની, બાકી બીજો બધો બકવાસ.

એક યુવાનને તેના પિતાના મૃત્યુ સમયે વારસામાં માત્ર બધા જ પ્રકારની બરબાદી અને ટેન્શનથી ભરેલી જવાબદારીઓ જ મળી હતી, આમ છતાં તે જ્યારે તે બધી જ દિશાઓથી ટેન્શનને કચડી સુખી અને સમૃદ્ધ થયો ત્યારે તેનાં જ સગાં-સંબંધીઓ ઈર્ષા કરવા લાગ્યાં. આ યુવાનને મેં પૂછ્યું કે, "આવી હાલતમાં બેટા તું ટેન્શન ફ્રી થઈ પ્રગતિ કઈ રીતે કરી શક્યો ?" તે ખુમારીથી બોલ્યો, "સૌપ્રથમ તો મેં તે વિચાર્યું કે મારે પણ મારા બાપુજીની જેમ બરબાદ થઈને મરવું છે ? મારા પરિવારને પાયમાલ કરવો છે કે પછી સુખી, સમૃદ્ધિ અને ઈજ્જતવાળા થઈને જીવવું છે ? તે માટે તો મારામાં રહેલાં હતાશા, નિરાશા અને ડરને મારા અંતઃકરણમાંથી ઉખાડીને બહાર ફેંકી દીધાં અને તેની જગ્યાએ ઉત્સાહ, ખુમારી અને આત્મવિશ્વાસને ગોઠવી દીધાં, પછી ટેન્શનની શું તાકાત છે કે તે મારા પડછાયામાં પણ દાખલ થઈ શકે ? **નબળા મનના, આત્મવિશ્વાસ વિનાના અને નિરાશાવાદી લોકોના ઘરમાં જ ટેન્શન અડિંગો જમાવે છે**. હાલમાં હું જે કાંઈ છું તે આ ત્રણને મારી પાસે આવવા નથી દીધાં અને પેલાં ત્રણને સાચવી રાખ્યાં છે તેના પ્રતાપે જ સુખી છું, મારા જીવનમાં હું કાર્યની નિષ્ફળતા માટે બહાનાં બતાવવામાં નિષ્ણાત હોય છે તે યુવાનનું વહાણ અકાળે મધદરિયે ડૂબી જવાનું જ."

પ્લીઝ, થેન્કયુ અને સોરી - આ ત્રણ શબ્દોએ અડધી દુનિયા જીતી લીધી છે, પરંતુ 'યસ' કહેનારાઓએ તો આખી દુનિયા જીતી લીધી.

(૧૧૫) ઘડપણ સુધારવા, યુવાનીમાં ચેતો : વાંચો

મનુષ્યના સ્વભાવની એક ખાસ ખાસિયત હોય છે કે તે તેની નિષ્ફળતા માટે કોઈ ને કોઈ બહાનાં બતાવે છે, પોતાની નિષ્ફળતા માટે તે હંમેશાં કોઈને નિમિત્ત બનાવે છે. **બહાનાં બતાવવામાં નિષ્ણાત યુવાન હંમેશાં નિષ્ફળ જ જાય છે અને છેવટે તેના પરિવારને પણ બરબાદ કરે છે**, તેની યુવાની તો બગડવાની, પરંતુ તેનું ઘડપણ પણ નરક જેવું પસાર થવાનું.

એક વૃદ્ધ દાદા મંદિરના બાંકડે બેસી પ્રભુનું નામ દેવાના બદલે તેમના સમદુ:ખીયા બીજા વૃદ્ધ દાદા આગળ હૈયું ખાલી કરી રહ્યા હતા, "છોકરો તો બંડખોર હતો અને તેની વહુ પણ તેનાં લૂગડાં લઈને જાય તેવી માથા ફરેલ આવી છે, શું કરું ? વૃદ્ધાશ્રમમાં જવાના પણ પૈસા નથી, નહીંતર હું તો આ દોજખમાંથી ભાગી જાઉં, કોઈને પણ કહેવા ના રહું. આવા લોકો મારા કર્મે પડશે તેવી શી ખબર ! નહીંતર જવાનીમાં મેં મારી બધી વ્યવસ્થા કરી હોત, ભગવાનના ઘરે પણ કયું ગણિત કામ કરે છે તે પણ કંઈ સમજાતું નથી, હશે મારું જ નસીબ ફૂટેલું છે, તેમાં કોને દોષ દેવો ?" મારી સાથે એક આખા બોલા મિત્ર હતા તે પણ આ રસપ્રદ સંવાદ સાંભળતા હતા, તે તેમની પ્રકૃતિ પ્રમાણે પેલા બે વૃદ્ધોની વાતમાં કૂદી પડ્યો, "એટલે દાદા, જવાનીમાં કાંઈ ભેગું કરીને સાચવી રાખ્યું છે કે નહીં ? તે અત્યારે હડકાયા કૂતરાની જેમ હડિયાદોટ કરવાના દિવસો આવ્યા છે ?" દાદા તેમની લાકડાની તલવાર ચલાવતાં બોલ્યા, "આવી શી ખબર કે આવી મારકણી ગાય અને અરફાઉ આખલો મારા નસીબમાં લખાયા હશે." મારો મિત્ર આ દાદાને જલદી છોડે તેવો નહોતો, "બધી વાત જવા દો દાદા, આ બધી વાત તો પછીની છે, તમે તમારા જીવનમાં કંઈ કમાણી કરીને કંઈ બચત કરી છે કે નહીં, આટલું કહો." **દાદા મુંઝાયા, હળવેથી બોલ્યા, "બચતમાં તો મેં મારા દીકરાને ખવડાવી-પીવડાવી અને ભણાવ્યો, ગણાવ્યો, તેને પરણાવ્યો, મારાં ઘરવાળાં ડોસીને ગર્ભાશયનું કેન્સર ના થયું હોત તો જાણે ઘર તો લેવાઈ જાત,** હજુ અમે બધાં ભાડાના મકાનમાં પડી રહ્યાં છીએ, હાલમાં તો મારી પાસે કાણિયો પૈસો પણ નથી." મારા મિત્રએ દાદાને રોકડું પરખાવ્યું, "આવી સ્થિતિમાં હજુ જીવો છો તેટલું સારું છે, તમારો દીકરો અને વહુ હજુ તમને સાચવે છે તે જ ઘણું છે, બાકી તો તમે ક્યારનાય ઉપર પહોંચી ગયા હોત."

મેં મારા મિત્રને કહ્યું, "ચાલને યાર, આખા ગામની ચિંતા કરીને તારી ખોપરી શું કામ બગાડે છે ?" તેણે મને રોકડું પરખાવ્યું, "હું આખા ગામની ચિંતા નથી કરતો, પણ પોતાની જવાબદારી,

પોતાની ફરજમાંથી છટકી પોતાની અણઆવડત અને પોતાની મૂર્ખાઈનો બીજાના ગળે-ગાળિયો પહેરાવવા નીકળ્યા છે તેવા લોકો સામે મને વાંધો છે, યુવાનીમાં ભટકી ખાધું, પછી કહે છે કે ઘડપણમાં દીકરા અને વહુઓ રાખતી નથી, મારા જેવો આ ડોસાને દીકરો હોત તો ક્યારનોય પરલોકમાં બેસી મંજીરા વગાડતા હોત."

હું મારા મિત્રને ત્યાંથી દૂર લઈને ચાલ્યો, ત્યાં સુધીમાં તો અકળાયેલા દાદા સ્વયં એકલા બોલ્યે જતા હતા, "જા...ભાઈ...જા, મારા કરતાં તો તારી ભૂંડી દશા થશે, બીજાઓની પંચાત કર્યા સિવાય તું તારું સંભાળ." મારો મિત્ર મારા ઉપર ગિન્નાયો, "અહીં શું લાડવા ખાવા આવ્યા હતા? આવી ખખડી ગયેલી આઈટમો સાથે માથાકૂટ કરાય જ નહીં." મેં તેને વધારે ઉશ્કેરવા મમરો મૂક્યો, "આ તો દાદાના વૃદ્ધત્વનો અને તેમની આખી જિંદગીના અનુભવનો આપણને લાભ મળે એટલે તેમનામાં થોડો રસ લીધો." ગાડીમાં બેસતાં-બેસતાં અકળાઈને તે બોલે જતો હતો, "શું ધૂળ અનુભવ લેવાનો અને તે પણ આવા મારકણા ખોડા બળદ પાસે, જો...જોને આવાંને તો મફતમાં રાખતાં પાંજરાપોળ પણ નહીં સંઘરે, યુવાનીમાં જે કાંઈ કરવાનું હતું તે કાંઈ કર્યું નહીં, કાણિયો પૈસો બચાવ્યો પણ નહીં અને કાતર જેવી જીભ અને તુમાખી સ્વભાવનો પાર નહીં, આવી બલાને મળીને તો મારો આખો દિવસ બગાડ્યો."

વિસામો

આ સંસારમાં તમે શું છો તેની આ જગતને કાંઈ પડી નથી, નથી તમારા પરિવારને પડી. પરિવારને પણ તેમના કલ્યાણ માટે તમે શું-શું કર્યું તેમાં જ રસ છે, જગતના લોકોને તેમના માટે તમે શું કર્યું તેમાં જ રસ છે. આખું જગત મતલબની ધરી ઉપર ઘૂમી રહ્યું છે. જે વ્યક્તિએ પોતાના માટે અને પોતાના પરિવાર માટે કાંઈ જ કર્યું નથી તેવા વૃદ્ધો હોય કે યુવાનો હોય, તેમને તો ઘડપણમાં પાંજરાપોળના ખાંડા અને ખખડી ગયેલા ઢોરવાડ કરતાં પણ દશા બદતર થવાની.

ઘડપણ સુધારવાની શરૂઆત તો યુવાનીમાંથી જ કરવી પડે. નબળું જોવું, નબળું સાંભળવું, નબળું બોલવું, નબળું કરવું, નબળાના માધ્યમ બનવું, નબળાને પ્રોત્સાહન આપવું - આ બધી બાબતો મનુષ્ય જીવનમાં ટેન્શન વધારનારી છે.

હૈયામાં હાશ થાય તેવો એક ખૂણો તો સારા-સંબોધોનો સાચવી રાખજો, નહીંતર શારીરિક અને માનસિક રોગોના દર્દી થઈ જશો તે વાત ચોક્કસ છે.

ટેન્શનને જીવનમાં આવતું રોકવું હોય, આવેલા ટેન્શનમાંથી બહાર નીકળવું હોય અને શાંતિથી જીવવું હોય તો આટલા બે જ શબ્દો ખાસ યાદ રાખજો : "આધ્યાત્મિક સત્સંગ"માં જવાની, **"આધ્યાત્મિક પ્રવચન"** સાંભળવાની અને **"આધ્યાત્મિક સાહિત્ય"** વાંચવાની અને **"આધ્યાત્મિક સજ્જનો"** સાથે ઘરોબો કેળવવાની ખાસ આદત પાડી...દો.

જે વૃદ્ધોએ યુવાનીમાં નથી શરીર સાચવ્યું કે નથી ધન કે મિલકત પોતાના નામે, પાસે કે કબજા-ભોગવટામાં રાખી, સજ્જન અને સારા તથા સાચા હિતેચ્છુઓ સાથે નથી સંબંધો જાળવ્યા, જેમણે પોતાનાં વર્તન અને વાણી નથી સુધાર્યાં અને જેઓ હંમેશાં પ્રારબ્ધવાદી, પલાયનવાદી અને પરલોકવાદી છે તથા વર્તમાન સમય સાથે જેમણે તાલમેલ જાળવતાં નથી શીખ્યું તેમનું ઘડપણ તો જીવતુંજાગતું નરક બની જવાનું.

વિવેકહીન ધ્યેય પ્રાપ્ત કરવાની આંધળી દોટ માનવીના દિમાગમાં ટેન્શન જન્માવે છે, બીજાના કારણે આપણા જીવનમાં ટેન્શન પેદા થાય તેવા કમજોર, કાયર તથા કમબુદ્ધિવાળા તો ક્યારેય થવું નહીં.

(૧૧૬) સફળતાનો પાયો, સંકલ્પબળ : વાંચો

આ સંસારમાં દરેક મનુષ્ય માટે એક વાત નક્કી છે કે તમારે જે કાર્ય કરવું જ હશે તે તમે સફળતાપૂર્વક કરી શકશો અને તમારી ઈચ્છા નહીં હોય તો તે કાર્ય તમે કોઈના દબાણને વશ થઈને કરશો

તો પણ તમે નિષ્ફળ જવાના.

એક જિલ્લા મથકના વિશાળ ઓડિટોરિયમમાં યુવાનોનો સભા-સમારોહ યોજાયો હતો, તેમાં "સમૃદ્ધિ, સફળતા, સંતોષ અને શાંતિ" એકીસાથે કઈ રીતે મેળવવાં તેનો પરિસંવાદ હતો.

સૌપ્રથમ એક યુવાન જુસ્સાભેર બોલ્યો, "હું મારા બાપ પાસેથી એક રાતી પાઈ અને એક ચમચી પણ લીધા વિના ઘરમાંથી નીકળી ગયો હતો અને તે પણ માત્ર સ્વમાન ખાતર, આજે હું ચારેય દિશાઓથી સુખી-સમૃદ્ધ છું, કારણ બસ મારું પોલાદી સંકલ્પ બળ." બીજો યુવાન બોલ્યો, "મને વારસામાં મળેલ તમામ માલ-મિલકત મેં શેર અને ક્રિકેટના સટ્ટામાં ગુમાવી દીધાં હતાં, છતાં પણ હું હિંમત હાર્યો નહોતો, **જ્યાંથી મેં આ બધું ગુમાવ્યું હતું ત્યાંથી જ પાછું મેળવ્યું.**" ત્રીજો ઠાવકાઈથી બોલ્યો, "હૈયામાં હાશ હોય તો તે મારા માટે તો બધી સમૃદ્ધિ જ છે, મેળવવામાં નહીં, હું તો ત્યાગ કરવામાં સફળતા સમજું છું, જીવનમાં જે તે સમયે જે પરિસ્થિતિ નિર્માણ થઈ હોય તે પ્રમાણે વિવેકબુદ્ધિથી વર્તવામાં અને જીવવામાં હું તો સંતોષ સમજું છું અને અશાંતિ પ્રેરે તેવી પરિસ્થિતીમાં સદાયે મૌન રહેવામાં, દિમાગને ઠંડું રાખવામાં અને જીવનમાં બનતી બધી ઘટનાઓને સાક્ષી ભાવે જોવામાં જ હું શાંતિ સમજું છું."

ચોથો યુવાન જિજ્ઞાસા ભાવે બોલ્યો, "મારી પાસે સફળતા અને સમૃદ્ધિ તો છે જ, પરંતુ મારી પાસે સંતોષ અને શાંતિ નથી એટલે તેની ખોટ છે એટલે આ ચારેય એકીસાથે કેવી રીતે મેળવવાં તે મારા માટે અઘરું છે તે જાણવા અને શીખવા હું અહીં આવ્યો છું."

પાંચમો યુવાન ઉત્સાહપૂર્વક બોલ્યો, "આ ચારેય એકીસાથે પ્રાપ્ત કરવા હૈયામાં હિંમત, દિમાગમાં ખુમારી અને દિલમાં સમજણ જોઈએ તો કશુંય અઘરું નથી." સભાખંડમાં આયોજકે સ્પષ્ટતા કરી, "આ ચારેય સિદ્ધિઓ એકીસાથે કઈ રીતે પ્રાપ્ત કરવી તેની ચર્ચા પછીથી કરીશું, હાલમાં તો જેમણે આ ચારેય એકીસાથે મેળવ્યાં હોય તેવા લોકો તેમનો અનુભવ કહે."

એક વિકલાંગ યુવાન તેની વ્હીલ ચેરમાં બેઠાં-બેઠાં હિંમતથી બોલવા લાગ્યો, "મારી પાસે હાલમાં એકેય પગ નથી, તમે જોઈ રહ્યા છોને, છતાં મેં આ ચારેય બાબતો પ્રાપ્ત કરી છે. અરે! ભગવાને મને બે પગ નથી આપ્યા પણ બે મજબૂત હાથ તો આપ્યા છે ને, અરે! ભગવાન કદાચ કાલે બે હાથ લઈ લે તો પણ બે આંખો તો આપી છે ને, અરે! મારી બે આંખો લેવી હોય તો પ્રભુ જરૂર લઈ લે, પરંતુ મારા આ ખોળિયામાં જીવ અકબંધ રાખશે ત્યાં સુધી હું પરિશ્રમ અને પ્રાર્થના, વિવેકબુદ્ધિ અને આત્મબળ, સંકલ્પ અને દૃઢ ઈચ્છાશક્તિ છોડવાનો નથી અને આ બધાંને મેં આજદિન સુધી નથી છોડ્યાં એટલે જ તેમણે મને અમરનાથ જેવી કઠિન યાત્રા કરાવી છે અને હજુ પણ ચારધામ જેવી કઠિન યાત્રાએ પણ જવાનો છું."

એક સશક્ત યુવાને આ અપંગ યુવાનને પૂછ્યું, "પરિશ્રમ, પ્રાર્થના, વિવેકબુદ્ધિ અને આત્મબળ મેળવવાં કઈ રીતે ?" અપંગ યુવાન ખુમારીથી બોલ્યો, "એમાં કાંઈ વેદ ભણવાની જરૂર નથી. સૌપ્રથમ સંકલ્પબળ અને ખુમારીને દિલ-દિમાગમાં ભરી દો, તેમાં તમને પરિશ્રમનો સહકાર આપોઆપ મળી રહેશે એટલે સમૃદ્ધિ આવશે તેમાં સદ્‌ભાવના, સમજ અને સદ્‌પ્રવૃત્તિ ભેળવો એટલે સંતોષ પ્રાપ્ત થશે અને આ ત્રણેય જ્યાં એકીસાથે હોય ત્યાં શાંતિ હોય જ.

સાંભળો, સમૃદ્ધિ, સફળતા, સંતોષ અને શાંતિ મેળવવા આપણે હકારાત્મક ચિંતન વધારે કરવું, આ ચારેય જેમણે એકીસાથે પ્રાપ્ત કર્યાં હોય તેવા માણસોનાં જીવનચરિત્ર વાંચવાં, સાંભળવાં અને તેનું ચિંતન કરવું, આવા લાકો સાથે ઘરોબો વધારતા જવું, આશાવાદી થઈ બસ દિલ અને દિમાગને બુદ્ધિ અને આયોજનપૂર્વકના પરિશ્રમમાં અને લક્ષ પ્રાપ્ત કરવા તમારી વૃત્તિ, પ્રવૃત્તિ અને મનોવૃત્તિને એકીસાથે કામે લગાડી દો. તમારે જે કાંઈ પ્રાપ્ત કરવું છે તે તમે પ્રાપ્ત કરી શકશો, ટેન્શન તમારા આંગણામાં પણ પ્રવેશી શકશે નહીં, સાંભળો આખા વિશાળ અને મોંઘા મોલનું કન્ટ્રોલિંગ હું કરું છું, અપંગ હોવા છતાં ગાડી પણ ચલાવું છું, પોતાની માલિકીનું મકાન પણ છે અને તેમાં

મારા પરિવાર સાથે સુખેથી રહું છું. બોલો, આથી વિશેષ શું જોઈએ? **મને નથી ડાયાબિટીસ કે નથી બ્લડ-પ્રેશર, આ બંને રોગ શારીરિક કરતાં માનસિક વધારે છે**, અપંગ હોવા છતાં કસરત અને યોગ-ધ્યાન પણ કરું છું. બોલો, બીજું શું પૂછવું છે ?" આ સફળ અને સંતોષી અપંગ યુવાનની કથની અને કરણી અમે એક ચિત્તે સાંભળી રહ્યા હતા.

વિસામો

આપણા જીવનમાં દિશાવિહીન લક્ષ્ય અને આયોજન વિનાનો પરિશ્રમ આપણને ક્યારેય સફળ નહીં બનાવે. નિશ્ચિત લક્ષ અને તેમાં ભરાયેલો સંકલ્પ જ આપણને સફળતાના શિખરે પહોંચાડશે, તેમાં તમે વિવેકબુદ્ધિનો સાથ લેશો તો તમને સંતોષ પ્રાપ્ત થશે, પરંતુ આ બધામાં આપણને "આધ્યાત્મિક, સમજ અને સત્સંગ" જ સાચી શાંતિ આપી શકશે.

આપણા ગાઢ સંબંધો અને સંપર્કો, અતૂટ મિત્રતા અને આપણી ઈજ્જત નક્કી કરે છે કે આપણે શું પ્રાપ્ત કર્યું. વિચારવું તો સારું જ વિચારવું, ભાવના રાખવી તો સદ્‌ભાવના જ રાખવી, ભવિષ્યના આયોજનમાં આશાવાદી થવું, **ભૂતકાળમાં આપણા જીવનમાં બનેલા દુઃખના બનાવોને બહુ વાગોળવા અને વલોવવા નહીં, પરંતુ તેમાંથી બોધપાઠ લેવો,** બોલવું તો વિચારીને સંયમી વાણીથી જ બોલવું, તાકાત, ઓકાત અને મર્યાદા પ્રમાણેનો જ વેપાર-વ્યવસાય, વર્તન અને વ્યવહાર કરવો, ખાવો તો સાત્ત્વિક, સુપાચ્ય અને સારો ખોરાક જ ખાવો, સંબંધો રાખવા તો સજ્જનો સાથે જ રાખવા, શ્રદ્ધા રાખવી તો એકમાત્ર પરમેશ્વરમાં જ રાખવી, પ્રયત્નો કરવા તો સાચી દિશાના અને ખરા દિલથી કરવા, પ્રાર્થના કરવી તો પ્રભુ ખુદ હલબલી જાય તેવા અંતઃકરણથી કરવી, સાક્ષી ભાવે જીવવું, વર્તમાન સાથે તાલમેલથી જીવવું, આગોતરું આયોજન કરવું તો ભવિષ્યને લક્ષમાં રાખીને જ કરવું, પોતે શાંતિથી જીવવું અને બીજાઓને શાંતિથી જીવવા દેવાં, **કોઈને પણ નડવું નહીં, પરંતુ આપણને કોઈ નડે ના તેટલા તો ચતુર અને ચબરાક તો જરૂર થવું, તે તો વર્તમાન સમયની માગ છે, આટલું કર્યા પછી જે પરિણામ આવે તેને પ્રભુની પ્રસાદી સમજી સ્વીકારી**

લેવું તે જ કુદરતનો ન્યાય છે તેમ સમજી કુદરત રાખે તેમ રહેવું.

મીઠાઈનો સ્વાદ તો કોઈક કોઈક દિવસ સારો લાગે, પરંતુ સંતોષ અને નિજાનંદ તો બારેમાસ સારાં લાગે.

(૧૧૭) સાધુનું સુખ તે સંસારીનું દુઃખ : વાંચો

આ માનવજાતની પ્રકુતિ કહો કે માનવીની મનોવૃત્તિ કહો, જ્યાં સુધી મહેનત વિનાનું મફતમાં મળતું હશે ત્યાં સુધી માનવી તરહ-તરહની કીમિયાબુદ્ધિ અપનાવી ભલા-ભોળા અને ભોટ લોકો પાસેથી, તેમને મૂર્ખ બનાવી તેમને ખંખેરવાનો.

એક વખત અમારી જ ફેક્ટરીમાં રખડતા સાધુ-બાવાઓનું ટોળું આવ્યું અને ચમત્કારની વાતો કરી રોફ જમાવવા લાગ્યું, "બેટા, અમારે જૂનાગઢ શિવજીના મેળામાં જવું છે, પૈસા આપો." મેં શાંતિથી કહ્યું, "શિવજી પાસે માગી લો, અમારી પાસે ફેક્ટરીએ-ફેક્ટરીએ ફરીને ભીખ માગવા કેમ આવ્યા છો ?" તેઓ એકદમ સમૂહમાં ઊંચા અવાજે તાડૂક્યા, "તમે અમને ભિખારી સમજો છો, અમે તો શિવજીની સેના છીએ, તમને હમણાં ચકલી બનાવી ઉડાડી દઈશું." થોડો વિવાદ આગળ વધ્યો તેમાંના એકે જુદા-જુદા બે-ત્રણ નાના ચમત્કાર કરી બતાવ્યા અને અમને ડરાવવા અને નમાવવા ઘણા પ્રયત્નો કર્યા, પણ અમે ડર્યા પણ નહીં અને નમ્યા પણ નહીં. અમે તેમને અમારી ફેક્ટરીમાંથી બળજબરીપૂર્વક ખસેડ્યા અને ફેક્ટરીનો દરવાજો બંધ કરી દીધો.

કીમિયાગર લોકો પોતાની જવાબદારીઓ સિફતાઈથી બીજાઓ ઉપર લાદી દેતા હોય છે, ભાગેડુ અને પલાયનવાદી સાધુઓ સમાજ અને સંસાર પ્રત્યેની તેમની જવાબદારીઓ ભોળા, ભોટ, ભલા અને ભાવુક લોકોને પહેરાવી ટેન્શનમુક્ત થઈને રખડી ખાતા હોય છે.

ગમતું મેળવવા બધી જ દિશાના સાચા, સારા, સંનિષ્ઠ અને સંપૂર્ણ પ્રયત્નો કર્યા પછી કુદરત જે પરિણામ આપે તેને જ ગમતું કરવું અને સ્વીકારી લેવું અને તેને જ કુદરતનો આખરી ન્યાય સમજવો.

(૧૧૮) પોતાને મુક્તિ, બીજાની ફરજ : વાંચો

કીમિયાગરોનું ટેન્શન આપણા માથે લઈને ફરીએ તો આપણા જેવા કોઈ મૂર્ખ નહીં. બીજાઓની વણજોઈતી ઉપાધિઓ આપણા માથે લઈને ફરવી તે નમ્રતા નથી પણ નબળાઈ છે.

મારા વડીલ મિત્રને એક દિવસ રોડની ફૂટપાથ ઉપર ઊભા ઊભા ટ્રાફિક સામું એકી નજરે જોઈ રહેલા જોઈ મેં સહજતાથી પૂછ્યું, "પ્રભુ, રોડની પહોળાઈ-લંબાઈ માપો છો કે શું ?" તેઓ નિરાશાભર્યો ઊંડો શ્વાસ લઈ હળવેથી બોલ્યા, "ના...ભાઈ...ના, રોડ નથી માપતો, પણ રોડ ઉપર આવતાં-જતાં વાહનો અને ચક્કાજામ થયેલા ટ્રાફિકને જોઈને વિચારું છું કે આવીને આવી ટ્રાફિકની ખરાબ હાલત રહી તો આવતાં દશ વર્ષમાં અમદાવાદ શહેરની હાલત કેવી હશે ?" મેં તેમને હસીને કહ્યું, "આમાં તમારાથી કાંઈ ફેરફાર થઈ શકે તેમ છે ?" તેઓ ફરીથી નિરાશાવાદી સૂરથી બોલ્યા, "ના...ભાઈ...ના, પરંતુ આ તો મારું કહેવું છે કે આ બધું ક્યાં જઈને અટકશે તેનો વિચાર કરું છું." મેં તેમને સમજાવ્યા, "સૌ પહેલાં તો આપણે ટ્રાફિકના નિયમો પાળીએ પછી જ બીજી વાત. દાદા તમે જ આજે સવારે તમારું એક્ટિવા (સ્કૂટર) ઉપર વન-વેમાં અને તે પણ રોંગ સાઈડમાં ઊંધી દિશામાંથી આવતા હતા ને...કેમ ?" આ વડીલ વૃદ્ધ તાડૂક્યા, "હું એકલો જ તમને ઊંધો આવતો દેખાયો ? તમે તો ખરા છો, બધા ઊંધા આવે છે તેનું કાંઈ નહીં, આ તો હલકું લોહી હવાલદારનું." મેં આ વડીલ વૃદ્ધ સાથે વાદ-વિવાદ કરવાનું છોડી ત્યાંથી ચાલવા માંડ્યું. દાદા પણ ગુસ્સામાં તો હતા. તેઓએ પણ રોડ ક્રોસ કરવામાં ઉતાવળ કરી, ત્યાં તો બંને કાનમાં ઈયર ફોન ભરાવી અને એક્ટિવા ઉપર રફ ડ્રાઈવિંગ કરતી યુવતીએ રોંગ સાઈડમાં આવી દાદાને રોડ વચ્ચોવચ લાંબા કરી દીધા. યુવતી ફૂટપાથ ઉપર જઈ પડી, એક્ટિવા દૂર જઈને પડ્યું. પળમાં તો જાણે પ્રલય થઈ ગયો. દાદા અને યુવતીને હોસ્પિટલમાં ગંભીર હાલતમાં દાખલ કરવાં પડ્યાં.

આ સમગ્ર સંસારમાં ઘણા લોકો એવા હોય છે કે જગતને

સુધારવા માટે કાં ઉપદેશ આપતા હોય છે કાં તો વ્યવસ્થાની ટીકા કરતા હોય છે, પરંતુ પોતાની જાતને સુધારતા નથી કે નથી સિદ્ધાંતોનો અમલ કરતા. લોકોને સુધારવાની બડાશ મારવાનો કે ટીકા કરવાનો અર્થ શો ?

દગાનો ભોગ બનનાર નિર્દોષ પ્રત્યે તો સમાજ અને સૃષ્ટિના સર્જનહારની થોડી તો સંવેદના હોય છે, પરંતુ દગાખોર જ જ્યારે દગાનો ભોગ બને છે ત્યારે તેની સાથે સહાયક તરીકે કોઈ હોતું નથી અને છેવટે કોહવાઈ ગયેલા કૂતરાના મોતે ઊંહકારા કરીને મરે છે.

(૧૧૯) અતિનમ્રતા એ જ નબળાઈ : વાંચો

વડીલોના એક સમારંભમાં એક ભાઈ ઊભા થઈ નિરાશ વદને બોલ્યા, "આપણે ક્યારેય કોઈને સ્વપ્નમાં પણ નડ્યા ના હોય, આપણને ઢીલા-પોચા સમજી લોકો કેમ હેરાન કરતા હશે ? તેમાં તેમને શું લાભ થતો હશે ?" મેં તે વડીલને ત્યાં જ જવાબ આપ્યો, "ભાઈ, **આપણે ક્યારેય એવા ઢીલા-પોચા ના બનીએ કે લોકો આપણને કાચા ને કાચા ખાઈ જાય અને એવા નઠોર અને કઠોર પણ ના બનીએ કે બધા આપણને હડધૂત કરે. આપણી નમ્રતા તે નબળાઈ નથી તેટલો તો તેને ખ્યાલ આવવો જ જોઈએ.** યાદ રાખો : લોકો આપણી આંતરિક અને બાહ્ય ક્ષમતા અને અક્ષમતા જોઈને જ આપણી સાથે વ્યવહાર કરે છે. બકરી ક્યારેય વાઘના ઘરે દૂધ વેચવા ગઈ ? ના...કેમ ? તેને ખબર છે તેનો શિકાર થઈ જશે. **જંગલના કોઈ પણ હિંસક પશુએ સિંહણની મશ્કરી કરી હોય તેવું બન્યું છે ?** ના...કેમ...? તેને ખબર છે કે સિંહણની મશ્કરી કરનારને ખુદ સિંહણ જ પાતાળમાંથી પણ શોધી કાઢીને તેનો ખાતમો બોલાવી દેશે **તો કોઈ શિયાળે હાથીની બોચી પકડી તેને જંગલ વચ્ચે રગદોળ્યો હોય તેવું કોઈ જગ્યાએ સાંભળ્યું છે ?** ના...કેમ...? શિયાળ હાથીની તાકાત જાણે છે કે હાથીનો એક પગ જ શિયાળના મોત માટે પૂરતો છે. **કીમિયાગરો જેને ડબામાં ઉતારવાની હોય તે વ્યક્તિની માનસિક**

૨૬૬

અને શારીરિક તાકાત જોઈને તેમનો કીમિયો અમલમાં મૂકતા હોય છે, ભોટપણું તે ભલમનસાઈ નથી અને નબળાઈ તે નમ્રતા નથી, સમજ્યા ?" આ વડીલ હકારમાં માથું ધુણાવી નીચે બેસી ગયા.

આટલું યાદ રાખજો : તમારી મજબૂરી, કમજોરી અને લાલચ કાતિલ કીમિયાગર માટે તમને હલાલ કરવા માટે મહત્ત્વનાં સાધનો છે. આપણી બધી નબળાઈઓ જ આપણાં બધાં ટેન્શન છે.

ધર્મલાભ કરતાં સદ્કર્મ એટલા માટે ચઢિયાતું છે કે ધર્મ કરીને ભગવાન પાસે માગવું પડે છે, જ્યારે સદ્કર્મ કરીએ એટલે ભગવાને આપણને આપવું જ પડે છે, ભગવાન આપે ત્યારે ટેન્શન વિનાનું આપે અને જ્યારે આપણે લાલચથી મેળવીએ તેની સાથે ટેન્શન આવે જ.

(૧૨૦) નબળાની નબળાઈ - તે જબરાનું સાધન : વાંચો

શહેરની મધ્યમાં આવેલા એક બગીચાના એક બાંકડામાં એક ભાઈ તેમનો હાથરૂમાલ પાથરી આખો બાંકડો બથાવીને બેઠા હતા. શરીર ભરાવદાર, વિશાળ મૂછો, ઊંચાઈ છ ફૂટથી પણ વધારે, આંખો લાલ અને કર્કશ અવાજ જોઈ બધાં તેમનાથી દૂર જઈને બગીચાની લોનમાં નીચે બેઠા હતા. તે કોઈને તે બાંકડા ઉપર બેસવા દેતો નહોતો. ત્યાં જ એક પાતળા બાંધાનો એક નાની ઉંમરનો નવયુવાન આવી તે બાંકડામાં બેસવા ગયો. પહેલાં તો બન્ને વચ્ચે શાબ્દિક અફરા-તફરી થઈ. **કાયર લોકો દૂરથી તમાશો જોતા હતા**. આ યુવાને એક જોરદાર મુક્કો પેલા ભાઈના મોં ઉપર માર્યો. તે તરફડિયાં મારતો નીચે પડ્યો, બે હાથ જોડી કરગરવા લાગ્યો અને તેનો હાથરૂમાલ પણ તફડાવી લઈ અદાથી બાંકડામાં બેઠો અને દૂરથી તમાશો જોતા બગીચાની લોનમાં બેઠેલા ગભરુંઓને હિંમતથી કહેવા લાગ્યો, "આવો, બેસો અહીં, તમે તો મારા માટે જગ્યા ખાલી કરાવી ના શક્યા પણ મેં તમારા માટે જગ્યા ખાલી કરાવી દીધી છે, આ તો દારૂડિયો છે, પીધેલો છે, તેનામાં ઊભા થવાના પણ હોંશ નથી, ગભરાયા વિના તમે બધા બેસો અહીં", પરંતુ

ઝઘડાની બીકે કાયર લોકો તમાશો જોઈ રવાના થઈ ગયા, સાક્ષી અને ઝઘડામાં ભાગીદાર થવા કોઈ તૈયાર નહોતું.

તમે સૌ એટલું યાદ રાખજો : જ્યારે આપણી મજબૂરી, મર્યાદા, નબળાઈ અને કમજોરી આપણા વિરોધી જાણી જાય છે ત્યારે તે આપણને પછાડવાનું મજબૂત હથિયાર બની જાય છે. જીવનમાં સમસ્યાને આવતી રોકવી તે તો બુદ્ધિનું કામ છે ત્યારે ઉદ્ભવેલી સમસ્યાને ઉકેલવાનું કામ તો બુદ્ધિ અને હિંમત બંનેનું છે, પરંતુ બીજાની સમસ્યાનો અને કીમિયાબુદ્ધિનો ભોગ બનવાનું કામ તો કાયરતાની નિશાની છે.

આપણા જીવનમાં બનતા નબળા પ્રસંગોમાં નબળો વિચાર અને નબળી ભાવના જ જવાબદાર છે.

આપણા જીવનમાં ટેન્શનને આવતું રોકવાના ટૂંકા ઉપાયો : નબળું કામ કરવું નહીં, નબળું વિચારવું પણ નહીં, નબળું બોલવું નહીં, નબળું જોવું નહીં, નબળું સાંભળવું નહીં, નબળાના સાક્ષી થવું નહીં, નબળાના ટેકેદાર થવું નહીં, નબળાની દોસ્તી કરવી નહીં અને સમર્થની દુશ્મની કરવી નહીં, આવતી તકને છોડવી નહીં અને ખોટી ઝંઝટમાં પડવું નહીં, લોભ-લાલચથી દૂર રહેવું, પરંતુ પરિશ્રમ અને પ્રાર્થનાની નજીક રહેવું, મૂર્ખને સલાહકાર બનાવવો નહીં અને અવિશ્વાસપાત્રને ગુપ્ત કામ સોંપવું નહીં, વફાદાર અને વિશ્વાસુને તરછોડવો નહીં અને ઉતાવળિયા અને અજાણ્યા ઉપર વિશ્વાસ મૂકવો નહીં. આપણે જે છીએ તે સંતાડવા પ્રયત્ન કરવો નહીં અને જે નથી તે દેખાડવા આડંબર કરવો નહીં, લખાણ વાંચ્યા સિવાય સહી કરવી નહીં અને લખાવી લીધેલાનો અમલ કરવામાં ઢીલાશ રાખવી નહીં, ભૂખ લાગ્યા સિવાય ખાવું નહીં અને મર્યાદા બહારનાં કામ કરવાં નહીં, આપણા હિતેચ્છુઓને દુશ્મન બનાવવા નહીં અને ખોટા અને જૂઠા લોકોને મિત્ર બનાવવા નહીં. ઊંઘ ના આવે તેવું કામ કરવું નહીં, પરંતુ આખું જીવન બરબાદ થઈ જાય તેવું કુદરત વિરોધી જીવન જીવવું નહીં.

માત્ર આપણે જ જાણતા હોઈએ તેવું ભેદી કે શંકા ઉપજાવે તેવું વિવરણ કોઈને પણ ક્યારેય કહેવું નહીં, તમારા જાહેર કરવાથી તો તમારા જીવનમાં ટેન્શનમાં વધારો થશે અને જાહેરમાં કરેલી મદદ, સદ્કર્મ કે સેવા ક્યારેય ખાનગી રાખવાં નહીં, પરંતુ સજ્જનોની સભામાં તો જાહેર કરવાં જ.

(૧૨૧) સ્ત્રીની સ્વચ્છંદિતા, બે પરિવારોની પાયમાલી : વાંચો

દરેક વ્યક્તિ અને આખી માનવજાતનું જીવન સંબંધો અને લાગણીઓના તાણાવાણાથી ગૂંથાયેલું છે, **કોઈ પણ વ્યક્તિ બીજી વ્યક્તિના દુઃખનું નિમિત્ત બનતી હોય ત્યારે સમજદાર વ્યક્તિએ આવા નઠોર સાથે સંબંધ બાંધતાં પહેલાં સાત વખત વિચાર કરવો.**

ઈતિહાસમાં કરુણ પ્રકરણો એવું દર્શાવે છે કે દુષ્ટોની દુર્જનતાને માત્ર સજ્જનોએ જ સહન કરવી પડી છે, સજ્જનો દુર્જનતાનો સામનો કરતા નથી ત્યાંથી "દુર્જનતાની પ્રગતિ" થાય છે. આવા દુષ્ટને સજ્જનો નિયતિની ઘટના ગણીને જવાબદારી અને માનવીય ફરજમાંથી દૂર હટી જાય છે. **ઉપાધિઓ જેમને કોઠે પડી જાય છે તેમને દુનિયામાં સુખ-દુઃખ અસર કરતાં નથી**.

મારા ઓળખીતા એક મિત્રની દીકરીનાં લગ્ન હતાં. લગ્નની બધી જ તૈયારીઓ થઈ ગઈ હતી. બંને કુટુંબોને સારા સંબંધો મળવાથી બધાં ખૂબ જ ખુશ હતાં. લગ્નના આગલા દિવસે સંગીત સંધ્યા હતી. સગાં-વહાલાં સૌ જમી અને રાસ-ગરબાની રમઝટ માણી, આવતી કાલે પરણવા આવનાર યુવાન સાથે પણ આ ભાઈની દીકરી દિલ ઠાલવીને નાચી. સવારે જાન વહેલી આવવાની હોવાથી બધાં અડધી રાત્રે નિદ્રાધીન થઈ ગયાં.

સવારે વહેલાં ઊઠીને સૌ જાનનું સામૈયું કરવાની તૈયારીઓમાં વ્યસ્ત હતાં. બ્યુટી પાર્લરમાંથી શણગાર સજાવવા આવેલી બહેનને ચકમો આપી લગ્ન કરનાર દિકરી બહાર રાહ જોઈ ઊભા રહેલા તેના વિધર્મી પ્રેમી સાથે ભાગી ગઈ. માંડવા નીચે ઊભેલાં સૌ સગાં-

સંબંધીઓના હોશકોશ ઊડી ગયા, જાનને આવતી રોકવી કે શું કરવું તેની કોઈ સમજણ પડતી નહોતી. **સૌની મતિ મુંઝાઈ ગઈ હતી. આવા નાલેશીભર્યા સમાચાર જાણી દીકરીના બાપુજીને જીવલેણ હૃદયરોગનો હુમલો આવ્યો, તેમને હોસ્પિટલમાં દાખલ કરવા પડ્યા,** ત્યાં સુધી તો તેમને ખબર નહોતી કે તેમની દીકરી સોનાના બધા દાગીના અને ઘરમાં સાચવીને રાખેલા રૂપિયા પણ લઈને ભાગી ગઈ છે. તેની મમ્મી તો બેહોશ થઈ ગઈ અને પરણનાર દીકરીનો ભાઈ તો તેની ભાગેડુ બહેન અને તેના વિધર્મી પ્રેમીને પતાવી દેવા ચારે બાજુ દોડધામ કરવા લાગ્યો. જાન લીલા તોરણે પાછી ગઈ, પરંતુ પરણવા આવનાર વરરાજાના પિતા હૈયાવરાળ ઠાલવતા હતા, **"હાશ આટલેથી અમારી પનોતી ગઈ, અમારા દાગીના તો બચી ગયા, પરણ્યા પછી ભાગી હોત તો મારો દીકરો ફરીથી લગ્ન વખતે બીજવર ગણાત, બચી ગયા આ બલાથી." પરંતુ દીકરીના પરિવારની ઈજ્જતનું તો લિલામ થઈ ગયું.**

એક જ વ્યક્તિની કુબુદ્ધિએ કિલ્લોલ કરતા પરિવારને ધરાશાયી કરી નાખ્યો. **શાસ્ત્રોએ પુરવાર કર્યું છે કે પરિવાર, સમાજ, રાજ્ય કે રાષ્ટ્રમાં અતિમહત્ત્વની વ્યક્તિનો એક જ મોટો અને ખોટો નિર્ણય પૂરા ખાનદાન કે આખા રાષ્ટ્રનો નાશ કરી દે છે.**

પરિવારમાં ઉદ્‌ભવેલી ઉપાધિમાં બિચારા નિર્દોષોનો શો દોષ ? પરિવારમાં એકની કુબુદ્ધિ પરિવારના અન્ય નિર્દોષ સભ્યો માટે ટેન્શન બની જાય છે.

જીવનના કોઈ પણ ક્ષેત્રમાં માનવીએ પોતે પોતાના માટે લીધેલા નિર્ણયનું પરિણામ પોતાને જ ભોગવવું પડે તેટલો સીમિત હોય ત્યાં સુધી બહુ વાંધો નથી આવતો, પરંતુ તેના ખોટા નિર્ણયનો ભોગ આખા પરિવારને બનવું પડે અને સહન કરવું પડે તે તો કેવો ન્યાય કે નિર્ણય? જેમનો કોઈ વાંક નથી તેમને ટેન્શન સહન કરવું શા માટે પડે?

આવા સંજોગોમાં ઠંડા દિમાગથી દૂરંદેશી નિર્ણય લેનારા જ આવા ટેન્શનમાંથી મુક્ત થઈ શકશે. **તમે જેટલું લાગણી અને ઈજ્જતને વધારે મહત્ત્વ આપશો તેટલા દિલથી તમે વધારે ઘાયલ થશો. જગતના લોકોની ચિંતા કર્યા સિવાય પરિસ્થિતિ અને સંજોગો**

પ્રમાણે નિર્ણય લેનાર સજ્જનો કે પરિવારના સભ્યો આવા ટેન્શનમાંથી જલદીથી બહાર આવી શકે છે.

હું તો સૌને ગાઈ-વગાડીને કહું છું કે તમે જેટલા વધારે પડતા લાગણીશીલ હશો તેટલું ટેન્શન તમને વળગશે, પરંતુ તમે જેટલા વિવેકબુદ્ધિવાળા અને માનસિક રીતે મજબૂત મનોબળવાળા હશો તેટલું ટેન્શન તમારાથી દૂર ભાગશે.

આ સંસારમાં તમને સારા-નરસા લોકો સાથે વિવેકબુદ્ધિથી વર્તતાં આવડતું હશે તો તમારા જીવનના ઘણા પ્રશ્નો મૂળમાં જ પતી જશે. સારા માણસોની નજીક રહેવું અને ખરાબ અને ખોટા લોકોથી દૂર રહેવું અને તેમને દૂર રાખવા તે પણ એક કલા છે અને તેમાં જ જીવનની સાચી શાંતિ છુપાયેલી છે.

અહમી પ્રકૃતિ, તઘલગી સ્વભાવ અને રાઈનો પર્વત કરવાવાળા લોકો સાથે જેટલું સમજીને કામ લેવાય અને સંબંધો બંધાય તેટલું સજ્જન માટે આશીર્વાદ સમાન છે, પરંતુ જ્યાં ગાઢ સંબંધો હોય ત્યારે "વાણી અને વર્તન"નો સંયમ ઘણો જરૂરી છે, સંયમ વિનાનાં વાણી અને વર્તન જ સમસ્યાઓનાં જન્મદાતા છે.

(૧૨૨) કલુષિત વાણી-વર્તન, ડખાનું મૂળ : વાંચો

એક તુમાખીવાળા સ્વભાવના દીકરીના બાપના ઘરે કૂતરો પાળ્યો હતો. આ અહમીએ તેમની દીકરી જે વેવાઈના દીકરા સાથે પરણાવી હતી તે વેવાઈ અને વેવાણને મહેમાનગતિ માટે આમંત્રણ આપેલું હોઈ બંને મહેમાનગતિ કરવા આવી પહોંચ્યાં, સ્વભાવથી તે પણ શેરના માથે સવા શેર હતાં, કારણ તે દીકરાનાં મા-બાપ હતાં.

વફાદાર કૂતરો તેની પ્રકૃતિ પ્રમાણે મહેમાનોને જોઈ ભસવા લાગ્યો. દીકરીનાં સાસુ-સસરા ગમ્મતમાં હસતાં-હસતાં બોલ્યાં, "આવી રીતે કૂતરાં અમારું સ્વાગત કરે તે અમને પસંદ ના પડે." દીકરીના પિતાએ મોં ચઢાવી તુમાખીથી કહ્યું, "અમે વાઘ-સિંહ તો પાળતાં નથી અને તમારે વાઘ-સિંહ પાસે તમારું સ્વાગત કરાવવું હોય તો જેના ઘરે તે હોય ત્યાં જાઓ, અમારી પાસે તો કૂતરાં છે એટલે કૂતરાં સ્વાગત

કરે તો શું ભૂંડિયાં તમારું સ્વાગત કરે, અમે ઘેટાં-બકરાં પાળવા ટેવાયાં નથી."

દીકરીના બાપનો "વાણીસંયમ" તૂટી ગયો હતો, પરંતુ તે વખતે તો જાણે દીકરાનાં મા-બાપે મહેમાનગતિ માણી લીધી, પરંતુ તેમના ઘરે ગયા પછી વાત વણસી ગઈ, વહુના માથે મહેણાં-ટોણાંનો વરસાદ વરસવા લાગ્યો, "વહુ, તને ખબર છે ને અમારા ઘરે તો ઘેટાંય નથી અને બકરાં પણ નથી, પછી કૂતરાં તો હોય જ ક્યાંથી ? અમે ખુદ વાઘ-સિંહ જેવાં છીએ, અમારે ઘરે રખડતાં કૂતરાં રાખવાની જરૂર નથી, કહેવું હોય તો કહી દે જે તારી મા અને બાપને." બંને પક્ષે વાત વણસી ગઈ.

દીકરી જ્યાં સુધી પિયર અને સાસરી વચ્ચે બેલેન્સ કરી ડહાપણ અને શાણપણથી વર્તે છે ત્યાં સુધી બંને પરિવાર વચ્ચે કડવાહટ અને સમસ્યા સર્જાતી નથી, પરંતુ દીકરી ખુદ જ્યારે પક્ષકાર બની જાય છે ત્યારે ના ઉકેલી શકાય તેવા પ્રશ્નો ઉદ્ભવે છે.

બંને પરિવાર વચ્ચે અફરા-તફરી ચાલી, તેમાં વચેટિયા ઉમેરાયા. દીકરીના પિતા તેમની દીકરીનાં સાસરિયાં પાસેથી ધંધો કરવા ઉછીનાં નાણાં લાવ્યાં હતાં, તે મુદ્દાએ પણ આગમાં ઘી હોમવાનું કામ કર્યું.

જ્યારે બંને પક્ષ અહમી અને તુમાખી સ્વભાવવાળા ટકરાયા હોય ત્યાં અસલ પ્રશ્ન અને હકીકત બાજુ પર ધકેલાઈ જાય છે અને "ઈગો" મુખ્ય મુદ્દો બની જાય છે. **બંને સમર્થ અને અહમીઓની સમસ્યાનું જલદી સમાધાન થતું નથી, પરંતુ સમસ્યા વધારે ગૂંચવાતી જાય છે.**

બંને બાજુમાંથી ગમે તે એક બાજુ પણ સમજદાર અને સહનશીલ સજ્જન માણસ હોય તો હિમાલય જેવડી સમસ્યા પણ એક રજ જેવી બનીને ઊકલી જાય છે, પરંતુ જ્યાં બંને બાજુ સજ્જન હોય તો સમસ્યા ઉદ્ભવતી નથી અને ઉદ્ભવે છે તો ઘરના ખૂણે ઉકેલાઈ જાય છે.

આ કેસમાં દીકરીનો બાપ નમ્યો જ નહીં, છોકરાના બાપને સમાજમાં વટ પાડવો હતો. આ બંને વચ્ચે દીકરીનો રોલ મુખ્ય હતો, પરંતુ તે પિયર તરફી થઈ ગઈ અને છેવટે લેતી-દેતીના મોટા તોડ સાથે દુ:ખી મનથી છૂટાછેડા થયા.

પરિવાર કે સમાજમાં ડાહ્યા, શાણા, સમજદાર અને સજ્જનોની

સલાહ પણ જ્યારે અવગણવામાં આવે ત્યારે તેવા પરિવારોમાં તો એક નાનો તણખો પણ ક્યારેક દાવાનળનું રૂપ ધારણ કરે છે અને જ્યારે ખબર પડે છે ત્યારે ઘણું મોડું થઈ ગયું હોય છે.

વિસામો

કોઈ પણ વ્યક્તિએ કોઈની પણ સાથે લાંબા સમય માટે લાગણીભર્યા ગાઢ સંબંધો સ્થાપવા હોય ત્યારે જ એકબીજાના ગમા-અણગમા, સ્વભાવ અને પ્રકૃતિ જાણી લેવાં, તેનો ભૂતકાળ પણ ઠાવકાઈ જાણી લેવાય તેટલું સારું, જેથી ભવિષ્યમાં સંબંધો બગડતાં "સજ્જન સંબંધી"ને પસ્તાવાના દિવસો ના આવે, માથે ટેન્શન નામનો પહાડ પણ ના તૂટી પડે.

આ સંસારમાં બધા જ સંબંધોમાં ગરજ કે મતલબ બંને પક્ષે એકસરખી જ હોય તેવું નથી હોતું, પરંતુ વધારે ગરજવાળાએ ઓછી ગરજવાળા સાથે તથા સમર્થ અને વધારે પ્રભાવી સંબંધી કે હોદ્દેદાર સાથે તેની લાગણી ના ઘવાય તેની ખાસ કાળજી રાખવી. મહત્ત્વની, **સમર્થ અને સ્વાભિમાની વ્યક્તિની ઘવાયેલી લાગણી અસમર્થ અને ગરજવાનને ન ધારેલું નુકસાન પહોંચાડે છે**. જ્યારે પરિસ્થિતિ હાથ બહાર જતી હોય ત્યારે સમજદાર અસમર્થ વ્યક્તિએ કાં તો મૌન રહેવું અથવા સમર્થને કોઈ પણ સાધન, સહાય, સમજણ કે માધ્યમથી પોતાનો કરી લેવામાં જ, ચિંતામાંથી મુક્તિ અને શાંતિ મેળવી શકાય છે.

ટેન્શન મોટા પુરુષો અને સ્ત્રીઓમાં જ હોય તેવું નથી, પરંતુ નહીં બોલી શકતાં અતિ નાનાં બાળકો તથા ભણતા વિદ્યાર્થીઓમાં પણ હોય છે. જે બાળકો મા-બાપનું વાત્સલ્ય નથી પામી શક્યાં હોતાં તે મોટાં થઈ અપરાધી બની જાય છે તેવું સમાજમાં દેખાય છે. જે પરિવારમાં કજિયા-કંકાસ સતત થયા જ કરતા હોય તેવા પરિવારનાં બાળકોના સુષુપ્ત માનસપટ ઉપર નકારાત્મક ઘટનાઓની ઊંડી અસર પડતી હોય છે. આવી અસરવાળાં બાળકો હંમેશાં ગૂમસૂમ રહે છે. તે કાલ્પનિક કલ્પનાઓ અને ભવિષ્યના ભયાવહ વિચારોમાં ડૂબેલાં રહે છે, તેમનું સુષુપ્ત ટેન્શન ગમે ત્યારે ગમે તે વિદ્રોહ સ્વરૂપે બહાર આવે છે.

(૧૨૩) ઘરનું પ્રતિબિંબ એટલે બાળક : વાંચો

કોલકાતાની એક સ્કૂલમાં પાંચમા ધોરણમાં ભણતી બાળાઓ
વર્ગશિક્ષકે વર્ગમાં જ "મારો પરિવાર" વિશે વીસ લીટીમાં નિબં
લખવા આપ્યો. એક બાબલી નામની વિદ્યાર્થિની એવું સમજી કે જે
પરિવાર જેવો હોય, જેના પરિવારમાં જે બધાં જે કાંઈ કરતાં હોય અ
જેના પરિવારમાં જે કાંઈ બધું થતું હોય તે બધું નિબંધમાં લખવાનું ઇ
જ્યારે શાળાનો આશય તો એવો હતો કે જે રીતે ગાય વિશે નિબં
લખવાનો હોય છે તેવી જ રીતે બાળકો તેમના પરિવાર વિશે લખશ
પરંતુ બાબલીએ તો આશ્ચર્ય સર્જી દીધું. તેનો પરિવાર જેવો હતો તે
તથા તેના પરિવારમાં જે કાંઈ થતું હતું તે બધું સાચે-સાચું લખ્યું હ
"મારા પિતા દરરોજ મોડી રાત્રે દારૂ પીને ઘરે આવે છે, ઘરમ
શાકભાજી કે કરિયાણું ના હોય એટલે મારી મમ્મીએ રસોઈ ના ક
હોય તો મારા પપ્પા મારી મમ્મીને વેલણથી મારે છે અને ક્યારેક
લાકડીથી પણ ફટકારે છે મારી મમ્મી ઘણી વખત મારા મામાના ઘ
રિસાઈને જતી રહે છે, મારા પપ્પા તેમનો બધો પગાર દારૂ અ
જુગારમાં વેડફી નાખે છે. મારી સ્કૂલની ફી પણ ભરતા નથી અને માર
માટે સારાં કપડાં અને સારું ખાવાનું તો કોઈ દિવસ લાવતા પણ નથ
મારા નાના ભઈલુ માટે દૂધ લાવવા પૈસા પણ આપતા નથી. ઘરનું ભા
પણ ચૂકવતા નથી એટલે મકાન માલિક ઘરે આવી દર મહિને ઝઘ
કરે છે, અમારા ઘરે સંડાસ પણ નથી, અમને શરમ આવે છે, પણ અ
શું કરીએ ? મારી મમ્મી એક દિવસ રડતાં-રડતાં કહેતી 'તી બેટા, હ
તને અને ભઈલુને આ રાક્ષસના હવાલે કરીને નહીં મરું, હું તને અ
ભઈલુને સાથે લઈને ગંગામૈયામાં ડૂબી મરીશ... વગેર...વગેરે આ
મારો પરિવાર."

બધી જ બાળાઓને પાસ કરવામાં આવી અને માત્ર બાબલી
જ નાપાસ કરવામાં આવી. બાબલીએ સ્કૂલના પ્રિન્સિપાલ આગળ ઇ
નાખી. આખી સ્કૂલ હચમચી ગઈ. આચાર્યએ તટસ્થ વિદ્વાન શિક્ષ
પાસે બધી જ વિદ્યાર્થિનીઓના નિબંધનું પુનઃ મૂલ્યાંકન કરાવ્યું. આ

વર્ગમાં બાબલી જ પ્રથમ આવી. બાબલીના નિબંધે આખા શિક્ષણ-જગતને હચમચાવી નાખ્યું. બાબલીનો નિબંધ તો નરકમાં જીવતા સાચા પરિવારની જીવતી-જાગતી કથા અને વ્યથા હતી, જ્યારે બીજી બાળાઓના નિબંધમાં તો "મારા પરિવારમાં એક વહાલા પપ્પા ને વહાલી મમ્મી છે, અમે બધાં હળીમળીને રહીએ છીએ" તેવી મેના-પોપટની ચીલાચાલુ વાર્તા જેવું જ નિબંધલેખન હતું.

આ બાળાને પૂછવામાં આવ્યું કે તેં આવું બધું કેમ લખ્યું છે? તો તેણે બાળ સહજ જવાબ આપ્યો, "કેમ નિબંધમાં તો સ્પષ્ટ તો લખ્યું છે ને કે "મારો પરિવાર" એટલે મારો પરિવાર જેવો છે તે લખ્યું છે, નિબંધનું શીર્ષક મારો પરિવાર કેવો હોવો જોઈએ તેવું નહોતું લખ્યું, કે "તમારો પરિવાર" વિશેનો પણ નિબંધ નહોતો, આ તો "મારો પરિવાર" વિશે નિબંધ હતો."

શિક્ષણ જગત અને તમામ વિદ્વાનો અચંબો પામી ગયા. પરિવારનું વાતાવરણ એક નાના બાળકના માનસપટ ઉપર કેવી અસર ઉપજાવે છે અને તેનાં ગંભીર પરિણામ આવે છે તેનું આ જીવતું-જાગતું દૃષ્ટાંત છે.

નાનું બાળક પરિવારના વાત્સલ્યને જેટલું જલદી સમજી શકતું નથી તેનાથી અનેકગણી ત્વરાથી પરિવારના કંકાસને સમજી જાય છે, તેના માનસપટ ઉપરથી નકારાત્મક ઘટનાઓ ક્યારેય ભૂંસાતી નથી. દરેક પરિવારના સમજદાર વડીલોએ નાનાં બાળકોની હાજરીમાં એવી હરકતો કે વર્તન ક્યારેય ના કરવું જોઈએ, જેથી તેમનાં બાળકોના ભવિષ્ય ઉપર ખરાબ અને ખોટી અસર પડે.

નાના બાળકના મસ્તિષ્કમાં અકાળે ઘૂસેલું ટેન્શન તો તેનું બાળપણ, તેનું ભણતર-ઘડતર, તેની યુવાની અને તેના ઘડપણના અંતિમ દિવસો તો તેનું જીવન તો યજ્ઞમાં હોમાયેલા નાળીયેરની જેમ બળીને ખાખ થઈ જાય છે.

પરિવારના વડીલોની ભૌતિક પદાર્થો પાછળની આંધળી દોટમાં કેટલાયે પરિવારો તબાહ થઈ ગયા છે, તબાહ થઈ રહ્યા છે, માત્ર સત્તા અને સમૃદ્ધિથી જ જીવન જીવી શકાતું હોત તો કોઈ ધનવાન, કોઈ નેતા કે માંધાતા શૂરવીર બધાં જ સુખ માત્ર ધનથી જ ખરીદી લેત, પરિવારની શાંતિના ભોગે થતી પ્રગતિ તો છેવટે પરિવારને પતન તરફ જ લઈ જાય છે. સમૃદ્ધિમાં જ્યારે સમજણ અને સંસ્કાર ઉમેરાય છે ત્યારે તેવા પરિવારમાં સ્વર્ગનું સુખ અને પરલોકની શાંતિ છવાયેલી હોય છે.

(૧૨૪) આંધળાની દોટ અને સામે ખાડો : વાંચો

ડૉલર કમાવવાની લાયમાં એક યુવાન તેની યુવાન પત્ની અને બે માસૂમ બાળકીઓને ભગવાન ભરોસે વતનમાં છોડી અમેરિકા વિઝિટર વિઝા ઉપર ગયો. ત્યાં ગયા પછી વિઝાની મુદ્દત પૂરી થઈ જતાં ગેરકાયદે વસાહતી બની ગયો. બંને બાળકીઓ અને તેમની મમ્મી ડૉલરની કમાણી ઉપર અને ભગવાન ભરોસે જીવતાં હતાં.

માનવીને સુખમાં નહીં, પરંતુ દુઃખમાં જ સ્વજનની સહાય અને હૂંફની જરૂર પડે છે. જે પરિવાર ઉપર કાળની મહાદશા ત્રાટકે છે તે પરિવાર બધી જ દિશાઓથી બરબાદ થઈ જાય છે. આવો જ કાળ આ પરિવાર ઉપર ત્રાટક્યો. યુવાન પત્નીને ગર્ભાશયનું છેલ્લા સ્ટેજનું કેન્સર થયું. ડૉક્ટરોએ કહ્યું, આ તો છેલ્લું સ્ટેજ છે, રોગ શરીરનાં અન્ય અંગોમાં પ્રસરી ગયો છે. ઓપરેશન કરવાનો કે કિમોથેરાપીનાં ઇંજેક્શન આપવાનો કોઈ અર્થ નથી, આખો પરિવાર મહાઆફતમાં આવી ગયો.

પત્નીનું હૈયું અને આંખો રડતાં હતાં, હોઠ પતિને કરુણ વ્યથા વર્ણવતા ફફડતા હતા, "હવે બહુ થઈ ગયું, તમે પાછા આવી જાઓ, **મારે ડૉલરના ઢગલા કરતાં તમારી હૂંફની બહુ જરૂરિયાત છે. મારા છેલ્લા દિવસોમાં તમે મારી પાસે હશો એટલે મારો જીવ અવગતિએ નહીં જાય,** મને છેલ્લું આશ્વાસન મળશે કે મારી બે દીકરીઓની માને

ભગવાને છીનવી લીધી પણ તેના બાપને તો અડીખમ રાખ્યો છે ને !" અમેરિકામાં બેઠો-બેઠો તેનો પ્રેમાળ પતિ એકલો-એકલો એકાંતમાં રડતો અને **તેની વહાલી પત્નીને પ્રેમાળ વાણીથી આશાભર્યાં વચનો બોલતો, "હું તો હાલ જ પાછો આવી જાઉં પણ આપણું દેવું કઈ રીતે ભરાશે ?** હું પાછો આવીને કરીશ પણ શું ? આપણી પાસે ક્યાં મૂડી છે ? હું અહીંથી પૈસા મોકલાવીશ તો તારી સારવાર થશે, વતનમાં પાછો આવીશ તો સગાં-વહાલાં પાસે નાણાંની ભીખ માગવી પડશે, જૂનું દેવું તો તે બધા લોકોને ચૂકવવાનું બાકી છે, તું જરા સમજ, ભગવાન તને સારું કરી દેશે." પતિના પ્રત્યુત્તરમાં હવે પત્નીથી વધારે બોલી પણ શકાતું નહોતું. તે માત્ર ઊંડા નિસાસા નાખી માત્ર એટલું જ બોલી શકતી, **"હવે બહુ થઈ ગયું, તમે હવે તો પાછા આવી જાઓ, આપણી બે દીકરીઓ ઉપર તો દયા કરો."** પત્નીના દુઃખ અને પતિને પાછા આવવાની બાબતમાં સગાં-સંબંધીઓમાં મતભેદ ઊભા થયા. પત્નીના દુઃખમાં સગા-વહાલાંની સંવેદના તેની સાથે હતી, પરંતુ તેનો પતિ અમેરિકાથી વતનમાં પાછો આવે તે બાબતમાં સગા-સંબંધીઓના મતમતાંતરમાં આ બીમાર પત્નીનો પતિ કોઈ નિર્ણય લઈ શક્યો નહીં.

એક દિવસ રાત્રે જ કાળ ત્રાટક્યો અને પતિના વિરહમાં ઝૂરતી બીમાર અને પ્રેમાળ પત્ની પરલોક સીધાવી. એક હર્યો-ભર્યો પંખીનો માળો વિખરાઈ ગયો.

મૃત્યુ પામેલી મમ્મીને જોઈ સાત વર્ષની મોટી દીકરી હૈયાફાટ રુદન કરવા લાગી, ત્રણ વર્ષની દીકરી તો "મમ્મી પાસે જવું છે, મારા પપ્પાને બોલા...વો" નું આક્રંદ કરીને હૈયાં હલબલાવી તેવું જોરશોરથી રડી રહી હતી. સગાં-વહાલાં આ બે નિરાધાર દીકરીઓને તેડીને બહાર લઈ ગયાં, પરંતુ મૃત યુવતીના શબની અરથીને જ્યાં સ્મશાને લઈ જવા સગાં-વહાલાંએ કાંધ આપી ત્યારે તો બ્રહ્માંડ પણ ડોલી જાય તેવી આ નિરાધાર બહેનોએ ચીસો પાડી, "મમ્મી પાસે જવું છે, મને મમ્મી પાસે જવા દો, મમ્મીને બાંધીને લઈ જશો નહીં." નાની દીકરી કલ્પાંત કરતી હતી, "મમ્મી તું કેમ કાંઈ બોલતી નથી, મારા પપ્પાને બોલાવો."

અંતે જે થવાનું હતું તે થઈને જ રહ્યું, નિરાધાર દીકરીઓની વહાલી મમ્મી રાખમાં ભરી ગઈ અને કમભાગી બાપ પરદેશમાં એકલો આંસુ સારતો રહ્યો, આખો પરિવાર ડૉલર કમાવવાની લાયમાં છિન્ન-ભિન્ન થઈ ગયો.

સમય કોઈની રાહ જોતો નથી અને શરમ પણ રાખતો નથી. હવે દીકરીઓનું કોણ ? સગાં-વહાલાંએ મોટી દીકરીને મામાના ઘરે અને નાની દીકરીને માસીના ઘરે મોકલી આપવી તેવો નિર્ણય કર્યો.

બંને બહેનો છૂટી પડવા નહોતી માગતી, પરંતુ બંનેનો ભાર પણ કોઈ એક પરિવાર ઉપાડવા તૈયાર નહોતો, કાળ, કર્મ અને કુદરતની ગતિ કંઈક ન્યારી છે.

હતાશ, નિરાશ અને દુઃખી માનવીને જ્યાં હૈયામાં હાશ મળે અને દિલ-દિમાગમાં શાંતિ મળે તેવા જ લોકો સાથે તે ઘરોબો કેળવે છે.

આ યુવાન તેની યુવાન પત્નીનો વિરહ ભૂલવા અને તેની માસૂમ બે દીકરીઓના ભવિષ્યની ચિંતા લઈને દારૂના રવાડે ચઢ્યો, પાકો દારૂડિયો થઈ ગયો, તેના જીવનની દશા અને દિશા ભૂલી બસ, આખો દિવસ નશામાં ચકચૂર રહેવા લાગ્યો, દારૂનો નશો જાણે ઓછો અસરકારક હોય તેમ તે ડ્રગ્સના રવાડે ચઢી ગયો. **વ્યસન, વ્યભિચાર અને વિકૃતિ ક્યારેય વેર વિનાનાં ના હોય**. આ યુવાન ડ્રગ્સ માફિયાઓનો હાથો બની ગયો. ડ્રગ્સ માફિયાની ધંધાકીય ખતરનાક હરીફાઈ અને ચાલબાજીનો આ દિલથી ઘાયલ થયેલો યુવાન નિમિત્ત બન્યો. અજાણ્યા લોકોએ તેને એક રાત્રે નિર્જન જગ્યાએ ગોળીઓ મારી ઠાર માર્યો. તેની લાશને સરકાર પણ સંઘરવા તૈયાર નહોતી.

નાની માસૂમ બે નિરાધાર દીકરીઓ હૂંફના આધારે નહીં, પરંતુ પપ્પાના ડૉલરના સહારે જીવતી હતી. ડૉલરની લાલચમાં મામા અને માસી આ બંને દીકરીઓનું ભારણપોષણ કરતાં હતાં, હવે તેમનું કોણ? આખો સંસાર “મતલબ” નામની મુખ્ય ધરી ઉપર જ ચકરાવા લઈ રહ્યો છે. હવે આ બંને દીકરીઓ પાસેથી મતલબ કઈ રીતે પૂર્ણ થશે તેની વિમાસણમાં વિચાર કરવા, કંઈક નવું આયોજન કરવા સગાં-વહાલાં

સૌ ભેગાં થયાં.

પરિવારના વડીલનો એક જ ખોટો નિર્ણય આખા પરિવારને ભરખી જાય છે. મરનાર યુવાન અને યુવતીની તમામ મિલકત, જમીન અને ઘરેણાં, આ બધાંના બે સરખા ભાગ પાડી દીધા. મામા-માસીએ અડધી-અડધી મિલકત વહેંચી લેવાની અને આ બંને દીકરીઓને પરણાવી સાસરે મોકલી દેવામાં આવે ત્યાં સુધી તેમનું ભરણ-પોષણ અને તેમનાં લગ્નનો ખર્ચ પણ તેમાંથી કરવાનો, લગ્ન થઈ ગયા પછી પરણી જનાર આ બંને દીકરીઓનો મામા-માસીને આપેલ ભેટની મિલકતમાં કોઈ ભાગતાલ, હક-દાવો રહેશે નહીં, આવો ઠરાવ સગાં-સંબંધીઓએ કર્યો.

બાળપણમાં સાથે રમવાના, જમવાના, ભણવાના અને ઝઘડવાના પ્રેમાળ દિવસોમાં બે નિરાધાર બહેનોએ કાયદેસર છૂટાં પડવાનો દિવસ આવ્યો. મોટી દીકરી મામાની અને નાની દીકરી માસીની આંગળી પકડી રડા-રોડ કરી રહી હતી ત્યારે નાની દીકરી માસીની આંગળી છોડીને દોડી અને મોટી બહેન પાસે આવી તેને ગળે વળગી પડી આક્રંદ કરવા લાગી, "મારે મારી દીદી પાસે જ રહેવું છે, મારે ક્યાંય જવું નથી, મારે મારા પપ્પા પાસે જવું છે, મારા પપ્પાને બોલાવો, મારી મમ્મી ક્યાં ગઈ ? મારે ક્યાંય જવું નથી. બસ, મારે તો મારી દીદી પાસે જ રહેવું છે." **જડ અને સ્વાર્થી સગાં-સંબંધીએ વાત્સલ્ય અને લાગણીને કચડી બંને દીકરીઓને મતલબમાં વહેંચી દીધી**.

નાની દીકરીને મોટી દીદી પાસેથી બળજબરીપૂર્વક છોડાવી માસી પાસે લઈ ગયાં, મોટી દીદીને તેના મામા ત્યાંથી ઝટપટ લઈને ચાલવા માંડ્યા ત્યારે અંધારી રાત થઈ ગઈ હતી, નાની દીકરીની, "દી...દી...મમ્મી...પપ્પા"ની કારમી ચીસોએ અંધારાને પણ રડાવી દીધું. માત્ર મોટી દીદીનો નાની બહેન તરફનો હાથ ઝાંખા અંધારામાં વિદાય આપતો દેખાતો હતો. નાની બહેનનો વિયોગ પણ મોટી દીદીથી સહન થતો નહોતો, તેના ગળામાંથી પણ એક કારમી ચીસ પડી ગઈ,

“ટા...ટા...આવ...જે...મારી નાની દી...દી તું આવજે.” કાળ અને અંધારું બધું જ ગળી ગયું.

વિસામો

પરિવારમાં વડીલની એક જ અવિચારી મોટી ભૂલ કે નિર્ણય આખા પરિવારને તબાહ કરી નાખે છે, આવેશ, ઉતાવળ, લાલચ અને અહમ માણસનું ધનોત-પનોત કાઢી નાખે છે. કોઈ પણ વ્યક્તિએ તેણે કરેલી ભૂલ તે પોતે ભોગવે ત્યાં સુધી તો બરાબર છે, પરંતુ પરિવારના વડીલની એક જ ભૂલ કે નિર્ણયના કારણે આખો પરિવાર બરબાદ થઈ જાય તેવું કોઈ પણ કર્મ કરતાં પહેલાં એકસો વખત વિચારવું, નહીંતર આખા પરિવારને સહન ના થઈ શકે અને ભરપાઈ પણ ના થઈ શકે તેટલું નુકસાન થાય.

મનુષ્યની આ ટૂંકી જિંદગીમાં ધન જ સર્વસ્વ નથી. જે ધનમાંથી શાંતિ પ્રાપ્ત ના થાય તેવું ધન તો માટીના કાંગરા બરાબર છે.

સુખ અને દુઃખ, લાગણી અને ભાવ, હૂંફ અને હાસ્ય પરિવારના બધા જ સભ્યો સાથે ઓતપ્રોત થયેલાં ના હોય તેને પરિવાર કેવી રીતે કહેવાય ?

જે પરિવારમાં એકબીજાનાં આંસુ લૂછનાર, આશ્વાસન આપનાર અને એકબીજાને સાથ આપનાર ના હોય તે પરિવાર ના કહેવાય પરંતુ પાંજરાપોળ કહેવાય. જે ધન અને સમૃદ્ધિ પરિવારના સભ્યોને વહેંચી દે અને સંપની જગ્યાએ માત્ર અશાંતિ જ છવાયેલી રહે તે ધન કે સમૃદ્ધિને લક્ષ્મી કઈ રીતે કહેવાય ?

પોતાની ભૂલમાંથી કે ખોટા નિર્ણયમાંથી જે વ્યક્તિ બોધપાઠ લે તે તો સજ્જન કહેવાય, પરંતુ એક જ ભૂલ વારંવાર કરે અને તેનાં માઠાં પરિણામ આખો પરિવાર ભોગવે તે તો મહામૂર્ખ કહેવાય.

તઘલગી, તરંગી, કાતિલ, કીમિયાગર, વૈરાગી અને નપુંસકે લગ્ન કરવાં નહીં કે કોઈની સાથે ધંધામાં ભાગીદારી પણ કરવી હિતાવહ નથી. આવા માણસો હંમેશાં તેમની સાથે જોડાયેલા સજ્જનો-સન્નારીઓનું લોહી પીવા જ સર્જાયા હોય છે.

પારિવારિક અને સામાજિક સંબંધોથી જોડાયેલી વ્યક્તિઓ એકબીજા પાસે હૂંફની અપેક્ષા રાખે તે વાજબી છે, પરંતુ તમારે જેની સાથે લાગણી કે ભાવનાના કોઈ સંબંધ જ નથી તેવા લોકો પાસેથી વધારે રાખેલી અપેક્ષા જ્યારે પૂરી ના થાય ત્યારે તેમાંથી કોઈ પણ પ્રકારનું દુઃખ લગાડવું જોઈએ નહીં, લાગણી, ભાવના, પ્રેમ અને વિશ્વાસના તાંતણે બંધાયેલા સંબંધોમાં જ્યાં ઓટ અને ખોટ આવે છે, ત્યાંથી જ દુઃખની શરૂઆત થાય છે.

(૧૨૫) વ્યસન-અંધશ્રદ્ધા, બધી પાયમાલી : વાંચો

આખો સંસાર લાગણી અને ભાવનાથી જ બંધાયેલો-જોડાયેલો છે. લાગણી અને ભાવના વિનાના માનવી રાક્ષસ સમાન છે.

વ્યસનમુક્તિ અને અંધશ્રદ્ધા નાબૂદીના એક સંયુક્ત કાર્યક્રમમાં ભાગ લેવા અમે એક ગામમાં ગયા હતા.

કાર્યક્રમના નાટકનો શુભારંભ તો થયો વ્યસનના કારણે મૃત્યુ પામેલા યુવકની વિધવા પત્નીના આક્રંદથી, પરિવારમાં એક જ સભ્યની કુટેવ આખા પરિવારના પતનનું નિમિત્ત બને છે. નાટકની ગંભીરતા તમામ પ્રેક્ષકગણ ઉપર છવાઈ ગઈ હતી. બહેનો રડતી હતી તો પુરુષો દિગ્મૂઢ થઈ નીચું મોં રાખી બેસી રહ્યા હતા. તરત જ મૃત્યુ પામેલ વ્યસનીની દીકરીનાં લગ્નનો પ્રસંગ બતાવ્યો. દીકરીને ગામના ગોંદરેથી તેની સાસરીમાં વિદાય આપવા સૌ ઘરમાંથી બહાર નીકળી રહ્યાં હતાં. દીકરીના હાથમાં નહીં મેંદી કે ગળામાં નહીં મંગલસૂત્ર, લગ્નમાં શોભે તેવી નહીં સાડી કે પગમાં નહીં સારાં ચપ્પલ. હૈયાફાટ રુદન સાથે સાસરે વિદાય લેતી દીકરી તેના સ્વ. પપ્પાના ફોટા સાથે માથું અથડાવી, પથ્થરને પણ રડાવે તેવું આક્રંદ કરવા લાગી, **"પપ્પા, મારા લગ્નની વિદાયમાં બધાં જ છે પણ તમે નથી, મારે આખી દુનિયાની સાહ્યબી નથી જોઈતી. પપ્પા, મારે કરોડપતિ વર પણ નથી જોઈતો, બસ, મારા લગ્નની વિદાયમાં મારે ગરીબ બાપ જોઈએ છે.** પપ્પા, તમે જ્યાં હોય ત્યાંથી હાલ જ આવો, આજે તો હું તમારી દીકરી

છું, સાંજે જ હું કોઈની પારકી થઈ જવાની છું. પપ્પા, તમે જીવતા હતા ત્યારે કહેતા હતા કે તને સોળે શણગારે સજાવી દઈશ. જીવનમાં બેટા તને ક્યારેય પિયર નહીં સાંભરે તેવી સારી સાસરી શોધી દઈશ. પપ્પા, તમે મને બધું જ આપીને ગયા છો પણ તમે નથી. અત્યાર સુધી તો મમ્મીને મારો સહારો હતો. તે હવે કોની પાસે દિલ ઠાલવશે. **પપ્પા, હું તમને કાયમ કહેતી કે તમે માત્ર દારૂ જ નથી પીતા, પરંતુ મારી મમ્મીનું અને મારું લોહી પી રહ્યા છો, તમારી બાટલીમાં દારૂ નહીં, પરંતુ મારી મમ્મીનું અને મારું લોહી હતું**. હું તો આ સાસરે ચાલી પણ મારી વિધવા માતા કોના આધારે અને કોના સહારે જીવશે ? તે કઈ કમાણીમાંથી તેનું વૈધવ્ય વિતાવશે ? **પપ્પા, તમે જો સ્વર્ગમાં મારી વેદના અને વ્યથા સાંભળતા હો તો માત્ર મને એટલા આશીર્વાદ આપો કે મારી મમ્મી જેવી કરુણ દશા મારી ના થાય.**" આટલું બોલતાં જ બેહોશ થઈ ગયેલી દીકરી નીચે બેસી ગઈ.

વડીલોનું ડહાપણ કામે લાગ્યું, તેને વિદાય આપવા ઝડપથી તૈયારીઓ આરંભી દીધી. દીકરીને ગામના ગોંદરે લાવી પાણી પીવડાવી શાંત કરી, જલદીથી વરરાજાની ગાડીમાં બેસાડી દીધી. ગામ પૂરું થતાં ગામના ગૌચરની બાજુમાં આવેલ સ્મશાન આગળ તેણે ગાડી ઊભી રખાવી, તેના પપ્પાને છેલ્લી વખત જ્યાં મૂકી ગઈ હતી તે સ્મશાન તરફ બે હાથ જોડી કરુણ આક્રંદ કર્યું, "પપ્પા, આ વહાલી દીકરીને આશીર્વાદ આપવા તો આવો, હવે પછી તમારી સાથે ક્યારેય નહીં ઝઘડું, તમારા આશીર્વાદ તો મારી સાથે જ છે, મમ્મીની ચિંતા કરતા નહીં, હું છું અને ભગવાન મારી સાથે છે." જાનમાં આવેલા વડીલોએ પરિસ્થિતિ પારખી જઈ વરરાજાની ગાડીને ઝડપથી આગળ વધવા ઈશારો કર્યો. ઢળતી સંધ્યા ગમને ગળી ગઈ.

જાનને વિદાય આપી પાછા વળી રહેલા ગ્રામજનો અંદરોઅંદર ગુસપુસ કરતા હતા, **"બાપલા, વ્યસને જ આખા પરિવારને દાવાનળમાં તબાહ કરી નાખ્યો."**

નાટક પૂરું થતાં સૌ ગમગીન બની પોત-પોતાના ઘરે ગયાં.

વિસામો

એવી લોકવાયકા છે કે લોકો ટેન્શનને ભૂલવા વ્યસન કરે છે, પરંતુ પાયાની ભૂલ અહીંથી જ શરૂ થાય છે. **વ્યસન એ કાંઈ ટેન્શન દૂર કરવાનું ઔષધ નથી. વ્યસન કરવાથી ટેન્શન દૂર થાય છે ખરું?** અરે! હું તમને સૌને આ પુસ્તકના માધ્યમથી સ્પષ્ટ કહેવા માગું છું કે વ્યસન કરવાથી ટેન્શન દૂર થતું નથી. ટેન્શન દૂર થયું હોય તેવો વ્યસનીને હંગામી ભ્રમ થાય છે. **ટેન્શનને ભૂલવા વ્યસની થવાથી તો ના હોય તેવાં વધારાનાં ટેન્શન પેદા થાય છે**. ટેન્શન ભૂલવા વ્યસન કરવાથી, વ્યસની માત્ર પોતાની જાત ઉપર જ નહીં, પરંતુ આખા પરિવાર ઉપર ના ધારેલાં ટેન્શન થોપી દે છે. **ક્યારેય કોઈ વ્યસની તેનાં ટેન્શન વ્યસનના રવાડે ચડવાથી દૂર કરી શક્યો છે ?** ટેન્શનને દૂર કરવા તેનાં મૂળભૂત કારણોમાં ઊતરવું પડે. ટેન્શન દૂર કરવાના ઉપાયો શોધી કાઢી પૂરી નિષ્ઠાથી તેની પાછળ પડી જવું જોઈએ અને તેનો ઉપાય જો સમય અને કુદરતના હાથમાં હોય તો તેવા સંજોગોમાં બધી આફતોનો હવાલો પરમેશ્વર ઉપર છોડી દઈ ટેન્શન મુક્ત થઈ જવું જોઈએ, પરંતુ ટેન્શન દૂર કરવાનો અને ટેન્શનથી દૂર ભાગવાનો કે શારીરિક કે માનસિક થાક ઉતારવાનો ઉપાય વ્યસન નથી જ ને નથી જ.

કોઈ મહાન શાસ્ત્રકારે સાચે જ કહ્યું છે કે કુદરતની લાકડીમાં અવાજ નથી હોતો. આખા સંસારમાં કુદરતને માનતી ના હોય તેવી બે જ વ્યક્તિઓ છે, એક તો નાસ્તિક અને બીજી છે કાતિલ અહમી.

(૧૨૬) પશ્ચાત્તાપ જ પાપ ધકેલે : વાંચો

એક ઑફિસમાં અમે વાર્તાલાપ કરી રહ્યા હતા ત્યારે એક બાળમજૂર, શેઠના કહેવાથી અમારા સૌના માટે ચા લઈને આવ્યો. તેની ઉંમર, મજબૂરી અને તેના બાળપણને હું એકી નજરે જોઈ રહ્યો હતો, તેના હાથમાંથી અમારા ટેબલ ઉપર ચાની પવાલી ઢોળાઈ ગઈ, તે ગભરું બાળક ધ્રુજવા લાગ્યો, તે આ ઓફિસના માલિકનો સ્વભાવ અને મિજાજ બરાબર જાણતો હતો અને થયું પણ તેવું જ, શેઠે એકદમ

ગુસ્સાથી ઊભા થઈ તે બાળમજૂરને જોરદાર થપ્પડ મારતાં તેનું માથું ભીંત સાથે અથડાયું, છતાં આ રાક્ષસી શેઠે તેને મારવાનું ચાલું રાખ્યું, હું તેના બચાવમાં ઊભો થઈ તેના રક્ષણ માટે તેની આગળ ઊભો રહ્યો ત્યારે પણ, "તમે સાહેબ, દૂર જાઓ ને, સાલાને કેટલી વખત કહ્યું પણ હજુ સુધી સુધરતો નથી." તેને મારવાનું ચાલુ રાખતાં તે બાળમજૂરના નાક-મોં અને કાનમાંથી લોહી વહેવા માંડ્યું.

મારો અંતરાત્મા કકડી ઊઠ્યો, "હું ભૂલથી કોઈ રાક્ષસના ઈલાકામાં આવી ચઢ્યો છું." હું હિંમતથી પેલા બાળમજૂરને તેની ચુંગાલથી છોડાવી બહાર લઈ જઈ તેની ચાની કીટલી તરફ મોકલી દીધો. આ રાક્ષસી શેઠનો ગુસ્સો હજુ શાંત પડ્યો નહોતો, હું પણ આ દૃશ્ય જોઈ લાગણીવશ થઈ ગયો, ઝટપટ બહાર નીકળતાં હું એટલું જ બોલ્યો, "હું જાઉં છું, ભગવાન આવી જગ્યાએ આવવાની મને કુબુદ્ધિ ક્યારેય ના આપે, શેઠ તમે એટલું યાદ રાખજો, તમારા દીકરાને કોઈ આવો બેરહમી માર મારે તો તમારા દિલમાં શું થાય ? મા-બાપ વિનાના આવા ગરીબ બાળકને આંટલી હદે મારવાનો... જ્યારે પણ તમારો એકનો એક દીકરો બીમાર પડે ત્યારે સમજી લેજો, આ નિરાધાર બાળમજૂરના મારનો બદલો કુદરત લઈને જ રહેશે." હું ઉદાસ થઈ ત્યાંથી ઝડપથી રવાના થઈ ગયો. મારા આ વાગ્બાણે રાક્ષસી શેઠની ઊંઘ હરામ કરી નાખી.

એક દિવસ આ રાક્ષસી શેઠનો ફોન રણક્યો, "મારે તમને ખાસ કામ માટે મળવું છે." મેં તેમને તેમની જ ભાષામાં જવાબ આપ્યો, "પણ મારે તમને નથી મળવું તેનું શું ?" આ રાક્ષસી શેઠની વાણીમાં નમ્રતા અને કુદરતનો ભય બંને દેખાતાં હતાં. રીતસર કરગરતા હોય તેમ બોલ્યા, "સાહેબ, મારી વાત તો સાંભળો, પેલા છોકરાને મેં જ્યારથી માર્યો છે ત્યારથી જ મને ઊંઘ નથી આવતી અને મારા લાડકવાયા એકના એક દીકરા વિશે અશુભ અને ખોટા વિચારો આવે છે, તમે કહેશો તેમ હું કરીશ, પરંતુ મને માત્ર દશ મિનિટ મળવાનો સમય આપો, તમે મારા માટે ઉચ્ચારેલા રાક્ષસ શબ્દ મારા અંતરાત્માને

કોરી ખાય છે, પ્લીઝ...” તે રીતસર રડી રહ્યા હતા.

અમે તેમની ઓફિસમાં જ મળ્યા. તેમનું આખું અંતઃકરણ જ બદલાઈ ગયું હતું, તેઓ રડમસ અવાજે બોલ્યા, “બસ, તમે મને આ શ્રાપ અને પાપમાંથી છૂટવાનો ટૂંકો, સ્પષ્ટ અને ઝડપી ઉપાય બતાવો અને મને આ દુષ્કૃત્યમાંથી બચાવો.” મને તેમની મુખમુદ્રા ઉપર પશ્ચાત્તાપ છવાયેલો દેખાયો.

મને કુદરતે જેવું સુઝાડ્યું તેવું સહજ બોલી જવાયું, “જો તમને સાચા હૃદયથી પશ્ચાત્તાપ થયો હોત તો જે બાળમજૂરને તમે બેરહમીથી માર્યો હતો તેને તમે દત્તક લઈ લો, ભણતર, ઘડતર અને તેના સમગ્ર ભરણપોષણની જવાબદારી પણ તમારી, તે ઉંમર લાયક થાય પછી તેને પરણાવવાની પણ જવાબદારી તમારી અને વેપાર-ધંધે લગાડવાની પણ જવાબદારી તમારી, પછી તમે છૂટા. બોલો, તમારે મારી આ શરત અને વચન માનવું છે કે પછી...” આ રાક્ષસી શેઠ જાણે ઋષિ થઈ ગયો હોય તેમ ત્વરિત સ્વીકાર ભાવે બોલ્યા, “હાલ જ બોલાવો, તેને હું અત્યારથી જ મારા ઘરે લઈ જવા માગું છું.” બોલાવવાથી તો બાળમજૂર “બાલુ” બીકનો માર્યો આવે તેમ નહોતો. હું ખુદ ચાની કીટલી પાસે જઈ તેને સમજાવી બોલાવી લાવ્યો.

બાલુ કાંઈ પણ બોલ્યા સિવાય ઊભો-ઊભો રડતો હતો, તેનાં નિર્દોષ આંસુ જોઈ મારું હૃદય દ્રવી ઊઠ્યું, “શેઠ, તમે તમારા વચનનું પાલન કરવાના હોય તો જ હા કહેજો અને જો તેને તમારા ઘરે લઈ ગયા પછી કાંઈ પણ વધારાનું દુઃખ આપશો તો તેનું પાપ મને લાગશે, હું કુદરતનો ગુનેગાર ગણાઈશ.” શેઠ એકદમ લાગણીવશ ઊભા થઈ જઈ અને બાલુને બાથમાં લઈ સખત રડવા લાગ્યા, **“બેટા, મારા એકના એક દીકરાના સોગંદ ખાઈને કહું છું, હું તને દુઃખ તો નહીં દઉં પણ તારું ભવિષ્ય ઉજ્જવળ બનાવી દઈશ, ભૂતકાળ ભૂલી જા.”** બાલુ ધ્રુસકે-ધ્રુસકે રડવા લાગ્યો અને તેની દર્દીલી ભાષામાં બોલ્યો, “મારે તો મા પણ નથી અને બાપ પણ નથી, આજદિન સુધી આ ચાની કીટલીવાળા ચાચા મારાં સગાં મા-બાપની જેમ રાખતા. હવે તમે જ

સાચાં મારાં મા-બાપ છો." બાલુ.રડતો-રડતો શેઠના અને મારા પગે પડ્યો. શેઠે તેને તેડી લીધો, અમારા બધાંની આંખો ભીની થઈ ગઈ. બાલુએ કીટલીવાળા ચાચાને છેલ્લી વખત મળવાની ઈચ્છા પ્રગટ કરી. તેની આંખોમાં સ્પષ્ટ ભાવ દેખાતો હતો, "આ દુનિયામાં મારું કોઈ નહોતું ત્યારે જ આ ચાની કીટલીવાળા ચાચાએ મને આશરો આપ્યો હતો."

બાલુ ચાની કીટલીવાળા ચાચાને આખી વાત સમજાવી રહ્યો હતો. ચાચા પણ રડતા હતા. તેઓ કીટલીનો ગલ્લો ખોલી તેમાંથી ૫૦૦ રૂપિયા લઈ બાલુએ પહેરેલા જૂના શર્ટના ખિસ્સામાં મૂકતાં બોલ્યા, "લે આ ૫૦૦ રૂપિયા, તેનાં કપડાં લાવજે, થોડા પૈસા ખાનગીમાં મૂકી રાખજે, મુશ્કેલીમાં કામ આવશે અને જો બેટા, તારી પાસે જીવવાનો એકેય કિનારો બચ્યો ના હોય ત્યારે તું મારા ઘરને તારું ઘર સમજી અડધી રાતે પણ આવજે, એવું સમજી લે જે કે તારાં મા-બાપ હજુ જીવે છે."

ચાચા અને બાલુ એકબીજાને ભેટી રડી પડ્યા. અમારું હૈયું પણ ભરાઈ આવ્યું. બાલુના માથે હાથ ફેરવી તેના સુકાઈ ગયેલા કોમળ ગાલે બચી કરી હું ત્યાંથી ચાલી નીકળ્યો.

સમાચાર તો એવા છે કે શેઠના પરિવારમાં તેમના દીકરા અને બાલુ વચ્ચે કોઈ ભેદ નથી, પરંતુ તેટલું જ નહીં, અજાણ્યા લોકો તો એવું સમજે છે કે શેઠને એક નહીં, પરંતુ બે દીકરા છે. સાચો પસ્તાવો અને પ્રાયશ્ચિત્ત જ સૌથી મોટું પુણ્ય છે.

વિસામો

જ્યારે કોઈ પણ વ્યક્તિને તેણે કરેલા દુષ્કર્મનો અહેસાસ થાય કે પસ્તાવો થાય અને તેણે કરેલા તે પાપમાંથી છૂટવા માગતો હોય તો તેની પ્રથમ શરત છે કે ફરીથી આવું કૃત્ય તેના જીવનમાં ન થવા દેવું જોઈએ. તેણે કોઈ ભૂખ્યાનું ભોજન પડાવી લીધું હોય તો બીજા અનેક ભૂખ્યા લોકોને અન્નદાન આપવું જોઈએ, ખરાબ ઈરાદાથી કોઈની મિલકત પડાવી લીધી હોય તો તે બધું જ તેણે પરત કરી દેવું જોઈએ અને અંતઃકરણપૂર્વક તેની માફી માગવી જોઈએ. કોઈના અંતઃકરણની લાગણી ઈરાદાપૂર્વક કે જાણે-અજાણે આપણી હરકતોથી ઘવાઈ હોય તો

તેની ક્ષમા માગવી જોઈએ અને છેવટે **આપણે કરેલા દરેક કર્મનો સાક્ષી આપણો આત્મા અને પરમાત્મા જ છે તે તો ખાસ યાદ રાખવું.**

આટલું જરૂર યાદ રાખજો : પુણ્ય કરવાથી પાપ ઠેલાય છે. તમે કરેલા પુણ્યકર્મથી તમારા જીવનમાં આવેલી ઉપાધિઓ સૂડીનો ઘા સોયનો ઘા બનીને પસાર થઈ જાય છે. **ટેન્શનમાંથી મુક્તિ મેળવવાનો બહુ જ ટૂંકો રસ્તો છે : પુણ્ય કમાઈને પાપમાંથી મુક્તિ મેળવવી, પ્રાયશ્ચિત્તથી કરેલા પુણ્યકર્મથી માનવીના હૈયામાં હાશ થાય છે.**

આ સંસાર અને સૃષ્ટિની પરમાત્માએ કરેલી રચના અદ્ભુત, અકળ અને મન-બુદ્ધિ-તર્ક અને અનુભવથી પણ ન સમજી શકાય તેવી છે. માત્ર દ્રષ્ટા થઈ અને તેની રચનામાં મસ્ત થઈને જીવવામાં જ મજા છે, અદ્ભુત આનંદ છે, પરમાત્માનું મૂળ અને તેનું કારણ તથા તેમના ઈરાદા વિશે ક્યારેય બહુ તર્ક-વિતર્ક કરવા નહીં.

(૧૨૭) તર્ક-વિતર્ક છોડો - શાંતિથી જીવો : વાંચો

એક ગમ્મતવાળા સ્વભાવથી મને એક કાકા સત્સંગસભામાં કાયમ કહેતા, “મને એ સમજાતું નથી કે આ જગતના માલિકને આ જગત બનાવવાની શી જરૂર પડી ? અને તેમાંય પાછી માયા મૂકી અને તેમાંય પાછો મનુષ્ય બનાવ્યો, તેમાં પણ મનુષ્ય એકલાને જ બુદ્ધિ આપી, તેમાંથી માણસ કુબુદ્ધિના રવાડે ચડ્યો, પાછો તેને સત્સંગમાં ગરકાવ કરવાની પ્રેરણા આપી, એમાંય વળી તેને મોક્ષ આપવાના નવા-નવા રસ્તા બતાવ્યા. માયામાંથી છૂટી દ્વૈતમાંથી અદ્વૈત બનાવવાના સિદ્ધાંત પણ તેમણે જ આપ્યા. વાઘ-સિંહને હિંસક બનાવી માંસાહારી બનાવ્યા અને જીવતાં નિર્દોષ પશુઓને મારીને ખાવાની થિયરી પણ ભગવાને જ બનાવી છે, તેમને આવું બધું કરવાની જરૂર જ કેમ પડી, ભગવાન જો રસ્તામાં ભેગા થઈ જાય તો હું તો ડંડો લઈને તેમની પાછળ પડું અને તેમની પાસે જવાબ માગું, તેમણે આ જગત જ ના બનાવ્યું હોત અને સમગ્ર બ્રહ્માંડને એક ગોળના રવાની જેમ અકબંધ રાખ્યું હોત તો તેમના બાપનું શું જાત ! આ સૃષ્ટિ બનાવીને

તો દુ:ખનો દરિયો બનાવ્યો છે. અરે! એકલી મનુષ્યજાતિ જ તેમણે ના બનાવી હોત તો પણ આખી દુનિયામાં શાંતિ હોત." આ દાદાની કથામાં આ જગત પ્રત્યેની વેદના અને વ્યથા હતી ત્યારે હું તો તેમને એટલું જ કહેતો, "પરમાત્માની રચનાને પડકારવાની અમારી પાસે કોઈ જ સમજ, તાકાત કે બુદ્ધિ નથી. અમે તો સૃષ્ટિ જેમ છે તેમ સ્વીકારીને આ લોકમાં શાંતિથી જીવવા માટે રસ્તા અને ઉપાયો શોધીને જીવનની ગાડીને આગળ ધપાવનારા છીએ."

આ સંસારમાં માનવીના હૃદયમાંથી બીજી વ્યક્તિ પ્રત્યે પ્રેમ અને લાગણી નાશ પામે છે ત્યારે તે વ્યક્તિ સંબંધોથી ગમે તેટલી નજીક હોવા છતાં તેના પ્રત્યે કોઈ ભાવ રહેતો નથી. અરે! તેટલું તો નહીં, પરંતુ તેને ધિક્કારે છે, નફરત કરે છે.

(૧૨૮) જેમનું કોઈ નથી તેમનો ભગવાન છે : વાંચો

અમે એક અનાથ નારીગૃહમાં ગયા હતા. જે દીકરીઓને તેમનાં મા-બાપ કોણ છે, તે કયા પ્રાંત, કયા ગામ - કયો સમાજ કે કઈ જ્ઞાતિનાં છે તેની પણ તેમને ખબર નથી તેવી તરછોડાયેલી બહેનો સાથે અમે વાર્તાલાપ કરી રહ્યા હતા. બધી દીકરીઓ મસ્તીથી જીવતી હતી, રહેતી હતી, મોજ કરતી હતી. તેમને કોઈ પણ તકલીફ નહોતી જણાતી, કારણ તેમના ભરણપોષણ અને શિક્ષણ સંસ્કાર માટે સરકારશ્રી અને જાહેર સંસ્થાઓ તથા દિલદાર દાનવીરોનું દાન ઘણું આવતું.

વાર્તાલાપ કરવા આવેલા અમારી સાથેના સૌ કોઈને એ જાણીને નવાઈ લાગી કે "પોતે તરછોડાયેલા" અને "બિનવારસી છીએ" તેવો સહેજ પણ ભાવ બાળાઓની મુખમુદ્રા ને વર્તનમાં દેખાતો નહોતો. બધી જ બાળાઓ તેમની મસ્તીમાં અને ખુશ મિજાજમાં હતી.

મેં એક મોટી ઉંમરની દીકરીને પૂછ્યું, "બેટા, તને ક્યારેય એવું લાગે છે કે તારી મમ્મીએ તને આવી રીતે રસ્તે-રઝડતી કરવાની જરૂર નહોતી." તે દુ:ખી થવાના બદલે હસી અને તેની સહેલીઓ સાથે તાળી લઈ બોલી, "આ વાર્તા તો બહુ જૂની થઈ ગઈ, કોણ મમ્મી અને

વળી કોણ પપ્પા ? આ અમારી બાજુમાં બેઠેલાં ગૃહમાતા એ જ અમારાં મમ્મી, જેમને અમારા માટે લાગણી નહોતી અને અમને આમ બિનવારસી છોડી દીધાં હોય તેમના માટે વળી લાગણી કેવી ? અમને અમારા ભૂતકાળની કોઈ ઘટનાની ખબર જ નથી, પછી અમને સુખ કે દુ:ખ, પ્રેમ કે નફરત ક્યાંથી હોય !" **બાજુમાં બેઠેલી તેની સહેલી ટાપસી પુરાવતાં બોલી, "છૂટ્યાં આ બધાં સગાં-વહાલાંની ઝંઝટમાંથી, અહીં તો અમારે માત્ર ગૃહમાતાને જ સંભાળવાનાં અને પરણીને જઈશું ત્યાં માત્ર પતિને જ સંભાળવાનો, મૂકો આ બધી ઝંઝટ."** અમારી સાથેના એક ભાઈએ સહેજ ઉતાવળ કરી પૂછી નાખ્યું, "દીકરી બેટા, માની લો તમારા લગ્નની વિદાય વેળાએ તમારાં પપ્પા-મમ્મી તમને ઓચિંતા જ આશીર્વાદ આપવા આવે તો તમારો પ્રતિભાવ કેવો હોય ?" બધી જ દીકરીઓ એકીસાથે ત્રાટકી, "એકેયને અમે આ આશ્રમમાં ઘૂસવા જ ના દઈએ, કોણ મા અને કોણ વળી બાપ. જનાવર પણ તેના બચ્ચાને જન્મ આપીને તરત જ ક્યારેય તરછોડતું નથી તો આ બધાં તો જનાવર કરતાં પણ ઊતરતી કક્ષાનાં ગણાય. અમને જન્મ આપતાંની સાથે ભગવાન ભરોસે બિનવારસી ફેંકી દેનાર પ્રત્યે અમને ક્યારેય કશી લાગણી નથી અને થવાની પણ નથી." એક બાળા તો એટલી બધી ગુસ્સામાં હતી કે તે તો રીતસર બૂમ-બરાડા જ પાડવા લાગી, "મને ગેરકાયદે જન્મ આપવાવાળી પાપી મા તો જ્યાં અને જ્યારે હાથમાં આવે તો પહેલાં તો તેનું નાક કાપી ખાઉં અને પછી તેનું ગળું દબાવી પરમધામ પહોંચાડી દઉં તો પણ મારી દાઝ ના બુઝે."

ધારણા કરતાં આ મુલાકાત જરા અઘરી બની રહી હતી, પરંતુ તેમાંથી અમે પણ કંઈક નવું શીખી રહ્યા હતા. ચાલુ વાર્તાલાપમાં એક દીકરી દૂરથી રડતી-રડતી આવી અને અમારી સભામાં આક્રંદ કરવા લાગી, **"અરે! જે બધી જ દિશાઓથી તરછોડાયેલું હોય તેને જ દોજખ જિંદગી શું ચીજ છે તેની ખબર પડે, અરે! તમે બધા અમારો શો ઈન્ટરવ્યૂ લેવા આવ્યા છો,** ઈન્ટરવ્યૂ તો તેમનો લો જેમણે અમને પાળી-પોષીને મોટાં કર્યાં છે તે સંસ્થાનો અને સાચું જાણવું હો તો

અમારામાંથી જે બહેનો પરણીને સાસરે ગઈ છે તેમનો ઈન્ટરવ્યૂ લો. તેમણે તો માથે આખી જિંદગી કલંક લઈને જ જીવવાનું છે. બસ, જે મળે તે અમને "કોઈકનું પાપ" અને "બિનવારસી મતા"નું લેબલ લગાવી દે છે, અત્યારે તો અમે કુંવારાં છીએ ત્યાં સુધી તો ઠીક છે પણ જ્યાં પરણીને પારકે ઘરે જઈશું ત્યાં તો આખી જિંદગી સાથે આ "પાપી લેબલ" લઈને જ જીવવાનું ને, અમને જીવતાં ફેંકી દીધી તેના કરતાં તો જન્મતાંની સાથે જ ગળે ટૂંપો દઈને મારી નાખી હોત તો અમારી આ દશા તો ના થાત ને." અમે બધી દીકરીઓના આક્રોશ અને આક્રંદને શાંત પાડી ત્યાંથી ઝટપટ રવાના થઈ ગયા.

વિસામો

મનુષ્યના જીવનમાં ભૂતકાળને વાગોળવા અને વલોવવાથી તો બે પ્રકારનાં સુખ-દુ:ખ સમાયેલાં હોય છે. **નકારાત્મક અને દુ:ખદાયક બનેલી ભૂતકાળની ઘટનાઓનું વારંવાર સ્મરણ, ચિંતન, મનન કરવાથી એક પ્રકારની હતાશા અને જીવન પ્રત્યે નિરાશા જ પ્રગટ થાય છે**, જ્યારે હકારાત્મક અને સુખદાયક બનેલી ભૂતકાળની ઘટનાઓનું વારંવાર સ્મરણ, ચિંતન, મનન કરવાની ભવિષ્ય માટે એક સકારાત્મક વાતાવરણ સર્જાય છે અને જીવન આશાવાદી બની શાંતિમય બને છે.

મનુષ્યના જીવનમાં બનતા તમામ પ્રસંગો તત્ત્વજ્ઞાનીઓ માટે ભલે "માત્ર ઘટના"ઓ જ હોય, પરંતુ જ્યારે તેમાં લાગણી, ભાવના અને સંબંધો ઉમેરાય છે ત્યારે તે ક્યારેય ના ભુલાય તેવાં સંસ્મરણો બની જાય છે. **વર્તમાનને વહાલું કરવામાં જ સુખ અને શાંતિ છે, દુ:ખદ ભૂતકાળને ભૂલવામાં જ ઉજ્જવળ ભવિષ્ય છુપાયેલું છે**.

જે દુ:ખદ ઘટના બની જ ગઈ છે અને તેને સુખમાં પલટી શકાય તેમ છે જ નહીં તેનું અતિચિંતન અને મનન કરી દુ:ખી થવાનો શો અર્થ ? **જે વ્યક્તિ વર્તમાનમાં ખુશ રહી નથી શકતી તે વ્યક્તિ તેના ભવિષ્યમાં ક્યારેય મોજ, મજા, મસ્તી અને ખુશી મેળવી શકશે નહીં**. આ સંસારમાં તમામ બધાં સુખ વર્તમાનમાં જ સમાયેલાં છે, ભવિષ્યના ખજાનામાં નહીં.

જે નિરાશાવાદી વ્યક્તિનો વર્તમાન સદાયે સળગતો હોય તેવી વ્યક્તિના

ભવિષ્યમાં ઠંડક પ્રસરી હોય તેવું એક પણ દૃષ્ટાંત ઈતિહાસના કોઈ પ્રકરણમાં નથી.

આ સંસારમાં ટેન્શનને દૂર રાખવા માટેનું અમોઘ શસ્ત્ર અને શાસ્ત્ર "સમજણ" અને કોઠાસૂઝથી વિશેષ મોટું કોઈ નથી.

(૧૨૯) દિલમાં દયા એ જ સત્કર્મ : વાંચો

આપણા સૌ સંસારીઓના જીવનમાં ઘણી વખત એવું બને છે કે આપણું સુખ બીજાઓના ભોગે મેળવ્યું હોય છે અને ઘણી વખત આપણને દુઃખ આપી બીજા લોકો સુખી થતા હોય છે, પરંતુ પોતાનું સુખ દુઃખીઓને વહેંચી તેમના દુઃખના ભાગીદાર થતા હોય તેવા મનુષ્ય તો માનવવેશમાં અવતારી મહાપુરુષ જેવા હોય છે. **માનવીએ જો સદાકાળ સુધી સુખી થઈ શાંતિ મેળવવી હોય તો તેમણે પોતાનું સુખ દુઃખીઓને વહેંચી અને તેમના દુઃખના ભાગીદાર થવું, પરંતુ તેમના દુઃખનું નિમિત્ત તો ક્યારેય બનવું નહીં.**

આપણા સુખના જે પાયાના પથ્થર કે ભાગીદાર છે તેમના દુઃખમાં આપણી કંઈ જવાબદારી ખરી કે નહીં? જેમની મહેનતના લીધે આપણે સુખી-સમૃદ્ધ થયા છીએ તેમના પ્રત્યે માત્ર "પગાર અને ફરજ" સિવાયની કંઈક વિશેષ માનવીય જવાબદારી આપણી થાય કે નહીં ?

સારા સમાચાર લાવનાર અને સાઈકલ ઉપર જ દરરોજ સવારી કરનાર ટપાલીને કોઈ દિવસે ખરા ઉનાળાના તાપમાં તમારા ઘરના આંગણે ઠંડા પાણીના ગ્લાસની ઓફર કરી છે ? શિયાળાની કડકડતી ઠંડી હોય કે ચોમાસાની જામેલી વરસાદી હેલી હોય ત્યારે અચૂક ન્યૂઝપેપર ઘરે નાખી જનાર ફેરિયાની માંદી માના સમાચાર ક્યારેય પૂછ્યા છે ? આપણા ઘરનું સમયસર કચરા-પોતું કરનાર અને વાસણ માંજી જનાર કામવાળી બાઈને કોઈ દિવસ કહ્યું કે તારા દીકરાને ડેન્ગ્યુ થયો છે તો તેટલા દિવસ આપણા ઘરેથી ટિફિન લઈ જજે અને દવા કરાવવા ઉપાડ જોઈતો હોય તો પણ લઈ જા. **અરે! આપણા બાળકનું ઘડતર અને ભણતર જેની બુદ્ધિ અને વર્તનમાં સમાયેલું છે તેવા તેના વર્ગશિક્ષકના અકસ્માતમાં ભાગેલા પગના કોઈ દિવસ**

ખબર-અંતર પૂછ્યા છે ? અરે! આપણને સદાયે સજાવનાર ધોબીને ક્યારેય પૂછ્યું છે કે તમારે ત્યાંથી મોંઘાં કપડાં ચોરાઈ ગયાં હતાં તેનું શું થયું ? અરે! દરરોજ તમને લીલાં શાકભાજી અને તાજાં ફળો, "આવો...બહેન...આવો ભાઈ" કહેનાર લારીવાળી બાઈને કોઈ દિવસ પૂછ્યું કે લારીમાં સૂતા તારા નાના બાળકને ગાયે શિંગડું માર્યું હતું, તેને કેમ છે ? મારા લાયક કંઈ કામકાજ હોય તો જણાવજે. અરે! **તમારા દુઃખમાં સતત અને સદાયે સાથ અને સહાય આપનાર હિતેચ્છુના બૂરા દિવસોમાં અડધી રાત્રે તેના ઘરે જઈ, "ચિંતા કરતા નહીં, હું તમારા પડખે ઊભો છું" તેવું ક્યારેય કહ્યું છે ?** અરે! તેને ક્યારેય પૂછ્યું છે કે તારી દીકરીના લગ્ન માટે નાણાંની શી વ્યવસ્થા કરી છે ?

આટલું યાદ રાખજો : આજે તમે સુખી છો તેના કારણમાં તમે અગાઉ કોઈ દુઃખીની આંતરડી ઠારી હશે, તેના દુઃખના ભાગીદાર થયા હશો અને સુખના નિમિત્ત બન્યા હશો જ, પરંતુ તમે જો આજે દુઃખી હોય તો જરૂર તમારા હાથે કંઈક ખોટું થયું જ હશે.

(૧૩૦) ઉપકારનો બદલો પરોપકાર એ જ ધર્મ : વાંચો

દુઃખમાં સાથ આપનારથી આ સંસારમાં બીજો મોટો કોઈ પરોપકારી કે દાનવીર નથી અને સદ્‌કાર્યો કરાવનાર અને તેમાં પ્રેરણા-પ્રોત્સાહન આપનારથી આ સંસારમાં મોટો કોઈ જ્ઞાની નથી.

માનવી સંવેદના, કરુણા, લાગણી અને ભલાઈથી જેટલો દૂર થતો જશે તેટલો તે નઠોર અને કઠોર બનતો જશે, ત્યારે તે વધુ ને વધુ આફત અને ઉપાધિઓની નજીક ધકેલાતો જશે, ટેન્શન તેને ચારે બાજુથી ઘેરી વળશે. માનવી-માનવી પ્રત્યે સંવેદના નહીં બતાવે તો પશુઓ પ્રત્યે તો બતાવે જ શાનો ?

જે વ્યક્તિના હૃદયમાં કરુણા અને ભલાઈ એકરસ થઈ ગયાં હોય તે વ્યક્તિ ક્યારેય કાતિલ અને કપટી બની શકે જ નહીં. જે વ્યક્તિના અંતઃકરણમાં સૌના માટે પ્રેમ ધરબાયેલો હોય તેના પડછાયામાં પણ ટેન્શનનો પડછાયો કેવી રીતે ઘૂસી શકે ?

મારા મિત્ર એક વખત મોડી રાત્રે મારા ઘરે આવીને મને દબાણપૂર્વક કહેવા લાગ્યા, "મને અત્યારે રૂ. ૫૦ હજારની તાત્કાલિક જરૂર છે, આપો. બીજી બધી વાત તમને સવારે કરીશ." મેં તેમને કહ્યું, "તમે એકદમ હાંફળા-ફાંફળા કેમ થઈ ગયા છો ?" તે ચિંતાગ્રસ્ત ચહેરે બોલ્યા, "બધી વાર્તા સવારે, અત્યારે બસ પૈસા આપો, ઝટ કરો." હું પૈસાની વ્યવસ્થા કરતો ગયો અને જિજ્ઞાસાથી બોલ્યો, "એવું તો શું બન્યું છે કે તમે મને કહી શકતા નથી ! અને પૈસાનું વારંવાર કહો છો?" તેઓ નિરાશવદને બોલ્યા, "યાર, તમારા જેવા વેદિયા તો સારું કરજો, વાત એમ છે કે અમે જે બાઈ પાસેથી દરરોજ શાકભાજી ખરીદીએ છીએ તેના એકના એક દીકરાને શાકભાજીની લારીમાં તેની માએ બેસાડ્યો હતો. આ બાઈ શાકભાજી વેચવામાં મશગૂલ હતી તેવામાં દૂરથી એક વીફરેલી ગાય દોડતી-દોડતી આવી અને બાઈની શાકભાજીની લારી સાથે અથડાઈ, તેના મજબૂત શિંગડાંથી આખી લારી ઊંધી થઈ ગઈ, શાકભાજી તો જાણે વેરણ-છેરણ થઈ ગયાં, પરંતુ લારીમાં બેસાડેલો તેનો નાનો છોકરો ઉછળીને ફૂટપાથ ઉપર પડ્યો, ફૂટપાથની કિનારી સાથે તેનું માથું અથડાયું, નાક-મોં અને કાનમાંથી લોહી વહ્યા કરે છે, ડૉક્ટરોનું કહેવું છે કે તાત્કાલિક ઓપરેશન કરવું પડશે, આ તો મગજનું હેમરેજ થઈ ગયું છે, નહીંતર છોકરો બચી શકશે નહીં, લોહીની બોટલો ચડાવવી પડશે, છતાં જોખમ તો છે જ. માતાજીની બાધા તો રાખી છે, પછી તો માતાજી અને ભગવાન કરે તે ખરું, તમારા પૈસાની ચિંતા કરતા નહીં, આ છોકરાનું જે પરિણામ આવે તે તો ઈશ્વરના હાથમાં છે, પરંતુ તમારા પૈસા કાલ સાંજ સુધીમાં મળી જશે, આ તો ડૉક્ટર અત્યારે ડિપાઝિટ મુકાવે છે એટલે ખૂટતા પૈસાની જરૂર પડી છે. બોલો, હવે આ વ્યથાની વધારે કથા કહું ?"

મેં મારા મિત્રની માગણીને તો સંતોષી દીધી, પરંતુ તેની માનવતાભરી લાગણીને હું મનોમન વંદન કરતો રહ્યો.

સવાર પડતાં ફરીથી મારો મિત્ર હાંફળો-ફાંફળો થતો આવ્યો, "ચિંતા કરશો નહીં, પૈસાની જરૂર નથી પણ તેને જે ગ્રુપનું લોહી છે

તે કોઈ જગ્યાએ ઉપલબ્ધ નથી અને જ્યાંથી મેળ પડે તેમ છે તે લોકો ડબલ લોહી માગે છે એટલે તમને પૂછવા આવ્યો છું કે તમારાથી કોઈ ઊછીનું કે વેચાતું લોહી આપી શકે તેમ હોય તો ઝટપટ કહો, અત્યારે જ લોહીની જરૂર પડી છે. ઓપરેશન તો જાણે સફળ થઈ ગયું છે પણ ડૉક્ટર કહે છે કે લોહી ઘણું વહી ગયું છે એટલે બીજું વધારાનું લોહી તો જમા કરાવવું પડશે, કોઈ આપી શકે તેમ હોય તો હા કહો અને ના આપી શકે તેમ હોય તો ના કહો.” તેમનાં ઉદ્વેગ અને ઉતાવળ હું સમજી શકતો હતો. અમે બંને થોડુંક સાથે ફરી તેમની લાગણી અને માગણી સંતોષી દીધી.

મેં છૂટાં પડતાં તેમને જિજ્ઞાસા ભાવે હળવાશ અને ઢીલાશથી પૂછ્યું, “આ શાકભાજીવાળી બાઈના દીકરા પ્રત્યે તમને આટલો બધો પ્રેમ કહો કે લાગણી કહો, પણ કેમ છે ?” તેઓ એકદમ શાંત થઈ ઉપકાર ભાવે બોલ્યા, “મારા વડીલ, આ શાકભાજી વેચનારી બાઈ જ્યારથી પરણીને તેની સાસરીમાં અહીં આવી છે ત્યારથી તેનાં ટનબંધ શાકભાજી અને ફળફળાદી અમે આરોગી ગયાં છીએ. દરેક સિઝન પ્રમાણેનાં લીલાં અને તાજાં શાકભાજી અને ફળફળાદી મારા ઘરે સૌ પહેલાં પહોંચાડી દે અને...” વાત કરતાં-કરતાં મારા મિત્રની આંખોમાં ઝળઝળિયાં આવી ગયાં, ગળે ડૂમો ભરાઈ ગયો છતાં ઊંડો શ્વાસ લઈ ધીરેથી બોલ્યા, “તમને ખબર છે, મારે કોઈ સંતાન નહોતું ત્યારે આ લારીવાળી બાઈએ તેની કુળદેવીની માનતા રાખેલી કે તેમાં પણ જો મારે ત્યાં પહેલો દીકરો અવતરશે તો તેનાં માતાજીના મંદિરમાં મારા દીકરાને ગોળથી તોલવાનો અને તે ગોળનો પ્રસાદ બધે વહેંચવાની, તેનો એક પણ રૂપિયો તે નહીં લે તથા એક વર્ષ સુધીનો થાય ત્યાં સુધી તેના ઘરનાં જ કપડાં પહેરાવશે. મારી પત્નીને જ્યારથી સારા દિવસો રહ્યા ત્યારથી તેણે ગોળ કે ગળપણમાંથી બનેલી કોઈ પણ મીઠાઈ કે રસોઈ ખાવાની નહીં, આવી તેણે આકરી બાધા-માનતા રાખી હતી અને અત્યારે તેના દીકરાના માથે જ્યારે આવી જીવલેણ ઘાત આવી છે ત્યારે...” મારા મિત્ર ધ્રુસકે-ધ્રુસકે રડવા લાગ્યા, **“જેણે મારા**

દીકરાના જન્મ માટે આટલું બધું દુઃખ અને તકલીફો વેઠી તેના દીકરાને હું કઈ રીતે મરવા દઉં ? મારી મિલકત વેચવાથી પણ તેના ખર્ચને નહીં પહોંચી વળાય તો મારું પુણ્ય વેચીને પણ તેને જીવાડવા આકાશ-પાતાળ એક કરીશ, હું પણ માનવી છું, તમારા જેવાઓની સાથે બેઠક-ઊઠકવાળો છું, જંગલી જનાવર નથી. તમે પણ મારા વતીથી થોડાક ગાયત્રી મંત્ર કરજો, ભગવાન-માતાજી તેને જલદી સાજો-તાજો કરી દે."

તેમની લાગણી અને ઉપકારની ભાવના આગળ હું શાંત રહ્યો. દિવસો પસાર થતા ગયા. તે બીમાર છોકરાના સમાચાર હું અવારનવાર લેતો રહેતો.

એક દિવસ હું આ મારા મિત્રના ઘરે તેને મળવા ગયો. તેના આંગણમાં બે છોકરાં રમતાં હતાં, જેમાં એક છોકરાના માથે પાટો બાંધેલો હતો. હું તેને કાંઈ પણ પૂછું તેના પહેલાં મારા મિત્રએ જ સ્પષ્ટતા કરી, "આ તો અમે માતાજીના મંદિરેથી હાલ જ પાછાં આવ્યાં છીએ, આ છોકરાને માતાજી સાજો કરી દે તો તેને સાકરથી તોલવાની મેં બાધા રાખી હતી એટલે તે હજુ મારા ઘરે જ છે, તેની મા તેને હમણાં તેની લારીમાં બેસાડી તેના ઘરે લઈ જશે, મેં તો મારું ઋણ ચૂકવ્યું." હું મારા મિત્ર સામે એકી નજરે જોઈ રહ્યો, તેણે વધારે સ્પષ્ટતા કરી, **"તમે શ્રદ્ધા ગણો કે અંધશ્રદ્ધા ગણો, પણ ડૂબતો માણસ તણખલું પણ પકડે છે, મને જે યોગ્ય લાગ્યું તે મેં કર્યું, મારે દુનિયાના સર્ટિફિકેટની જરૂર નથી."** હું હસીને શાંત રહ્યો.

(વિસામો)

કોઈ પણ વ્યક્તિ તેના ઉપર કરેલા ઉપકારને યાદ રાખી તેના ઉપર ઉપકાર કરનારને બેગણું વળતર ચૂકવે ત્યારે તેના હૈયામાં હાશ થાય છે. **જેની દાનત, વૃત્તિ અને મનોવૃત્તિ શુભ હોય તેનું તો આખી દુનિયા પણ શું બગાડી શકે ? ભલી ભાવના સાથે હંમેશાં ભગવાન હોય જ અને જ્યાં ભગવાનનો વસવાટ હોય ત્યાં ટેન્શન આવે જ ક્યાંથી ?** કૃપણ, કાતિલ અને કીમિયાગર લોકોની કુબુદ્ધિ જ ભલા

માણસોને ટેન્શનમાં ધકેલે છે. સજ્જનોએ તો આવા દુષ્ટ લોકોથી દ
રહેવામાં જ ભલાઈ છે, પરંતુ **શૂરવીરતા અને સામર્થ્ય વિનાની ભલ
સદીઓથી ખતરનાક લોકોનો શિકાર બનતી આવી છે.**

> **કોઈ કીમિયાગર કે કાતિલ તેની કુબુદ્ધિના સહારે ભલા માણસ
> ટેન્શનમાં વિના અપરાધે પણ ફસાવે છે ત્યારે તો આવા નીચ અ
> નાલાયક લોકોને મોટા ટેન્શનમાં ફસાવી દેવામાં જ આપણ
> ટેન્શનમાંથી સાચી મુક્તિ મળે છે.**

(૧૩૧) ટેન્શન મુક્તિનું હથિયાર : પરાક્રમ : વાંચો

**પરિશ્રમ અને પ્રાર્થના, પરોપકાર અને પરાક્રમથી ટેન્શન
આવતું રોકી શકાય છે અને આવેલા ટેન્શનને ભગાડી શકાય દ**

પોતાનું ગજું અને ગજવું, તાકાત અને ઓકાત, સંબંધો અ
સમજદારી પ્રમાણે વર્તન અને વ્યવહાર કરનાર સજ્જનો તેમ
જીવનમાં ટેન્શનને આવતું રોકી શકે છે, પરંતુ **માનવીની મતિ અને કુદરત
ગતિને સમજનાર આધ્યાત્મિક વ્યક્તિને ટેન્શન હેરાન કરી શકતું નથ**

**એક જ ટેન્શન અનેક ઉપાધિઓનો વરઘોડો લઈને આવે દ
તે આખા માણસને ઊધઈની જેમ કોતરી ખાય છે. આખી દુનિયા
પંચાત છોડી માત્ર તમે તમારું જ સંભાળો તે જ ટેન્શન મુક્તિનો સાર
અને સચોટ ઉપાય છે.**

માનવીના જીવનમાં આટલાં ટેન્શન વિંછીના ડંખ સમાન દ
(૧) ધનનું દુઃખ (૨) શરીરનું દુઃખ (૩) ગૃહક્લેશનું દુઃખ (૪) વેપાર
વ્યવસાય અને નોકરીનું દુઃખ (૫) ઈજ્જત અને અપમાનનું દુઃ
(૬) વિશ્વાસઘાતનું દુઃખ (૭) અધૂરી ઈચ્છાઓનું દુઃખ અ
(૮) ભવિષ્યની ભયાવહ કલ્પનાઓનું દુઃખ.

કમજોરી, કાયરતા, ઓછી વિવેકબુદ્ધિ, સમય-સંજોગોને ન
ઓળખવાની કોઠાસૂઝ, ખોટી ઉતાવળ, બીજાઓ ઉપર જલદી આંધળ
વિશ્વાસ મૂકવાની મનોવૃત્તિ અને પોતાની તાકાત તથા ઓકાત બહાર
જોખમ લેવાની ખોટી વૃત્તિ માનવીને મોટા ટેન્શનમાં ધકેલી દે દ

માનવી તેના જીવનમાં આવેલી સમસ્યાને તે કયા દષ્ટિકોણથી જૂએ છે અને મૂલવે છે તથા તે સમસ્યાના ઉકેલ કે સમાધાન માટે કેવા સલાહકારો અને સાધન-સામગ્રી કે વ્યૂહરચનાનો સમયસર ઉપયોગ કરે છે તેમાં જ ટેન્શન નાબૂદીનો ઊંડો પાયો નખાયેલો છે.

આધ્યાત્મિક માણસો બધી જ સમસ્યાઓને પ્રારબ્ધ અને પ્રભુની લીલા સમજીને સ્વીકારીને જીવે છે, નઠોર અને કઠોર લોકોને સમસ્યાઓ બહુ હેરાન કરી શકતી નથી, આવા લોકો તો બીજાઓના જીવનમાં "ટેન્શન"નું નિમિત્ત અને કારણ બને છે. આવા લોકો તો ગેંડાની જાડી ચામડીની જેમ "થાય તે થવા દો"ની જડ નીતિથી જીવે છે અને બીજાને હેરાન કરે છે.

એક વ્યક્તિ માટે જે દુઃખની બાબત હોય છે તે બાબત બીજાઓ માટે સુખની હોય છે પરંતુ જેમ માનવી જેટલો વધુ પડતો લાગણીશીલ અને વધુ વિચારશીલ તેટલું ટેન્શન તેને વધુ રહેવાનું.

મારા એક મિત્ર કહે, "હું તો આવતી કાલનું પણ વિચારતો નથી અને અબઘડીનું પણ વિચારતો નથી, દુનિયા મારા માટે કેવું વિચારે છે તેની પણ હું પરવા કરતો નથી, હું જીવનમાં ઉદ્ભવતા પ્રશ્નોને ક્યારેય સમસ્યા તરીકે જોતો નથી, શક્ય હોય તેટલું વિચારીને પગલું ભરું છું, જે પ્રશ્ન ઉદ્ભવ્યો હોય કે ઘટના બની હોય તેનો તાબડતોડ જે રીતે ઉકેલ લવાય તે ઉકેલ લાવીને જ જંપુ છું, હું અને મારી મોજ-મસ્તી ભલી, મારે અને આખા જગતને શી લેવા દેવા?"

ઈચ્છા વિનાનો માણસ પશુ સમાન છે, આવો માણસ તો જીવતો મરેલા બરાબર છે, પ્રબળ અને સાત્ત્વિક ઈચ્છાવાળા જ જીતવાના અને સફળ થવાના પરંતુ નબળી ઈચ્છાવાળા તો હારવાના, નિષ્ફળ જવાના અને પરાધીન બની કોહવાઈ ગયેલા કૂતરાના મોતે મરવાના.

---

(૧૩૨) ઈચ્છા પ્રાપ્તિ માટેનું હથિયાર : લાયકાત

દીકરા-દીકરીઓના "લગ્ન પસંદગીમેળા"માં જવાનું થયું. એક

યુવાન હતાશાના સ્વરે બોલ્યો, "મારી પાસે છે તેને અને હું જે છું તેવાને છોકરીઓ સ્વીકારવા તૈયાર નથી અને હું તેમને સ્વીકારવા તૈયાર છું તે છોકરીઓ મને પસંદ કરવા તૈયાર નથી, મારે શું કરવું? મેં આજદિન સુધીમાં એકેય છોકરીને નાપસંદ કરી હોય તેવું ક્યારેય બન્યું નથી, બધીએ મને જ નાપસંદ કર્યો છે." આયોજકે જરા ઉતાવળા થઈ આંકી નાખ્યું, "ભાઈ, છોકરીઓને ના પાડવા જેટલી તારામાં લાયકાત આવશે ત્યારે તને પસંદ કરવા માટે છોકરીઓની લાઈન લાગશે, **સીતા જેવી પત્ની પ્રાપ્ત કરવા પહેલાં રામ જેવા થવું પડે, સમજ્યો ભાઈ.**" તેની નારાજગી તેના ચહેરા ઉપર વર્તાતી હતી. ત્યાં **બીજો ઊભો થયો,** "હું થોડો શ્યામ છું અને ઓછું ભણ્યો છું પણ હું છું તો માનવીને ! મને પસંદ કરવામાં છોકરીઓને જાણે શું નડે છે તે જ સમજાતું નથી, જપ-તપ પણ કરાવ્યા અને મંગળની વીંટી પણ પહેરી છે." **ત્રીજો ઊભો થઈ આક્રોશ ઠાલવવા લાગ્યો,** "દર વખત પસંદગીના વરઘોડા અને તમાશા યોજવાનું બંધ કરો, છોકરીઓ અમને પસંદ કરતી નથી અને જાણે અમે બધા ખાંડા બળદ થોડા છીએ! અમારે પણ ઈજ્જત જેવું થોડું તો છે." **ચોથો ઊભો થઈ** જાણે પ્રદર્શન કરતો હોય તેમ બરાડી ઊઠ્યો, "લ્યો, તમે બધા બતાવો, મારામાં શું ખામી છે ? આમ છતાં ત્રીસ વર્ષે મારે વાંઢા રહેવું પડે છે, તેમાં અમારો શું દોષ ?" **પાંચમો તો શરમનો માર્યો નીચે બેઠાં-બેઠાં જ બોલ્યો,** "લગ્ન નથી થયાં તેની ચિંતામાં હું ડાયાબિટીસ અને બીપીનો દર્દી થઈ ગયો છું, શરીરથી તંદુરસ્ત હતો ત્યારે પણ મને પરણવા કોઈ છોકરીએ હા નથી કહી તો આ ડાઘવાળા દાગીનાને કોણ પસંદ કરશે? હવે જો બીજાં પાંચ વર્ષ આમના-આમ ચાલશે તો છતી યુવાનીએ "વાંઢાઓના વૃદ્ધાશ્રમ" ખોલવા પડશે." છઠ્ઠાને છેલ્લી જ બોલવાની તક આપી, "શહેરની છોકરીઓને છોકરો અને ઘર ગમે તેટલાં સરસ હોય તો પણ ગામડે પરણીને ત્યાં ઠરીઠામ થવું નથી અને ગામડાની છોકરીઓ ભલે ત્યાં જન્મી અને ભણી-ઊછળી હોય પણ ગામડાના છોકરાને પરણવું નથી, તે બધી ડાઘ વિનાની ચાંદનીઓ નથી પણ તેમની અપેક્ષાઓ

મર્યાદા બહારની વધી ગઈ છે, બધી છોકરીઓને શહેરમાં જ ગાડી-બંગલાવાળા અને સારી નોકરી કરનારાઓને જ પરણવું છે, પછી તો અમારા જેવાની તો દશા જ શું થવાની ? આપઘાત ના કરે તો કરે શું, ટેન્શન વધી જાય અને એકય બાજુનો સહારો ના હોય ત્યારે અમે કરીએ પણ શું ?"

આ સંસારની વિચિત્રતા તો જુઓ, લોકોને પોતાની નબળાઈઓ દેખાતી નથી અને પોતાની નબળાઈઓને છાવરવા બીજાઓ ઉપર દોષનો ટોપલો ઢાલવે છે.

આયોજક વચ્ચે જ ઊભા થઈને બોલ્યા, "ભાઈઓ, તમારી બધી વાત સાચી પણ છોકરીઓને જે જોઈએ છે તે તમારી પાસે નથી ને તમારી પાસે છે તે છોકરીઓને સ્વીકાર્ય નથી, છોકરીઓને જોઈતી લાયકાત તમે મેળવી શકશો તો જ તમારું ઠેકાણું પડશે, બાકી તો આમ હરાયાં ઢોરની જેમ કુટાયા જશો." કુંવારા યુવાનો અને આયોજકો વચ્ચે સામ-સામે આક્ષેપબાજી થતી રહી પણ કોઈ પરિણામ આવ્યું નહીં, પરંતુ **એક સારા સમાચાર આવ્યા કે બે યુવક અને બે યુવતીઓનાં ચોકઠાં ગોઠવાઈ ગયાં છે. એક યુવક બંને હાથે ઠૂંઠો છે તો યુવતી બંને હાથે-પગે લંગડી છે, બીજો યુવક રાત્રે જોઈ શકતો નથી અને માત્ર દિવસે જોઈ શકે છે અને તેની સાથે ગોઠવાયેલી યુવતી દિવસે જોઈ શકતી નથી અને માત્ર અંધારું થયા પછી રાત્રે જ જોઈ શકે છે.**

તમે સામેની વ્યક્તિના અંતઃકરણમાં ઊતરી તપાસો કે તેને જે જોઈએ છે તે તમારી પાસે છે ? તમારી પાસે હશે તો જ તે તમારી વાતમાં રસ લેશે, બાકી તો હરિ...હરિ. તમારી મજબૂરી અને લાચારીની આ મતલબી જગતના લોકોને કાંઈ પડી નથી, સૌને પોતાના મતલબ જ હાંસલ કરવા છે.

સજ્જન માણસોને જો જીવનમાં શાંતિ જોઈતી હોય તો થોડીક બાંધછોડ કરી સમાધાનવૃત્તિને અપનાવવામાં ટેન્શનમુક્તિ છે. બંને પક્ષે સમજણ હોય ત્યાં જ સમાધાન થઈ શકે. સામર્થ્યવાન અને અહમી ક્યારેય સમાધાનકારી અને જતું કરવાની ભાવનાવાળા ના હોય.

(૧૩૩) સ્ટેટસ્ એક મનોરોગ : વાંચો

જીવનના કોઈ પણ ક્ષેત્રમાં સામેની વ્યક્તિ મારફતે સમસ્યા સર્જાય કે તેની આપણી સમક્ષ કોઈ માગણી આવે ત્યારે તેની જગ્યાએ આપણી જાતને ગોઠવી દેવી અને પછી તે સમસ્યા કે માગણીનું તટસ્થ મૂલ્યાંકન કરવું તો અડધી સમસ્યાનું નિરાકરણ તો તાત્કાલિક આવી જશે.

એક નામાંકિત વ્યક્તિએ તેની હૈયાવરાળ ઠાલવતાં કહ્યું, "મને હંમેશાં મારા સ્ટેટસમાં સહેજ પણ દાગ ના લાગે તેનું ટેન્શન રહેતું હોય છે, મંચ ઉપર મને પ્રથમ હરોળમાં બેસવા ના મળે તો પણ મને ટેન્શન થઈ જાય છે, રસ્તામાં સામે મળનાર મને ઓળખતી વ્યક્તિ મને હાથ ઊંચા કરી ના બોલાવે તો પણ મને ટેન્શન થઈ જાય છે, મારી લાગણી ઘવાય છે. અરે! ઘરમાં પણ મારો પડ્યો બોલ ઝીલવામાં પણ કોઈ વખત વાર લગાડે તો મને ઉદ્વેગ થઈ જાય છે, હું ક્યારેય ના સાંભળવા ટેવાયો નથી, મારું ધાર્યું ના થાય એટલે મારા મગજનો પારો આસમાને જતો રહે છે એટલે મારી આવી મનોવૃત્તિના કારણે હું બધી જગ્યાએ વધારાનો પડું છું એટલે મને ટેન્શન થાય છે, આવું કેમ થતું હશે ?" મેં તેમને સમજાવ્યું, **"આ સ્ટેટસ નામના રોગને પહેલાં તો દૂર કરો, એટલે બધું આપોઆપ સમી જશે અને "ચાલશે, ફાવશે, નમશે અને ગમશે"ના સિદ્ધાંતને અનુસરો, તમારો પ્રશ્ન હલ થઈ જશે**. સહજ જિંદગી જીવવામાં ક્યાંય સ્ટેટસ આવતું નથી, પરંતુ દંભી જિંદગીમાં જ સ્ટેટસ બોજારુપ બને છે. તમે હંમેશાં મંચ ઉપર છેલ્લા બેસવાનો પ્રયત્ન કરજો, સામે કોઈ ઓળખીતા મળે તો હસીને હાથ ઊંચા કરીને સૌપ્રથમ તમે બોલાવજો, તેના ખબર-અંતર પૂછજો, તેની સળગતી સમસ્યાને હલ કરવા રસ લેજો અને સદાયે હસતો ચહેરો રાખજો, તમારું સ્ટેટસ છે તેનાથી બમણું થઈ જશે, તે પણ ભાર વિનાનું. તમે હળવાફૂલ થઈ જશો." તેઓ મારી વાત એક ચિત્તે સાંભળી હસી પડ્યા અને હામાં માથું ધુણાવી ત્યાંથી ચાલતા થયા.

અતિનમ્રતા, ઓછી બુદ્ધિ, આંધળો વિશ્વાસ અને ઉતાવળિયા નિર્ણય તમારો ભોગ લેશે.

(૧૩૪) ગોકળિયા ગાંડા એટલે બુદ્ધું : વાંચો

મારા મિત્રના વેવાઈ ખૂબ જ ભલા અને સંવેદનશીલ, કોઈ પણ વ્યક્તિ તેમને જે કાંઈ વાત કહે તો કોઈ આધાર વિના પણ માની લેવાની કૂટેવ, અજાણી વ્યક્તિ ઉપર પણ એકદમ આંધળો વિશ્વાસ મૂકી દે, કોઈનું પણ ખરાબ વિચારવાનું તો તેમને સ્વપ્ન પણ ના આવે. નેકી-ટેકી અને બોલેલું વચન પાળવાવાળા. ગમે તે પરિસ્થિતિમાં પણ સદાય હસતા રહે. **મેં મારા મિત્રને ગમ્મતમાં કહ્યું, "ભાઈ, તું ઘણો પુણ્યશાળી છે તે આવા ભલા વેવાઈ તને મળ્યા છે." તે એકદમ અકળાઈ જઈ, મને ત્યાંથી થોડોક દૂર લઈ જઈ એકાંતમાં આવેશથી કહેવા લાગ્યા, "શું તંબૂરો વેવાઈ ભલા છે, તેમને તો ઉપરના મગજના બેય માળ ખાલી છે,** ભલાઈમાં તો આખો પરિવાર બેઠો રાખ્યો છે, લોકો તેમના ભોળપણનો લાભ ઉઠાવી તેમને ચૂસી ખાધા અને ચૂંથી પણ નાખ્યા, તેમની ભલાઈ તો આખા પરિવાર માટે જવાબદારી બની ગઈ અને આખો પરિવાર ટેન્શનમાં મુકાઈ ગયો છે, હવે સંત-ફકીર થઈને ફરવાથી પરિવારનું કાંઈ કલ્યાણ થવાનું નથી." મેં મારા મિત્રને રોક્યા, "પણ તે કપટી અને કીમિયાગર તો નથી ને!" મારો મિત્ર તાડૂક્યો, "અરે! કપટી તો નથી પણ કપટી લોકોની દાનતના ઓળખી શકે તેવા અર્ધબહેરીયા છે, લોકો તેમને ચારેય દિશાઓથી મૂર્ખ બનાવી ગયા છે. આ તો તેમનો દીકરો એટલે કે મારા જમાઈએ બધો વહીવટ હાથ ઉપર લીધો, નહીંતર આખા પરિવારને તળિયું દેખાડી દેત." મેં હસીને કહ્યું, "તમે ચાવીઓ ભરી-ભરીને જ ચતુર અને ચબરાક બનાવી દીધા છે ને !" તે એકદમ હસી પડ્યા અને બોલ્યા, "ચાવીઓ તો ભરવી જ પડે ને, તેમનો દીકરો પણ તેમના બાપ જેવો થાય તો મારી દીકરીની યુવાની અને મારું ઘડપણ બગડી જાય, સમજ્યા ? અત્યારે ચબરાક અને ચતુર રહેવાનો સમય આવ્યો છે,

ભોળગાંડા તો બધા ઉપર ગયા તે હવે આવશે.”

વિસામો

આ સંસારમાં તમે માત્ર ભલા છો એટલે તમારા માથે ટેન્શન નહીં આવે, આવા ખોટા ખ્યાલમાં તમે ક્યારેય રહેતા નહીં. તમારી ભલાઈ તો એવી ના જ હોવી જોઈએ કે તમારા માટે જવાબદારી કે ટેન્શન બની જાય. **શાસ્ત્રો અને ઈતિહાસનાં પ્રકરણોમાંથી તો એવું સમજાય છે કે વધારે ટેન્શન તો અતિભલા માણસોના માથે જ ભટકાયાં છે**. આખા સંસારના અનુભવ દર્શાવે છે કે અતિભલા લોકો જ સદીઓથી કપટી અને કાતિલોનો શિકાર થતા આવ્યા છે. નીચ અને નાલાયક લોકો પોતાનું ટેન્શન અને જવાબદારી ચતુરાઈપૂર્વક ભલા અને ભોળા માણસોના ગળામાં ભરાવી દેતા હોય છે. તેમનું ટેન્શન સાચા અને સજ્જન માણસો માટે લોખંડની બેડીઓ સમાન પુરવાર થાય છે.

પરિવારના વડીલની ઓછી બુદ્ધિ, તઘલગી નિર્ણય અને ઉતાવળ કરવાની મનોવૃત્તિ આખા પરિવારને મહામુશ્કેલીમાં ઉતારી દે છે. **અતિભલા અને અતિસજ્જન માણસો, “જેવી દૃષ્ટિ તેવી સૃષ્ટિ અને જે જેવું કર્મ કરશે તેવું ફળ મેળવશે” આવી સૂફિયાણી આદર્શવાદમાં માનતા હોયં છે.** તેઓ ક્યારેય કાતિલ અને કપટીઓની દૃષ્ટિથી સૃષ્ટિ અને સંસારને જોતા નથી, ત્યાંથી જ તેમના પતનની શરૂઆત થાય છે.

આ સંસારમાં જેવા સંજોગો અને સ્થિતિ છે, જે વ્યક્તિ જેવી છે તેવી અને સામેની વ્યક્તિના અંતઃકરણના ઊંડાણમાં પડેલા ભાવને જેમ છે તેમ તટસ્થ ભાવે જુએ છે અને મૂલવે છે, તે લોકો જ ટેન્શનમુક્ત જીવન જીવી શકવાના. ગોકળિયા ગાંડા અને ભોળ ગાંડા તો કોહવાઈ ગયેલા કૂતરાના મોતે મરવાના.

(૧૩૫) ઉપાય વિચારો : ટેન્શનમુક્ત બનો : વાંચો

બુદ્ધુ લોકોના ઘરે ટેન્શન તો વિના સરનામે તેમનું ઘર શોધી ત્યાં જ કાયમી અડિંગો જમાવશે.

ટેન્શનમાંથી મુક્તિ જોઈતી હોય તો પ્રવર્તમાન સંજોગો પ્રમાણેનો ઉપાય શોધી જે તે ડખામાંથી બહાર નીકળી તમારી જાતને સુરક્ષિત બનાવી દો. **આ સંસારમાં તમારા પરિવારનું હિત ઈચ્છનાર માત્ર બે જણ છે, એક તમે પોતે અને બીજા પરમાત્મા, ત્રીજું કોઈ નહીં અને કોઈ નહીં.**

"ટેન્શનમાંથી મુક્તિની યુક્તિ"ના એક સેમિનારમાં જવાનું થયું. ઘણા વક્તાઓ અને શ્રોતાઓ તરહ-તરહના પ્રશ્નો અને તેના વિવિધ જવાબો આપી રહ્યા હતા. ત્યાં હાજર રહેલા એક શિક્ષક દરેક શબ્દ ચીપી-ચીપીને બિનધાસ્ત બોલવા લાગ્યા, "મારા પરિવારમાં મારી પત્ની સાથે ખૂબ જ ઝઘડા થતા હતા, તે ખૂબ જ કર્કશ સ્વભાવવાળી અને ઝઘડાખોર છે, મારી નોકરી કે સામાજિક વ્યવહારમાં જે સત્ય ઘટના બની હોય કે સાચો વ્યવહાર થયો હોય તે હું તેને રજે-રજ સાચી હકીકત કહું ત્યારે તે ખૂબ જ ઝઘડા કરતી, પરંતુ એક દિવસ મેં જાણી લીધું કે તેની માનસિકતા બહુ જ મર્યાદિત છે એટલે તે જે પકડે તેને છોડતાં આવડતું નથી એટલે પકડાઈ ના જવાય તેવા વર્તન અને વાણીથી તેને ખુશ રાખવા પ્રયત્ન કરું છું, જેમાં માત્ર પાખંડ જ હોય છે. માત્ર નરી બનાવટ જ હોય, પરંતુ તેનાથી પરિવારમાં એકંદરે ગજબની શાંતિ જળવાઈ રહે છે, ટેન્શન ગાયબ થઈ ગયું છે.

દા.ત. રક્ષાબંધન નિમિત્તે મારી બહેન પિયરમાં આવે તો હું પહેલાં તો મારી પત્નીના ના કહેવા છતાં તેના ઉપરવટ જઈ મારી બહેનને તેના દેખતાં જ વધારે પૈસા આપતો, પરંતુ ત્યાર પછી મારી બહેનના ગયા પછી ઘરમાં મોટા પાયે ઝઘડા થતા. હવે હું શું કરું છું સાંભળો : હવે મારી પત્નીને પહેલાંથી જ પૂછી લઉં છું કે રક્ષાબંધન નિમિત્તે બહેનને કેટલા પૈસા આપીશું ? તે રાજી હોય તેટલા પૈસા મારી બહેનને આપવા માટે તેના હાથમાં પધરાવી દઉં છું, પછીથી મારી પત્ની જાણી ના જાય કે જોઈ ના જાય તે રીતે મારી બહેનને હું બીજા વધારાના પૈસા ખાનગીમાં આપી દઉં છું, મારી બહેન પણ ખુશ અને મારી પત્ની પણ ખુશ, મારી પત્ની તો બે બાબતથી ખુશ, પૈસા અપાયા તો પણ તેના હાથે જ અપાયા અને તેને જેટલા આપવા હતા તેટલા જ

અપાયા અને ઘરમાં અને સગાં-વહાલાંમાં તેનું વજન અને વટ અકબંધ રહે તે તો વધારાનું. આવા ભાવથી તે રાજી થતી, ઘીના ઠામમાં ઘી ઠરી જતું, મારી પત્નીના ત્રાસરૂપી ટેન્શનમાંથી મેં જે કીમિયો અપનાવ્યો તે સત્ય વિરોધી ગણાય કે વ્યવહારું ગણાય તે પ્રશ્નનો જવાબ અહીં સૌ પધારેલા વિદ્વાનો વિચારે, મને તો આ કીમિયો બરાબરનો ફળ્યો છે."

આવો જ એક પ્રસંગ કહેવા બીજા **શિક્ષક ઊભા થઈ એકદમ શાંતિથી બોલવા લાગ્યા, "ભાઈઓ, પરિવાર હોય કે શાળા હોય, સૌની નાડ પારખી જઈએ તો જીવનમાં પ્રશ્નો ઓછા ઉદ્‌ભવે.** મારી પત્ની શાકભાજીની લારીએથી શાકભાજી ખરીદીને ઘરે આવ્યા પછી કાયમી "મોંઘવારી પારાયણ"ની કથા કરે, હું જેટલી વસ્તુ ખરીદી લાવું ત્યારે તો મારું આવી જ બનતું, "તમે તો એકલાં છોકરાં જ ભણાવી જાણો, વ્યવહારમાં તો તમને કશીય ગતાગમ પડતી નથી, તમને માસ્તરની નોકરીમાં તો શું પણ ભેંસને ચારો ચરાવવા ગોચરમાં લઈ જવા કોઈ મફતમાં પણ ના રાખે, કોઈ પણ વસ્તુ ખરીદવાનું કહીએ છીએ એટલે છેતરાઈને જ આવો છે, બધું જ મોંઘું અને બગડેલું. વસ્તુમાં તો કોઈ ઠેકાણાં હોતાં નથી, આમ ને આમ તો ઘરનાં છોકરાં ઘંટી ચાટતાં થઈ જશે."

"મેં થોડીક ટેક્‌નિક બદલી." માસ્તર મૂડમાં આવ્યા, "મારી સ્કૂલની પાસે જ એક કરિયાણાની દુકાન છે અને નાનું શાકમાર્કેટ પણ ત્યાં છે અને હું બધું ત્યાંથી જ લાવતો. મારી વાઈફને મેં એક દિવસ ખાનગીમાં કહ્યું, **"જો તું કોઈને ના કહે તો મારા હૃદયની એક ખાનગી વાત કહું." તે ઢાપલી થઈ બાજુમાં બેસી ગઈ,** "એવી શી વાત છે !" મેં ધીમા સ્વરે કહ્યું, "મારી સ્કૂલની બાજુમાં એક કરિયાણાની દુકાન છે અને તેમની શાકભાજીની લારી પણ તેમનો જ ભાઈ સંભાળે છે. આ બંને ભાઈઓનાં છોકરાં ભણવામાં ઠોઠ છે એટલે આપણે ખાનગીમાં એવી ગોઠવણ કરી છે કે મારે તે બંને ભાઈઓનાં છોકરાંને પાસ કરી દેવાનાં અને આપણે જે કાંઈ કરિયાણું અને તાજાં શાકભાજી-ફળફળાદિ ખરીદીએ તે બજારભાવ કરતાં અડધા ભાવે

આપણને આપશે, આ વેપાર તું સમજી, આ વાત તું કોઈને પણ કહેતી નહીં, નહીંતર ભાંડો ફૂટી જશે તો નોકરીયે જશે અને કરિયાણું તથા શાકભાજી પણ જશે." આ ચાલબાજી કહો કે કૂટનીતિ કહો, મેં તો જ્યારથી આ નીતિ અમલમાં મૂકી ત્યારથી ઘરમાં વાતાવરણ ખુશ-ખુશાલ, પરંતુ સહેજ નવું લપ વળગ્યું છે, તેના પિયર માટે પણ શાકભાજી અને કરિયાણું લાવવાનું મને સોંપ્યું છે ત્યારથી મારી ઊંઘ થોડી ઊડી ગઈ છે, પરંતુ હવે પછી કંઈક નવરો પેંતરો રચીશું, બાકી હાલમાં તો પરિવારમાંથી ટેન્શન ગાયબ થઈ ગયું છે. આમ જુઓ તો આ એક રમત જ છે, કોઈ પણ વસ્તુ હું મફ્ત લાવતો નથી, પરંતુ ઘરમાં આખો દિવસ શાંતિ રહે અને કકળાટ ના થાય તેના માટેની રમત ગણો કે ચાલબાજી ગણો, પરંતુ આ રીત-રસમ અમને તો કોઠે પડી ગઈ છે, પ્રસંગને તમારે જે રીતે મૂલવવો હોય તે રીતે મૂલવો." આ શિક્ષક હસતા ચહેરે નીચે બેસી ગયા.

એક વૃદ્ધ દાદા ઊભા થઈ તેમની હૈયાવરાળ ઠાલવવા લાગ્યા, "હું સરકારી નિવૃત્ત અધિકારી છું, મારાં પત્ની દેવલોક પામ્યા પછી જ જાણે મને જાણ થઈ કે પત્નીનો સહારો શું ચીજ છે ? મારે પેન્શન પણ આવે છે, જે મિલકત મારા નામે છે તેનું ભાડું પણ સારી એવી રકમનું આવે છે, હું વધારાનું કાંઈ પણ બોલતો નથી અને કોઈને પણ નડતો પણ નથી, પરિવારના સભ્યોની અનુકૂળતા પ્રમાણે જ જીવું છું, છતાં મારી હાજરી જ આખા પરિવારમાં ભારરૂપ થઈ જઈ છે, મારા બંને દીકરા અલગ-અલગ રહે છે, તેઓ કહે છે એક મહિનો અમારે ત્યાં રહો અને બીજો મહિનો બીજાને ત્યાં રહેવાનું. મારું પેન્શન અને ભાડાની આવક બંને દીકરાઓને સરખા ભાગે વહેંચી આપું છું, છતાં હું જે દીકરાના ઘરે રહેતો હોય ત્યાં મારાં પૌત્ર-પૌત્રી દર મહિનાની છેલ્લી તારીખે મારાં કપડાંની થેલી સમી સાંજે તૈયાર કરી મારા પલંગ પાસે મૂકી મને સિગ્નલ આપી દે છે કે આવતી કાલે સવારથી બીજા દીકરાને ત્યાં રવાના થઈ જજો." આયોજકે ઊભા થઈ દાદાને વચ્ચે જ બોલતાં રોક્યા, "દાદા, પ્રશ્નોની તો સૌને ખબર છે, આ સમારંભ તો

પ્રશ્નો અને સમસ્યાના સમાધાન અને ઉકેલ માટે છે, સૌની વ્યથાની કથા કહેવા માટે નથી." દાદા સહેજ ઉગ્ર થઈ બોલ્યા, **"હું ટેન્શનમાંથી મુક્તિની જ વાત કરું છું, જરા સાંભળો તો ખરા,** મેં જે મિલકત ભાડે આપી હતી તેના કરાર પ્રમાણે દર ત્રણ વર્ષે ત્રીસ ટકા ભાડું વધારવાનું નક્કી થયા મુજબ, હમણાં જ નવા કરાર મુજબ ભાડું વધ્યું તેમાંથી મેં મારા બંને દીકરાઓના પરિવારના સભ્યો અને તેમની સાસરીના સભ્યોના જન્મદિવસ મારી બચતમાંથી ઊજવવાનું નક્કી કર્યું.

મારા બંને દીકરાઓના પરિવારના તથા તેમના સાસરિયાંના પરિવારના બધા થઈને કુલ ચોવીસ સભ્ય થતા હતા. દરેક સભ્યના જન્મ દિવસે મેં રૂા. પાંચ હજાર ખર્ચવાનું નક્કી કર્યું છે ત્યારથી મારા બંને દીકરાઓનો પરિવાર તથા તેમનાં પિયરિયાં તો રાજીનાં રેડ થઈ ગયાં છે, તે બંનેનાં પિયરિયાં તેમને દીકરીઓ ઉપર એટલે કે મારી પુત્રવધૂ ઉપર દબાણ કરવા લાગ્યાં કે દાદાને વારાફરતી રાખ્યા સિવાય ગમે તે એકના જ ઘરે કાયમી રાખો, બંને પુત્રવધૂઓ રાજી થઈ, પરંતુ તેમાં તો નાની વહુ તો બહુ રાજી થઈ કે તેના પરિવારમાં મોટા કરતાં એક સભ્ય વધારે હતું, નાના પરિવાર સાથે રહેવાનું નક્કી થયું અને તેને થોડી વધારે રકમ આપવાનું નક્કી કરવામાં આવ્યું. દર પંદર દિવસે કોનો જન્મદિવસ આવે છે તેની સૌ અગોતરી જાણકારી મેળવી રાજી થવા લાગ્યાં. હું પણ અત્યારે બધી જ રીતે નાના દીકરાની સાથે ખુશી-મજામાં છું એટલે જગતના **વૃદ્ધોને મારો એક જ સંદેશ છે કે ઘડપણ સુધારવાની તૈયારી યુવાનીમાંથી જ કરો અને પરિવારની જેવી પરિસ્થિતિ હોય તેવી સ્થિતિને પોતાની તરફેણમાં કરી લેતાં શીખો** તો તમારા ઘડપણમાં બારેમાસ સ્વર્ગ, નહીંતર આખું ઘડપણ નરક." દાદાના ચહેરા ઉપર કંઈક મેળવ્યાનો આનંદ જણાતો હતો.

સરકારમાં જુનિયર અધિકારી તરીકે નોકરી કરતાં બહેન તેમનો ચહેરો સંપૂર્ણ ઢંકાઈ જાય તેવી રીતે દુપટ્ટો વિંટાળીને ઊભાં થયાં, "ટેન્શનમાંથી બહાર નીકળવાના બુદ્ધિપૂર્વકના પ્રયત્નો કરવામાં આવે તો તેમાં વત્તા-ઓછા પ્રમાણમાં સફળતા જરૂર મળે છે. મારા બોશ

એટલે કે મારા સિનિયર અધિકારી તેમની કાચવાળી કેબિનમાંથી બહાર ગોઠવાયેલા મારા ટેબલ સામું વારંવાર જોયા કરતા અને કારણ તથા કામ વિના પણ મને તેમની કેબિનમાં વારંવાર બોલાવતા અને અવનવાં કારણો અને બહાણાં બતાવી મને તેમની બાજુમાં બેસાડી મારી સામું જ જોયા કરતા અને ગુજરાતી ભાષાનો દ્વિઅર્થી ઉપયોગ કરી હસાવતા, લલચાવતા અને મને ભોળવવાનો પ્રયત્ન કરતા. મારું દિલ અને દિમાગ આખો દિવસ વલોવાઈ જતું કે આ બલામાંથી મારે કઈ રીતે છટકવું."

એક દિવસ હું મારા બોશના પણ બોશને સીધી જ મળવા પહોંચી ગઈ, મારા બોશને અને તેમના બોશને વહીવટી મેળ ઓછો હતો તે હું જાણતી હતી. તેનો મેં પૂરેપૂરો લાભ ઉઠાવ્યો, "સાહેબ, મારા કાનમાં પણ કીડા પડે તેટલી તમારી નિંદા હવે મારાથી સાંભળી જતી નથી, આંખોથી પણ ના જોઈ શકાય તેવાં તમારી વિરુદ્ધનાં કાવતરાં જોઈ-જોઈને હું હવે થાકી ગઈ છું અને કંટાળી પણ ગઈ છું. હવે તો એમ થાય છે કે આવી બલામાંથી છૂટવાનો એક રસ્તો છે કે બસ, હવે સરકારી નોકરી વફાદારીથી બહુ કરી, હવે વધારે નોકરી કરવા માટે દિલ ના પાડે છે." મારા બોશના બોશે મને વચ્ચે જ રોકી, "શું બોલી તું આ...? ના...ના તું આવું ક્યારેય ના વિચારતી, તારા જેવી નિષ્ઠાવાન કર્મચારી સરકારને ક્યારે અને ક્યાં મળશે ? આજે હું તારી બદલી બાજુના બિલ્ડિંગમાં, હિસાબી કામકાજની ઓફિસમાં કરી દઉં છું, તારા બોશના તમામ જાદુની મને બધી જ ખબર છે, તેમનો શું રસ્તો કરવો તે મારા ધ્યાનમાં છે, તું આવતી કાલથી જ બાજુના બિલ્ડિંગમાં હાજર થઈ જા."

મારો સમયસર અપનાવેલો કીમિયો સફળ રહ્યો. મારે કોઈને બદનામ કરવાનો કે કોઈને ખરાબ દર્શાવી મારી તક સાધવાનો પણ મારો કોઈ ઈરાદો નહોતો, પરંતુ જે પરિસ્થિતિ નિર્માણ થઈ હતી તેને મારા બીબામાં ઢાળી દીધી, મારી આપ સૌને એક જ વિનંતી છે કે **આપણા જીવનમાં આવેલ ટેન્શનનો ઉપાય જેની પાસે હોય તેવી**

હિતેચ્છુ અને સમર્થ વ્યક્તિ આગળ આપણું હૈયું ઠાલવવાથી જો આપણું ટેન્શન દૂર થઈ જતું હોય તો અહમને ઓગાળી નાખી અને નમ્રતા અને સમજણને આગળ કરવાથી આપણું ટેન્શન દૂર થઈ જાય છે તેવો મારો જાત અનુભવ છે. ટેન્શનનો ભોગ બનનાર અને તેમાંથી બુદ્ધિગમ્ય પ્રયત્ન નહીં કરનાર માણસો સૌથી ચિંતાગ્રસ્ત અને ઉપાધિગ્રસ્ત રહેતા હોય છે તેવો મારો સ્પષ્ટ અભિપ્રાય અને અનુભવ છે.

છેલ્લે એક દાદીમાને તેમનો અભિપ્રાય આપવાની છૂટ આપવામાં આવી. તેઓ ખુરશીમાં બેઠાં-બેઠાં જ બોલી રહ્યાં હતાં, "આમ તો અમારો સંયુક્ત પરિવાર તો ઘણો મોટો છે, દીકરાઓની પત્નીઓ, પૌત્રોની પણ પત્નીઓનો આખો કાફલો એક નાની જાન જેવડો છે. આમ છતાં આખા પરિવારમાં સુખ અને શાંતિની વાર્તા સાંભળો : સૌપ્રથમ તો પરિવારમાં શાંતિ માટે સ્ત્રીનાં ડહાપણ અને શાણપણ જ કામ લાગે છે, પુરુષની માત્ર બુદ્ધિ જ નહીં. આટલી બધી વહુઓ સાથે હું કઈ રીતે કામ લઈ શકતી હોઈશ તેનો જવાબ આ રહ્યો: **હું જ્યારે પરણીને આવી ત્યારે તો માત્ર આ પરિવારની વહુ જ હતી એટલે વહુ તરીકેની મર્યાદા, તેની લાગણી અને માગણી કેવી હોય તે હું બરાબર જાણું છું અને મારી વહુઓની જગ્યાએ મારી જાતને ગોઠવી દઈને** જ પછી કોઈ પણ નિર્ણય લઉં છું, પછીથી થઈ હું સાસુ એટલે વહુઓ ઉપર સાસુ તરીકેનો રોફ જમાવતાં પહેલાં હું તેમની માનસિકતા, સ્વભાવ, પાત્રતા અને લાગણીને બરાબર સમજી લીધા બાદ મને સાસુ તરીકેનો રોફ જમાવતાં પણ આવડે છે, વહુઓને તેમની હૈયાવરાળ ઠાલવવા માટે એક જગ્યા હોય છે, જ્યાં હૈયાની હાશ થાય, તે છે તેમની સહેલી એટલે મને તેમની સમજદાર સહેલી થતાં પણ આવડે છે અને મારી વહુઓ ઉપર મા તરીકેનું વાત્સલ્ય વરસાવતાં પણ મને બરાબર આવડે છે, પરંતુ નણંદ તરીકેની આઘા-પાછી અને ચઢવણી કરવાની ભૂમિકા ભજવવાનું હું ક્યારેય શીખી નથી." દાદીમા હસી પડ્યાં, "વહુ અને દીકરા વચ્ચે ટપાટપી થાય તો હું વહુનો જ પક્ષ લઉં છું. મારાં પિયરિયાં કરતાં વહુનાં પિયરિયાંને સારી રીતે

ચવવાની કલા હું જાણું છું એટલે વહુઓ ખુશ-ખુશાલ, બસ અત્યારે રું ઘર તો નંદનવન છે, કાલે તો પ્રભુ કરે તે ખરું."

વિસામો

એક તત્ત્વજ્ઞાનીએ સાચે જ કહ્યું છે કે ટેન્શન જેવી કોઈ વસ્થા, સ્થિતિ કે ચીજ છે જ નહીં, જે કાંઈ છે તે બધું માત્ર નસિક વલણોની પેદાશ છે અને તે પેદાશ એટલે માત્ર ઘટનાઓ, જેમ દરિયામાં મોજાં ઊછળવાં સ્વાભાવિક છે, દિવસ-રાત્રી થવાં તેમ જ તુઓ બદલાઈ જવી. જ્ઞાની પુરુષોએ પણ આ જ બાબત જરા જુદી તે કહી છે કે જ્યાં સુધી આંખ ખુલ્લી છે અને છેલ્લો શ્વાસ ચાલુ છે યાં સુધી સંસારીને આ બધી પળોજણ રહેવાની જ, તેમાંથી છટકી કાય જ નહીં, પરંતુ સ્થિતપ્રજ્ઞ બની અને સાક્ષીભાવ રાખી કુદરત ખે તેમ રહેવામાં જ શાંતિ છે.

પરંતુ સંસારી સજ્જનો અને સંતો આ જ બાબતને કંઈક બીજી તે જ રજૂ કરે છે. માનવી એટલે લાગણી, પ્રેમ, વિશ્વાસ, સામાજિક, રિવારિક, વ્યવહારિક અને વ્યાવસાયિક સંબંધોનો અતૂટ મેળાવડો. **ાનવી એટલે આ પૃથ્વીલોક અને પરલોક સુધારવા નીકળેલો યાત્રી, કયારેય લાગણી, સંબંધો, ફરજ અને જવાબદારીથી દૂર ભાગી શકે નહીં અને ભાગે તે સાચો સંસારી નહીં પણ ભાગેડુ.** માનવી જ્યાં ોય ત્યાં સમસ્યાઓ તો સર્જાવાની જ, સવાલ માત્ર એટલો જ છે કે ર્જાયેલી સમસ્યાને કઈ સમજથી, કોની સલાહ અને સહાયથી પોતાના હેતની તરફેણમાં સૂલટાવવી.

આખા સંસારમાં નાની-મોટી સમસ્યા વિનાનો સંસારી ંન્યાસી મેળવવો દુર્લભ છે, એક સમસ્યા સૂલટાવવા જતાં બીજી અનેક મસ્યાઓ પેદા કરનારા બુદ્ધુઓ તો ભૂંડિયાના મોતે મરવાના. **બહુ ોછું બોલનારા અને સમસ્યાના મૂળ સુધી જઈ તેનું સાચું અને ચોટ તટસ્થભાવે મૂલ્યાંકન કરી તેનો તાત્કાલિક ઉપાય કરનારા જ ટેન્શનથી મુક્ત થવાના.**

આપણા દિલ અને દિમાગમાં સંઘરી રાખેલી વાત કે વ્યૂહરચના મહત્ત્વની વ્યક્તિને, ટોળાને, સભામાં બેઠેલા શ્રોતાઓને કે માલ ખરીદવાની ઈચ્છા ધરાવતા ગ્રાહકોને તમે "ગળે ઉતારી" શકો એટલે તમે સમજી લેજો, તમારી અડધી સફળતા ત્યાં જ પૂરી.

(૧૩૯) ઓછી સમજણ, વધારે સમસ્યાઓ : વાંચો

આ મહત્ત્વની બાબત તમે યાદ રાખજો કે તમારી લાગણી, માગણી કે અભિપ્રાય તમે ઘણા લોકોના દિલ-દિમાગમાં ઉતારી શકો, એનો અર્થ એ છે કે તમારામાં "સમજાવી શકવાની વિશેષ શક્તિ" છે, **જે વ્યક્તિમાં બીજાઓને સમજાવી શકવાની કલા હસ્તગત થઈ હોય તે વ્યક્તિ ઓછી સહાય, સાધન, સામગ્રી અને સમૃદ્ધિથી પણ લોકો ઉપર જલદીથી છવાઈ જાય છે, અવળી બાજીને પોતાની તરફેણમાં પલટી શકે છે.**

ઘણા લોકો પોતે સાચા હોવા છતાં પણ પોતાની સાચી બાબત લોકોને અથવા તે બાબત સાથે જોડાયેલા લોકોને સમજાવી શકવામાં નિષ્ફળ જતા હોય છે અને **ઘણા લોકો પોતે ખોટા અને જૂઠા હોવા છતાં પોતાની ખોટી વાત બીજાઓને સમજાવી શકવાની તેમની કાબેલિયતભરી ચતુરાઈ જ કામયાબ નીવડે છે**, તમે જેને સમજાવી રહ્યા છો તેવી વ્યક્તિઓની માનસિકતાનું બરાબર મૂલ્યાંકન કર્યા પછી જ તેમને સમજાવવામાં આવે તો તેમાં સફળ થવાની શક્યતા વિશેષ રહેલી છે.

જેમનામાં બીજાઓને સમજાવવાની શક્તિ અને કલા છે તેવા લોકો તેમના જીવનમાં ટેન્શનને આવતું રોકી શકવાના અને આવેલા ટેન્શનને બીજાના ગળે ભરાવી ઝટપટ ટેન્શનમુક્ત થઈ જવાના.

આટલું યાદ રાખજો : જેમનામાં સમજણ વિશેષ હોય તે લોકો જ બીજાઓને સમજાવી શકે, જેમનામાં સમજણ ઓછી હોય તેમને તો સમજદારોનું સમજાવેલું જ સમજવું પડશે અને સાંભળવું પણ પડશે. **જેમનામાં સમજશક્તિ ઓછી હોય તે વ્યક્તિ બીજાઓની વાતોમાં જલદી ભોળવાઈ જવાની અને છેતરાઈ પણ જવાની, આવા લોકોનું**

ટેન્શન પીછો છોડતું નથી.

સમજદાર વ્યક્તિના જીવનમાં “ટેન્શન” ભાગ્યે જ પ્રવેશ કરે છે અને આવેલા ટેન્શનને તે જુદા-જુદા બુદ્ધિપૂર્વકના ઉપાયો કરીને તેનો જલદી ઉકેલ લાવી દે છે. **આવતા ભયને પારખવાની તીક્ષ્ણ બુદ્ધિવાળાઓથી ટેન્શન હંમેશાં દૂર ભાગે છે.**

ચતુર અને ચબરાક લોકો પોતાના માથે આવેલી સમસ્યામાં ઓછા સમજદાર અને બુદ્ધુ લોકોને સામેલ કરી ભેળવી દે છે, બધો જ ભાર બુદ્ધુઓ પોતાના માથે લઈને ફરે છે, ઓછી બુદ્ધિવાળા લોકોનો ઉપયોગ હાથો કે હથિયાર, ઢાલ કે ઢોલકું તરીકે કરતાં, “આ તો અમારી સમસ્યા છે” તેમ સમજી બધી ઉપાધિ પોતાના માથે લઈને ફરે છે. પોતાનું ટેન્શન બુદ્ધુઓના ગળે ભરાવી દેનારા લોકો હોશિયાર, ચતુર-ચબરાક અને મુત્સદ્દી ગણાતા હોય છે.

(૧૩૭) મુસ્તદ્દીઓનું મજબૂત હથિયાર : ગોકળ ગાંડા : વાંચો

એક ગામમાં બે જુદા-જુદા કુટુંબના બે જુદા-જુદા પરિવારોમાં સામાન્ય તકરાર થઈ હતી. બંને કુટુંબ સક્ષમ અને સામ્યર્થવાન હતાં. વાત વધી થઈ. પ્રશ્ન માત્ર બે પરિવાર પૂરતો જ હતો, તેમાં બંને મોટાં કુટુંબોને કાંઈ લાગતુંવળગતું નહોતું. બે કુટુંબમાં “કાબરા” કુટુંબના પરિવારના વડીલ મુત્સદ્દી અને કીમિયાગર હતા અને ખોટા અને જૂઠા પણ હતા. જ્યારે સામેના કુટુંબના “ઢાપલા” કુટુંબના પરિવારના વડીલ સાચા અને સિદ્ધાંતવાદી હતા. જ્યારે ત્રીજું કુટુંબ “શામળિયા” પરિવારના લોકો આ બબાલથી દૂર હતા, દૂરથી તમાશો જોતા હતા.

આ **કાબરા કુટુંબ**ના મુત્સદ્દી વડીલે વાત વણસાવી અને ચગાવી, પોતાના કાબરા કુટુંબના બધા પરિવારોને એકઠા કરી ઉશ્કેરણી કરી, “આ **“ઢાપલા” કુટુંબ**ના લોકો એકલા મારા પરિવાર પાછળ જ નથી પડ્યા, એકલા મારા પરિવારની પાછળ પડ્યા હતા ત્યાં સુધી મને વાંધો નહોતો, હું એકલો તેમને પહોંચી વળત, પરંતુ આ તો આપણા વિશાળ કાબરા કુટુંબને “કોબ્રા કુટુંબ” કહેવા માંડ્યા અને

બિચારા **"શામળિયા" કુટુંબ**ને "કાળિયા" કુટુંબ કહીને વગોવે તે મારાથી સહન થતું નથી. મને થયું કે આ તો આખા કાબરા કુટુંબનું અને શામળિયા કુટુંબનું અપમાન છે. આપણું કુટુંબ કાંઈ ઝેરી નાગનો રાફડો નથી, આપણા કુટુંબને ઝેરી નાગનો રાફડો કહે જ શાના ? અને બિચારા શામળિયા કુટુંબના લોકોને કાળિયા કહીને શું કામ બદનામ કરે છે ? એ બધાં પરિવાર કાંઈ બાવળિયાનાં થડિયાં નથી." આ કીમિયાગરે પોતાની સામે તકાયેલી તોપ આખે-આખી કાબરા કુટુંબના અને શામળિયા કુટુંબના ખભા ઉપર ગોઠવી દીધી.

આપણા કાબરા કુટુંબને આ ઢાપલા લોકો "કોબ્રા" કહે જ શાના, હવે તો સાચા અર્થમાં તેમને કોબ્રા નાગના ડંખનો સ્વાદ ચખાડી ખબર પાડવામાં આવશે. શામળિયા કુટુંબના લોકો પણ વિફર્યા, "આપણને "કાળિયા" કહે જ શાના ! આ કાળા બાવળિયાના અણીદાર શૂળીઓનો ઝપાટો હવે જોઈ લે જો."

કાબરા કુટુંબ અને શામળિયા કુટુંબે એક થઈ "ઢાપલા" કુટુંબને ચારેય દિશાઓથી ભીંસમાં લીધું. કાબરા કુટુંબનો ખેલાડી સાચા અર્થમાં કોબ્રા નાગ બન્યો, તેની ઉશ્કેરણી અને વ્યૂહરચના કામે લાગી ગઈ.

ગામના અન્ય સજ્જનોએ વચ્ચે પડી "ઢાપલા" કુટુંબ પાસે માફી મંગાવી અને આખા ગામને એક વખત મફતમાં જમાડવાની સજા કરી.

સમાધાન પંચમાં પણ તેનો ડંખ અને ઉશ્કેરણી સફળ થઈ, પરંતુ જ્યારે પાછળથી સૌને ખબર પડી કે આ કારસ્તાન તો માત્ર એકલા કાબરા કુટુંબના ઝઘડાખોર ખેલાડીનું છે ત્યાં સુધીમાં તો નદીનું ઘણું પાણી અને આકાશી વાયરા ઘણા વહી ગયા હતા. પોતાનું ટેન્શન બીજા ભલા-ભોળા માણસોના માથે થોકી બેસાડનારને તમે શું કહેશો ? પરંતુ આવી ચાલાકીનો ભોગ બનનારને તો આપણે જરૂર બુદ્ધુ કહીશું.

વિસામો

આ સંસારમાં તમે માત્ર સાચા જ છો તેટલું જ મહત્ત્વનું નથી, તમારા સત્યને તમે યેનકેન પ્રકારેણ સાબિત નહીં કરી શકો તો તમે નિષ્ફળ જ જવાના અને **નિષ્ફળતા ક્યારેય ટેન્શન વિનાની ના હોય.**

તમારી સચ્ચાઈ જ્યારે જૂઠાણાની સામે હારી-થાકી જાય ત્યારે તમે સમજી લે જો તમારી સચ્ચાઈને રજૂ કરવામાં તમે કાચા પડ્યા છો. જગતના લોકો તો પરિણામને જ વધાવે છે, તેમને તમારી પ્રભાવહીન દલીલો અને ખોખલા પ્રયત્નોમાં જરા પણ રસ નથી. **કુબુદ્ધિની સામે ટક્કર લેવામાં નિષ્ફળ જવું તે સજ્જનની એક પ્રકારની કમજોરી અને કાયરતા જ છે. સમજદાર થવાનો ટૂંકો ઉપાય : બુદ્ધિશાળી સજ્જનો સાથે ગાઢ સંબંધો બાંધી તે સંબંધોને કાયમ જાળવી રાખો.**

આખો સંસાર દર્પણ જેવો હોય છે, દર્પણ ક્યારેય જૂઠું બોલતું નથી. સમાજમાં મળતા દરેક માણસો એકબીજાના અંતઃકરણમાં આગવી છાપ મૂકતા જતા હોય છે. આપણને મળતી દરેક વ્યક્તિનો સ્વભાવ અને તેના વર્તનની આગવી છાપ આપણા અંતઃકરણમાં કંડારાઈ જાય છે, આ "છાપને" લક્ષમાં લઈને જ આપણે તેની સાથે વર્તન અને વ્યવહાર કરવો.

(૧૩૮) ખરાબ સ્વભાવ - સમસ્યાઓનો જન્મદાતા : વાંચો

મારા જાણીતા એક ભાઈને દૂરથી આવતો જોઈ તેને ઓળખતા લોકો આડી નજર રાખીને ત્યાંથી ચાલવા માંડતા અને બીજાને પણ હળવેથી ચેતવતા, "ચાલો જઈએ, ફરીથી ક્યારેક મળીશું, પેલો "લપરો" આવે છે, નાહકનું માથાનું દહીં કરી નાખશે" ત્યારે તરત જ બીજો સાવધ થઈ જઈ બોલી ઊઠતો, "ચાલો...ચાલો જલદી, આ તો માથાનો દુખાવો છે."

આપણે બધાંએ વિચારવાનું છે કે એક વ્યક્તિનું વર્તન તેના માટે ભલે આશીર્વાદરૂપ અને આનંદદાયક હોય, પરંતુ બીજા માટે તો "ટેન્શન" બની જાય છે. **સમય, સ્થળ, સંજોગો અને સામેની વ્યક્તિના અંતઃકરણની પાત્રતાને ઓળખ્યા સિવાય માત્ર વાણી અને વર્તનથી એક જ તરફી ભાંગરો વાટનારાઓ કોને પ્રિય હોય...!**

મારા મિત્રના મોટા ભાઈ સંસ્કૃત ભાષાના વિદ્વાન અને નિવૃત્ત પ્રાધ્યાપક છે. તેમની એક જ કુટેવ કહો કે આદત કહો, પણ તેમની

સામે જાણે વિદ્યાર્થીઓ જ બેઠેલા છે તેવું સદાયે સમજી એક બાબત ત્રણ-ત્રણ વખત ચીપી-ચીપીને બોલે અને સમય-સંજોગોનું ભાન રાખ્યા સિવાય એક જ તરફી તેમની વાત હાંકે રાખે.

એક દિવસ મારા મિત્રની દીકરીનું સગપણ પાકું કરવા છોકરાવાળા આવવાના હતા. મારા મિત્રએ તેમના મોટાભાઈને આદરપૂર્વક કહ્યું, "મહેમાનો આવ્યા હોય ત્યારે મોટાભાઈ તમે ચૂપ રહેજો, સંસ્કૃતના શ્લોકો લહેકા કરીને બોલતા નહીં અને વણમાગી કોઈ સલાહ-સૂચન પણ આપતા નહીં, વધારાનું કાંઈ પણ બોલ્યા સિવાય શાંતિથી બેસી રહેજો." હું પણ ત્યાં જ હાજર હતો, નાનાભાઈ મોટાભાઈને ધમકાવતા, મને થોડું દુઃખ તો થયું પણ બંને ભાઈઓની પ્રકૃતિ હું પહેલોથી જ જાણતો હોઈ શાંત રહ્યો.

છોકરાવાળા મહેમાનો આવ્યા. યથાયોગ્ય તેમનું સ્વાગત-સન્માન થયું. બધાં ઔપચારિક વાતોમાં મશગૂલ હતાં, લગ્નનું પાકું થયા પછી લગ્નનું મુહૂર્ત જોવડાવવાનું નક્કી થયું ત્યાં જ આ વિદ્વાન મહાશયે ઓચિંતો ધડાકો કર્યો, **"લગ્નનું મુહૂર્ત જોવડાવવું હોય તો જોવડાવો પણ તમે બધા એક બાબત ખાસ યાદ રાખજો, સીતામાતાના લગ્નનું મુહૂર્ત તો મહાન આચાર્યોએ નક્કી કર્યું હતું, છતાં તેમની શું દશા થઈ ?"** તેમને આંખના ઈશારાથી શાંત રહેવા જણાવ્યું, પરંતુ શાંત રહે તો આ મહાશય વિદ્વાન શાના ? તેમણે તો હાંકે રાખ્યું, "શાસ્ત્રોમાં લખ્યું છે કે બધો જ સમય ભગવાને સરખો બનાવ્યો છે, તમે બધા થોડીક બુદ્ધિ તો વાપરો, ગાયને માતા કહેવાય, પરંતુ આખલાને બાપ ના કહેવાય, લગ્નમંડપમાં વરવધૂ લગ્નફેરા ફરતાં હોય ત્યારે "રામ બોલો ભાઈ રામ" ના બોલાય, સમજ્યા તમે બધા, તમારું જોડું સુખી થાઓ તેમ બોલાય." સગાં-સંબંધીઓ અને મારા મિત્ર અને તેમનો આખો પરિવાર ડઘાઈ ગયો.

"મોટાભાઈ તમારી થોડીક સલાહ લેવી છે, જરા બહાર આવો તો" તેમ કહીને મારા મિત્ર તેમના મોટાભાઈને ધમકાવીને બીજા દૂરના ઘરે જઈ બેસાડી આવ્યા. પછી મેં હળવી મજાકવાળી વાતો કરી

વાતાવરણ ફરીથી ચેતનવંતુ અને ધબકતું કર્યું.

(વિસામો)

વિદ્વાનનું પણ વિવેક વિનાનું વર્તન અને અસંયમી વાણી પણ બીજા માટે "ટેન્શન" પુરવાર થાય છે. આ સંસારમાં માનવીના જીવનમાં ટેન્શન સર્જાવામાં મુખ્ય તો બેહૂદું વર્તન અને અસંયમી કલુષિત વાણી જ જવાબદાર છે.

કોઈ પણ જડ કે બુદ્ધિશાળી વ્યક્તિના કારણે આપણા જીવનમાં "ટેન્શન" પેદા થાય તેમ હોય તો પાણી પહેલાં પાળ બાંધો, તેમના સ્વભાવને પારખી તેમને દૂર રાખવાની કલા તમે જાણી લો અથવા તેમનાથી દૂર રહેવાની આવડત શીખી લો.

મૂર્ખ અને જડ તથા વિદ્વાન માણસને સમજાવવા બહુ પ્રયત્ન કરવો નહીં. આ ત્રણેયની એક જ ખાસિયત હોય છે કે તેમનું સત્ય જ આખરી છે, તે સમજવા કે સાંભળવા ક્યારેય તૈયાર નહીં થાય, પરંતુ યેનકેન પ્રકારેણ તમને જ સમજાવવા પ્રયત્ન કરશે. **દરિયાના ખારા પાણીનું ગળ્યું શરબત બનાવવું સહેલું છે, પરંતુ મૂર્ખ, જડ અને વિદ્વાનને તમારી તરફેણમાં સમજાવવા અતિઅઘરું છે.** જેમનું વર્તન બેહૂદું અને વાણી કલુષિત હોય તેવી વ્યક્તિઓ ભલે તે આપણા પરિવારમાં, વેપાર-વ્યવસાય કે નોકરીની જગ્યાએ હોય કે મિત્ર વર્તુળમાં કે સગાં-સંબંધીઓમાં હોય તો પણ તેમનાથી વિવેકપૂર્ણ બુદ્ધિથી દૂર રહેવામાં જ ડહાપણ અને શાણપણ છે, પરંતુ આપણાથી તેમને દૂર રાખવામાં તો હિંમત જોઈએ હિંમત અને તેમાં જ આપણી ભલાઈ છે.

આ સંસારમાં તમે સજ્જન અને સારા છો તેટલું જ પૂરતું નથી પરંતુ દુર્જન અને ડખાખોર સાથે કામ લેવાની વિશિષ્ટ આવડત હોવી પણ તેટલું જરૂરી છે. નીચ અને નાલાયક લોકોની કુબુધ્ધિ તમારા જીવનમાં ટેન્શનના ઢગલા કરી નાખશે, ચતુર બાજ બનીને રહેવું ભોળું કબુતર બનીને નહીં.

(૧૩૯) ખરાબ વર્તન, દુશ્મનીને આમંત્રણ : વાંચો

આ સંસારમાં ઘણા લોકોની કુટેવ હોય છે કે તેમની હાજરી જ ટેન્શનની જન્મદાતા બની જતી હોય છે. આવા લોકો જ્યાં જાય ત્યાં તેમના નામની બબાલ અને ધમાલ હોય જ. આવા લોકો બીજા લોકોનું ટેન્શન બની જતા હોય છે. આ સંસારમાં કઈ વ્યક્તિ સાથે કેટલો સંબંધ રાખવો, મહત્ત્વની અને સજ્જન સાથે કઈ રીતે ગાઢ સંબંધ બાંધવો અને જાળવી રાખવો તથા નકામા અને અર્થવિહોણા સંબંધોથી કઈ રીતે આબાદ છટકી જવું તેટલી જ કલા માણસ શીખી જાય તો જીવનમાં ઉદ્ભવતા ઘણા પ્રશ્નો મૂળમાંથી રોકી શકાય છે. નબળા, નકામા અને નમાલા લોકો સાથે ગાઢ સંબંધો રાખનારાઓમાંથી કોઈ એકનું પણ ભલું થયું હોય તો બતાવો, ભલું થવાની તો દૂરની વાત, પરંતુ તમારા જીવનમાં નહીં ધારેલું ટેન્શન આવશે તે નક્કી જ છે.

જેની પાસે જે હોય તે જ આપે તે કુદરતનો નિયમ છે. સૂર્ય પાસે શીતળતા અને ચંદ્ર પાસે ગરમીની અપેક્ષા ક્યારેય પૂર્ણ નહીં થાય.

એક ભાઈ સ્વભાવથી જ ખરાબ એટલે તે જ્યાં જાય ત્યાં વાતાવરણ બગાડે, લોકોને ઉશ્કેરે, અંદરોઅંદર ઝઘડાવે અને વાતાવરણ કલુષિત કરે. લોકોએ તેમનું ઉપનામ "એમ.ડી." એટલે કે માથાનો દુખાવો પાડેલું. એક દિવસ એક સેવાભાવી સંસ્થામાં વિના આમંત્રણે આ ભાઈ પહોંચી ગયા. સમારંભ દાતાઓને સન્માનવાનો હતો. આ સંસ્થામાં આ એમ.ડી.એ ક્યારેય એક રૂપિયાનું પણ દાન આપેલું નહીં, છતાં તે બૂમો પાડતો-પાડતો સમારંભમાં ગોઠવાયેલા માઈક પાસે પહોંચી જઈ, બીજા ભાઈ પાસેથી માઈક ઝૂંટવી લઈ માઈકમાં બરાડા પાડવા લાગ્યો, "સૌ પહેલાં અત્યાર સુધી આવેલા દાનનો પાઈ-પાઈનો બધો હિસાબ આપો, જે દાન આવ્યું છે તેના પ્રમાણમાં કામ થયું દેખાતું નથી, પહોંચ આપ્યા સિવાય પણ દાન ઉઘરાવાય છે તેવી વાત મેં સાંભળી છે, આ બધા પ્રશ્નોના ખુલાસાબંધ જવાબ આપો પછી જ સમારંભની કાર્યવાહી હાથ ધરો." આ એમ.ડી. પાસેથી માઈક પરત

લઈ લીધું ત્યાં સુધીમાં તો તેમણે વાતાવરણમાં ગરમાવો અને ગેરસમજ પેદા કરી દીધી.

સમારંભના મંચની પાછળ ઊભેલામાંથી કોઈકે એમ.ડી.ના માથામાં બોથડ પદાર્થ ઝીંક્યો. તેમનું માથું લોહીલુહાણ થઈ ગયું. તેમના માટે ૧૦૮ એમ્બ્યુલન્સ બોલાવી તેમને હોસ્પિટલમાં તાત્કાલિક દાખલ કરવા પડ્યા. પોલીસ કેસ થતાં સમારંભના મુખ્ય આયોજક ઉપર એમ.ડી.ના પરિવારે ફરિયાદ નોંધાવી. પોલીસ પેલા સજ્જન આયોજકને પકડી ગઈ, હજુ હમણાં જ માંડ જામીન ઉપર છૂટ્યા છે, અને એમ.ડી. તો હોસ્પિટલમાં પડ્યા-પડ્યા પડખાં ઘસે છે.

જે વ્યક્તિની જીવનશૈલી સંપૂર્ણ ખોટી અને ખરાબ નકારાત્મકતા ઉપર જ પાંગરેલી હોય તેવી વ્યક્તિ બધી જ રીતે સુખી, સફળ અને ટેન્શન ફ્રી થઈ જીવતી હોય તેવું એક દૃષ્ટાંત તો બતાવો અને જો આવી વ્યક્તિ તમને બધી દિશાઓમાંથી સુખી દેખાતી હોય તો તે તમારો ભ્રમ છે, થોડાક સમયની રાહ જુઓ, તમારી ભ્રમણા દૂર થઈ જશે, પાણીનું પાણી અને દૂધનું દૂધ જુદું જણાઈ આવશે.

ગૃહકલેશ અને આઘા-પાછી જ આખા પરિવારનો નાશ કરે છે, જે પરિવારમાં જ્યારથી ગૃહકલેશ અને કુસંપ દાખલ થાય ત્યારે તમે સમજી લેજો, બિલ્લી પગે ટેન્શનનો વરઘોડો વિના આમંત્રણે તમારા ઘરે આવી રહ્યો છે. તે વરઘોડામાં હશે રોગ, શોક, દરિદ્રતા, દેવું અને દુઃખ.

(૧૪૦) ગૃહક્લેશ, ટેન્શનનો વરઘોડો : વાંચો

મહાન શાસ્ત્રકારે સાચે જ કહ્યું છે કે જે પરિવારમાં ગૃહકલેશ એક વર્ષ સુધી રહે તે પરિવારમાં અશાંતિ પેદા થાય, ત્રણ વર્ષ સુધી રહે તો લક્ષ્મીનો નાશ થાય અને દરિદ્રતા આવે અને પાંચ વર્ષ સુધી ગૃહકલેશ અડિંગો જમાવે તો પરિવારમાં વહાલા સ્વજનનું અકાળે યુવાન વયે કમોત થાય.

પરિવારમાં દાખલ થયેલી ચિનગારીને ઓળખી જઈ તેને ઓલવી દેવામાં જ ઘરની સુરક્ષા સમાયેલી છે, આ ચિનગારી પ્રત્યે

બેદરકાર રહેનારાઓનો આખો પરિવાર દાવાનળમાં લપેટાઈ જવાનો.

જે પરિવારના વડીલ તેમના પરિવારમાં આવતા ભયને પારખી ત્વરિત હકારાત્મક પગલાં ભરશે તે જ પરિવારને બધી રીતે સુરક્ષિત રાખી શકશે, પરંતુ પરિવારના કલુષિત વાતાવરણ પ્રત્યે બેદરકાર અને બેપરવા રહેનારા વડીલનો પરિવાર તો તેમની જ હયાતીમાં જ પાયમાલ, બરબાદ, તબાહ અને વેર-વિખેર થઈ જવાનો.

શાસ્ત્રોમાં રામાયણ જુઓ કે મહાભારત જુઓ, જ્યાં-ત્યાં પરિવારમાં એક નાની ચિનગારીએ જ દાવાનળનું સ્વરૂપ ધારણ કરી આખા પરિવારને તબાહ કરી નાખ્યો છે, **આવતા ભયને પારખનારા અને તેને રોકવા ત્વરિત પગલાં લેવાવાળા "ટેન્શન ફ્રી" રહી શકે છે**.

એક ધનાઢ્ય પરિવારમાં એક દીકરો અને એક દીકરી હતાં. પરિવારમાં સુખ-સગવડની કોઈ કમી નહોતી, કમી હતી તો માત્ર પરિવારના વડીલની પરિવાર પ્રત્યે નિગરાનીની. દીકરો વ્યસની અને કુસંગી, પરિવારમાં કોઈનું માને નહીં. મા-બાપે બધું ઈશ્વર ઉપર છોડી દીધેલું. પુત્ર દરરોજ રાત્રે પાર્ટીઓ કરી દારુ પીને મોડી રાત્રે ઘરે આવે, મા-બાપે વિચાર્યું કે આ લાડકવાયા પુત્રને જલદી પરણાવી દઈએ, પછીથી તે સુધરી જશે. તેનાં લગ્નની વાતચીત ચલાવી તો તેણે નફ્ટાઈથી તેનાં પપ્પા-મમ્મીને સુણાવી દીધું, "મેં એક વિધર્મી છોકરી સાથે લગ્ન કરી જ લીધાં છે એટલે તમારે આ બાબતમાં ક્યારેય ચંચૂપાત કરવાનો નહીં." એકનો એક દીકરો આપઘાત કરી લેશે તેવા ભયે તેઓ કશું બોલ્યા વિના સમસમી રહ્યાં.

પુત્રીની પણ હવે હિંમત ખૂલી ગઈ. તે સ્વચ્છંદી અને રખડેલ બની ગઈ હતી. તેણે એક દિવસ બેશરમ બની તેનાં પપ્પા-મમ્મીને સુણાવી દીધું, "મેં એક વિધર્મી છોકરા સાથે લગ્ન કરી લીધાં છે એટલે હું આવતી કાલથી જ તેની સાથે રહેવા જવાની છું, પરંતુ એટલું યાદ રાખજો, આ બધી જ મિલકતમાં મારો અડધોઅડધ ભાગ છે."

મોડી રાત્રે દારૂ પીને ડ્રાઈવિંગ કરીને ઘરે આવતાં દીકરો કાર અકસ્માતમાં અકાળે મૃત્યુ પામ્યો. મા-બાપના માથે દુઃખનો પહાડ તૂટી

પડ્યો. ખૂબ જ આઘાતથી તેના બાપને જીવલેણ હ્રદયરોગનો હુમલો આવ્યો, તેમનું પણ પ્રાણ-પંખેરું ઊડી ગયું. આ બેવડા આઘાતના કારણે તેની માતાનું બ્લેડપ્રેશર વધી જતાં મગજની ધોરી નસ ફાટી ગઈ, લકવા અને બ્રેઈન હેમરેજ થઈ ગયું. તેમને હોસ્પિટલમાં દાખલ થયાં, પરંતુ તેમની સંભાળ રાખે તેવું ત્યાં કોઈ હાજર નહોતું.

વિધર્મીને પરણેલી દીકરીને તેના પતિ સાથે પિયરની મિલકત હડપ કરવાની બાબતમાં બહુ જ મોટો ઝઘડો થયો. આ દીકરીએ તેની સાસરીમાં જ પંખે લટકીને આપઘાત કરી લીધો. **માત્ર પરિવારના વડીલની સાવચેતી અને આવતા ભયને પારખવાની બુદ્ધિના અભાવે આખો પરિવાર બરબાદ અને તબાહ થઈ ગયો**.

કાળ, કર્મ અને કુદરત જાણે હજુ થાક્યાં નહોતાં. તેમનો સંયુક્ત હુમલો આવી રહ્યો હતો. આટલો બધો વિનાશ થયા પછી જે શાંતિ દેખાતી હતી તે જાણે યુદ્ધ પૂર્વેની શાંતિ હતી.

મૃત્યુ પામેલા દીકરાની વિધર્મી પત્ની અને આપઘાત કરીને મોતને વહાલું કરનાર દીકરીનો વિધર્મી પતિ લગ્નગ્રંથિથી જોડાઈ ગયાં અને સમૃદ્ધ ઘરમાં રાતોરાત રહેવા આવી ગયાં, તમામ મિલકતનો કબજો પણ લઈ લીધો.

હોસ્પિટલના બિછાને પડેલી ડોસી રિબાતી અને કણસતી રહી, તેની માંદગીની સારવારનું બિલ ડોસીનાં પિયરિયાંએ ભર્યું અને ડોસીને જીવનના છેલ્લા દિવસોમાં પરાધીન થઈ પિયરમાં છેલ્લા શ્વાસ લેવાના દિવસ આવ્યા.

ડોસીને પિયરમાં રાખવાના મુદ્દે ત્યાં પણ ભાઈ-ભાભી, ભત્રીજા અને તેની પત્ની વચ્ચે ઘમસાણ થવા લાગ્યું, ત્યાંથી પણ ડોસીના ભત્રીજાની વહુ રિસાઈને પિયરમાં ભાગી ગઈ.

વિસામો

કુદરત, કર્મ અને કાળને જે કરવું હોય તે કરે, પરંતુ જે માનવી તેના જીવનમાં આવતા ભયને ઓળખી શકતો નથી અને વર્તમાન સમસ્યાઓ પ્રત્યે આંખ-આડા કાન રાખી શાહમૃગ નીતિથી બેદરકાર થઈ જીવે છે તેને તો ભરપાઈ થઈ ના શકે તેટલું નુકસાન

થાય છે. પરિવાર હોય કે ભાગીદારીનો ધંધો હોય, રાજકારણનું ક્ષેત્ર હોય કે આપણે જ્યાં રહેતા હોય તે સોસાયટી કે સમાજ હોય, જેટલા તમે સાવચેત રહેશો તેટલું ટેન્શન તમારાથી દૂર ભાગશે. **આ સંસારમાં નબળી માનસિકતાવાળા તથા બેદરકાળ લોકોને જ ટેન્શન વધુમાં વધુ શિકાર બનાવે છે.**

આટલું યાદ રાખજો : જે પરિવારમાં પુરુષની ચબરાક બુદ્ધિ ઓછી હોય તે પરિવારનું ગમે ત્યારે અચાનક અને અકાળે ધબાયનામું થવાનું જ.

જે વ્યક્તિ તેના ભૂતકાળમાંથી કાંઈ પણ શીખતી નથી તેનાં તો વર્તમાન અને ભવિષ્ય બંને બગડવાનાં.

(૧૪૧) હિસાબ કોડીનો બક્ષિસ લાખની : વાંચો

મુંબઈ શહેરમાં વસતા ભારતના અતિધનાઢ્ય પરિવારના બે દીકરાઓએ તેમના શેરહોલ્ડરની એક સભામાં તેમના જીવનમાં બનેલું દૃષ્ટાંત હળવાશથી કહ્યું હતું, **"અમે બંને ભાઈઓ દરરોજ મુંબઈની લોકલ ટ્રેનમાં અવરજવર કરતા. અમારા બાપુજી દરરોજ બંને ભાઈઓને પાંચ-પાંચ રૂપિયા હાથ ખર્ચી માટે અને વાપરવા આપતા. દરરોજ તે પાંચ રૂપિયાનો હિસાબ લઈ બીજા દિવસ માટે બીજા પાંચ રૂપિયા આપતા.** આ રોજિંદો ક્રમ હતો. એક દિવસ એવું બન્યું કે અત્યારે મારી બાજુમાં જે નાના ભાઈ બેઠેલા છે તેમણે પાંચ રૂપિયાનો હિસાબ આપ્યો નહીં. મારા બાપુજીએ તેમને ઘણો સમજાવ્યો-પટાવ્યો પણ ગોળ ગોળ વાત કરી હિસાબનો વીંટો વાળી દીધો, તે દિવસે તો મારા બાપુજીએ બીજા પાંચ રૂપિયા આપ્યા અને આગળના દિવસના પાંચનો હિસાબ આપવાની એક દિવસની મહેતલ આપી. બીજા દિવસે સાંજે મારા બાપુજીએ આ મારા નાના ભાઈને કહ્યું, "તારે આગલા દિવસના પાંચ રૂપિયાનો હિસાબ આપવાનો બાકી છે અને આજે સવારે આપેલ પાંચનો હિસાબ પણ આપવાનો, કુલ દશ રૂપિયાનો હિસાબ આપવાનો."

મારો આ નાનો ભાઈ ત્યાંથી પગ પછાડી ગણગણાટ કરતો બહાર જવા લાગ્યો ત્યાં જ મારા બાપુજીએ કહ્યું, "તારે જવું હોય ત્યાં

જવાની છૂટ છે, પણ પહેલાં દશ રૂપિયાનો હિસાબ આપીને જા. આ આખી દુનિયા ઉઘાડી પડી છે...સાંભળતો જા... જ્યારે પાછો આવે ત્યારે દશ રૂ.નો હિસાબ લઈને જ આવજે." મારી મમ્મીએ મામલો શાંત પાડ્યો. મારી મમ્મીએ કહ્યું "હું તારા બાપુજીનાં સ્વભાવ અને નીતિ-રીતિ જાણું છું. ચાલ, આપણે બે ભેગાં થઈ દશ રૂપિયાનો હિસાબ તૈયાર કરીએ."

હિસાબ તૈયાર કરી મારા બાપુજી આગળ રજૂ કર્યો, હિસાબ એકદમ સાચો જ હતો, તેમાં એક રૂપિયાની લોટરીની ટિકિટ લીધી હતી, મિત્રોને પચાસ પૈસાનો નાસ્તો કરાવ્યો, પચીસ પૈસા ભિખારીને દાનમાં આપ્યા, ટ્રેનમાં આવવા-જવાનો ખર્ચ તથા અન્ય ખર્ચ પ્રમાણભૂત હતા. મારા બાપુજી હસ્યા ને આ મારા નાના ભાઈને શાબાશી આપી, "શાબાશ, તારો હિસાબ ચોખ્ખો છે, તું હિસાબ આપવાનું કેમ ટાળતો હતો તે હું સમજી ગયો છું પણ **ત્રણ બાબત યાદ રાખજે, માત્ર લોટરીના તુક્કા ઉપર ક્યારેય ધનવાન ના થવાય, બુદ્ધિ અને આયોજનપૂર્વકની મહેનત કરવી પડે, બીજું બાપ કમાઈ ઉપર ક્યારેય તાગડધિન્ના ના થાય અને ત્રીજું જ્યાં સુધી પોતાનો પરિવાર આર્થિક રીતે પગભર ના થયો હોય ત્યાં સુધી ક્યારેય દાનવીર થવું નહીં,** સમજ્યો બેટા." મારી બાજુમાં બેઠેલા આ મારા નાના ભાઈની આંખોમાં આંસુ લાવી દીધાં. મારા બાપુજી ખુદ ઢીલા થઈ બોલ્યા, "મારા બંને દીકરાઓ પાસે હવે મારે હિસાબ માગવાનો દિવસ નહીં આવે, તમે જરૂર એક દિવસ ભારતમાં પ્રથમ પંક્તિમાં નામ ધરાવતા ધનવાન થશો." મોટા ભાઈ આંખોમાં આંસુ લાવી બોલ્યા, "અમારા પિતાજીના સંસ્કાર, ઉચ્ચ શિક્ષણ, માનવીય ઘડતર અને વ્યવહારિક સાવચેતી જ અમને અત્યારે આ જગ્યા ઉપર સન્માનપૂર્વક બેસાડ્યા છે."

રાઈના દાણા જેવડી સાવધાની તમને પહાડ જેવડી આફતમાંથી બચાવી લેશે, પરંતુ રાઈના દાણા જેવડી અસાવધાની તમને પહાડ જેવડી આફતમાં ધકેલી દેશે. દરેક ક્ષેત્ર અને દરેક બાબતમાં સાવચેત રહેવું તે પ્રવર્તમાન સંજોગોની માગ છે. આ બાબત તમારા હૈયામાં લખી રાખશો તો શક્ય હશે તેટલા "ટેન્શન"ને દૂર રોકી શકશો.

આખા સંસારી જીવનની પરમ શાંતિ પતિ-પત્નીના સુખદ દામ્પત્ય જીવનમાં, એકબીજાની વફાદારીમાં એકબીજા પ્રત્યેના અગાધ પ્રેમમાં અને એકબીજાના સમર્પણમાં જ સમાયેલી છે. પતિ-પત્નીના સુખદ અને એકબીજાને સમર્પિત જીવનની એકતા ગમે તેવા ભયાનક ટેન્શનને પણ ભગાડી શકે છે, પરંતુ બંને વચ્ચેના અંતઃકરણની ખાઈ તો દુનિયાની ઉપાધિઓ અને ટેન્શન તમારા ઘરમાં લાવીને ખડકલો કરી દેશે.

(૧૪૨) સુખી દામ્પત્ય એટલે સ્વર્ગનું સુખ : વાંચો

મારા એક દૂરના મિત્ર મારી આગળ ધ્રુસકે-ધ્રુસકે રડી પડ્યા, "ભગવાન જો મને એક જ વચન આપવા માગતા હોય તો હું એક જ માગું, આવતા જનમોજનમમાં પણ આવી નહીં, પરંતુ આ જ પત્ની આપજો." તેમણે હળવેથી હૈયું ઠાલવવા માંડ્યું, "ભાઈ સાહેબ, મારે ઘણું દેવું થઈ ગયેલું, લેણદારોએ મને ચારે બાજુથી ભીંસમાં લીધો. એક સાંજે ખતરનાક લેણિયાતનો ફોન આવ્યો કે સવારે વ્યાજ સહિતનાં નાણાં તૈયાર રાખજો, નહીંતર વ્યાજ સહિતનાં નાણાં અને ઈજ્જત, બંને લઈશ." **મને અડધી રાત થવા છતાં ઊંઘ આવતી નહોતી, સવારે ભજવનાર નાટકે મને પડખાં ફેરવતો કરી દીધો, આ દૃશ્ય મારી પત્ની જોઈ રહી હતી. તે પલંગમાંથી બેઠી થઈ તેના તમામ દાગીનાનું નાનું પોટલું બાંધી મારી સમક્ષ મૂકી બોલી,** "મારા બાપના ઘરેથી મને ચઢાવેલા તમામ દાગીનાની તો હું જ માલિક છું ને...! માત્ર મારા નાકની નથણી, કપાળનો ચાંલ્લો અને સૌભાગ્યના પ્રતિ સમી મારા બે હાથની બે બંગડીઓ સિવાયના તમામ દાગીના લેણિયાતને દેવા પેટે ચૂકવી દો, મારા જીવનમાં તમારાથી વિશેષ મોંઘી કોઈ ચીજ આ સંસારમાં નથી, હું કહું તેમ જ કરો, તમે જો ના કહો તો આપણા આ નાના દીકરાના સોગંદ છે, જરૂર પડે મારા પિયરમાંથી હું નાણાં લાવીશ અને ક્યાંયથી પણ નહીં મેળ પડે તો મારી જાતને..." તે રડી પડી. સવાર પડી. લેણિયાત વહેલી ઠંડી સવારે ગરમ થઈ આવી ચઢ્યો, મારી

પત્નીએ તેના પગ આગળ તમામ દાગીનાનો ઢગલો કરી દીધો. લેણિયાતે મારી પત્ની સામે જોયું તો મારી પત્નીના અંગ ઉપર નાકની નથણી અને કપાળે ચમકતા ચાંલ્લા સિવાય કાંઈ નહોતું. **લેણિયાત અવાચક થઈ ગયો, પરિસ્થિતિ પામી ગયો. તેની આંખોમાં ઝરઝરિયાં આવી ગયાં, તે બે હાથ જોડી રડમસ અવાજે બોલ્યો, "બહેન, આ બધા દાગીના એક બહેન તરીકે તને પરત ભેટ તરીકે આપું છું,** મારા ચોપડે તારો લેણિયાત તરીકેનો હિસાબ પૂર્ણ થઈ ગયો. બહેન ભગવાન પાસે આવતા જન્મ માટે જો એક જ ચીજ માગવાની મને કહે તો તારા જેવી બહેન માગું." લેણિયાત રડી પડ્યો, તેને શાંત પાડતાં મારાં પત્ની બોલ્યાં, "પણ મને આવતા જન્મ માટે જો પ્રભુ એક જ ચીજ માગવાની કહે તો હું તમારા જેવો ભાઈ માગું." બંને રડી પડ્યાં. લેણિયાતે બહેન તરીકે તેના માથે હાથ દઈ આશીર્વાદ આપ્યા, "બહેન, હું જીવીશ ત્યાં સુધી તારા પડખે ઊભો રહીશ." તેણે તેના ખિસ્સાગાંથી પાંચસોની નોટોનું બંડલ કાઢી મારી પત્નીના હાથમાં મૂકી પશ્ચાત્તાપ વ્યક્ત કરતાં બોલ્યો, "બહેન આને તો માત્ર રક્ષાબંધનની..." તે બોલી શક્યો નહીં, ગળામાં ભરાઈ ગયેલા ડૂમા સાથે ત્યાંથી તે રવાના થઈ ગયો.

એક દિવસ અડધી રાત્રે મારી પત્નીને જીવલેણ હૃદયરોગનો હુમલો આવ્યો. માત્ર એટલું જ બોલી, "ભાઈને બોલાવો." તેના માટે ન્યોછાવર કરવા તૈયાર થયેલો લેણિયાત ભાઈ તાબડતોડ આવી પહોંચ્યો. તેના ગળામાંથી રાત્રીને ચીરી નાખતી એક જ ચીસ નીકળી ગઈ, "બહેન મળો તો આવી મળજો. આ ભાઈને પણ સુધારતી ગઈ." આ ચીસે મારા હૃદયને ધ્રુજાવી દીધું અને મારા અંતઃકરણમાંથી જાણે એક જ દર્દીલી વેદના બહાર આવી ગઈ, "પ્રભુ, પત્ની આપો તો જનમોજનમ આને જ આપજો."

જે અગ્નિની સાક્ષીએ બંને પતિ-પત્ની તરીકે જોડાયાં હતાં, તે જ અગ્નિએ બંનેને છૂટાં પાડ્યાં.

લેણિયાત ભાઈ જાણે બહેનનું છેલ્લું ઋણ ચૂકવતો હોય તેમ બોલી બેહોશ જેવો થઈ ગયો, "મારી બહેનની અંતિમક્રિયાનો અને

૩૨૩

તેની પાછળ દાન-દક્ષિણા કરવાનો તમામ ખર્ચ પણ મારો અને હવે સાંભળો : મારી બહેનના ઘરે આવવા-જવા માટે હંમેશાં મારા માટે દરવાજા ઉઘાડા રહે તે માટે મારી નાની કુંવારી બહેનનો હાથ પણ તમને સોંપું છું, આજથી તમે જ મારા સાચા બનેવી..." રડતો-રડતો આ સાચો ભાઈ ત્યાં જ બેસી રહ્યો.

વિસામો

જ્યારે માનવીના અંતઃકરણના મેલ ધોવાઈ જાય ત્યારે તેનું હૈયું ગંગા જેવું પવિત્ર થઈ જાય છે. **ભૂલ સુધારવી અને ભૂલનો પશ્ચાત્તાપ થવો તે જ ટેન્શનમુક્તિનો શ્રેષ્ઠ ઉપાય છે. બીજાઓ માટે કંઈક કરી છૂટવાની ભાવના જ્યાં હોય ત્યાં પરમેશ્વર સદાયે હાજર જ હોય છે.**

દુઃખીઓના સુખ માટે ભાગીદાર થવું, તેમના હૈયાની હાશ માટે નિમિત્ત બનવું અને તેમનાં દુઃખ દૂર કરવા સ્વયં માધ્યમ બનવું, આ તો જેમની સાથે ખુદ પરમેશ્વર સદાયે હાજર હોય તે જ કરી શકે, જે લોકોને દુઃખીઓનાં ટેન્શન દૂર કરવા પરમેશ્વરે તેમને આ પૃથ્વીલોકમાં મોકલ્યા હોય તેમને દુઃખ કે ટેન્શન કોણ આપી શકે?

(૧૪૩) પરોપકાર જ મોટો ધર્મ : વાંચો

ગર્ભમાં જ ભ્રૂણ હત્યા કરાતી હજારો દીકરીઓને જન્મવા દેનાર અને તેમણે "બેટી બચાવો, બેટી ભણાવો"ના આંદોલનના આદ્યસ્થાપક તથા કરોડો રૂપિયાનું દાન આપી, હજારો દીકરીઓને ભ્રૂણ હત્યામાંથી બચાવી સાચા અર્થમાં દીકરીઓને "સન્નારી" બનાવવા માટે ભેખધારણ કરનાર **"માનવરત્ન" શ્રી લવજીભાઈ બાદશાહને હજારો માસૂમ દીકરીઓના ગુપ્ત આશીર્વાદ** હિમાલયની તાકાત, દરિયાની ઊંડાઈ અને આકાશની વિશાળતાથી ક્યારેય ઓછા ના હોય. આવા "ભલા, ભડવીર અને ભામાશા"ઓથી ભારત આજે ઊંચા મસ્તકે છવાઈ રહ્યું છે. આવા ઋષિઓનું ટેન્શન પરમાત્મા પોતાના માથે લઈ લે છે.

રક્તપિત્તિયાના તારણહાર શ્રી સુરેશભાઈ સોની કે જેમણે મધર ટેરેસાથી વિશેષ કામ કરીને માત્ર અરવલ્લી જિલ્લો કે ગુજરાત

જ નહીં, પરંતુ સમગ્ર ભારતખંડમાં માનવતાની અખંડજ્યોત જલતી રાખી છે. "સોની દંપતિ"એ હજારો દુઃખીઓ અને સેંકડો દાનવીરોના હૃદયમાં આગવું સ્થાન પ્રાપ્ત કર્યું છે. જ્યાં દુઃખ દૂર થતું હોય ત્યાં પ્રભુ સદાયે હાજર હોય જ. આવા "કળિયુગના ઋષિઓ" હજુ જીવતા હશે ત્યાં સુધી ભારતના માથે ભય નથી, ટેન્શન પણ નથી.

જામનગરમાં લીમડા લેન, આણદા બાવા માર્ગ ઉપર આવેલું "આણદા બાવા સેવા સંસ્થા" એટલે માનવીના જીવનમાં ત્રિવેણી તાપ આધિ, વ્યાધિ અને ઉપાધિઓને નિર્મૂળ કરી પરલોકને પણ ભૂલાવી આ લોકમાં જ સાચી શાંતિ આપતું એકમાત્ર "શાંતિધામ" છે. દુઃખી અને રોગી મહિલાઓ માટેનો વૃદ્ધાશ્રમ એટલે "ઘડપણનું પિયર", નિરાધાર બાળકોનું એકમાત્ર આશ્રયસ્થાન. વૃદ્ધ વડીલોના હૈયામાં હાશ થાય અને યુવાનોના જીવનમાં તાજગી પૂરી થનગણાટ અને તરવરાટ પ્રસરાવે તેવું "સંસ્કાર અને સત્સંગધામ" રોગીઓના તન અને મનના રોગ દૂર કરવા માટેનું "સંજીવની કેન્દ્ર", ભોગીઓને સાચી દિશા મળે તેવું અનોખું "વિચારધામ", પ્રભુતામાં પગલાં પાડવા થનગણી રહેલાં યુગલો માટે "નવજીવનધામ" છે. **આવી અનેક સદ્પ્રવૃત્તિઓના પ્રણેતા અને પ્રેરક મહંત શ્રી દેવપ્રસાદ મહારાજ એટલે માનવ-મૂલ્યોના માત્ર સંવર્ધક જ નથી, પરંતુ સંરક્ષક પણ છે,** આવું વિરાટ વ્યક્તિત્વ ધરાવતા મહંતશ્રીએ તો "ભક્તિ, જ્ઞાન અને કર્મ"ને માનવ-મૂલ્યો સાથે જોડી દઈ ઈતિહાસ રચી દીધો છે. તેમની પ્રવૃત્તિઓ જ તેમનો જીવનસંદેશ છે. મહંતશ્રી દેવપ્રસાદ મહારાજ વિશે જો કહેવું હોય તો ટૂંકા શબ્દોમાં આમ જ કહેવાય :

"મહંત તો ઐસા ચાહિયે, જૈસે પૂનમ કા ચાંદ,
તેજ આપે પણ તપે નહીં, દર્શન સે ઉર આનંદ હોય."

આવા મહંતશ્રીનું જ્યાં કાયમી નિવાસસ્થાન હોય, ત્યાં પ્રભુ સદાયે હાજર હોય. માનવ-મૂલ્યોના સંવર્ધન અને સંરક્ષણ માટે, દાનવીરોને દિલથી દાનના પ્રવાહને વહેતો કરવાનું ઉત્તમ સ્થળ એટલે ટેન્શનમુક્તિધામ **"આણદા બાવા સેવા સંસ્થા"**.

આ સંસારમાં તમારે જો તણાવમુક્ત થવું હોય તો શરીર

તંદુરસ્ત રાખો, મન મજબૂત અને પવિત્ર રાખો, ઉંમર અને અવસ્થા પ્રમાણે કસરત અને યોગ કરો, યોગ ભગાવે રોગ અને જો આખું શરીર કુદરતી ઊર્જાથી ભરી દેવું હોય તો વહેલી સવારે ધ્યાન કરજો, **માનસિક તણાવ ઘટાડવા ધ્યાનથી મોટી અને પ્રભાવી તથા સૌથી સરળ અને સસ્તી સંજીવની આખા બ્રહ્માંડમાં કોઈ નથી. કોઈ વિદ્વાને આખું આયખું સરળ, સહજ અને સફળ જિંદગી જીવવા માટે એક જ સૂત્ર આપ્યું છે. "મગજ ઠંડું રાખો, મન મજબૂત રાખો, આંખોમાં અમી રાખો, કાન જાગતા રાખો, જીભ વશમાં રાખો, હોઠો ઉપર હાસ્ય રાખો, હૈયામાં હિંમત રાખો, હાથમાં પરિશ્રમ રાખો, દિલમાં દયા રાખો, પેટ સાફ રાખો, ઈન્દ્રિયો વશમાં રાખો, પગ ચાલતા રાખો, તિજોરી તરબોળ રાખો અને સમય સાથે તાલમેલ રાખો.**

નફ્ફટને કોઈ યાદ કરતું નથી, ભલા માણસો પણ કાળના પ્રવાહમાં ભુલાઈ જાય છે, પરંતુ અતિવહાલી વ્યક્તિઓ તો જીવનપર્યંત આપણા હૃદયમાંથી વિસરાતી નથી.

(૧૪૪) વહાલી વ્યક્તિ એટલે અમૂલ્ય હીરો : વાંચો

વડોદરા શહેરમાં મધ્યમવર્ગીય પરિવારના સંસ્કારી કુટુંબમાં ત્રણ બહેનોના એકના એક ભાઈના ઘરે "શેર માટીની ખોટ" હતી. તમામ સગાં-વહાલાં અને બહેનોએ રાખેલી માનતા, બાધા અને નુસખા અપનાવ્યા હતા, પરિણામે એક દિવસ બધાંની શ્રદ્ધા-પ્રાર્થના ફળી અને **આ યુવાન દંપતીના ઘરે "પુત્રરત્ન"ના અવતરણથી પારણું બંધાયું.** પરિવારમાં અને તમામ સગાં-વહાલાંમાં આનંદનું મોજું ફળી વળ્યું.

ગુલાબના છોડની જેમ માવજત પામેલો આ પુત્ર પાંચ વર્ષનો થયો ત્યારે તેના પરિવારે અને સગાં-સંબંધીઓએ ભવ્યતાથી તેનો જન્મદિવસ ઊજવ્યો. બીજા જ દિવસે બર્થ-ડે ગિફ્ટમાં મામાએ આપેલી બેટરીથી ચાલતી નાની મોટરગાડી ઉપર બેસી આ બાળ-ગોપાળ પોતાના ઘરની આજુબાજુ હોંશથી ગાડી ચલાવવા લાગ્યો. **ઘરના સભ્યો બધાં આનંદમાં હતાં. આ બાળક તેની મોટરગાડી લઈ સોસાયટીની**

ાણીની ખુલ્લી ટાંકી તરફ ગયો. વળાંક ઉપર તે તેની ગાડીને વાળી ીધી કરી શક્યો નહીં. તે ગભરાઈ ગયો. મામાએ બર્થ-ડેમાં આપેલી ા નાની મોટરગાડી લઈને બાળક પાણીની ઊંડી ટાંકીમાં પડ્યો અને ાળ બાળકને ભરખી ગયો. પરિવાર ઉપર દુઃખનો પહાડ તૂટી પડ્યો. ાળકને પાણીમાંથી મરેલો બહાર કાઢ્યો. મૃત બાળકને જોઈ તેની માતા ેહોશ થઈ ગઈ અને તેનાં પપ્પા તથા દાદા-દાદી હૈયાફાટ રુદન કરવા લાગ્યાં.

બીજા દિવસે બેસણામાં શ્રદ્ધાંજલિ આપવા આવતા સૌના મુખ ઉપર દુઃખની છાયા છવાયેલી હતી. આ મૃત બાળકની મમ્મીને ઘણાં ાધ્યાત્મિક દૃષ્ટાંતો આપી સમજાવવા બહુ પ્રયત્ન કર્યો, પરંતુ િષ્ફળ. “મારો હીરો ક્યાં ખોવાઈ ગયો.” આટલું બોલતાં સાથે તે ડારોળ કરી માથું ભીંતે પછાડતી, તેના વહાલસોયા પુત્રના ફોટાને ાતીએ લગાડી બચીઓ કરતી અને આક્રંદ કરતી.

એક પળમાં શું થઈ ગયું ? કાળ તેને પાણીની ઉઘાડી ટાંકી તરફ કઈ રીતે લઈ ગયો ? તેના વિચારોમાં સૌ કોઈ શોકમગ્ન થઈ ગયાં હતાં.

કોઈને પણ શી ખબર કે આવતી કાલ કોઈની પણ કેવી ઊગશે? **કુદરતના અને કર્મના ભેદને માનવી નથી જાણતો ત્યાં સુધી જ શાંતિ છે.** મામાની આપેલી સુંદર ભેટ ભાણાના મૃત્યુનું નિમિત્ત બનશે તેવી તો વિધાતા સિવાય કોને ખબર હોય!

દુઃખનું ઔષધ દહાડા, પુત્રશોકમાં અર્ધપાગલ થઈ ગયેલી આ દુઃખી માતા આખો દિવસ ગુમસુમ બેસી રહેતી અને અર્ધપાગલ અવસ્થામાં એક જ વાક્ય આખો દિવસ બરાડા પાડીને બોલતી, **“પ્રભુ, મને નરકની ખાણમાં નાખો, પરંતુ મારો હીરો તો મને પાછો આપો.”** આ રોજિંદુ દૃશ્ય જોઈ પરિવારના એક વડીલનું હૃદય હલબલી જતું. તેમણે એક દિવસ એક સાત્ત્વિક કીમિયો અમલમાં મૂક્યો. એક દિવસ એક લાંબી દાઢીવાળા શંકર ભગવાન જેવું રૂપ ધારણ કર્યું હોય તેવા એક સંન્યાસી અચાનક આ મૃત બાળકના ઘરે આવી પહોંચ્યા. કપાળમાં ભસ્મ લગાવેલી હતી, હાથમાં ડમરું અને ત્રિશૂળ હતાં. આ મૃત બાળકની માતા પણ મહાદેવમાં જ વધારે આસ્થાવાળી હતી. **આ**

સંન્યાસી "અલખનિરંજન, ઓમ્ નમઃ શિવાય"ના ગગનભેદી ઉચ્ચાર સાથે ઘરના આંગણામાં પલાંઠીવાળી બેસી ગયા. મહાદેવનું નામ સાંભળતાં જ આ અર્ધપાગલ બહેન ઘરમાંથી દોટ મૂકી આ સંન્યાસીના ખોળામાં માથું મૂકી હૈયાફાટ રુદન કરવા લાગી. આ સંન્યાસી ગંભીર વદને પુત્રશોકમાં ડૂબેલી માતાના માથા ઉપર હાથ મૂકી બોલ્યા, "બેટા, તું રડવાનું બંધ કરે તો જ હું તારા દુઃખનું સમાધાન કરું." આટલી વાત સાંભળતાં જ આ યુવતી રડવાનું બંધ કરી બે હાથ જોડી સંન્યાસી સામું જોઈ તેમના મીઠા બોલ સાંભળવા લાગી, "જો બેટા, તું આજથી રડવાનું બંધ કરી દે તો આજથી દશમા મહિને તારી કૂખે એક નહીં પણ બે પુત્રરત્નનું અવતરણ થશે." શોકમાં ગરકાવ થયેલી યુવતી કરગરવા લાગી, "મારે તો બે નહીં પણ એક જ પુત્ર જોઈએ છે અને તે પણ મહાદેવે જેને લઈ લીધો છે તે જ પાછો આપો." સંન્યાસી પણ આ યુવતીનો વાત્સલ્ય પ્રેમ જોઈ દ્રવી ઊઠ્યા, "જો બેટા, તારી કૂખે બે દીકરા તો અવતરશે જ, પરંતુ તેમાંથી એક દીકરો તો મહાદેવે પરત બોલાવી લીધો છે તે જ હશે, પરંતુ બેટા શરત એટલી જ કે આજથી જ તારે રડવાનું બંધ કરી દેવાનું. તારું બધું દુઃખ મહાદેવને સોંપી દઈ સ્વસ્થ થઈ જા. દશ મહિના પછી હું તને ફરીથી મળવા આવીશ ત્યારે તારો માનીતો હીરો તારા ખોળામાં રમતો હશે. હું ના આવું તો મને ફટ કહેજે "ઓમ્ નમઃ શિવાય...હર...હર મહાદેવ" આ સન્યાસી ત્યાંથી રવાના થઈ ગયા.

આ પુત્ર ઘેલી માતાના હૃદયમાં એક જ બીક હતી કે મેં સંન્યાસીને વચન આપ્યું છે કે મારે રડવાનું આજથી બંધ, રડીશ તો આ બધું ફોગટ જશે ત્યારથી આ યુવતી પ્રસન્ન રહેવા લાગી. મહાદેવ ઉપર અનન્ય શ્રદ્ધા ધરાવતી આ માતા, "મારી કૂખે મારો હીરો પુનઃ જનમ લેશે જ" તેવી દૃઢ આશાથી દિવસો પસાર કરવા લાગી. થોડા દિવસોમાં જ આ યુવતી ગર્ભવતી થઈ. અત્યારે આ યુવતી તેની કૂખે તેનો મૃત દીકરો પુનઃ જન્મ લેશે તેવી આશા અને શ્રદ્ધામાં પ્રસન્નતાથી દિવસો વિતાવી રહી છે.

આશા, શ્રદ્ધા અને પ્રાર્થનાના પોકારથી વિશેષ મૂલ્યવાન સંજીવની આ સંસારમાં બીજી કોઈ નથી. દુઃખી માનવીને તેના

જીવનમાં આવેલ દુઃખ ભૂલવા જેટલો પ્રયત્ન કરાવવામાં આવે છે તેનાથી પણ ઓછા પ્રયત્ન દુઃખીના જીવનમાં સુખનો માહોલ અને ઊજળા ભવિષ્યની આશામાં તેના દિલ અને દિમાગને ગરકાવ કરી દેવામાં આવે તો હતાશા અને નિરાશામાં ગરકાવ થયેલી વ્યક્તિ ટેન્શનમુક્ત થઈ, સુખી બની શાંતિ પ્રાપ્ત કરે છે.

સાંભળેલી, જાણેલી અને જોયેલી બાબત કરતાં સ્વયં અનુભવેલી બાબત માનવી ક્યારેય ભૂલતો નથી.

(૧૪૫) જેવા સંસ્કાર તેવું વર્તન : વાંચો

એક વખત મારા સગાના ઘરેથી "મહેમાનગીરી" કરી અમે તેમના ઘરમાંથી બહાર આવી રહ્યા હતા ત્યારે તે સંબંધી તેમના પૌત્રને ખભે તેડી અમને તેમના આંગણા સુધી વળાવવા આવ્યા ત્યારે મેં તેમને સહજ ભાવે કહ્યું, "આ તમારા હીરાને તેનાં દાદી પાસે મૂકીને આવવું હતું ને...!" તેમણે તરત જ કહ્યું, "હા...હા તમારી વાત સાચી છે, પરંતુ આ તો મહેમાનોને આંગણા સુધી વળાવવા જવું પડે તેવા સંસ્કાર, તે જુએ અને અનુભવે તે હેતુથી હું તેને તેડીને તમને વળાવવા સુધી લઈ આવ્યો છું, મારો પૌત્ર છે તો હીરો, પણ તેને ઘાટ આપીએ તેવો જ તે ઘડાય અને તેવી જ તે ચમક આપે...ને...!" તેઓ હસીને અમારાથી છૂટા પડયા.

આખા સંસારમાં જો વાત્સલ્ય અને ભાવને ત્વરિત આત્મસાત્ કરી શકતું હોય તો તે માત્ર બાળક જ છે. **બાળકની હાજરીમાં નકારાત્મક અને અસંસ્કારી કરેલું વર્તન તેના જીવનઘડતરમાં નકારાત્મક ઘટનાઓ સર્જે છે.**

સમસ્યા અને ચિંતાનું તટસ્થ ભાવે સાચું કારણ શોધી તેનો શ્રેષ્ઠ ઉપાય જ ટેન્શનમુક્તિનું પ્રથમ પગથિયું છે, પરંતુ પ્રભુની શરણાગતિ તો સર્વશ્રેષ્ઠ ઉપાય છે.

(૧૪૬) શ્રેષ્ઠ ભક્તિ કઈ ? પ્રભુની શરણાગતિ : વાંચો

આ સંસારમાં એક ઘટનાની પાછળ બીજી ઘટના અને તેની

પાછળ ત્રીજી ઘટના, કઈ રીતે, કયા સંજોગોને આધીન બને છે તેને સમજવી અને તેનો કોયડો ઉકેલવો કઠિન છે. તેને કુદરતનું ગૂઢ રહસ્ય સમજીને મન, બુદ્ધિ, ભાવ અને તર્ક-વિતર્કને શાંત કરી દેવામાં જ ટેન્શનમુક્તિ અને શાંતિ છુપાયેલાં છે.

મુંબઈ શહેરમાં જાણીતા ડૉ. માર્શ તેમના વ્યવસાયમાં નિષ્ણાત ગણાતા. તેમની હોશિયારી, તેમના વ્યવસાયમાં ગજબની સફળતા અને માનવમૂલ્યોના રખેવાળ તરીકે તેમને ભારત સરકાર દ્વારા રાષ્ટ્રપતિ એવોર્ડ આપવાનું નક્કી થતાં તેઓ મુંબઈથી દિલ્હી જવા માટે મુંબઈ એરપોર્ટ ઉપર પહોંચ્યા, પરંતુ વિમાનીસેવા ખોરવાઈ જતાં તેઓ વાયા ઈન્દોર થઈને દિલ્હી જવા નીકળ્યા.

ઈન્દોર પહોંચતાં વાવાઝોડાએ માઝા મૂકતાં ઈન્દોરથી દિલ્હી સુધીની વિમાનીસેવા પણ ખોરવાઈ ગઈ. તેમણે મનોમન નક્કી કર્યું કે કોઈ પણ ઉપાયે દિલ્હી સમયસર પહોંચવું. ઈન્દોરથી તેમના મિત્રની કાર લઈ હાઈવે મારફત દિલ્હી જવા રવાના થયા. હાઈવે ઉપર વિશાળ-તોતિંગ વૃક્ષો ધરાશાયી થયાં હતાં. રાત પડી ગઈ હતી. હવે આગળ જવું અશક્ય હતું. તેઓ હાઈવેની બાજુના એક ગામમાં ગયા. ત્યાં એક અતિગરીબ પરિવારે ડૉ. માર્શને આશરો આપી તેમની સેવા-શુશ્રૂષા કરી. **ડૉ. માર્શ તો અતિભાવવિભોર થઈ ગયા. તેમનું મન કહેવા લાગ્યું, "મુંબઈમાં તો અજાણ્યા માણસને રાખવાનું શક્ય જ નથી.** આ ગરીબ પરિવાર મારા માટે આટલો બધો આદરભાવ કેમ રાખે છે!"

આ અજાણ્યા મહેમાનને આ ગરીબ પરિવારે તેમની શક્તિ અને ભક્તિ મુજબ પ્રેમથી જમાડ્યા. પરિવાર તો તેમની કાયમી આદત મુજબ સાંજે પ્રભુની સમૂહ આરતી કરીને જ સાથે જમતો. આખો પરિવાર સમૂહ પ્રાર્થનામાં ગરકાવ હતો તે સમયે આ પરિવારના વડીલે ડૉ. માર્શને કહ્યું, "તમારે પણ પ્રભુ-પ્રાર્થનામાં જોડાવું હોય તો આ પાથરેલી કોથળી ઉપર આવી બેસી જાઓ." તેમણે સવિનય માથું નકારમાં ધુણાવી અને ધીમા સાદે કહ્યું, **"હું આવા કોઈ પ્રભુમાં માનતો નથી."** આ પરિવારે ડૉ. માર્શના જવાબને સહેજ પણ ગણકાર્યા સિવાય

તેમની પ્રભુ-પ્રાર્થના મસ્તીથી પતાવી સૌ સાથે જમવા બેઠાં. જમતાં જમતાં પરિવારના વડીલે આ અજાણ્યા મહેમાન સાથે વાર્તાલાપ ચાલુ કર્યો, **"આ જુઓને, આ મારા દીકરાને કેવો અસાધ્ય અને ભયંકર રોગ થયો છે. લોકો કહે છે આવો રોગ તો લાખોમાં એકને જ થાય અને જો સમયસર સારવાર ના થાય તો જીવ લઈને પણ જાય.** લોકો કહે છે આ રોગના તો એક જ નિષ્ણાત ડૉક્ટર છે અને તે પણ મુંબઈમાં જ છે. અમારી પાસે નથી તેટલાં નાણાં કે નથી તેટલી ઓળખાણ કે અમે મુંબઈ જઈ અમારા દીકરાની સારવાર કરાવી શકીએ, અમે તો બધું ઠાકોરજી ઉપર છોડ્યું છે, તે કરે તે ખરું." ડૉ. માર્શે કુતૂહલતાથી પૂછ્યું, **"તે ડૉક્ટરનું નામ શું?" આ ભક્તિ પ્રભાવી પરિવારનાં વૃદ્ધ માતા શબરીના ભાવથી બોલ્યાં, "અમને નામ તો બોલતાં નથી આવડતું, આ કાર્ડ કોઈએ અમને આપ્યું છે,** તેના ઉપર નામ અંગ્રેજીમાં લખ્યું છે, પણ તમને અંગ્રેજી આવડતું હોય તો લો વાંચો." આ વૃદ્ધ દાદીએ વિઝિટિંગ કાર્ડ ડૉ. માર્શના હાથમાં સહજ રીતે મૂક્યું. ડૉ. માર્શ અચંબો પામી આશ્ચર્યચકિત થઈ ગયા. તેઓ એકદમ ભાવાવેશમાં આવી જઈ બોલ્યા, "માતાજી, તમારા પૌત્રને આ પલંગ ઉપર સુવાડી દો, હું તેને તપાસી લઉં." દુઃખી દાદી ગંભીર સ્વરે બોલ્યાં, "પણ તમે તપાસીને શું કરશો? આ રોગ તો આ કાર્ડમાં જેમનું નામ લખ્યું છે તે ડૉક્ટર સિવાય મટે તેમ નથી."

ડૉ. માર્શની આંખોમાં ઝળઝળિયાં આવી ગયાં, નાના મંદિરમાં બેસાડેલા ઠાકોરજીનાં દર્શન કરતાંની સાથે તેમની આંખોમાંથી ચોધાર આંસુ વહેવા લાગ્યાં. મંદિર આગળથી ઊભા થઈ રોગીષ્ઠ પૌત્રનાં દાદા-દાદીનાં ચરણોમાં માથું ઝુકાવી, ગદ્‌ગદિત હૈયે આંસુ સારતાં બોલ્યા, "બા અને બાપુજી, આ કાર્ડમાં જેમનું નામ લખ્યું છે તે જ હું ડૉ. માર્શ. તમારા રોગીષ્ઠ પૌત્રને હું સાજો કરીશ જ, પરંતુ આજે જ મને આ ઉંમરે અનુભવ અને જ્ઞાન થયું કે શ્રદ્ધા, આશા, સમર્પણ અને પ્રભુ-પ્રાર્થનામાં તાકાત કેટલી છે! આજે માત્ર મને ભાન જ નથી થયું પણ સાક્ષાત્કાર પણ થયો છે કે **નાસ્તિકની દલીલો કરતાં આસ્તિકની પ્રાર્થનામાં તો**

હજારો હાથીઓનું બળ સમાયેલું છે. બા અને બાપુજી, આજે તો મને ઘેરબેઠાં ગંગા પ્રાપ્ત થઈ છે. ઈશ્વરે જ આ બધી કરામત કરી મને તમારા ઘરે મોકલ્યો છે. ક્યાં મુંબઈ, ક્યાં ઈન્દોર, ક્યાં નાનકડું ગામ અને તેમાં પણ મને તમારું જ ઘર મળવું, બા-બાપુજી આ બધી બાબતો તર્ક, વિવેક, બુદ્ધિ, દિમાગના ચકરાવા અને દિલની ભાવનાઓ પ્રભુ પ્રત્યેના શુદ્ધભાવના સમર્પણમાં ઓગળીને એકરસ થઈ જાય છે તેવું તો મેં આજે જ અનુભવ્યું."

અતૂટ શ્રદ્ધા, પ્રબળ શુદ્ધ ભાવના, અખૂટ હિંમત, મજબૂત મનોબળ, દ્રઢ-ઈચ્છાશક્તિ, પ્રેમાળ સંબંધો, મૃદુ વાણી, ઊજળી આશા અને શ્રદ્ધાથી ભરેલી પ્રાર્થના, હિમાલય પર્વત જેવડી આફતના પણ ચૂરેચૂરા કરી નાખશે. આફત સમયે દિલ અને દિમાગને ચકરાવે ચઢાવશો નહીં, વાણી ઉપર સંયમ રાખજો, સજ્જનો સાથે ઘરોબો કેળવી રાખજો, છાતી ઉપર પથ્થર રાખીને પણ પ્રસન્ન રહેજો, ચિત્તને પ્રભુસ્મરણમાં પરોવાયેલું રાખજો, વિજય તમારો જ છે.

(૧૪૭) બેદરકાર રહેવું એટલે ટેન્શનને આમંત્રણ : વાંચો

જે સમયે અમદાવાદ શહેરમાં અનામત આંદોલન ચાલતું હતું ત્યારે એક કરિયાણાની દુકાનથી થોડોક દૂર, પોલીસે ટીયરગેસનો શેલ છોડતાં લોકો નાસભાગ કરવા લાગ્યા, ત્યારે કરિયાણાની દુકાનના માલિક દુકાન રામભરોસે મૂકી, શું થયું છે તે જોવા અને જાણવા લોકોની સાથે દોડ્યા, પાછા આવીને જોયું તો રોકડનો વકરો ભરેલી થેલી અને હોલસેલના વેપારીને ચૂકવવા માટેનાં નાણાં જુદાં મૂક્યાં હતાં, તે બધાં નાણાં, આટલી વારમાં કોઈક હાથની સફાઈ કરી ગયું. આ ભાઈને તેમની દુકાનમાં થયેલી ચોરીની જાણ થતાં દુકાનમાં બેસી ખૂબ જ રડતા હતા ત્યારે જ પોલીસ આવી અને તેમને પકડી ગઈ. કારણ બતાવ્યું તમે તોફાનમાં સામેલ હતા.

પોતાની ફરજ અને જવાબદારી પ્રત્યેની બેદરકારી ખોટી ઉતાવળ અને અતિવિશ્વાસમાં આ નિર્દોષ વેપારીભાઈ મોટા ટેન્શનમાં આવી ગયા.

(૧૪૮) તમારી ખરાબ આદત જ ટેન્શનમાં વધારો કરે છે : વાંચો

એક મોટા ચબરાક વેપારીએ મને કહ્યું, "હું જે મોટા વેપારી પાસેથી માલ લાવું છું, તેની સાથે "ચિઠ્ઠી"માં લખેલો હિસાબ કરવાનો હતો. હું બરાબર જાણતો હતો કે મારે જે વેપારીને નાણાં આપવાનાં છે તે જબરો પિયાક છે. હિસાબ કરતાં પહેલાં મેં તેને બરાબર દારૂ પિવડાવ્યો. મેં તેમને કહ્યું, આપણે બંને એક જુદા કાગળ ઉપર પાકો હિસાબ લખીને આપણી બધી કાચી ચિઠ્ઠીઓ પછી ફાડી નાખીએ. મારા વેપારી મિત્ર બરાબર નશામાં હતા, મેં એક લાખ રૂપિયાની એક આખી એન્ટ્રી ઊડાવી દીધી. મેં કહ્યું, આપણે આ જુદા કાગળ ઉપર લખેલો હિસાબ જ સાચો અને પાકો. હવે, આ બંને ચિઠ્ઠીઓ ફાડી નાખીએ, તેમણે ચકચૂર નશામાં હા માં માથું ધુણાવ્યું, મેં મારી અને તેમની બંને ચિઠ્ઠીઓ તેમની પાસે જ ફડાવી નાખી અને મેં જુદા કાગળ ઉપર તૈયાર કરેલ હિસાબ નીચે ચૂકતેની તેમની સહી કરાવી લીધી અને તેટલી જ ચિઠ્ઠી મેં સાચવી રાખી. મેં હિસાબ ચૂકતેનાં જે નાણાં તેમને આપ્યાં તે લઈ, ઉતાવળા થઈ ડોલતા-ડોલતા "જય માતાજી" કહી ત્યાંથી રવાના થઈ ગયા."

તમારી ખરાબ આદત અને તમારી મજબૂરી ચબરાક લોકોનું મજબૂત અને ધારદાર હથિયાર હોય છે, ચેતી જવું.

(૧૪૯) તમારી કમજોરી જ તમારું ટેન્શન છે : વાંચો

હું અમદાવાદથી કોલકાતા ટ્રેન મારફત મુસાફરી કરી રહ્યો હતો ત્યારે મારી સામેની જ સીટ ઉપર પરિવાર સાથે બેઠેલી એક યુવતી તેના ખભે ભરાવેલું મોટું પર્સ તેની સાથે ને સાથે જ રાખે, સૂતી વખતે પણ તે તેના ઓશીકા પાસે જ રાખે. આખો દિવસ ટ્રેનમાં આમથી તેમ આંટા મારતી જાય અને બબડતી જાય, "બીજો બધો સામાન ભલે નીચે પડ્યો રહે પરંતુ આ પર્સ તો મારી પાસે જ રહેશે, બધું જોખમ તેમાં છે એટલે આ પર્સ તો મારી પાસે જ સારું." જ્યારે રાયપુર શહેર આવ્યું ત્યારે આ યુવતી આદત પ્રમાણે પર્સ ખભે જ ભરાવીને ઊભી રહેલી ટ્રેનના દરવાજે ઊભી-ઊભી હવા ખાતી હતી. જ્યારે ટ્રેન ઉપડી અને ગતિમાં આવી ત્યારે તેમની ગતિ-વિધિથી જાણકાર કોઈ લૂખો, આ

333

બહેનના પર્સને જોરદાર ઝાટકો મારી છીનવી ચાલુ ટ્રેને ઉતરીને રફૂચક્કર થઈ ગયો. ટ્રેનનું પુલિંગ કરતાં ટ્રેન ઊભી રહી. પોલીસે આવીને કહ્યું, "તમારે એફ.આઈ.આર. નોંધાવવી હોય તો નોંધાવો પણ દર મુદતે તમારે તમારા ખર્ચે અને જોખમે આ નક્સલવાદી વિસ્તાર રાયપુરમાં હાજર થવું પડશે." આ બહેને એફ.આઈ.આર. નોંધાવવાનું માંડી વાળ્યું અને કોલકાતા આવ્યું ત્યાં સુધી આક્રંદ કરતાં રહ્યાં, "અરેરે, મારી બધી જ મોંઘી ચીજ-વસ્તુઓ લૂંટાઈ ગઈ, હું તો બરબાદ થઈ ગઈ."

યાદ રાખજો : મોંઘાં ઘરેણાં, રોકડ નાણાં અને મોંઘી ચીજ-વસ્તુનો દેખાડો જ તમને મુશ્કેલીમાં નાખી દેશે, મોંઘી ચીજવસ્તુનું રક્ષણ નહીં કરી શકવાની તમારી અસમર્થતા તમારો જ ભોગ લઈ તમને મોટા ટેન્શનમાં ધકેલી દેશે.

(૧૫૦) બુદ્ધુની મિત્રતા એટલે ઉપાધિને આમંત્રણ : વાંચો

મારા મિત્રના નવા બંગલાના વાસ્તુ પ્રસંગે યોજેલ ભોજન સમારંભમાં તેમણે તેમના વફાદાર સગાને રસોડાનું ધ્યાન રાખવાનું કહેલું. આ ભાઈ મારા મિત્રના વફાદાર સગા તો હતા પણ સમજદાર નહોતા. તેઓ જમવાના દરેક કાઉન્ટર પર ફરતા જાય અને સૌને કહેતા જાય, "જમવાનું ખૂટે તો વાંધો નહીં, ઠંડી મસાલેદાર છાશ ધરાઈને પીજો." આમંત્રિત મહેમાનોમાં હવા ફેલાઈ ગઈ કે જમવાનું ખૂટે તેમ છે, પછી જુઓ તો દરેકે પોતાની ડિશમાં શરૂઆતથી જ બે પેટ ભરાય તેટલું ભોજન લઈ લીધું, પરિણામ તે આવ્યું કે છાશ વધી પડી અને ભોજન ખૂટી પડ્યું.

આ ભાઈએ, "બે પેટ ભરાય તેટલું શાંતિથી જમજો અને પછીથી ઠંડી મસાલેદાર છાશ પીજો." આવું કહ્યું હોત તો આ પ્રસંગમાં ભોજન ખૂટી પડવાનો હલ્લાબોલ ના થાત.

મારા આ જ મિત્રએ તેમના સમાજના પરિવારોના સ્નેહ-સંમેલનમાં પણ તેમના આ જ વફાદાર સગાને રસોડાના ઈન્ચાર્જ નિમેલા. થયું એવું કે રસોડામાં તૈયાર કરેલા દૂધપાકના તપેલા પાસેથી કૂતરું પસાર થયું. આ ભાઈએ સૌ કોઈ સાંભળે અને જુએ તે રીતે હલ્લો

બોલાવી કૂતરાને તો ભગાડી દીધું પછી આ ભાઈએ તેમની પત્નીને ખાનગીમાં કાનમાં કહ્યું, "તું દૂધપાક ખાતી ના, મને લાગે છે કે કૂતરું દૂધપાકના તપેલામાં પેશાબ કરી ગયું છે, તું આ ખાનગી વાત કોઈને કહેતી ના, નહીંતર આ મજાની પિકનિક ઉપર પાણી ફરી વળશે." આ ભાઈનાં પત્ની પણ તેમના પતિ જેવાં તરંગી હતાં. **સ્ત્રીના અંતઃકરણમાં ગુપ્ત વાત સાચવવી અઘરું કામ છે.** આ બહેને તેમની અન્ય સહેલીઓને, "તું કોઈને કહેતી ના"નો ગુપ્ત વાઈરસ પિકનિકમાં આવેલા તમામ પરિવારોમાં ફેલાઈ ગયો. કોઈએ દૂધપાક ખાધો નહીં અને તાબડતોડ મોંઘો શીખંડ મંગાવી, પિકનિકના દાતાએ ઈજ્જત સાચવવી પડી.

તમે જે વ્યક્તિને તેની ક્ષમતા, લાયકાત અને કોઠાસૂઝનો અનુભવ કર્યા સિવાય મહત્ત્વનું કામ સોંપશો તો તેની ઓછી બુદ્ધિ તમારા માટે ટેન્શન, નિષ્ફળતા અને ફજેતો સાબિત થશે.

(૧૫૧) આપણી આબાદી-બરબાદી આપણા હાથમાં : વાંચો

(૧) ખર્ચા તો ડૂબાડે તમને, બચત તમને બચાવે (૨) અપચો તો વાયુ કરે, ત્રિફલા તમને મટાડે (૩) કલુષિત વાણી કજીયા કરાવે, મીઠી વાણી તો હસાવે (૪) આળસ તો ભિખારી બનાવે, મહેનત તમને ધનવાન બનાવે (૫) મૂર્ખની સોબત નુકસાન કરાવે, સજ્જનની દોસ્તી લાભ કરાવે (૬) ચિંતા તો રડાવે તમને, શ્રદ્ધા તમને જીવાડે (૭) લોભ લાલચ બરબાદ કરે, વિવેકબુદ્ધિ તો આબાદ કરે (૮) વાસના-વ્યસન તો રોગી બનાવે, કસરત તમને યોગી બનાવે (૯) ક્રોધ તો દુશ્મન વધારે, સ્મિત તો મિત્રો વધારે (૧૦) કમજોરી-કાયરતા તો પરાજય કરાવે, સમજ-શૂરવીરતા તો વિજય અપાવે (૧૧) અભિમાન તો પતન કરાવે, સ્વાભિમાન તો પ્રગતિ કરાવે અને (૧૨) મોહ-માયા તો પ્રપંચી બનાવે, જ્ઞાન તો મોક્ષ અપાવે.

(૧૫૨) પરમેશ્વર જ સૌથી મોટો ન્યાયાધીશ : વાંચો

આપ સૌએ સીધીસાદી એટલી વાત યાદ રાખવાની છે કે આ સંસારમાં આપણી આંખ ખુલ્લી છે અને છેલ્લો શ્વાસ ચાલુ છે ત્યાં સુધી આધિ, વ્યાધિ અને ઉપાધિઓ તો આવવાની જ, આપણે જીવતાં હોઈશું તો તે

બધી ઉપાધિઓ ઉકેલીશું, પરંતુ આપણે જ આ દુનિયામાં ના રહ્યા તો...! આપ સૌ તેવું ના સમજતા કે ઉપાધિઓ મટી ગઈ છે, આપણે મટી ગયા હોઈશું પણ સમસ્યાઓ તો જેમની તેમ જ રહેશે, **ચિંતા એટલી હદ સુધી ના કરો કે સમસ્યા જેમની તેમ રહે અને કાળ આપણો કોળિયો કરી જાય.**

સમસ્યા ઉકેલવા શક્ય તેટલા તમામ પ્રયત્ન કરો, પછી તો બધું સમય અને કુદરત ઉપર છોડી દો. આખા બ્રહ્માંડમાં કુદરતથી મોટો ન્યાયાધીશ કોઈ નથી.

આપ સૌ આપણા બાળપણને યાદ કરો, આપણે આપણા પરિવારના સહારે કેવું મસ્તીથી જીવતા હતા તો હવે પરમેશ્વરના સહારે જીવીશું તો આ પૃથ્વીલોક અને પરલોક બંને સુધરી જશે.

સર્જાયેલી સમસ્યામાં નકારાત્મક અને કાલ્પનિક વિચારો અને કલ્પનાઓ કરી શું કરવા દુઃખી થાઓ છો? સાક્ષી ભાવે જીવો, શક્ય હોય તેટલી દુઃખી જીવોને મદદ કરો, તે પણ તમારાથી શક્ય ના હોય તો તેમના માટે પ્રાર્થના કરો, આવતી કાલ આપણી કેવી ઊગશે તે પરમેશ્વર સિવાય કોઈ જાણતું નથી, **આપ સૌ શાંતિથી જીવો અને બીજાઓને શાંતિથી જીવવા દો, તણાવમુક્તિનો આ મૂળ-મંત્ર છે.**

તમારા હકનું તમે ભોગવો, બીજાના હકનું તેને ભોગવવા દો, તમે ખોટી ચિંતા કરશો નહીં. આંખ મીંચાઈ ગયા પછી બધું અહીં જ પડી રહેવાનું છે.

મારા વહાલા વાચકમિત્રો, મારા પુસ્તકનું હાર્દ બસ આટલું જ છે. તમારા જીવનમાં આવેલી સમસ્યાની ચિંતા કરશો નહીં, પરંતુ સાચી ભાવનાથી તેનો ઉપાય શોધો, ઊંડા અંતઃકરણથી પ્રાર્થના કરીને પ્રભુને પોકારો, પ્રભુ તમારી મદદે આવશે જ, છેવટે તો પ્રભુ રાખે તેમ રહેવામાં જ માનસિક તણાવમાંથી સાચી મુક્તિ રહેલી છે.”

ૐ શાન્તિ.....શાન્તિ.....શાન્તિ.....!